Continuing Vietnamese

Dr. Binh Nhu Ngo
(Ngô Như Bình)
Department of East Asian
Languages and Civilizations,
Harvard University

TUTTLE Publishing
Tokyo | Rutland, Vermont | Singapore

Published by Tuttle Publishing, an imprint of Periplus Editions (HK) Ltd.

www.tuttlepublishing.com

Library of Congress Catalog Number: 2010927732
ISBN 978-0-8048-3975-4

Distributed by

North America, Latin America & Europe
Tuttle Publishing
364 Innovation Drive
North Clarendon, VT 05759-9436 U.S.A.
Tel: 1 (802) 773-8930
Fax: 1 (802) 773-6993
info@tuttlepublishing.com
www.tuttlepublishing.com

Japan
Tuttle Publishing
Yaekari Building, 3rd Floor
5-4-12 Osaki
Shinagawa-ku
Tokyo 141 0032
Tel: (81) 3 5437-0171
Fax: (81) 3 5437-0755
www.tuttle.co.jp

Asia Pacific
Berkeley Books Pte. Ltd.
61 Tai Seng Avenue #02-12
Singapore 534167
Tel: (65) 6280-1330
Fax: (65) 6280-6290
inquiries@periplus.com.sg
www.periplus.com

First edition
14 13 12 11 10   10 9 8 7 6 5 4 3 2 1

Printed in Singapore

TUTTLE PUBLISHING® is a registered trademark of Tuttle Publishing, a division of Periplus Editions (HK) Ltd.

CONTENTS

Acknowledgments...xi
Introduction...xii

LESSON 1: **Traveling to Vietnam and in Vietnam; the Geography of Vietnam**
   PART 1..1
   • Dialogue 1...1
   • Dialogue 2...2
   • Vocabulary..4
   • Grammar & Usage...5
      Relative adverbs **nơi, khi**...5
      Có gì + adjective + **đâu**..5
      Use of the verb **nói**...5
      Emphatic particle **ấy**..6
      Không dám and **chưa dám**..6
      Verbs **nghe, trông** + adjective...7
      Tất nhiên and **dĩ nhiên**..7
      Plural marker **những** + question words **ai, đâu, gì**................................7
      Khỏi phải...7
      Từng ấy and **từng này**...7
   • Everyday Vietnamese Expressions...8
   • Drills...8
   • Exercises...13
   • Cultural Note...15

   PART 2..16
   • Narrative...16
   • Vocabulary..19
   • Grammar & Usage...20
      Verb **nằm**...20
      Verb with preposition **làm** or **thành**..21
      Verb **chạy**...21
      Verb **chiếm**...21
      Preposition **về mặt**...22
      Adjective + ordinal number + **sau**..22
      Adverb of degree **hết sức**...22
      "Much + comparative adjective + than"...23
      Adjective + **hơn cả**..23
      Use of **khắp**...23
      Time descriptions..23
   • Drills...23
   • Exercises...27
   • Cultural Note...28

LESSON 2: **Housing, and a Sightseeing Tour of Hanoi & Saigon–Ho Chi Minh City**
   PART 1..29
   • Dialogue 1...29

CONTENTS

• Dialogue 2...31
• Vocabulary...33
• Grammar & Usage...35
    Verb "to wash"...35
    Use of **bận**...35
    Verb **gửi**..35
    Use of the noun **tiền**..35
    Càng … càng...35
    Là linking two verb phrases..35
    Use of **liệu**...36
    Verbs **diễn ra** and **xẩy/xảy ra**.......................................36
    Vietnamese **mít tinh** and English "meeting"......................36
• Everyday Vietnamese Expressions..36
• Drills...37
• Exercises...41
• Cultural Note...43

PART 2...44
• Narrative...44
• Vocabulary...46
• Grammar & Usage...47
    Verbs **biến thành, biến … thành, trở nên** and **trở thành**.....47
    Classifier **vị**..48
    Verbs **đổi, thay** and **thay đổi**...48
    Different meanings and functions of **lại**.............................49
    Verbs **quyết định** and **giải quyết**....................................50
    Use of **tổng**...50
    Không chỉ … mà cả and **không chỉ/không những … mà còn**....50
• Drills...50
• Exercises...56
• Cultural Note...57

LESSON 3: **Vietnam's Educational System**
PART 1...58
• Dialogue 1...58
• Dialogue 2...59
• Vocabulary...61
• Grammar & Usage...62
    Emphatic particle **rồi**...62
    Phrase **thì chị/anh … bảo**...62
    Emphatic particle **nữa cơ**..62
    Sentence + subject + **mới** + verb.....................................62
    Sentence + **nhỉ**..62
    Reduplicatives **chầm chậm, nhè nhẹ**.................................63
    Đại khái như/đại khái là..63
    Quốc gia, nhà nước and **nước**.......................................63
    Giáo sư, tiến sĩ, bác sĩ as second personal pronouns.........64
    Mới … thôi..64
• Everyday Vietnamese Expressions 64
• Drills...65
• Exercises...72
• Cultural Note...73

PART 2..74
• Narrative...76
• Vocabulary..77
• Grammar & Usage..77
    Use of the verb **lên** 77
    Use of the noun **lớp** 78
    Use of the noun **khoa học**...........................78
    Châu Âu vs. **Âu châu, phương Tây** vs. **Tây phương** 78
    Muốn ... phải ... .78
    Ngoại ngữ vs. **tiếng**.................................79
    Trong nước vs. **nước ngoài**......................79
    Phụ thuộc vào and **độc lập với** 80
• Drills..81
• Exercises..83
• Cultural Note..84

LESSON 4: **Personal Appearance and Fashion**
PART 1..86
• Dialogue 1..86
• Dialogue 2..87
• Vocabulary..88
• Grammar & Usage..90
    Different meanings and functions of **mà**.......90
    Noun phrase + **là** + verb phrase/sentence.....90
    Question **có phải ... không?**.........................91
    Verb **để** 91
    Emphatic particle **cái** 91
    Kinship terms with **họ, ngoại** and **nội**......91
    Verb **tưởng**...92
    Được + amount..92
    Verb **trông**...92
    Use of **càng**...93
    Từng, đã từng, chưa từng 93
    Kinship terms in Northern and Southern dialects......93
• Everyday Vietnamese Expressions......................94
• Drills..94
• Exercises..101
• Cultural Note..102

PART 2..103
• Narrative...103
• Vocabulary..105
• Grammar & Usage..106
    Phụ nữ vs. **đàn bà, nam giới** vs. **đàn ông** 106
    Thực ra...106
    Participle clause 106
    Verbs **cho rằng, cho là** 107
    Emphatic particle **mà thôi** 107
    Formal country names....................................107
• Drills..108
• Exercises..110
• Cultural Note..111

C
O
N
T
E
N
T
S

LESSON 5: **Vietnamese Music, Movies and Traditional Theater**
  PART 1.. 112
  • Dialogue 1... 112
  • Dialogue 2... 113
  • Vocabulary.. 114
  • Grammar & Usage... 115
      Phrase **có liên quan** 115
      Use of conditional conjunctions **giá như** and **giá mà**.................................. 116
      Use of **chưa chắc**.. 116
      "To ask" in Vietnamese 116
      Verb **thử** and phrase **cứ thử xem** 117
      Phrase **chẳng hạn như**.. 117
      Particle **cơ/kia**... 118
      Phải nói thật với + 2nd personal pronoun + **là** 118
      Sentence + **là tại làm sao?**... 118
      Verb + **cũng biết là ...** 118
      Hằng/hàng meaning "every".. 118
      ... có ... có 119
      Phrase **theo tôi được biết [thì]** 119
  • Everyday Vietnamese Expressions... 119
  • Drills 119
  • Exercises 124
  • Cultural Note 125

  PART 2.. 126
  • Narrative 126
  • Vocabulary.. 128
  • Grammar & Usage... 130
      Thường, thường thường and **thường xuyên** 130
      Phổ biến as an adjective and as a verb.. 130
      Chủ yếu as an adjective and as an adverb.. 131
      Verbs **thể hiện, biểu hiện** and **biểu lộ**... 131
      Khi [**thì**] and **lúc** [**thì**] 131
      Adjectives **cũ, già, cổ** and **cổ điển** 131
      Use of **đầu tiên** and **thứ nhất** meaning "first".. 133
      Construction "once every other year" in Vietnamese 133
  • Drills 133
  • Exercises 136
  • Cultural Note 136

LESSON 6: **Sports and Martial Arts**
  PART 1.. 138
  • Dialogue 1... 138
  • Dialogue 2... 139
  • Dialogue 3... 140
  • Vocabulary.. 141
  • Grammar & Usage... 142
      Cho with the meaning of "purpose" 142
      Sẵn used after a verb 142
      Verb **không ngờ**... 143
      Use of **thảo nào** 143
      Nổi with the meaning "to be able to do something"..................................... 143

Quá + adjective/adverb 144
Use of **thế nào được, làm sao được** 144
Use of **tiếc là** 144
Verb **đành** 144
Verb **chịu** 144
• Everyday Vietnamese Expressions 145
• Drills 145
• Exercises 150
• Cultural Note 151

PART 2 152
• Narrative 152
• Vocabulary 153
• Grammar & Usage 155
Verb **dùng** 155
Cả … và … and **cả … lẫn …** 155
Preposition **dưới** with the meaning "in" 155
Verb **mở** 155
Do as a preposition and a conjunction 156
• Drills 156
• Exercises 159
• Cultural Note 160

LESSON 7: **Economics, Foreign Investment and Banking**
PART 1 161
• Dialogue 1 161
• Dialogue 2 163
• Vocabulary 164
• Grammar & Usage 165
Noun **cán bộ** 165
Verbs **tăng** and **giảm** 166
Adjective **đáng** 166
Conjunction **sở dĩ … là vì …** 166
Đến as a preposition meaning "of, about" 166
Conjunction **đến nỗi** 167
Verb **gặp** 167
Gấp with the meaning "-fold" 167
Command + **nào** 167
Bất cứ/bất kỳ + question word 168
• Everyday Vietnamese Expressions 168
• Drills 169
• Exercises 174
• Cultural Note 175

PART 2 176
• Narrative 176
• Vocabulary 177
• Grammar & Usage 178
Báo cáo as a verb and as a noun 179
Verb **kiểm điểm** 179
Verb **chỉ đạo** 179
Verb **điều hành** 179

Verb **trình bày**...180
Verb **nhất trí**..180
Verb **thiếu**...180
Adverbs **trở lên, trở xuống, trở đi, trở lại**.................................180
Nouns **công nghiệp** and **ngành**...181
Verbs **lưu ý đến** and **chú ý đến**..181
• Drills..182
• Exercises...185
• Cultural Note..186

Lesson 8: **Vietnamese History**
    PART 1..187
• Dialogue 1...188
• Dialogue 2...189
• Vocabulary..189
• Grammar & Usage..192
    Adverb **qua** used after some verbs..192
    Construction **một khi đã … thì …**..192
    Particle **đây**...192
    Verb **bỏ**..193
    Emphatic **hẳn**..193
    Thế nào? used before another question......................................193
    Particle **chết**..194
    Như with different functions...194
    Ngoài trời vs. **trong nhà**..194
    Construction **dù sao thì … cũng/vẫn/cũng vẫn …**....................194
    Construction **ngay [cả] … còn … nữa là**...................................195
    Verbs **để ý đến** and **để ý thấy**..195
    Construction **chỉ [có] … mới … thôi**..195
    Construction object + **thì** + subject + **chịu**...........................195
• Everyday Vietnamese Expressions..196
• Drills..196
• Exercises...202
• Cultural Note..203

    PART 2..204
• Narrative...204
• Vocabulary..207
• Grammar & Usage..208
    Verb **đánh**...208
    Verb **đưa**...209
    Verbs **chết, mất, qua đời, từ trần, hy sinh**..............................209
    Verbs **thất bại** and **đánh bại**..210
    Verb **ảnh hưởng**...210
    Verb **mất**...210
    Verb **giữ**..210
    Verbs **dẫn đến** and **đưa đến**...211
    Conjunction **nhằm**...211
    Hàng + **trăm/nghìn/vạn/triệu**..211
    Use of **toàn** and **toàn bộ**...211
    Đạo Phật vs. **Phật giáo, đạo Thiên chúa** vs. **Thiên chúa giáo**.........212
• Drills..212

• Exercises...216
• Cultural Note..217

LESSON 9: **Some Customs & Literature: A Short Story**
  PART 1..218
  • Dialogue 1..219
  • Dialogue 2..220
  • Vocabulary...221
  • Grammar & Usage...222
      Verb of motion + location + **về**..222
      Use of **khỏi**..222
      Construction **... đến đâu ... đến đấy**...223
      Verbs **nhận, nhận ra, chấp nhận, công nhận, thừa nhận**...............223
      Verb **nhớ**...224
      Use of **quê**..225
      Nouns **ngày sinh** and **sinh nhật**..225
      Adjective **tròn**...225
      Use of **tức là**...225
  • Everyday Vietnamese Expressions..226
  • Drills...226
  • Exercises...229
  • Cultural Note...230

  PART 2..231
  • Narrative...231
  • Vocabulary...234
  • Grammar & Usage...236
      Công tác as a verb and as a noun...236
      Construction **không** + question word...237
      Use of **nàng** and **chàng**...237
      Verb **dặn**..237
      Use of **anh chàng**..238
      Classifier **kẻ**...238
      Nào ai meaning "no one"...238
      Verb **đuổi**...238
      Question word **sao lại**..239
      Pronoun **mình**..239
      Phrase **không hiểu sao**..239
      Idiom **dễ như bỡn**..239
      Phrase **năm tháng**..239
      Cả used in some idiomatic expressions.......................................239
      Đáng lẽ [ra] with the conditional meaning.................................240
      Emphatic construction object + subject + verb................................240
  • Drills...240
  • Exercises...246
  • Cultural Note...247

LESSON 10: **Vietnamese Poetry**
  PART 1..249
  • Dialogue 1..249
  • Dialogue 2..250
  • Vocabulary...251

CONTENTS

• Grammar & Usage 252
   Adverb **trước** 252
   Phrase **bao nhiêu là** with the meaning "how much!", "how many!" 252
   Phrase **quả thật là** with the meaning "really, truly, indeed" 252
   Noun **thời buổi** 252
   Chứ before a negation 253
   Sâu and **sâu sắc, khó** and **khó khăn, nặng** and **nặng nề** 253
   Đại diện as a verb and as a noun 253
   Ngày nay vs. **ngày này, năm nay** vs. **năm này** 254
   Construction **bao nhiêu … bấy nhiêu …** 254
• Everyday Vietnamese Expressions 254
• Drills 254
• Exercises 259
• Cultural Note 260

PART 2 261
• Narrative 261
• Vocabulary 262
• Grammar & Usage 262
   Khi còn bé/khi còn nhỏ vs. **khi còn trẻ** 262
   Verbs **tập kết, di cư, tản cư, sơ tán, di tản, vượt biên** 262
   Adjective **giàu/giầu** 263
• Poem 263
• Vocabulary 264
• Drills 265
• Exercises 267
• Cultural Note 268

Appendix 1: Area, Population and Population Density of the Provinces and
                Cities of Vietnam 269
Appendix 2: Most Common Vietnamese Family Names and Given Names 272
Bibliography 290
Vietnamese–English Glossary 291
English–Vietnamese Glossary 312
Grammar & Usage Index 335

For an answer key to the exercises, please send a
request via e-mail to: info@tuttlepublishing.com

ACKNOWLEDGMENTS

I would like to express my gratitude to Professor Michael Puett, Chair of the Department of East Asian Languages and Civilizations, Professor Diana Sorensen, Dean of the Arts and Humanities, and Professor Hue-Tam Ho Tai of the Department of History, Harvard University, for their enthusiastic support and encouragement on this project.

I am also grateful to Ms. Sue Prairie and Ms. C. Rose Cortese of Harvard University who contributed to the editing and the English translations in some parts of the textbook, and to Ms. C. Rose Cortese and Ms. Lê Kim Liên for their contribution to the audio recordings. I wish to thank Ms. Margaret Keyes, Mr. Tony Di Bartolo and Mr. Jeff Valade of the Harvard Media Production Center for their excellent production of the audio recordings.

My deep gratitude is expressed to Mrs. Lê Hằng Vân of Jardine Matheson Ltd. in Vietnam and to my friend Professor Stephen O'Harrow of the University of Hawai'i for their comments on the content of the textbook, and to my students of the intermediate Vietnamese classes at Harvard University for their comments on the narratives of the textbook as learners and users. Many thanks also to my friend Li DaCheng (李达成) and to my colleagues Yan Lei (严蕾) and Gao BinNan (高滨南) in the Department of East Asian Languages and Civilizations of Harvard University for their help with the Chinese characters for the Vietnamese names in Appendix 2 of the textbook; to my friend Mr. Nguyễn Hoàng Kim, the principal of a high school in Hanoi, for his help with the content of Lesson 3 on the educational system in Vietnam; to my friends Professor Mark Sidel of the University of Iowa and Mr. Matthew Sarboraria for their consultation on a number of issues; to my friend Professor Martha Collins of Oberlin College for her English translation of the poem in Lesson 10; to Ms. Nguyễn Thị Đan Thanh and Mr. Trần Thịnh Phát who granted me permission to use their photos of Vietnam.

My sincere appreciation is due to my friend architect Trần Quang Trung for the humorous illustrations that enhance the text.

INTRODUCTION

Continuing Vietnamese continues the learning begun in *Elementary Vietnamese* (Tuttle Publishing). It is assumed that those who use this textbook have completed *Elementary Vietnamese*, and so the vocabulary, grammar and usage which were covered in *Elementary Vietnamese* are not repeated in this book.

Continuing Vietnamese consists of ten lessons, each composed of two parts. **Part 1, the dialogue part,** introduces the learner to conversational Vietnamese as it's currently spoken in Hanoi so that the learner will be able to participate in engaging conversations on a variety of topics. **Part 2, the narrative part,** includes written materials that are characteristic of formal Vietnamese. It aims to develop the learner's reading and writing skills as well as speaking skills.

The lessons focus on various aspects of life of present-day Vietnam, including topics such as culture, history, geography, economy, theater, music, tourism, literature, poetry, cinema, and sports.

Each lesson helps build your Vietnamese proficiency using several complementary elements to thoroughly develop your skills in reading, writing, listening, and speaking. Here are the features you'll find following each lesson's dialogues, and again following its narrative:

Vocabulary

In this section, the new vocabulary and idiomatic expressions of each dialogue and narrative are translated into English.

Grammar & Usage Focus

The explanations of grammar and usage focus on the new linguistic materials introduced in the dialogues and narratives. (These items are also arranged in alphabetical order in the Grammar & Usage Index at the end of the book, for helpful reference.)

Everyday Vietnamese Expressions

These help you to express yourself more accurately and appropriately by using idiomatic Vietnamese.

Drills

Numerous and varied drills help you to review the new grammar and usage points.

• For the *Pronunciation Drills* you should listen to the audio and, in the pauses provided, repeat each word or phrase after the speaker. This type of drill is designed to distinguish between words or phrases that may have similar sounds (to some degree) but convey different meanings. The words and phrases have been introduced in *Elementary Vietnamese* and *Continuing Vietnamese*. You will find it most effective to first look at the written words and phrases to find out the semantic differences, and then to listen to them on the audio.

• The *questions in the last drill* provide a summary of what has been discussed in the lesson's dialogues and the narratives.

Exercises

The exercises encourage learners to interact with each other, sharing thoughts, concerns and opinions as they learn about today's Vietnam. The articles and excerpts found in this section are drawn from Vietnamese newspapers, magazines and books, and give you an opportunity to practice reading complex authentic texts using a dictionary.

Cultural Notes

A cultural note (**bạn cần biết**) in English, found at the end of each dialogue part and each narrative part, provides current information about Vietnam related to the lesson's topic; for instance, these notes offer interesting information about applying for an entry visa, the structure of the government, Vietnamese customs, the entertainment world, and more.

Proverb

Each lesson also ends with a Vietnamese proverb related to the lesson's topic.

Continuing Vietnamese also includes two appendices: **Appendix 1** offers a list of all Vietnam's provinces and five cities directly reporting to the government, with each one's area, population, population density and the distance from the provinces and the cities to the capital city of Hanoi. **Appendix 2** is a list of the most commonly used Vietnamese family names and given names, with the corresponding Chinese characters and their meanings in Chinese.

A **Vietnamese-English Glossary** and an **English-Vietnamese Glossary** include all the words and phrases covered in the text, with the references to a particular part of a lesson where they are introduced for the first time. The **Grammar & Usage Index** is a convenient reference for reviewing the grammar and usage points taught throughout the book.

The Audio CD 🎧

As you work through the book, you will find it most effective to first read the text sections, and then listen to them.

The audio material offers native-speaker recordings of:

1) all the dialogues and narratives;
2) the vocabulary for the dialogues and the narratives;
3) the Grammar & Usage explanations;
4) the Everyday Vietnamese expressions;
5) the pronunciation Drills; and
6) the proverbs at the end of each lesson.

Throughout the text, this symbol 🎧 indicates the corresponding audio. The recordings were conducted at the Harvard University Media Production Center.

Traveling to Vietnam and in Vietnam; The Geography of Vietnam

🔍 **Grammar & Usage Focus**

1. Relative adverbs **nơi, khi**.
2. **Có gì** + adjective + **đâu**.
3. Use of the verb **nói**.
4. Emphatic particle **ấy**.
5. **Không dám** and **chưa dám**.
6. Verbs **nghe, trông** + adjective.
7. **Tất nhiên** and **dĩ nhiên**.
8. Plural marker **những** + question words **ai, đâu, gì**.
9. **Khỏi phải**.
10. **Từng ấy** and **từng này**.
11. Verb **nằm**.
12. Verbs with prepositions **làm** and **thành**.
13. Verb **chạy**.
14. Verb **chiếm**.
15. Preposition **về mặt**.
16. Adjective + ordinal number + **sau**.
17. Adverb of degree **hết sức**.
18. "Much + comparative adjective + than."
19. Adjective + **hơn cả**.
20. Use of **khắp**.
21. Time descriptions.

Phần 1 (Part 1)

💬 **Đối thoại 1 (Dialogue 1)** 🎧 1-1

Trên máy bay

A: **Chị ơi, chị làm ơn cho tôi mượn cái bút để tôi điền tờ khai nhập cảnh, được không ạ?**

B: **Vâng, bút đây, anh dùng đi. Anh nói tiếng Việt khá quá. Anh học tiếng Việt ở đâu thế?**

A: **Ở trường đại học, nơi tôi đang học nghiên cứu sinh về lịch sử Việt Nam.**

B: Anh sang Việt Nam du lịch à?

A: Không, tôi sang học, chị ạ. Nhưng tất nhiên là trong thời gian học ở Việt Nam, tôi sẽ đi du lịch rất nhiều.

* * *

A: Trong tờ khai nhập cảnh này, phần "số hiệu chuyến bay, tên tàu, biển số xe" tôi phải ghi thế nào hở chị? Tôi bay đến Bangkok rồi chuyển máy bay để bay vào Việt Nam.

B: Thế thì anh chỉ ghi số hiệu chuyến bay từ Bangkok sang Hà Nội thôi.

A: Tôi chưa có địa chỉ ở Việt Nam, phần "địa chỉ ở Việt Nam", theo chị tôi nên ghi thế nào ạ?

B: Trường nào làm thị thực nhập cảnh cho anh?

A: Đại học Quốc gia Hà Nội.

B: Thế thì anh ghi địa chỉ ở Việt Nam là Đại học Quốc gia Hà Nội.

A: Còn phần "Mục đích nhập cảnh và xuất cảnh", tôi chưa biết nên điền như thế nào?

B: Có gì khó đâu. Thế anh sang Việt Nam để làm gì?

A: Tôi sang Việt Nam tham dự Hội thảo quốc tế về Việt Nam học tổ chức vào tuần tới, sau đó tôi học một năm tại Đại học Quốc gia Hà Nội. Phần này trong tờ khai có cả hai mục đích ấy, tôi không biết điền vào mục đích nào.

B: Thì anh cứ điền cả hai. Nếu công an cửa khẩu hỏi thì anh giải thích cho họ như anh vừa mới nói với tôi ấy.

A: Chị đi du lịch à?

B: Không, tôi vừa mới dự một hội thảo về văn học.

A: Chắc chị là nhà văn, phải không?

B: Không phải anh ạ, nhưng tôi công tác tại Viện Văn học ở Hà Nội.

🗨 Đối thoại 2 (Dialogue 2) 🎧 1-2

Du lịch Việt Nam

A: Tôi tranh thủ đi du lịch trong một tuần được nghỉ trước khi bước vào năm học mới. Tôi muốn hỏi ý kiến chị.

B: Anh đi một mình hay đi theo tour?

A: Đi theo tour chị ạ. Tôi chưa dám đi một mình.

B: Anh đã liên hệ với công ty du lịch nào chưa?

A: Rồi. Họ có những tour du lịch trọn gói, nghe hấp dẫn lắm. Mà giá cả cũng phải chăng. Tôi để ý đến ba tour dài ngày như sau. Tour thứ nhất là Hà Nội – Hạ Long – chùa Yên Tử – Sa Pa – Điện Biên Phủ.

B: Đi một tuần như thế là vừa đủ. Dĩ nhiên là đến Việt Nam thì ai cũng muốn đến thăm vịnh Hạ Long rồi.

A: Tôi nghe nói người ta gọi Hạ Long là một kỳ quan của thế giới.

B: Đúng thế. Còn chùa Yên Tử thì chắc anh biết là nơi vua Trần Nhân Tông đi tu và sáng lập ra thiền phái Trúc Lâm chứ?

A: Vâng, một vị vua có rất nhiều đóng góp với dân tộc Việt Nam. Ông sáng lập ra thiền phái Trúc Lâm năm 1299, khi không còn làm vua nữa.

B: Sa Pa cũng là một điểm du lịch ngày càng thu hút nhiều khách đến thăm. Trên ấy, anh sẽ có dịp tiếp xúc với một số dân tộc ít người sống ở đấy, ví dụ như các dân tộc Hmông, Dao, tìm hiểu phong tục của họ.

A: Tôi cũng rất muốn đến thăm Điện Biên Phủ.

B: Tôi hiểu chứ. Anh nghiên cứu về lịch sử Việt Nam mà. Thế tour thứ hai đi những đâu?

A: Chủ yếu đi các tỉnh miền Trung: Hà Nội – Quảng Bình – Huế – Đà Nẵng – Hội An.

B: Cũng rất lý thú. Chắc ở Quảng Bình, họ sẽ đưa anh đến thăm động Phong Nha, đẹp lắm. Huế thì khỏi phải giới thiệu với anh. Đà Nẵng và Hội An cũng thế.

A: Tôi đang phân vân vì trong chương trình đi thăm những nơi có liên quan đến công việc nghiên cứu của tôi có Huế, Hội An và khu di tích Mỹ Sơn của người Chăm gần Đà Nẵng.

B: Thế thì anh phải đi dài ngày hơn, chứ một tuần không đủ để vừa thăm Huế, vừa thăm Hội An, vừa thăm Mỹ Sơn đâu. Còn tour thứ ba đi những đâu?

A: Hành trình xuyên Việt, đi các tỉnh miền Trung và miền Nam: Hà Nội – Nha Trang – Đà Lạt – Mũi Né – thành phố Hồ Chí Minh – Củ Chi – Tây Ninh.

B: Một tuần mà đi từng ấy nơi là mệt lắm đấy. Tôi khuyên anh nên để hành trình xuyên Việt vào dịp nghỉ hè, có nhiều thời gian hơn.

A: Thế thì tôi chọn tour thứ nhất đi thăm vịnh Hạ Long, chùa Yên Tử, Sa Pa và Điện Biên Phủ.

Vịnh Hạ Long
Hạ Long Bay

📖 Từ mới (Vocabulary)

Đối thoại 1 🎧 1-3

điền *to fill out, fill in*
tờ khai *form, declaration*
nhập cảnh *to enter* (a country)
nơi *where*
nghiên cứu sinh *Ph.D. student*
  học nghiên cứu sinh *to be a Ph.D. student,*
    do one's Ph.D.
tất nhiên *of course, that's true*
số hiệu *number (of a flight)*
chuyến bay *flight*
biển số *license plate*
địa chỉ *address*
thị thực *visa*
quốc gia *national*
  Đại học Quốc gia Hà Nội *Hanoi National*
    University

mục đích *purpose*
có gì khó đâu *nothing difficult, that's easy*
tham dự *to attend (a conference, a meeting)*
hội thảo *conference*
quốc tế *international*
Việt Nam học *Vietnamese studies*
  Hội thảo quốc tế về Việt Nam học
    International Conference on Vietnamese
    Studies
cả hai *both*
công an *police*
cửa khẩu *checkpoint at the border*
giải thích *to explain*
dự = **tham dự** *to attend (a conference, meeting)*
công tác *to work*

Đối thoại 2 🎧 1-4

bước vào *to enter, start*
hỏi ý kiến *to ask someone's advice, consult*
dám *dare (to) do something*
một mình *alone, on one's own*
liên hệ *to contact*
công ty du lịch *travel agency*
gói *pack, package*
  du lịch trọn gói *package tour*
giá cả *(collective noun) prices*
phải chăng *reasonable*
để ý đến *to pay attention to, notice*
dài ngày *long (trip)*
vừa *just*
  vừa đủ *just enough*
dĩ nhiên là *of course, I am sure that …*
kỳ quan *wonder*
đúng thế *exactly*
đi tu *to become a monk*
sáng lập *to found*
thiền *zen*
phái *school, sect*
vị *classifier for highly respected people*
điểm du lịch *tourist attraction*
thu hút *to attract*

đóng góp với *to contribute to; contribution*
  có nhiều đóng góp với *to make a great*
    contribution to
dân tộc ít người *ethnic minority*
ví dụ = **thí dụ** *example; for example*
chủ yếu *major, chief; mostly, chiefly*
lý thú *interesting*
động *cave*
khỏi phải *needless*
  khỏi phải giới thiệu với anh *needless to*
    introduce to you
phân vân *to be undecided*
[có] liên quan đến *to be related to*
Chăm *Champa, a kingdom (c. 2nd–17th*
  centuries AD) that occupied a region now
  part of Central Vietnam
Truyện Phù Đổng Thiên Vương *(speaks*
  about an unusual child who cannot talk
  although he is already three years old).
xuyên *trans-*
  xuyên Việt *trans-Vietnam*
từng ấy nơi *so many places*
dịp *occasion, opportunity*

Thánh địa Mỹ Sơn, Quảng Nam
Holy Land of Champa at Mỹ Sơn, Quảng Nam Province

🔍 Ngữ pháp & cách dùng từ (Grammar & Usage) 🎧 1-5

1. **Nơi, khi** as relative adverbs

   The noun **nơi** can function as a relative adverb, that means "where, in which":

   Thành phố nơi tôi sinh ra và lớn lên đã thay đổi rất nhiều trong hai mươi năm qua.
   The city where I was born and grew up has changed a lot over the last twenty years.

   The relative clause **nơi tôi sinh ra và lớn lên** modifies the noun **thành phố**.

   The conjunction **khi** was introduced in Lesson 10 of *Elementary Vietnamese*. It can function as a relative adverb with the meaning "when":

   Chúng tôi làm quen với nhau vào năm 2000, khi tôi vừa mới bắt đầu làm việc cho công ty ấy.
   We met in 2000, when I had just started working for that company.

   The relative clause **khi tôi vừa mới bắt đầu làm việc cho công ty ấy** modifies the noun phrase **năm 2000**. Note that in Vietnamese a comma is usually placed before **khi**.

2. **Có gì** + adjective + **đâu**

   This construction negates what the adjective denotes: **có gì khó đâu** "nothing difficult," "that's easy." There is only a small number of adjectives that can be used in this construction. Some other examples are: **có gì hay đâu** "nothing interesting," **có gì mới đâu** "nothing new," **có gì lạ đâu** "nothing unexpected."

3. **Nói**

   The verb **nói** conveys different meanings when taking a direct object or a preposition followed by an object. **Nói** with a direct object refers to one's ability to speak a language:

   Cô ấy nói giỏi bốn thứ tiếng.
   She is fluent in four languages.

When used without an object, **nói** refers to a child's ability to talk:

Cháu bé đã biết nói.

The child can talk now.

Nói với means "to say something to someone, to tell someone something":

Anh ấy nói với tôi chuyện này rồi.

He has already told me the story.

In order to convey the sense "to speak with/to someone, to talk with/to someone," Vietnamese uses **nói chuyện với**:

Tôi cần nói chuyện với anh ấy.

I need to talk to him.

4. **Ấy**

The demonstrative **ấy** was introduced in Lesson 2 of *Elementary Vietnamese*. As a demonstrative, **ấy** follows a noun. **Ấy** can function as an emphatic particle and is placed at the end of a statement to refer to a particular feature of a thing or an action that has just been spoken of:

Nếu công an cửa khẩu hỏi thì anh giải thích với họ như anh vừa mới nói với tôi ấy.

If the police at the checkpoint ask you about that, you should explain to them as you have just told me.

In some cases, **ấy** is used after a question word which is the object of a verb:

Chị Lan đang bận viết gì ấy.

Lan is busy writing something.

Note that in this sentence **ấy** emphasizes the existence of the action and should not be mixed up with **đấy** at the end of a question (the final particle **đấy** was introduced in Lesson 7 of *Elementary Vietnamese*) and **đấy** used to form the indefinite pronouns and adverbs (see Lesson 15 of *Elementary Vietnamese*).

5. **Không dám** and **chưa dám**

These are used before a verb or a verb phrase with the meaning "dare not, not to dare to do something":

Anh ấy không dám nói gì cả.

He doesn't dare say anything.

Tôi đi theo tour, chưa dám đi một mình.

I will take a tour, I daren't travel alone yet.

Like the English "dare," **dám** is chiefly used in negative statements (**không dám** and **chưa dám**). It is rarely used in an affirmative statement to point out something important from the speaker's viewpoint:

Chị ấy là người phụ nữ dám nói những gì chị ấy nghĩ.

She is a woman who dares to say what she thinks.

In Vietnamese, **dám** is often used in questions:

Anh có dám nói những gì anh nghĩ về ông ấy không?

Dare you say what you think about him?

6. Verbs **nghe, trông** + adjective

Some verbs of perception like **nghe** or **trông** can be used before an adjective: **nghe hấp dẫn lắm** "that sounds attractive," **trông không đẹp** "that doesn't look good."

7. **Tất nhiên** and **dĩ nhiên**

These words mean "of course, sure" and are used as a reply:

Anh biết dùng đũa ăn cơm chứ? –Tất nhiên/dĩ nhiên.

Do you know how to use chopsticks to eat? –Of course/sure.

They can precede **là** to start a statement:

Tất nhiên là/dĩ nhiên là tôi sẽ đi với chị.

Of course, I will go with you.

Tất nhiên and **dĩ nhiên** are interchangeable in most cases.

8. Plural marker **những** + ai, đâu, gì

These question words can follow the plural marker **những** to emphasize the number of places, people or things which the speaker refers to: **những ai, những đâu, những gì**. They do not have exact English equivalents:

Thứ bảy chủ nhật vừa rồi anh làm những gì?

What did you do this past weekend?

9. **Khỏi phải**

The expression **khỏi phải** precedes a verb or a verb phrase to convey the sense that something is so good or so bad (and everyone is aware of it) that there is no need to talk about it:

Huế thì khỏi phải giới thiệu với anh.

Needless to speak about Huế (because this old city is so beautiful, so popular for tourists).

Montréal mùa đông lạnh lắm. –Khỏi phải nói.

The winter in Montreal is really cold. –Needless to say anything else about it (because it is obvious).

10. **Từng ấy** and **từng này**

The expressions **từng ấy** and **từng này** are used before a noun or a noun phrase to denote a certain amount of something:

Từng này tiền là đủ để mua một chiếc xe cũ.

This amount of money is enough to buy a used car.

Cô ấy tốt nghiệp đã từng ấy năm mà vẫn không quên ngày họp lớp, năm nào cũng về dự.

It's been so many years since she graduated from the school, but she never forgets about the class reunion and comes back to attend it every year.

Một số cách nói thường dùng (Some Everyday Vietnamese Expressions) 🎧 1-6

Chị/Anh … làm ơn cho tôi mượn … , được không ạ? –Vâng, chị/anh… cứ tự nhiên.	*Could I borrow from you …, please? –Sure. Go ahead./Here you go.*
Tất nhiên rồi./Dĩ nhiên rồi.	*Of course. Sure.*
Tất nhiên là…	*Of course, …*
Có gì khó đâu.	*It's easy.*
Tôi muốn hỏi ý kiến anh/chị …	*I would like to ask your advice./I would like to consult you.*
Tôi còn đang phân vân.	*I'm still undecided.*

Núi Bà Đen, Tây Ninh
Bà Đen Mountain, Tây Ninh Province

📝 Drills

A. Combine the following sentences into one, using the relative adverb **nơi** or **khi**. Be careful of the sequence of the clauses.

> EXAMPLE: **Phố Nguyễn Du có nhiều cây hoa sữa. Tôi ở phố Nguyễn Du.**

> → **Phố Nguyễn Du nơi tôi ở có nhiều cây hoa sữa.**

1. **Chúng tôi đã đi thăm Huế. Huế còn giữ lại được nhiều công trình kiến trúc thời *nhà* "dynasty" Nguyễn rất có giá trị.**
2. **Cuộc hội thảo vừa qua nói về lịch sử Việt Nam thế kỷ 17. Vào thế kỷ này, *lãnh thổ* "territory" Việt Nam đã được mở rộng đến đồng bằng sông Cửu Long.**
3. **Cô ấy cho tôi xem những bức ảnh cô ấy chụp trên Sa Pa. Ở trên ấy có nhiều dân tộc có những nền văn hoá khác với văn hóa Việt Nam.**
4. **Khi ở Đà Nẵng, tôi ở một khách sạn ngay trung tâm thành phố. Ở đấy có nhiều cửa hàng cửa hiệu bán đặc sản của miền Trung.**

5. Họ đến Hà Nội vào cuối tháng giêng. Người Việt Nam đang chuẩn bị đón Tết.

6. Tôi không bao giờ quên được những năm tháng ấy. Vào thời gian ấy, chúng tôi còn là sinh viên, thường tổ chức những chuyến đi xa rất vui.

7. Ông ấy đến thăm lại thành phố miền Trung này. Ông ấy đã làm việc ở đấy cách đây hai mươi năm.

8. Cô ấy hay nhắc đến những ngày thực tập ở Bệnh viện Đa khoa Massachusetts. Khi ấy, lần đầu tiên cô ấy khám và chữa bệnh cho người khác như một bác sĩ.

9. Tôi nhớ miền New England. Ở đấy có đủ bốn mùa xuân, hạ, thu, đông, rất đẹp.

10. Chị ấy kể cho chúng tôi nghe về những năm trung học của chị ấy. Vào thời gian ấy đang có chiến tranh nên cuộc sống rất khó khăn.

11. Tôi sẽ chỉ cho anh mấy hiệu thuốc trong khu phố này. Ở đấy có thể có loại thuốc anh cần mua.

12. Mùa thu ở California làm tôi nhớ mùa thu ở Hà Nội. Mùa thu trời không còn nóng nữa, nhưng cũng chưa lạnh.

13. Ở đồng bằng sông Cửu Long nhiều người không bao giờ biết đến áo len. Khí hậu ở đấy quanh năm ấm áp.

14. Luận án của chị ấy nghiên cứu về nông nghiệp ở một số nước Đông Nam Á. Cây lúa nước đầu tiên xuất hiện ở đấy.

15. Hằng ngày ông ấy lái xe đi làm lúc sáu giờ sáng. Sáu giờ sáng mùa đông trời vẫn còn tối.

B. Use the construction **có gì** + adjective + **đâu** to give extended responses to the following statements.

    EXAMPLE: **Từ này dùng khó quá!**

→   **Có gì khó đâu. Chị dùng nhiều sẽ quen với cách dùng nó.**

1. **Món ăn này tôi thấy lạ lắm.**
2. **Bài báo anh ấy viết có nhiều điều mới.**
3. **Thời tiết mấy hôm nay lạ quá. Trời đang nắng bỗng nhiên mây đen kéo đến rồi mưa rào rất to.**
4. **Cuốn tiểu thuyết hay lắm, chị nên đọc.**
5. **Dùng chương trình mới này khó quá!**

C. Use **nói** or **nói chuyện** with or without a preposition to complete the following sentences.

1. **Ông ấy cần** (to talk to you on this matter).
2. **Tôi chưa hiểu rõ,** (please say it again).
3. **Bà ấy** (spoke French and German when talking with people from Switzerland).
4. **Họ đang giận nhau,** (they have not been speaking to one another for several months).
5. (Could I talk to you for a few minutes about) **chuyến đi sắp tới?**
6. **Khi cô ấy** (walked into the room everybody stopped talking).
7. **Giáo sư Ngọc** (is going to speak to us on his recent project).
8. **Chúng tôi** (spoke our native language = **tiếng mẹ đẻ** so that the other people would not understand).

9. **Chị Nhung** (wants to talk to us about whom to invite to the meeting).
10. **A-lô! A-lô!** (Could I speak to Dr. Loan, please?)
11. **Truyện Phù Đổng Thiên Vương** (speaks about an unusual child who cannot talk although he is already three years old).
12. (She said that) **chiều nay chị ấy không đến họp được.**
13. (He only told one person) **khi nào anh ấy sẽ lấy vợ.**
14. **Chúng tôi không nghĩ rằng** (he is telling the truth).
15. **Bà ấy ra khỏi phòng** (without saying anything to anyone).

D. Use the emphatic particle **ấy** to answer the following questions.

EXAMPLE: **Chị cần quyển từ điển nào?**

_____ (**Việt-Anh ở trên bàn**)

→   **Quyển từ điển Việt-Anh ở trên bàn ấy.**

1. **Anh ăn món ấy ở đâu?**
_____ (**nhà hàng phố Hoà Mã**)

2. **Thư viện trường là toà nhà nào?**
_____ (**bốn tầng mầu vàng**)

3. **Ông bác sĩ Thắng là người nào trong ảnh?**
_____ (**người thứ hai từ trái sang**)

4. **Chị muốn mua đôi giầy nào?**
_____ (**mầu nâu**)

5. **Tôi phải nói thế nào với họ về chuyện này?**
_____ (**như mình bàn hôm qua**)

6. **Thuốc này uống thế nào?**
_____ (**như trong đơn**)

7. **Chiếc xe nào là xe của anh?**
_____ (**đen ở bên kia đường**)

8. **Mua báo tiếng Anh ở đâu?**
_____ (**quầy báo đầu phố Tràng Tiền**)

9. **Bác muốn mua nải chuối nào?**
_____ (**quả to nhất**)

10. **Chị Lan là ai, tôi quên rồi?**

_____ (**người tuần trước đến nói chuyện về Huế**)

E. Use **dám**, **không dám** or **chưa dám** to translate the following sentences.

1. I didn't dare to tell him what had happened.
2. She daren't walk to downtown alone at night.
3. Did you dare to criticize his paper?
4. He is a person who dares to tell the truth, although some people do not like it.
5. She got angry, so nobody dared to say anything.
6. How dared you open my letters?
7. I was so scared and didn't dare to open the door.
8. He does not dare to drive in this city.
9. Dare you swim across this river?
10. I didn't dare to borrow such a big amount of money.

F. Give extended answers to the following questions, starting with **tất nhiên là** or **dĩ nhiên là**.

EXAMPLE: **Anh đi với tôi đến đấy chứ?**

⟶ **Tất nhiên/dĩ nhiên là tôi sẽ đi với chị. Tôi không muốn để chị đi đến đấy một mình.**

1. **Chị ăn thử món ấy rồi chứ?**
2. **Anh đưa cháu đi khám bác sĩ chưa?**
3. **Anh có biết chợ Bến Thành đi đường nào không?**
4. **Chị không đồng ý với tôi à?**
5. **Anh có biết cách đổi độ F ra độ C không?**
6. **Chị có biết tại sao ở đây đông người thế không?**
7. **Sáng nay anh có xem dự báo thời tiết trên ti vi không?**
8. **Chị có quen bà giáo sư sắp đến trường mình giảng không?**
9. **Cậu có biết tin cô ấy mới lấy chồng không?**
10. **Các anh các chị đã đi thăm Sapa chưa?**

G. Complete the following short dialogues using **những ai, những đâu, những gì**.

EXAMPLE: _____?

Làm nhiều việc lắm: _____

⟶ **Thứ bẩy chủ nhật vừa rồi anh làm những gì?**

Làm nhiều việc lắm: làm bài tập về nhà này, đi chợ này, tập thể thao này.

1. _____?

Gặp nhiều người lắm: _____

2. _____?

Tôi đi thăm được khá nhiều nơi: _____

3. _____?

Mình xem được mấy bảo tàng ở đấy: _____

4. _____?

Chúng tôi làm quen được với một số nhà văn và nhà thơ nổi tiếng: _____

5. _____?

Trong chuyến đi vừa rồi mình biết thêm được nhiều: _____

H. Complete the following sentences, using **từng này** or **từng ấy**.

1. **Chắc chị ấy nói tiếng Nhật giỏi lắm,** (she lived in Japan for so many years).
2. (I need just this amount of time) **để làm xong việc này.**
3. **Chúng tôi hiểu nhau rất rõ,** (we have been working together for so many years).
4. (You need to visit just these places) **để biết về miền Trung Việt Nam.**
5. (This amount of fish sauce is enough for the soup), **đừng cho nhiều quá.**
6. (We should have this amount of money) **để đi du lịch xuyên Việt.**
7. **Mỗi lớp ngoại ngữ** (should have only this number of students).
8. (This amount of clothes is sufficient for your trip to) **đồng bằng sông Cửu Long trong một tuần.**
9. **Trong cuộc họp tối mai,** (we need just this amount of time to discuss that extracurricular activity).
10. **Anh phải có** (this number of years to write your Ph.D. dissertation).

🎧 1-7

I. First read the words and phrases below. Then listen to the speaker on the audio track and repeat the words and phrases. Pay close attention to 1) two- (or more) syllable words, whose syllables should be spoken together; 2) the pronunciation of the words that have similar sounds but differ in meaning and usage.

1. **nhập cảnh, nhập khẩu, thị thực nhập cảnh, tờ khai nhập cảnh**
2. **xuất cảnh, xuất khẩu, cửa khẩu, công an cửa khẩu**
3. **chuyến bay, chuyến máy bay**
4. **tham dự, tham dự hội thảo, tham gia thảo luận tại hội thảo**
5. **tham quan di tích lịch sử, thăm di tích lịch sử, thăm bạn, về thăm nhà**
6. **liên quan, có liên quan đến công việc nghiên cứu, liên doanh, công ty liên doanh**
7. **thành lập công ty, thành lập trường đại học, sáng lập thiền phái Trúc Lâm**
8. **chương trình, chương trình học, hành trình, hành trình xuyên Việt**

J.   Based on the content of the dialogues, answer the following questions.

1. **Tờ khai nhập cảnh là gì?**
2. **Tờ khai nhập cảnh có những phần nào?**
3. **Du lịch trọn gói là gì?**
4. **Chùa Yên Tử ở đâu?**
5. **Vua Trần Nhân Tông là ai?**
6. **Tại sao người ta gọi vịnh Hạ Long là một kỳ quan của thế giới?**
7. **Hội An và khu di tích Mỹ Sơn ở đâu? Bạn hãy chỉ trên *bản đồ* "map" hai nơi ấy.**
8. **Bạn biết gì về Điện Biên Phủ?**

✎ Exercises

1. Prepare with a partner a plan to travel to different parts of Vietnam, then perform the dialogue in front of your class.
2. Fill out the below *Arrival & Departure Declaration* in Vietnamese.

CỘNG HÒA XÃ HỘI CHỦ NGHĨA VIỆT NAM
THE SOCIALIST REPUBLIC OF VIET NAM

AC 0780490

Họ và tên: (theo đúng hộ chiếu, dùng chữ in hoa)
Full name: (as appears in passport, in block letters)

Giới tính: Nam/M   Nữ/F
Sex:

Quốc tịch / *Nationality:*

TỜ KHAI NHẬP CẢNH - XUẤT CẢNH

ARRIVAL - DEPARTURE DECLARATION

Sinh ngày   tháng   năm
Date of birth   Day   month   year

Nơi sinh / *Place of birth:*

CHÀO MỪNG QUÍ KHÁCH ĐẾN VIỆT NAM

WELCOME TO VIET NAM

Số hộ chiếu / *Passport Number:*

Ngày cấp: tháng   năm
Date of issue: Day   month   year

Nghề nghiệp / *Occupation:*

XIN QUÍ KHÁCH LƯU Ý!
• Cần ghi đầy đủ các thông tin vào các ô phù hợp trên các trang 2, 3, 4, 5;
• Sử dụng bút màu đen hoặc xanh.

Số hiệu chuyến bay/tên tàu/biển số xe:
Flight / Vessel / Car registration number:

Địa chỉ ở Việt Nam / *Address in VietNam:*

ATTENTION!
• Please complete the information in appropriate boxes on page 2, 3, 4, 5;
• Please print in black or green ink.   (1)

Họ tên, năm sinh của trẻ em đi cùng hộ chiếu:
Name, date of birth of accompanying children:

(2)

Mục đích Nhập cảnh - Xuất cảnh / *Purpose of Entry - Exit*

☐ Kinh doanh, Đầu tư /*Business*   ☐ Lao động / *Employment*

☐ Hội nghị / *Conference*   ☐ Thăm thân nhân /*Family visit*

☐ Báo chí / *Journalism*   ☐ Du lịch / *Tourism*

☐ Học tập / *Study*   ☐ Mục đích khác / *Others*

Có dấu hiệu sốt, ho, khó thở, tiêu chảy, buồn nôn, vàng da hay không? / *Do you have any of the following symptoms: fever, cough, dyspnea, diarrhea, nauseous feeling and jaundice?*

☐ Có/Yes   ☐ Không/No

Ngày ☐ ☐   tháng ☐ ☐   năm ☐ ☐ ☐ ☐
Day   *month*   *year*

Người khai ký tên:
Signature of declarant:

AC 0780490

Họ và tên: (theo đúng hộ chiếu, dùng chữ in hoa)
Full name: (as appears in passport, in block letters)

Giới tính:
Sex: Nam/M   Nữ/F

Quốc tịch / *Nationality:*

Số hộ chiếu / *Passport Number:*

Ngày cấp:
Date of issue: ☐ ☐   tháng ☐ ☐   năm ☐ ☐ ☐ ☐
Day   *month*   *year*

Số hiệu chuyến bay/tên tàu/biển số xe:
Flight / Vessel / Car registration number·

Xác nhận xuất nhập cảnh (*Certification by Immigration*)	Xác nhận Hải quan (*Certification by Customs*)

(3)

DÀNH CHO KHAI BÁO HẢI QUAN / FOR CUSTOMS DECLARATION

Có hành lý gửi trước hoặc sau chuyến đi?/ *Do you have any unaccompanied baggage?*

Mang theo trên 7000 Đô la Mỹ (hoặc các ngoại tệ khác có giá trị tương đương)?/ *Do you bring over US$ 7000 (or other foreign currencies of equivalent value)?*

Tổng trị giá/ *Total amount:*

Mang theo trên 15 triệu đồng việt Nam?/ *Do you bring over VND 15,000,000 ?*

Tổng trị giá/ *Total amount:*

Mang theo vàng trên 300gr?/*Do you bring over 300 gram of gold?*

Tổng trọng lượng/ *Gross weight:*

Hàng hóa Tạm nhập - Tái xuất hoặc Tạm xuất - Tái nhập?/ *Do you have temporarily imported and re-exported goods or vice versa?*

(4)

Hàng hóa phải nộp thuế
Dutiable goods: ☐

Ngày ☐ ☐   tháng ☐ ☐   năm ☐ ☐ ☐ ☐
Day   *month*   *year*

Người khai ký tên:
Signature of declarant:

Xác nhận xuất nhập cảnh (*Certification by Immigration*)	Xác nhận Hải quan (*Certification by Customs*)

(5)

THÔNG TIN VỀ HẢI QUAN

1.- Người nhập cảnh được miễn thuế không quá 1,5 lít rượu trên 22 độ và 2 lít rượu dưới 22 độ; 400 điếu thuốc lá; 100 điếu xì gà; 500 gram thuốc lá sợi.

- Các vật phẩm khác được mang theo khi nhập cảnh được miễn thuế trị giá không vượt quá 5 triệu đồng Việt Nam.

- Người nhập cảnh mang theo hành lý vượt mức qui định nêu trên thì phải khai báo vào tờ khai ký hiệu HQ/2002-PMD và nộp thuế theo luật định.

2. Người xuất cảnh, nhập cảnh không có hàng hóa phải khai báo hải quan tại trang 4, 5 (Dành cho khai báo hải quan) thì không phải khai.

CUSTOMS INFORMATION

1.- Passengers are given duty free allowance for not more than 1.5 liters of liquor with above 22 degrees of concentration of alcohol and 2 liters of liquor below 22 degrees; 400 cigarettes; 100 cigars; 500 gram of raw tobacco.

- Other items which are allowed in accompanying baggage are duty free with value not over VND 5,000,000.

- Passengers bringing goods exceeding the amount as above stated are required to fill in the declaration form No.HQ/2002-PMD and pay duty(ies) according to Vietnamese laws.

2. Passengers whose goods are not subject to customs declaration on page 4, 5 (For customs declaration) do not have to declare.

(6)

Bạn cần biết ("You Should Know": Cultural Note)

In general, citizens of foreign countries need an entry visa to visit Vietnam. Citizens of several countries, including all ASEAN (Association of Southeast Asian Nations) countries, China, Japan, South Korea, North Korea, Denmark, Norway, Sweden, Finland, Russia, Bulgaria and Romania are exempted from needing to have a visa to visit Vietnam if they stay in Vietnam for less than fifteen or thirty days, depending on the country. You can find more details at the website of the Vietnamese Ministry of Foreign Affairs at www.mofa.gov.vn

Applying for a visa is simple: you can apply online at the website of the Vietnamese consulate in your country. You can apply to the Vietnamese consulate in the U.S.A. for a visa at www.vietnamconsulate-sf.org/

The fee for an entry visa currently ranges from $25.00 to $100.00 depending on the type of visa (single entry or multiple entries etc.).

Hotels in Vietnam include five-star luxury hotels such as Sofitel, Continental, Sheraton, Hilton or Hyatt, as well as hotels offering only the basic services. Five-star luxury hotels charge almost the same rates as those in the U.S.A., and occasionally even higher. The rates for hotels with the bare essentials are very reasonable. Rooms at all hotels are air-conditioned. Many hotels in Vietnam offer continental breakfast and access to Internet. As a general rule, the continental breakfast is included in the price of the room. The access to Internet may be free, but some hotels do charge for it by the minute.

Khách sạn Quốc tế, Cần Thơ
Quốc tế Hotel, City of Cần Thơ in the Mekong Delta

Phần 2 (Part 2)

Bài đọc (Narrative) 🎧 1-8

Địa lý Việt Nam

Vị trí địa lý

Nước Việt Nam nằm ở phía đông bán đảo Đông Dương, có hình chữ S, phía bắc giáp Trung Quốc, phía tây giáp Lào và Campuchia, phía đông và phía nam trông ra biển Đông. Việt Nam có diện tích 329 315 km (ki-lô-mét) vuông và dân số 86 triệu người.

Núi và cao nguyên

Ở miền Bắc, sông Hồng chia núi và cao nguyên ra làm hai phần là núi miền đông bắc sông Hồng và núi miền tây nam sông Hồng. Núi miền đông bắc sông Hồng chạy từ biên giới Trung Quốc đến tỉnh Quảng Ninh. Núi miền tây nam sông Hồng có dãy Hoàng Liên Sơn, nơi có Sa Pa cao 1 640 m (mét), khí hậu mát mẻ, có đỉnh Fansipan cao nhất ở Việt Nam (3 141 m). Phía đông nam sông Đà có nhiều dãy núi với nhiều động rất đẹp, đặc biệt là các động trong khu chùa Hương hàng năm mở hội vào tháng hai và tháng ba âm lịch.

Miền Trung có dãy Trường Sơn và vùng cao nguyên miền Nam Trung bộ. Dãy Trường Sơn chạy từ sông Mã đến ranh giới giữa Trung bộ và Nam bộ. Bắc Trường Sơn có nhiều đèo, đặc biệt là đèo Ngang có phong cảnh đẹp. Trung Trường Sơn có đèo Hải Vân trên đường từ Huế vào Đà Nẵng, phong cảnh cũng rất đẹp. Các cao nguyên Nam Trung bộ là một phần của Nam Trường Sơn, có khí hậu mát mẻ, nhiều rừng thông, trồng nhiều rau, hoa quả, chè, cà phê. Thành phố Đà Lạt nằm trong khu vực này.

Đồng bằng

Đồng bằng Bắc bộ do phù sa sông Hồng và sông Thái Bình tạo nên, nhưng phù sa sông Hồng chiếm hơn 80% nên người ta thường gọi là đồng bằng sông Hồng. Diện tích đồng bằng sông Hồng khoảng 15 nghìn km vuông, nằm trong các tỉnh Phú Thọ, Thái Nguyên, Bắc Giang, Bắc Ninh, Vĩnh Phúc, Hoà Bình, Thái Bình, Hải Dương, Hưng Yên, Hà Nam, Nam Định, Ninh Bình và thành phố Hà Nội. Đồng bằng sông Hồng có tầm quan trọng hết sức to lớn. Về mặt lịch sử, đây là nơi xuất hiện nền văn minh của dân tộc Việt Nam. Cho đến cuối thế kỷ 18, các triều đại phong kiến đều đặt kinh đô ở đây. Sau khi vua Gia Long dời kinh đô vào Huế năm 1802, Thăng Long vẫn là trung tâm kinh tế, chính trị và văn hoá quan trọng của cả nước. Năm 1945, Hà Nội lại trở thành thủ đô của nước Việt Nam độc lập. Về mặt kinh tế, vùng này có nhiều trung tâm công nghiệp quan trọng, nông thôn sản xuất lúa gạo cho các tỉnh phía bắc.

Đồng bằng Trung bộ có diện tích hơn 13 nghìn km vuông, chia thành ba phần: đồng bằng Thanh Nghệ Tĩnh, đồng bằng Trung Trung bộ và đồng bằng Nam Trung bộ.

Đồng bằng Nam bộ, còn gọi là đồng bằng sông Cửu Long, rất phì nhiêu, đất rộng, là vùng sản xuất nông nghiệp quan trọng nhất của cả nước. Cần Thơ là thành phố lớn nhất ở đồng bằng sông

Cửu Long, thành phố lớn thứ hai ở miền Nam sau Sài Gòn, là một trung tâm kinh tế quan trọng của cả miền Nam.

Sông

Việt Nam có nhiều sông vì khí hậu nóng và ẩm, lượng nước mưa khá cao, song sông tương đối ngắn vì nước Việt Nam dài trên 1 500 km và dãy Trường Sơn, nơi bắt nguồn của nhiều con sông, chạy dọc theo bờ biển. Hai con sông lớn nhất là sông Hồng và sông Cửu Long đều bắt nguồn từ Trung Quốc.

Ở miền Bắc, quan trọng nhất là sông Hồng. Sông Hồng bắt nguồn từ Vân Nam bên Trung Quốc, dài 1 200 km, nhưng khúc sông chảy qua Việt Nam chỉ dài khoảng 600 km, chia làm hai đoạn. Đoạn từ Lào Cai đến Việt Trì (còn gọi là sông Thao) nước chảy xiết, nhiều ghềnh, thác. Đoạn từ Việt Trì ra biển sông chảy chậm. Hai chi lưu quan trọng nhất của sông Hồng là sông Đà và sông Lô. Nhà máy thuỷ điện trên sông Đà đóng vai trò hết sức quan trọng trong việc cung cấp điện cho cả nước.

Sông ở miền Trung tương đối ngắn, nước chảy xiết, nhiều ghềnh, thác, không thuận tiện cho việc giao thông, chia thành sông ở phía bắc đèo Ngang và sông ở phía nam đèo Ngang. Hai con sông chính ở phía bắc đèo Ngang là sông Mã và sông Cả. Sông Mã dài gần 600 km, bắt nguồn từ Sơn La, chảy qua Lào rồi lại vào Việt Nam, tạo nên đồng bằng tỉnh Thanh Hoá. Sông Cả dài 600 km, bắt nguồn bên Lào, có nhiều chi lưu tạo nên đồng bằng tỉnh Nghệ An. Sông ở phía nam đèo Ngang ngắn hơn rất nhiều.

Sông ở miền Nam nước chảy chậm, ít gây ra lụt, có thể chia thành bốn hệ thống là hệ thống sông phía đông, hệ thống sông Cửu Long, hệ thống sông phía tây và hệ thống sông đào.

Hệ thống sông phía đông gồm sông Đồng Nai, sông Sài Gòn và sông Vàm Cỏ. Sông Đồng Nai có nhiều thác nước rất đẹp, trong đó có thác Trị An, nơi xây dựng nhà máy thuỷ điện cung cấp điện cho Sài Gòn và các tỉnh phía Nam. Thành phố Sài Gòn nằm trên sông Sài Gòn nối với biển Đông, là cảng biển quan trọng nhất ở Việt Nam.

Hệ thống sông Cửu Long quan trọng hơn cả, gồm hai con sông là sông Tiền và sông Hậu. Sông bắt nguồn bên Trung Quốc, dài 4 200 km. Sau khi chảy qua 1 500 km trên lãnh thổ Trung Quốc, sông mang tên Mê Công, chảy qua Lào, Thái Lan, Campuchia rồi vào Việt Nam, mang tên Cửu Long, tạo nên đồng bằng sông Cửu Long.

Hệ thống sông phía tây gồm những con sông ngắn chảy ra biển Đông hoặc vịnh Thái Lan. Hệ thống sông đào chảy khắp vùng Nam bộ, ngoài nhiệm vụ tưới nước cho đồng ruộng còn là hệ thống đường giao thông chở nông sản từ đồng bằng sông Cửu Long lên Sài Gòn.

Biển và bờ biển

Phía đông, Việt Nam trông ra biển Đông. Phía tây nam, Việt Nam trông ra vịnh Thái Lan. Biển Đông không sâu lắm, vùng gần đất liền sâu từ 40 m đến 60 m, có khá nhiều cá, nhất là khu vực vịnh Hạ Long, Nam Trung bộ, cửa sông Cửu Long và sông Đồng Nai. Xung quanh đảo Phú Quốc trong vịnh Thái Lan có rất nhiều cá, nước mắm Phú Quốc ngon nổi tiếng. Phú Quốc là một điểm du lịch quan trọng của Việt Nam.

Bờ biển Việt Nam hình chữ S, chiều dài từ Móng Cái đến biên giới Campuchia khoảng 3 000 km. Từ Móng Cái đến Hải Phòng là đoạn bờ biển có nhiều đảo nhất. Vịnh Hạ Long có phong cảnh đẹp nổi tiếng thế giới nằm trong khu vực này. Bờ biển miền Trung có nhiều cảng thiên nhiên tốt như Nha Trang, Cam Ranh, có những bãi biển cát trắng rất đẹp như Nha Trang, Đại Lãnh. Hiện người ta đang thăm dò và khai thác dầu lửa và khí đốt tại vùng bờ biển miền Nam.

Giao thông

Giao thông vận tải bao gồm đường sắt, đường ô tô, đường sông, đường biển và đường hàng không. Đường sắt tập trung chủ yếu ở miền Bắc. Tuyến đường sắt xuyên Việt chạy từ Đồng Đăng vào Sài Gòn dài 1 923 km, là tuyến đường sắt quan trọng nhất, chiếm 2/3 tổng số chiều dài đường sắt của cả nước. Hệ thống đường ô tô có hai trung tâm lớn là Hà Nội và Sài Gòn. Quan trọng nhất là quốc lộ 1A, dài trên hai nghìn km, chạy từ biên giới Trung Quốc qua Sài Gòn đến biên giới Campuchia. Chiều dài hệ thống đường sông có thể sử dụng được khoảng 13 nghìn km, trong đó có gần 10 nghìn km tàu không lớn lắm có thể đi lại quanh năm. Tuyến đường biển trong nước quan trọng nhất là tuyến Hải Phòng – Sài Gòn. Nhiều tuyến đường biển quốc tế nối Việt Nam với các nước khác. Các cảng biển ở Việt Nam phần lớn là cảng thiên nhiên có điều kiện thuận lợi. Các cảng chính từ bắc vào nam là Hải Phòng, Bến Thuỷ, Đà Nẵng, Quy Nhơn, Nha Trang, Cam Ranh và Sài Gòn. Đường hàng không trong nước nối các thành phố lớn với nhau. Việt Nam có đường hàng không đến nhiều thành phố lớn trên thế giới. Hai sân bay quốc tế quan trọng nhất là Nội Bài ở Hà Nội và Tân Sơn Nhất ở Sài Gòn.

Kênh rạch ở đồng bằng sông Cửu Long
A canal in the Mekong Delta

📖 Từ mới (Vocabulary) 🎧 1-9

bán đảo *peninsula*
Đông Dương *Indochina*
hình *shape*
giáp *to border*
biển Đông *South China Sea*
diện tích *area*
vuông *square*
dân số *population*
cao nguyên *plateau*
chia làm/chia thành *to divide into*
biên giới *border*
tỉnh *province*
dãy *range*
   dãy núi *a range of mountains*
mát mẻ *cool*
vịnh *bay, gulf*
đỉnh *summit, peak*
hội *festival*
âm lịch *lunar calendar*
Trung bộ *Central Vietnam*
ranh giới *boundary*
Nam bộ *Southern Vietnam*
đèo *mountain pass, col*
rừng *forest, woods*
thông *pine*
trồng *to grow*
khu vực *area*
Bắc bộ *Northern Vietnam*
phù sa *silt, alluvium*
tạo nên *to form*
chiếm *to make up*
phần trăm = %
   tám mươi phần trăm = 80%
tầm quan trọng *importance*
về mặt *with regard to, in regard to*
văn minh *civilization*
đặt *to establish*
công nghiệp *industry*
phì nhiêu *fertile*
tương đối *comparatively, relatively*

bắt nguồn *to originate*
dọc theo *along*
   chạy dọc theo *to run along*
chảy *to flow, run*
khúc *portion, section*
đoạn *section*
chảy xiết *to run fast*
ghềnh *whirlpool*
chi lưu *affluent, tributary*
điện *electricity*
   nhà máy thuỷ điện *hydroelectric station*
đóng vai trò *to play a role*
hết sức *extremely*
thuận tiện *convenient*
hệ thống *system*
nối *to link*
gồm *to consist of, be composed of*
cảng *port*
   cảng biển *sea port*
đào *to dig*
   sông đào *canal, channel*
khắp *everywhere*
nhiệm vụ *function*
tưới nước *to water*
nông sản *agricultural (farming) product*
bờ biển *coast, coastline*
sâu *deep*
đất liền *mainland*
cửa sông *river mouth*
đảo *island*
điểm *place*
thiên nhiên *nature; natural*
cát *sand*
thăm dò *to explore*
khai thác *to exploit*
dầu lửa *oil*
khí đốt *natural gas*
vận tải *transport, transportation*
bao gồm = gồm *to consist of, be composed of*
đường sắt *railroad*

hàng không *air communication, aviation*	**quốc lộ** *national highway*
tập trung *to concentrate*	**sử dụng** *to use*
tuyến *route, line*	**tàu** *ship*
tổng số *total; a total, sum*	**trong nước** *domestic*
chiều dài *length*	**thuận lợi** *favorable*

Từ trên đèo Hải Vân nhìn xuống
View from Hải Vân mountain pass

🔍 Ngữ pháp & cách dùng từ (Grammar & Usage) 🎧 1-10

11. **Nằm**

The verb **nằm** is similar to the English verb *to lie*:

nằm trên giường

to lie on the bed

nằm nghỉ

to lie (down) and rest

Quyển sách nằm trên bàn.

The book is lying on the table.

Nhà máy nằm trên bờ hồ.

The plant lies on the lake.

Cầu qua sông Tiền đang được xây dựng
Bridge across the Tiền River was being built

However, it is used in several expressions where English uses other verbs:

nằm bệnh viện

to be hospitalized

Cả tuần anh ấy nằm ở nhà, không đi đâu.

He stayed at home without going out for the whole week.

12. Some verbs with the meaning "to divide something into parts" are used with the preposition **thành** or the preposition **làm**:

>**chia lớp thành/làm bốn nhóm**
>*to divide the class into four groups*
>**cắt cái bánh thành/làm hai miếng**
>*to cut the pie into two pieces*

13. **Chạy**

The verb **chạy** is similar to the English verb *to run* in the following meanings:

1) **chạy nhanh**
to run fast

2) **xe chạy**
a car is running
máy chạy
a machine is running
đồng hồ chạy
a watch/clock is running
Đài chạy bằng pin.
The radio runs on batteries.
Con đường chạy qua làng.
The road runs across the village.
Đường cao tốc số 5 chạy từ British Columbia đến biên giới Mexico.
Highway 5 runs from British Columbia to the Mexican border.

Phà qua sông Hậu
A ferry across the Hậu River

Chạy is idiomatically used in the following phrases:

>**Công việc rất chạy.**
>*The work is going well.*
>**Hàng bán chạy.**
>*The products are selling well.*

Unlike the English *to run* in *to run a business*, *to run a program*, *a state-run university*, the Vietnamese verb **chạy** cannot be used as a transitive verb. In this case, the Vietnamese verb for *to run* is **điều hành: điều hành một doanh nghiệp, điều hành một chương trình, một trường đại học do nhà nước điều hành.**

Take care not to confuse this verb with the verb **chảy** meaning *to flow*.

14. **Chiếm**

The verb **chiếm** has several meanings.

1) To seize, occupy:

>**chiếm được thành phố**
>*to seize a city*
>**vùng bị địch chiếm**
>*the enemy-occupied area*

2) To win, get:

chiếm giải nhất
to win the first prize
chiếm ưu thế (so với)
to have an advantage (over)
chiếm được cảm tình của khán giả
to get the spectators' sympathy (support)

3) To take, make up:

chiếm nhiều thì giờ
to take a lot of time
chiếm 40%
to make up 40%
Trường đại học chiếm một khoảng đất rộng.
The university campus is located on a large lot of land.

15. **Về mặt**

The phrase **về mặt** means "with/in regard to" and is used to say what particular subject is being talked or written about:

về mặt kinh tế
with regard to the economy
về mặt học tập
in regard to one's studies
Nước này rất mạnh về mặt quân sự.
This country is very strong in regard to military power./This nation is a military power.

16. Adjective + ordinal number + **sau**

It conveys the English construction *ordinal number + superlative adjective + next to/after*:

khu vực đông dân thứ hai ở miền Bắc sau đồng bằng sông Hồng
the second most densely populated area next to the delta of the Red river
Ở Trung Quốc, thủ đô Bắc Kinh là thành phố lớn thứ hai sau Thượng Hải.
In China, Beijing is the second largest city next to Shanghai.

17. **Hết sức**

The adverb of degree **hết sức**, meaning "extremely," is used chiefly in formal Vietnamese with two-syllable adjectives:

hết sức thuận lợi
extremely favorable
hết sức khó khăn
extremely difficult

Cầu qua sông Tiền đã xây dựng xong
Bridge across the Tiền River

18. In order to convey the idea expressed by the English construction *much + comparative adjective + than*, as in "New York is *much bigger than* Albany," Vietnamese uses the word **nhiều** as well, but **nhiều** is always placed at the end of the sentence:

> **Thành phố New York lớn hơn thành phố Albany nhiều.**
> *New York City is much larger than Albany.*

If an adverb of degree like **rất** is used, the adverb is placed before **nhiều**: **Thành phố New York lớn hơn thành phố Albany rất nhiều.**

19. **Hơn cả**

Quan trọng hơn cả = quan trọng nhất. In formal Vietnamese the superlative form of an adjective may have the word **hơn cả** instead of **nhất**: **tốt hơn cả, khó khăn hơn cả, đẹp hơn cả.**

20. **Khắp**

The word **khắp**, which means "everywhere," is used before a noun with the meaning of a place to convey the sense that an action is performed everywhere in that place:

> **khắp thành phố**
> *everywhere in the city*
> **khắp nước Mỹ**
> *everywhere in the U.S.A.*
> **khắp nơi**
> *everywhere*
> **Người ta đang bàn về chuyện ấy khắp thành phố.**
> *They are talking about that story everywhere in/all over town.*

If the noun denotes a large place, **khắp** can be used with **cả**: **khắp cả thành phố, khắp cả nước.**

21. When the English word *round* is used with nouns denoting time, it has different equivalents in Vietnamese. Round the clock: **suốt ngày đêm**; all year round: **quanh năm.**

📋 Drills

A. Use the verbs **nằm, chạy** and **chiếm** to complete the following sentences.

1. **Năm ngoái ông ấy bị ốm khá nặng,** (he was hospitalized for two weeks).
2. (The short story) **của nhà văn này** (won the first prize in the competition).
3. **Bão tuyết suốt cả ngày hôm nay,** (snow is lying thick on the ground now).
4. **Cuốn sách mới của bà ấy** (is selling very well).
5. **Người Pháp bắt đầu đánh Việt Nam vào năm 1858** (but did not have control of all the country until 1883).

6. **Tuần này được nghỉ ba ngày,** (I am not going anywhere, I just want to stay at home to read and watch TV).

7. **Xe tôi** (is very old, but it is still working excellently).

8. **Thể thao** (takes a lot of his time).

9. **Ngày càng có nhiều người** (purchase cars that run on both gasoline and battery).

10. **Mũi Né** (has become an attractive site for tourists because it lies right on the ocean).

11. **Anh có biết** (through what towns this highway runs) **không?**

12. **Người Việt** (make up about 86% of Vietnam's population).

13. **Tôi qua phòng anh ấy, thấy** (his clothes were lying all over the floor, but I didn't see him).

14. (Is this wall clock = **đồng hồ treo tường** running correctly?)

15. **Con chó của tôi** (likes lying and sleeping on the couch).

B. Use the preposition **thành** or **làm** to answer the following questions.

1. **Bài Địa lý Việt Nam có thể chia thành mấy** *đoạn* "paragraph"?

2. **Khi tập nói, lớp anh/chị chia làm mấy** *nhóm* "group"?

3. **Nước Mỹ chia thành bao nhiêu bang?**

4. **Một bang ở Mỹ chia thành gì?**

5. **Nước Việt Nam chia thành bao nhiêu tỉnh?**

6. **Một tỉnh ở Việt Nam chia thành gì?**

7. **Một thành phố ở Việt Nam chia thành gì?**

C. Use the construction *adjective + ordinal number +* **sau** to answer the following questions.

    EXAMPLE: **Hà Nội là thành phố lớn nhất ở Việt Nam, phải không?**

        (No. It is the second largest city, next to Hồ Chí Minh City.)

      →   **Hà Nội là thành phố lớn nhất ở Việt Nam, phải không?**
           Không phải, Hà Nội là thành phố lớn thứ hai sau thành phố Hồ Chí Minh.

1. **Sông Hồng là con sông dài nhất ở Việt Nam, phải không?**
(No. It is the second longest river, next to the Mekong river.)

2. **Thành phố Los Angeles có phải là thành phố lớn nhất nước Mỹ không?**
(No. It is the second largest city, after New York City.)

3. **Về mặt diện tích, Canada là nước lớn nhất thế giới, phải không?**
(No. It is the second largest country, next to Russia.)

4. **Bang Delaware là bang nhỏ nhất nước Mỹ, phải không?**
(No. It is the second smallest state, after Rhode Island.)

5. **Sông Amazon có phải là con sông dài nhất thế giới không?**
(No. It is the second longest river, next to the Nile.)

6. **Huế có phải là thành phố đông dân nhất ở miền Trung không?**
(No. It is the second most densely populated city in Central Vietnam, after Đà Nẵng.)

7. **Đại học Oxford có phải là đại học cổ nhất nước Anh không?**
(No. It is the second oldest university in the U.K., next to Cambridge University.)

8. **Thủ đô Bern là thành phố lớn nhất ở Thuỵ Sĩ, phải không?**
   (No. It is the fourth largest city, after Zurich, Geneva and Basel.)

D. Use **nhiều** with the comparative adjective to answer the following questions.
    Example: **Thành phố New York và thành phố Albany, thành phố nào lớn hơn?**
    (New York)

$\longrightarrow$ **Thành phố New York và thành phố Albany, thành phố nào lớn hơn?**
New York lớn hơn Albany nhiều.

1. **Mùa hè ở Hà Nội nóng hơn hay ở Đà Nẵng nóng hơn?**
   (Đà Nẵng)
2. **Sông Hồng và sông Mê Công, con sông nào dài hơn?**
   (Mê Công)
3. **Hà Nội và Huế, thành phố nào cổ hơn?**
   (Hà Nội)
4. **Sông Hồng và sông Cửu Long, con sông nào hay gây ra lụt hơn?**
   (sông Hồng)
5. **Chợ Đồng Xuân và chợ Hôm ở Hà Nội, chợ nào lớn hơn?**
   (chợ Đồng Xuân)

E. Use **khắp**, **suốt** and **quanh năm** to translate the following sentences into Vietnamese.

1. These days Vietnamese people are celebrating the 1000th anniversary of the foundation of Thăng Long everywhere all over the country.
2. The climate in Đà Lạt is cool all the year round.
3. This market is open round the clock.
4. I have looked for the key everywhere, but I can't find it.
5. In the Mekong River delta, you can eat fresh fruit all year round.
6. At this international airport, it is noisy round the clock.
7. People are talking about the accident all over the town.
8. In Sài Gòn, you can wear short-sleeved shirts all year round. The temperatures never fall below 24°C.
9. His clothes are lying everywhere in his room.
10. Let's go to the pharmacy at the intersection of Lê Lợi and Nguyễn Huệ Streets. It should be open round the clock.

🎧 1-11

F. First read the words and phrases below. Then listen to the speaker on the audio track and repeat the words and phrases. Pay close attention to 1) two- (or more) syllable words, whose syllables should be spoken together; 2) the pronunciation of the words that have similar sounds but differ in meaning and usage.

1. đồng bằng, đồng bằng sông Cửu Long, miền đông, miền đông bắc sông Hồng
2. hệ thống, hệ thống đường giao thông
3. thủ đô, thủ đô Hà Nội, kinh đô, dời kinh đô vào Huế
4. bờ biển, bờ biển cao, bờ biển thấp và phẳng, bãi biển, bãi biển cát trắng
5. quốc lộ, quốc lộ 1A, quốc tế, sân bay quốc tế, quốc hội, họp quốc hội

G. Based on the content of the narrative, answer the following questions.

1. Việt Nam có vị trí địa lý như thế nào?
2. Diện tích và dân số của Việt Nam là bao nhiêu?
3. Miền Bắc có những dãy núi chính nào? Đỉnh núi nào cao nhất ở Việt Nam? Cao bao nhiêu?
4. Bạn biết gì về núi và cao nguyên miền Trung?
5. Đồng bằng Bắc bộ do phù sa những con sông nào tạo nên? Bạn hãy tìm trên bản đồ các tỉnh nằm trong đồng bằng sông Hồng.
6. Vì sao có thể nói đồng bằng sông Hồng có tầm quan trọng hết sức to lớn?
7. Đồng bằng sông Cửu Long có tầm quan trọng như thế nào?
8. Miền Bắc có những con sông lớn nào? Hãy tìm trên bản đồ những con sông ấy.
9. Miền Nam có những con sông lớn nào? Hãy tìm trên bản đồ những con sông ấy.
10. Việt Nam nằm trên biển nào? Có những vịnh nào?
11. Biển có tầm quan trọng như thế nào?
12. Giao thông vận tải bao gồm những *ngành* "branch, field, section" nào?
13. Vì sao đường sắt tập trung ở miền Bắc?
14. Hãy tìm trên bản đồ những cảng biển quan trọng ở Việt Nam.
15. Việt Nam có những di tích lịch sử nào? Hãy tìm trên bản đồ những di tích lịch sử ấy.
16. Việt Nam có những thành phố nghỉ mát nào? Hãy tìm trên bản đồ những thành phố ấy.

Đà Lạt, từ trên núi Langbiang nhìn xuống
Đà Lạt, view from Langbiang Mountain

✎ Exercises

1. Write an essay about the geography of your country.
2. Use the dictionary to read the following announcement taken from a Vietnamese newspaper. Here is the meaning of the acronym used in the announcement.

    CMND = chứng minh nhân dân (ID issued by the government)

NGỒI CHỜ CÒN HƠN ĐẾN TRỄ

Báo chí đã đăng nhiều về tình trạng hành khách dở khóc dở cười do lỡ chuyến bay vì kẹt xe trên đường ra sân bay. Chiều "thượng đế", nhiều hãng máy bay đã linh động dời lại thời gian khóa sổ làm thủ tục lên máy bay. Tuy nhiên, đó chỉ là những trường hợp ngoại lệ hiếm hoi. Còn lại, hầu hết những hành khách lỡ chuyến thường được các hãng máy bay ưu tiên sắp xếp giờ bay vào chuyến bay kế tiếp. Ở nhiều nước, tài xế taxi có thể liên lạc trực tiếp đến đại diện hãng hàng không ở sân bay bằng điện thoại để thông báo đang chở hành khách và có khả năng đến trễ, đồng thời đề nghị hãng hàng không chờ hành khách này thêm ít thời gian. Nhưng ở VN chưa có đường dây nóng này, vì vậy các hành khách phải tự cứu mình bằng cách đến sân bay (ghi trên vé) 90 phút trước giờ máy bay cất cánh. (Với các chuyến bay quốc tế, hành khách nên đến sớm hơn vì thời gian làm thủ tục bay quốc tế thường dài hơn so với thời gian bay quốc nội).

CÓ VÉ VẪN CÓ THỂ KHÔNG ĐƯỢC BAY NẾU...

Hãng hàng không hoàn toàn có thể từ chối chuyên chở nếu bạn mang theo vé máy bay (mã số đặt chỗ/xác nhận đặt chỗ, hoặc vé điện tử - xác nhận hành trình) và hành lý mà quên mang theo 1 trong các loại giấy tờ như CMND, hộ chiếu, bằng lái xe, thẻ nhà báo, thẻ đại biểu

Ảnh: NGỌC THẠCH

Quốc hội... Nếu bay quốc tế, khách còn phải kiểm tra xem nước mình đến có yêu cầu thị thực nhập cảnh (visa) hay không.

Với hành khách bình thường, sau khi làm thủ tục ở quầy, sẽ được cấp thẻ lên máy bay (Boarding Pass) và được hướng dẫn qua cửa an ninh kiểm tra lại lần cuối trước khi vào khu vực chờ lên máy bay. Riêng với phụ nữ mang thai, mỗi hãng hàng không sẽ có những yêu cầu khác nhau. Riêng thai phụ từ 28-35 tuần ngoài ký vào biên bản này còn cần thêm giấy xác nhận sức khỏe của bác sĩ. Nếu có các yêu cầu khác như cần di chuyển bằng xe lăn, mang theo xe nôi cho trẻ em hoặc yêu cầu suất ăn đặc biệt, bạn cần phải thông báo trước cho hãng hàng không khi mua vé.

HÀNH LÝ - GIỚI HẠN BAO NHIÊU KG?

Tùy theo quy định của từng hãng hàng không và loại vé máy bay mà mỗi hành khách có thể đăng ký gửi hành lý từ 20-30 kg. Riêng với hành lý đóng thùng, phải đóng thật kỹ (dán băng keo toàn bộ) để tránh trường hợp các thùng hành lý này bị bung, rách. Nếu không, có thể sử dụng dịch vụ đóng gói hành lý ở sân bay. Ở sân bay trong nước, hành khách được phát thẻ ghi số hành lý để kiểm tra trước khi rời sân bay. Tuy nhiên, nhiều sân bay nước ngoài không phát thẻ này, vì vậy hành khách phải tự kiểm tra và lấy đúng hành lý của mình để tránh tình trạng thất lạc. Với những người ít hành lý, có thể xách tay (tối đa 7 kg) và thực hiện thủ tục đăng ký lên máy bay ở quầy dành cho hành khách không có hành lý ký gửi.

VÀ ĐỪNG QUÊN

Khi đã lên máy bay, mọi hành khách cần chú ý các hướng dẫn an toàn của tiếp viên hàng không trước khi máy bay cất cánh. Vì chắc chắn không có sự an toàn nào được đảm bảo 100% và những hướng dẫn cụ thể được nắm kỹ sẽ giúp bạn rất nhiều nếu như có sự cố. Cần tắt điện thoại trước khi vào máy bay và chỉ mở điện thoại khi bạn đã ra khỏi máy bay.

L E S S O N 1

Bạn cần biết (Cultural Note)

Vietnam consists of fifty-seven provinces (**tỉnh**) and five cities directly reporting to the Vietnamese government (**thành phố trực thuộc Trung ương**), which are **Hà Nội, Hải Phòng, Đà Nẵng, Thành phố Hồ Chí Minh** and **Cần Thơ**. A **tỉnh** is divided into **huyện**, a **huyện** is divided into **xã**, and a **xã** is divided into **thôn**. The center of a **tỉnh** is called **thành phố**, if it is a large city, or **thị xã**, if it is a small town. A **thành phố** is divided into **quận** (in the urban areas) and **huyện** (in the rural areas). A **quận** is divided into **phường**, a **huyện** is divided into **xã**, and a **xã** is divided into **thôn**.

In Vietnam, the head of the state is called **chủ tịch nước**, the head of the government is **thủ tướng**, and the head of the national assembly is **chủ tịch quốc hội**. The government is composed of **bộ** (ministries), whose heads are **bộ trưởng**. The head of the Communist Party (**Đảng Cộng sản**) is **Tổng Bí thư** (general secretary).

Tục ngữ (Proverb) 🎧 1-12

Đi một ngày đàng, học một sàng khôn.
He that travels far knows much.

Trung tâm thành phố Long Xuyên
Downtown Long Xuyên in the Mekong Delta

Housing, and a Sightseeing Tour of Hanoi & Saigon–Ho Chi Minh City

🔍 Grammar & Usage Focus

1. Verb "to wash."
2. Use of **bận**.
3. Verb **gửi**.
4. Use of the noun **tiền**.
5. **Càng … càng …**
6. **Là** linking two verb phrases.
7. Use of **liệu**.
8. Verbs **diễn ra** and **xảy ra**.
9. Vietnamese **mít tinh** and English "meeting."

10. Verbs **biến thành, biến … thành, trở nên** and **trở thành**.
11. Classifier **vị**.
12. Verbs **đổi, thay** and **thay đổi**.
13. Different meanings and functions of **lại**.
14. Verbs **quyết định** and **giải quyết**.
15. Use of **tổng**.
16. **Không chỉ … mà cả …** and **không những/ không chỉ … mà còn …**

Phần 1

💬 **Đối thoại 1** 🎧 2-1

Thuê phòng

A: **Chào bác.**

B: **Chào anh.**

A: **Tối qua cháu gọi điện cho bác, bác hẹn cháu hôm nay đến xem căn phòng cháu muốn thuê.**

B: Tôi nhớ chứ. Mời anh vào trong này. Đây, căn phòng gia đình tôi định dành riêng cho anh đây. Tôi đã kê sẵn giường, tủ, bàn làm việc cho anh rồi.

A: Tốt quá! Lại có cả điều hoà nữa. Thế buồng tắm và phòng vệ sinh ở đâu ạ?

B: Ở ngay ngoài hành lang này, rất tiện. Mời anh ra đây xem.

A: Vâng, cháu thấy rồi. Nhà ta có máy giặt không, bác?

B: Có, nhưng đang bị hỏng, tôi mới gọi thợ đến xem, họ nói khó chữa lắm. Chắc chúng tôi sẽ mua cái khác. Tạm thời, anh có thể thuê người giặt quần áo cho anh, hoặc đem ra hiệu giặt ở phố Phạm Ngũ Lão gần đây. Hiệu ấy giặt khô có tiếng lắm. Anh có định nấu ăn ở đây không? Tôi sẽ dành chỗ trong tủ lạnh cho anh, cho anh mượn nồi niêu xoong chảo.

A: Thưa bác, chắc cháu bận học, không có thì giờ đâu ạ. Buổi trưa cháu ăn ở trường hay ăn cơm bụi ở ngoài phố cũng được rồi. Nếu bác cho cháu ăn bữa sáng và bữa tối với cả nhà thì tốt quá. Cháu sẽ gửi tiền ăn cho bác ngay từ đầu tháng, cùng với tiền nhà.

B: Thế cũng hay. À, mà hôm qua anh nói với tôi qua điện thoại anh sang đây nghiên cứu về lịch sử Việt Nam thì phải?

A: Vâng, đúng đấy ạ.

B: Thế thì anh tha hồ mà nói chuyện với ông nhà tôi. Ông ấy thích nói chuyện ngày xưa lắm.

A: Vâng, cháu cũng sẽ rất vui được nói chuyện với bác trai, học hỏi được nhiều. Thưa bác, thế tiền nhà mỗi tháng là bao nhiêu ạ?

B: Hai triệu đồng Việt Nam, tức là khoảng 115 đô-la. Mức giá chung ở Hà Nội hiện giờ cao hơn thế một tí, nhưng bạn anh là cháu tôi giới thiệu anh đến đây, anh lại còn đang đi học nên tôi lấy rẻ hơn.

A: Kể ra thì như thế vẫn còn hơi đắt, nhưng bác đã bớt cho cháu rồi thì cháu cám ơn bác. Thế còn tiền bữa sáng và bữa tối là bao nhiêu mỗi tháng ạ?

B: Khoản ấy thì phải để tôi tính rồi cho anh biết sau. Bao giờ anh định dọn đến?

A: Càng sớm càng tốt, bác ạ.

B: Thế thì ngày mai anh có thể dọn đến được rồi. Ở ngay trung tâm thành phố này, đi đâu cũng tiện. Hơn nữa, anh lại nghiên cứu về lịch sử, đi mấy bước là đến Bảo tàng Lịch sử, Bảo tàng Cách mạng. Đi thêm một quãng nữa là đến khu phố cổ.

A: Chắc chắn là cháu sẽ thường xuyên đến thăm những nơi ấy. Bây giờ cháu xin phép bác. Hẹn ngày mai gặp lại bác.

B: Anh về nhé.

Bên trong một ngôi nhà ở khu phố cổ
Inside a house in the old quarter

💬 **Đối thoại 2** 🎧 2-2

Tham quan Hà Nội

A: Được một người hiểu biết về Hà Nội như chị đưa đi tham quan thành phố thì còn gì tuyệt bằng. Hôm nay mình sẽ đi những đâu, chị?

B: Mình sẽ bắt đầu từ đây là trung tâm thành phố. Sau đó, tôi sẽ đưa anh qua khu phố cổ, rồi mình ra một vài nơi trước đây là ngoại thành, bây giờ trở thành nội thành rồi.

A: Liệu có đủ thời gian không?

B: Hôm nay tôi cố gắng giới thiệu với anh những nét cơ bản nhất về Hà Nội. Sau này, nếu có dịp mình sẽ tìm hiểu thêm về từng khu một. Chắc anh biết đây là Nhà hát Lớn?

A: Đương nhiên rồi. Tôi đã có dịp sang Pháp. Trông Nhà hát Lớn Hà Nội khá giống Nhà hát Opéra ở Paris.

B: Tất nhiên, vì Nhà hát Lớn Hà Nội do các kiến trúc sư người Pháp thiết kế vào đầu thế kỷ 20. Nơi đây đã diễn ra nhiều sự kiện quan trọng, trong đó có một cuộc mít tinh lớn vào ngày giành chính quyền 19 tháng 8 năm 1945.

A: Tại sao người ta lại cho xây dựng những toà nhà quá cao gần đây, làm hỏng cảnh quan của khu vực này?

B: Anh nói đúng đấy, bây giờ người ta mới nhận ra rằng giữa một thành phố cổ như Hà Nội không nên xây nhà quá cao. Mình đang đi trên phố Tràng Tiền, rồi tiếp đến là Hàng Khay, Tràng Thi, cũng do người Pháp xây dựng từ đầu thế kỷ trước.

A: Hà Nội có một cái hồ nằm ngay giữa trung tâm, cảnh thật đẹp. Lại là một di tích lịch sử nữa. Nhưng phía đằng kia có một toà nhà gì mà cao ghê thế?

B: Đấy cũng là một toà nhà chọc trời nằm ngay giữa thành phố. Toà nhà này được xây dựng tại nơi ngày xưa là nhà tù của thực dân Pháp. Người ta phá nhà tù đi, chỉ giữ lại cái cổng thôi, để ghi nhớ những gì đã xảy ra ở đó. Bây giờ mình sang đến khu phố cổ rồi đấy.

A: Vâng, trông là nhận ra ngay. Nhà cửa ở đây xây liền nhau, đường phố cũng nhỏ hơn nhiều so với khu phố mình vừa đi qua. Sao ở đây phần lớn tên phố lại bắt đầu bằng chữ hàng thế hở chị?

B: Vì ngày xưa mỗi phố chuyên bán một mặt hàng nào đó, chẳng hạn như Hàng Giấy ngày xưa bán giấy, Hàng Đường bán đường, Hàng Muối bán muối.

A: Vâng, tôi có nghe câu Hà Nội băm sáu phố phường, Hàng Giấy, Hàng Đường, Hàng Muối trắng tinh.

B: Anh biết cả câu ấy thì giỏi quá!

A: Nhà cửa và đường phố trong khu phố gần chợ Đồng Xuân này còn chật hẹp hơn cả mấy phố mình vừa mới đi qua. Đi bộ dạo quanh phố cổ thích thật.

B: Nhưng anh phải nhớ mang theo bản đồ kẻo lạc. Anh đã đến khu Ba Đình chưa? Khác với khu phố cổ này. Đường phố ở đó rộng và dài, nhà phần lớn là biệt thự, đẹp lắm, do người Pháp xây dựng vào nửa đầu thế kỷ 20.

A: Hôm nay mình có kịp đến đấy không chị?

B: Không kịp đâu. Tôi chỉ kịp đưa anh ra khu mới mở rộng của Hà Nội để cho anh có khái niệm thôi, sau đó mình chia tay.

A: Tôi nghe nói sau khi hợp nhất với tỉnh Hà Tây và một huyện của tỉnh Vĩnh Phúc, Hà Nội bây giờ lớn lắm, phải không chị?

B: Đúng thế. Sau khi hợp nhất vào ngày mùng 1 tháng 8 năm 2008, hiện giờ Hà Nội có diện tích hơn ba nghìn cây số vuông với dân số hơn sáu triệu người, có 29 đơn vị hành chính cấp quận, huyện.

Phố cổ Hà Nội
Old Quarter in Hà Nội

📖 **Từ mới**

Đối thoại 1 🎧 2-3	
thuê *to rent, hire*	**tiền nhà** *rent*
hẹn *to arrange for someone to do something; appointment*	**tha hồ [mà]** *to act as one pleases*
	ông nhà tôi *my husband*
căn *classifier for houses, rooms*	**ngày xưa** *of old; in the old days*
dành *to set aside, put aside, reserve*	**nói chuyện ngày xưa** *to talk about history*
dành riêng cho *to reserve for*	**bác trai** *your husband*
kê *to set up, put (furniture)*	**học hỏi** *to learn*
sẵn *to have ready*	**mức** *level*
giường *bed*	**mức giá** *rate*
tủ *chest of drawers, dresser*	**một tí = một ít** *a little bit*
bàn làm việc *desk*	**lấy rẻ hơn** *to charge less*
điều hoà *air conditioner*	**kể ra thì** *well, actually; to be frank*
hành lang *hallway*	**khoản** *amount*
nhà ta *your family*	**dọn đến** *to move in*
giặt *to wash clothes*	**càng … càng …** *the … the …*
máy giặt *washing machine*	**càng sớm càng tốt** *the sooner the better*
thợ *workman, worker*	**bước** *step*
tạm thời *temporary*	**đi mấy bước là đến…** *a stone's throw away from …*
giặt khô *dry clean*	
có tiếng *to have a good reputation*	**quãng** *distance, a portion of the road*
nấu ăn *to cook*	**đi một quãng nữa là đến …** *to go a little bit farther and you will arrive …*
tủ lạnh *refrigerator*	
nồi *pot*	**khu phố cổ** *the old quarter in Hanoi*
niêu *terracotta pot*	**chắc chắn là** *certainly*
xoong *sauce pan*	**thường xuyên** *often, frequently, regularly*
chảo *frying pan*	**xin phép** *to leave (polite) (literally: to ask permission)*
nồi niêu xoong chảo *(collective noun) kitchen utensils*	
	Bây giờ cháu xin phép bác *I have to (say goodbye to you and) leave now*
cơm bụi *fast food*	
cả nhà *the entire family*	**Hẹn ngày mai gặp lại bác** *See you tomorrow*
gửi tiền *to pay*	**Anh về nhé** *Goodbye*

Một khu phố trên Hồ Tây ở Hà Nội
A residential area on Lake West in Hà Nội

L E S S O N 2

Đối thoại 2 🎧 2-4

hiểu biết *to be knowledgeable*

tuyệt *excellent*

  còn gì tuyệt bằng *that's excellent*

ngoại thành *suburb, outskirts*

nội thành *urban area of a city*

liệu *do you think*

nét *feature*

cơ bản *main, most important*

sau này *in the (near) future*

có dịp *to have a chance, have an opportunity*

tìm hiểu *to learn about*

đương nhiên [rồi] *of course*

kiến trúc sư *architect*

thiết kế *to design*

sự kiện *event*

mít tinh *rally*

giành *to seize*

chính quyền *power*

làm hỏng *to break, damage, destroy*

cảnh quan *view*

Anh nói đúng đấy *You're right*

nhận ra *to notice, recognize*

tiếp *to continue*

  rồi tiếp đến *and after that*

Tây *France; French*

cảnh *view, scene*

thật *really (adverb of degree)*

ghê *terrible; terribly (adverb of degree)*

nhà chọc trời *highrise, skyscraper*

nhà tù *prison*

thực dân *colonialist*

phá *to pull down, tear down*

cổng *gate*

ghi nhớ *to remember, retain in the mind*

nhà cửa *(collective noun) houses*

liền nhau *next to one another, adjacent to one*

  another

phần lớn *most part of*

chẳng hạn như *for example*

băm *(informal) = ba mươi*

trắng tinh *extremely white*

hẹp *narrow*

đi dạo *to walk around*

quanh *around*

lạc *to be lost*

biệt thự *villa*

mở rộng *to expand*

khái niệm *concept*

  có khái niệm *to have an idea*

chia tay *to part, say goodbye to each other*

hợp nhất *to merge*

đơn vị *unit, entity*

hành chính *administration; administrative*

cấp *level, rank*

Vườn hoa ở trung tâm Hà Nội
A park in the French quarter,
downtown Hà Nội

🔍 Ngữ pháp & cách dùng từ 🎧 2-5

1. **"To wash" in Vietnamese**
   The English verb *to wash* corresponds to different verbs in Vietnamese, depending on the object the verb takes. When you wash your clothes, you use **giặt**: **giặt quần áo**, **máy giặt**. When you wash your hands, feet or legs, **rửa** should be used: **rửa tay**, **rửa chân**. **Rửa** is used for food and kitchen utensils as well: **rửa rau**, **rửa hoa quả**, **rửa bát**. When you wash your hair, you say **gội đầu** (literally: to wash one's head), not ~~rửa tóc~~ or ~~gội tóc~~.

2. **Bận**
   The verb **bận** precedes another verb or a verb phrase:
   Mình đang bận làm bài tập về nhà.
   I'm busy doing homework.
   Chị ấy bận viết luận án từ gần một năm nay.
   She has been busy writing her dissertation for almost a year.

3. **Gửi**
   In conversational Vietnamese, the verb **gửi** as a polite word may convey the sense of "to pay":
   Anh cho tôi gửi năm trăm nghìn đồng tôi vay của anh tuần trước.
   Let me pay you back five hundred thousand dong I borrowed from you last week.

4. **Tiền**
   The noun **tiền** is placed before a verb or a noun to denote the fee, the tuition, the rent or the payment for something, whereas English uses different words for those different terms. Examples are: **tiền ăn** "the payment for meals," **tiền nhà** "rent," **tiền học** "tuition," **tiền lương** "salary," **tiền bữa sáng** "the payment for breakfast(s)," **tiền bữa tối** "the payment for dinner(s)," **tiền thưởng** "award."

5. **Càng … càng …**
   This construction is used before two adjectives or adverbs to indicate that the increase or decrease in amount or degree of something affects the increase or decrease in amount or degree of something else. It is similar to the English *the... the ...*:
   Càng sớm càng tốt.
   The sooner the better.
   Càng nghĩ đến chuyện này, chị ấy càng buồn.
   The more she thought about it, the more upset she became.

6. **Là**
   The verb **là** links two verb phrases to convey the sense that it takes only a small amount of time to do something, or that a person needs only to do something easy to have a result:
   đi mấy phút là đến
   it takes just a few minutes to walk, and you will be there
   đi thêm một quãng nữa là đến
   you will walk just a short distance and you will be there

trông là nhận ra ngay

just look at it/a person, and you will recognize it/the person

7. **Liệu**

The word **liệu** is placed at the beginning of a question to express the speaker's uncertainty about something:

Liệu có đủ thời gian không?

Will we have enough time (to do so many things)?

Liệu chị ấy có đồng ý không?

I'm not sure whether she will agree with us.

8. **Diễn ra** and **xẩy/xảy ra**

Diễn ra, meaning "to take place," is used for events which are planned in advance. **Xẩy ra/xảy ra** in the sense of "to happen" is used chiefly for something unpleasant or dangerous which happens unexpectedly. Both **diễn ra** and **xẩy ra** usually come before the subject:

Tháng 12 năm ngoái, tại Hà Nội đã diễn ra cuộc Hội thảo quốc tế về Việt Nam học.

The International Conference on Vietnamese Studies took place in Hanoi last December.

Hôm qua ở ngã tư này xẩy ra tai nạn ô tô.

A car accident occurred at this intersection yesterday.

9. Vietnamese **mít tinh** and English "*meeting*"

The noun **mít tinh** came into Vietnamese from English via French. Its meaning in Vietnamese, however, differs from the English *meeting*. In Vietnamese, **mít tinh** means "rally":

Thành phố tổ chức mít tinh chào mừng ngày Quốc khánh mùng 2 tháng 9.

A rally commemorating the Independence Day (literally: the national holiday on the 2nd of September) was organized by the city's government.

The English noun *meeting* is (**cuộc/buổi**) **họp** in Vietnamese.

Một số cách nói thường dùng 🎧 2-6

Chào bác/chị/anh …	*Hello.* (formal)
Đi đâu thế/đấy? –Đi lại đằng này có tí việc.	*Hi. –Hi.* (literally: I'm going to that place to do something.) (informal)
Đi đâu thế này? –Đi lại đằng này.	*Hi. –Hi.* (informal)
Khoẻ chứ? –Vẫn thường thôi.	*What's up? –Nothing much.* (colloquial)
Chào bác/chị/anh …	*Goodbye.* (formal)
Xin phép bác/chị/anh …, cháu/tôi về.	*Goodbye.*
–Bác/chị/anh … về nhé.	*–Goodbye.* (formal)
Thôi, đi nhé/về nhé. –Ừ, đi nhé/về nhé.	*Bye. –Bye.* (informal)
Hẹn ngày mai gặp lại bác/anh/chị …	*See you tomorrow.*
Mời chị/anh … vào trong này.	*Please come on in.*
Thế thì anh tha hồ mà (đi du lịch, nói chuyện lịch sử với ông ấy, …)	*In that case, you will really enjoy (traveling, talking with him about history, …)*
Thế thì còn gì bằng!	*That would be ideal!*

📋 **Drills**

A. Fill in the blanks with the verbs **giặt, rửa** or **gội đầu**.

1. **Bác sĩ khuyên nên _____ tay bằng** *xà phòng* **"soap" thường xuyên.**

2. **Mỗi tuần chị _____ quần áo mấy lần?**

3. **Bây giờ muộn rồi, tôi chỉ muốn tắm thôi, không muốn _____ vì sợ tóc không kịp khô trước khi đi ngủ.**

4. **Căn hộ này chỉ có máy _____, không có máy _____ bát đĩa, anh phải tự _____ bát đĩa sau khi ăn.**

5. **Con đã _____ tay chân trước khi đi ngủ chưa? –Thưa mẹ, con _____ rồi ạ.**

6. **Cái áo len này phải _____ bằng tay trong nước lạnh, không được _____ bằng máy.**

7. **Cửa hiệu này có cả dịch vụ** *cắt tóc* **"hair cut" và _____.**

8. **Anh làm ơn _____ cho tôi mấy cái bát và mấy đôi đũa này.**

9. **Muốn ăn rau sống thì phải _____ rau rất cẩn thận đấy.**

10. **Trước đây, khi chưa có máy _____, người ta phải _____ quần áo,** *chăn* **"blanket, comforter,"** *màn* **"mosquito net" và các thứ khác bằng tay.**

B. Combine the following phrases to make up sentences, using **càng… càng…** Note that when the two parts of a sentence contain the same subject, the subject in the first part is omitted.

> EXAMPLE: **chị ấy nghĩ đến chuyện này/chị ấy buồn**

> ⟶   **Càng nghĩ đến chuyện này, chị ấy càng buồn.**

1. **đọc nhiều/biết nhiều**
2. **nhà gần trung tâm/tiền nhà đắt**
3. **anh lái xe nhanh/anh dễ bị tai nạn**
4. **tôi đọc nhiều về lịch sử Việt Nam/tôi thấy lịch sử Việt Nam hay**
5. **báo trước cho chúng tôi sớm/chúng tôi có nhiều thời gian chuẩn bị**
6. **anh ấy kiếm được nhiều tiền/anh ấy hay đi du lịch**
7. **tôi tập thể thao/tôi khoẻ ra**
8. **đi xa về phía tây bắc Hà Nội/thấy có nhiều núi và rừng**
9. **tôi nghe anh ấy giải thích/tôi không hiểu**
10. **tôi nói chuyện với ông ấy/tôi học hỏi nhiều ở ông ấy**

11. khu phố cổ/nhà cửa chật hẹp

12. độ ẩm cao/thấy oi bức

13. *máy vi tính xách tay* "laptop" nhỏ/máy vi tính đắt tiền

14. ăn nhiều rau và hoa quả, tốt

15. ra gần biển/thời tiết dễ chịu

16. học nhiều/thấy mình biết ít

17. trời *khuya* "late at night"/lạnh

18. ở Huế lâu/biết thêm nhiều về lịch sử *triều* "dynasty" Nguyễn

19. đọc cuốn sách này/thấy khó hiểu

20. thời tiết nóng ẩm/tôi thấy khó chịu

C. Use **là** to answer the following questions.

Example: **Đi bộ từ đây đến đấy mất bao lâu?**

(it takes just a few minutes to walk)

→ **Đi bộ từ đây đến đấy mất bao lâu?**

Đi mấy phút là đến.

1. **Thư viện Quốc gia là ngôi nhà nào?**

(the big yellow house on the left, just look at it and you will recognize it)

2. **Đi từ đây đến khu phố cổ có xa không?**

(it takes you just five minutes to ride your bike)

3. **Chị ấy có đi với chúng mình không?**

(of course, just give her a call, and she will come right away)

4. **Bao giờ chúng ta có thể bắt đầu cuộc họp?**

(we're waiting for him, he'll show up and we'll immediately start)

5. **Quần áo giặt khô phải chờ có lâu không?**

(you'll bring it in today, and it'll be ready [**xong**] tomorrow already)

6. **Xe tôi anh chữa bao giờ thì xong?**

(it'll be ready in two hours)

7. **Bay từ Hà Nội vào Sài Gòn mất bao lâu?**

(it takes just an hour and a half)

8. **Gần đây có quán cơm bụi nào không, hở chị?**

(you'll just walk to the intersection and you'll see one)

9. **Bao giờ tôi có thể dọn đến đây?**

(let me set up the furniture for you and tomorrow you'll move in)

10. **Bao giờ thì xong cơm? Tôi đói quá rồi.**

(in just ten minutes)

D. Write questions for the following responses, using **liệu**.

    Example: _____?

          Đủ thời gian chứ. Mình có cả ngày hôm nay để đi thăm phố cổ.

    →   **Liệu mình có đủ thời gian đi thăm phố cổ không?**

          Đủ thời gian chứ. Mình có cả ngày hôm nay để đi thăm phố cổ.

1. _____?

    Đồng ý chứ. Tôi đã nói chuyện trước với họ rồi.

2. _____?

    Còn mở cửa chứ. Hôm nay mở cửa đến 11 giờ đêm.

3. _____?

    Làm xong chứ. Chúng ta còn ba tiếng nữa.

4. _____?

    Phải viết xong chứ. Nếu không viết xong *luận văn* **"thesis" thì năm nay chị ấy không thể tốt nghiệp cao học được.**

5. _____?

    Chắc không mưa đâu. Trời trong xanh lắm, không có mây.

6. _____?

    Đến chứ. Tối qua tôi gọi điện nói chuyện với anh ấy, anh ấy nói sẽ đến.

7. _____?

    Chị cứ mặc thử xem, nếu không vừa thì lấy cái áo khác.

8. _____?

    Chắc là đủ tiền. Tháng này vé máy bay không đắt lắm.

9. _____?

    Công ty này khó cạnh tranh với các công ty khác lắm. Giá cao quá.

10. _____?

    Chiếc răng này chưa phải nhổ đâu. Tôi sẽ chữa cho anh.

E. Fill in the blanks with **diễn ra** or **xẩy/xảy ra**.

1. **Trận lụt lớn nhất ở vùng này _____ năm nào?**

2. **Quốc lộ 1A đoạn này hay _____ tai nạn giao thông, nguy hiểm lắm.**

3. Cuộc họp tối qua _____ thế nào?

4. Mọi người cố gắng về đến nhà trước khi _____ bão tuyết.

5. Cuộc hội thảo quốc tế về Việt Nam học lần thứ nhất _____ ở đâu?

6. Chuyện này _____ làm cho cô ấy buồn lắm.

7. Tháng này ở đồng bằng sông Cửu Long thường _____ những cơn mưa lớn.

8. Khắp nơi trong nước _____ các hoạt động kỷ niệm 1000 năm Thăng Long-Hà Nội.

9. Chuyến đi tham quan Sapa có _____ như chị muốn không?

10. Trước kia, giữa hai nước này thường _____ chiến tranh.

🎧 2-7

F. First read the words and phrases below. Then listen to the speaker on the audio track and repeat the words and phrases. Pay close attention to 1) two- (or more) syllable words, whose syllables should be spoken together; 2) the pronunciation of the words that have similar sounds but differ in meaning and usage.

1. buổi sáng, buổi tối, bữa sáng, bữa tối
2. căn nhà, thuê căn nhà, cả nhà, ăn với cả nhà, ông nhà tôi, bà nhà tôi
3. ngoại thành, ngoại thành Hà Nội, nội thành, trở thành nội thành
4. hiểu biết, hiểu biết về Hà Nội, tìm hiểu, tìm hiểu về Hà Nội
5. phố cổ, nhà cổ, nhà cũ
6. cảnh quan, làm hỏng cảnh quan, phong cảnh, phong cảnh rất đẹp

G. Based on the content of the dialogues, answer the following questions.

1. Căn nhà anh nghiên cứu sinh muốn thuê phòng nằm ở đâu?
2. Phòng có những tiện nghi nào?
3. Anh nghiên cứu sinh có nấu ăn ở nhà không? Tại sao?
4. Anh nghiên cứu sinh chuyên về gì?
5. Ông chủ nhà thích nói chuyện về gì?
6. Tiền phòng mỗi tháng anh nghiên cứu sinh trả là bao nhiêu?
7. Nhà hát Lớn Hà Nội được xây dựng khi nào?
8. Tại đây đã xẩy ra những sự kiện gì?
9. Tại sao không nên xây nhà quá cao ở trung tâm Hà Nội?
10. Khu phố cổ khác với khu phố do người Pháp xây dựng như thế nào?
11. Tại sao nhiều đường phố trong khu phố cổ tên bắt đầu bằng chữ *hàng*?
12. Hà Nội hợp nhất với tỉnh Hà Tây và một huyện của tỉnh Vĩnh Phúc bao giờ?

13. **Hiện giờ diện tích và dân số Hà Nội là bao nhiêu?**

🖊 Exercises

1. Use the map of the Old Quarter of Hanoi to prepare a dialogue about this area of Hanoi.

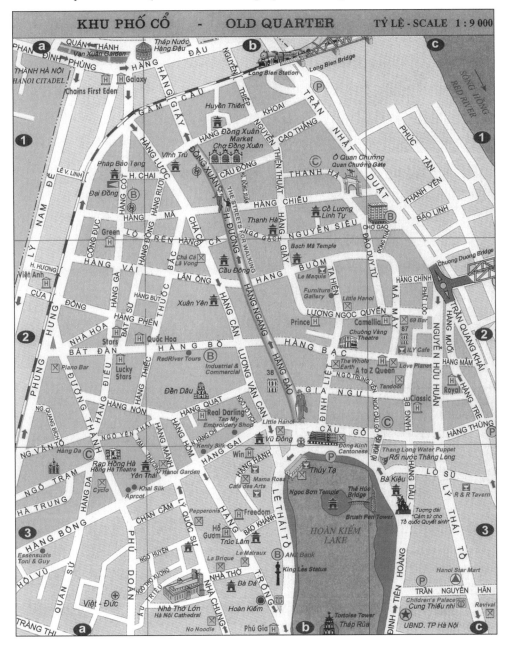

2. Prepare with a partner a conversation about a sightseeing tour of your favorite city, then perform the dialogue in front of your class.

3. Use the dictionary to read the following advertisement taken from a Hanoi newspaper. Here are the meanings of the acronyms used in the advertisement.

DT = diện tích

giá TT = giá thoả thuận *(price negotiable)*

MT = mặt tiền *(front or façade of a house, building)*

HN = Hà Nội

TTHN quốc gia = trung tâm hội nghị quốc gia

LH = liên hệ

phòng HC = phòng hành chính

cty = công ty

CPKD = cổ phần kinh doanh *(joint stock)*

MTG = miễn trung gian *(no brokerage, no intermediacy)*

MB = mặt bằng (= diện tích)

SĐCC = sổ đỏ chính chủ *(should be sold by the owner)*

VP = văn phòng

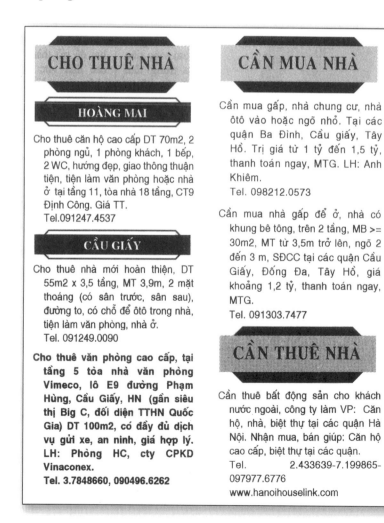

Bạn cần biết

Some international students prefer staying with a Vietnamese family to study the language and to learn about Vietnamese culture. The best way to rent a room in a Vietnamese house is to ask the Vietnamese institution that sponsors you or to ask your Vietnamese friends to find a place for you. They will negotiate the rent on your behalf. Usually, the Vietnamese hosts can prepare meals for you at a very reasonable price. Once you become friends, a Vietnamese family will provide you with one-of-a-kind insight into the Vietnamese way of life.

If you plan to stay in Vietnam to study for a semester or longer, you may want to buy a bicycle to get around. Motorbikes are the most popular means of transportation in the cities, but keep in mind that a driver's license is required to ride a motorbike in Vietnam. A taxi is the best way for tourists to go from one place to another in a city. Taxi fares are much lower than in Europe and the U.S.A. It is not customary to give a tip to the taxi driver.

Cổng đền Ngọc Sơn, Hà Nội
Gate of Ngọc Sơn Temple in Hà Nội

Phần 2

Bài đọc 🎧 2-8

Sài Gòn – thành phố Hồ Chí Minh

Với diện tích hơn hai nghìn cây số vuông và dân số khoảng sáu triệu rưỡi người, Sài Gòn là thành phố lớn nhất ở Việt Nam, là trung tâm chính trị, kinh tế, văn hoá, khoa học, giao thông của các tỉnh phía nam.

So với Hà Nội, Sài Gòn được thành lập muộn hơn, nên được coi là một thành phố tương đối trẻ. Đầu thế kỷ 17, người Việt từ miền Bắc, miền Trung vượt biển vào đây khai khẩn miền đất này. Trong những năm 70 thế kỷ 17, chúa Nguyễn cho một số quan quân nhà Minh đến vùng Hà Tiên, Mỹ Tho và Đồng Nai lánh nạn. Họ cùng người Việt làm ăn sinh sống trên miền đất này, biến hàng ngàn, hàng vạn héc-ta đất hoang, rừng rậm, đầm lầy thành ruộng vườn xanh tươi. Năm 1698, một vị quan của chúa Nguyễn là Nguyễn Hữu Cảnh được cử vào đây thành lập phủ Gia Định và huyện Tân Bình. Sài Gòn chính thức xuất hiện.

Khi ấy, ngoài những khu vực của người Việt còn có xã Minh Hương của người Hoa, chính là khu Chợ Lớn sau này. Năm 1772, Sài Gòn trở thành một thành phố. Từ năm 1776 đến năm 1783, Tây Sơn và Nguyễn Ánh thay nhau làm chủ Sài Gòn nhiều lần. Năm 1788, Nguyễn Ánh chiếm được Sài Gòn. Từ năm 1802 (là năm triều Nguyễn được thành lập và đặt kinh đô ở Huế) cho đến năm 1832, Sài Gòn là thủ phủ của Gia Định thành.

Năm 1859 người Pháp chiếm được Gia Định. Ngay lập tức, họ quy hoạch lại Sài Gòn thành một thành phố lớn phục vụ mục đích khai thác thuộc địa. Thành phố được thiết kế theo mô hình châu Âu. Năm 1865 người Pháp tách Chợ Lớn ra khỏi Sài Gòn, đến năm 1931 mới lại sáp nhập Chợ Lớn với Sài Gòn thành Sài Gòn-Chợ Lớn. Trong suốt thời kỳ thuộc Pháp, nhiều công trình lớn được xây dựng. Sài Gòn-Chợ Lớn trở thành trung tâm chính trị, kinh tế, văn hoá của cả Đông Dương mà nhiều người gọi là Hòn ngọc của Viễn Đông. Từ năm 1954 đến năm 1975, Sài Gòn là thủ đô của Việt Nam Cộng hoà. Sau khi đất nước thống nhất, ngày 2 tháng 7 năm 1976, Quốc hội nước Cộng hoà Xã hội chủ nghĩa Việt Nam quyết định đổi tên Sài Gòn thành Thành phố Hồ Chí Minh.

Hiện giờ, Sài Gòn là trung tâm kinh tế quan trọng nhất của cả nước. Mặc dù chỉ chiếm 0,6% diện tích và 7,5% dân số của cả nước, Sài Gòn chiếm tới 20, 2% tổng sản phẩm quốc dân, 27,9%

tổng giá trị sản xuất công nghiệp và 34,9% tổng dự án đầu tư của nước ngoài vào Việt Nam. Sài Gòn có một hệ thống trung tâm thương mại, siêu thị, chợ đa dạng. Chợ Bến Thành nằm ở trung tâm, là biểu tượng về giao lưu thương mại từ xa xưa của thành phố, hiện nay vẫn giữ một vai trò quan trọng. Trong thời gian gần đây, nhiều trung tâm thương mại hiện đại xuất hiện như Saigon Trade Centre, Diamond Plaza. Nhờ vị trí địa lý và điều kiện tự nhiên thuận lợi, Sài Gòn là đầu mối giao thông quan trọng không chỉ của Việt Nam mà còn của cả Đông Nam Á. Cảng Sài Gòn là cảng biển quan trọng nhất của cả nước. Giao thông đường sông cũng chiếm vị trí đặc biệt. Sân bay quốc tế Tân Sơn Nhất mới được xây dựng lại trở thành một sân bay quan trọng trong vùng Đông Nam Á. Sài Gòn cũng là trung tâm giao thông đường ô tô và đường sắt của cả miền Nam.

Sài Gòn là một trong những trung tâm giáo dục bậc đại học quan trọng nhất của cả nước. Với 25 trường đại học, Sài Gòn góp phần đào tạo chuyên gia cho tất cả các ngành nghề. Bệnh viện nằm ở khắp các quận, huyện ở Sài Gòn, trong đó có những bệnh viện thuộc loại lớn nhất và hiện đại nhất của Việt Nam. Trường Đại học Y Sài Gòn cùng với trường Đại học Y Hà Nội là hai cơ sở quan trọng nhất đào tạo bác sĩ và chuyên gia cho ngành y tế của cả nước.

Sài Gòn là một thành phố tương đối trẻ, còn giữ lại được nhiều công trình kiến trúc có giá trị, trong đó có chùa chiền. Thành phố có đến vài trăm ngôi chùa, chia làm ba loại: chùa cổ Việt Nam theo Phật giáo truyền thống có khoảng hơn hai trăm năm nay; chùa do người Hoa xây dựng, tập trung bên khu Chợ Lớn, mang phong cách Trung Hoa; chùa mới được xây dựng, mang nhiều nét kiến trúc hiện đại. Sài Gòn có nhiều nhà thờ Thiên Chúa giáo, trong đó lớn nhất là Nhà thờ Đức bà nằm ở trung tâm thành phố, do người Pháp xây dựng năm 1880. Nhà thờ có hai tháp chuông cao 40 mét. Thành phố có một số nhà thờ đạo Tin lành, một nhà thờ Hồi giáo.

Ngành du lịch đóng góp một phần đáng kể cho ngân sách của thành phố. Mỗi năm có khoảng ba, bốn triệu khách du lịch đến thăm thành phố và từ đây đi thăm nhiều nơi khác ở các tỉnh phía nam. Những khách sạn lớn do người Pháp xây dựng vào nửa đầu thế kỷ 20 hiện nay vẫn là những khách sạn sang trọng của thành phố. Nhiều khách sạn mới được xây dựng trong hai thập niên vừa qua. Thành phố có 11 khách sạn năm sao, 8 khách sạn bốn sao, 20 khách sạn ba sao và nhiều khách sạn nhỏ khác, song vẫn chưa đáp ứng được nhu cầu của khách du lịch.

Tuy đạt tốc độ phát triển rất cao, thành phố vẫn đang phải đương đầu với một số vấn đề kinh tế và xã hội như hệ thống đường sá trong thành phố không đáp ứng được lượng xe ngày càng tăng, thường xuyên gây ách tắc giao thông; môi trường bị ô nhiễm là một vấn đề nghiêm trọng mà người ta phải tìm cách giải quyết; khoảng cách giầu nghèo ngày càng lớn cũng gây ra một số vấn đề xã hội khác.

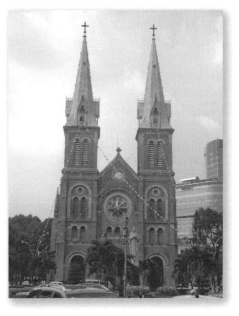

Nhà thờ Đức Bà, thành phố Hồ Chí Minh
Cathedral of Notre Dame, Hồ Chí Minh City

📖 Từ mới 🎧 2-9

vượt *to cross, overcome*
  vượt biển *to cross the ocean*
khai khẩn *to clear the land*
chúa *lord*
quan *official, mandarin*
quân *soldier, troops, army*
nhà Minh *Ming dynasty in China* 明朝 *(1368–1644)*
lánh nạn *to take refuge*
làm ăn *to work, do business*
sinh sống *to live, dwell*
biến *to turn something into something*
hàng ngàn *thousands*
vạn *ten thousand*
  hàng vạn *tens of thousands*
héc-ta *hectare*
hoang *virgin, uncultivated*
  đất hoang *uncultivated lands*
rậm *thick, dense*
đầm lầy *bog, swamp, marsh*
xanh tươi *verdant, luxuriant*
cử *to send (an official), appoint*
phủ *prefecture*
huyện *district*
xã *commune*
Minh Hương *Chinese communities overseas (began to be founded during the Ming dynasty)*
người Hoa *Chinese people (as an ethnic group)*
chính là *exactly, precisely*
sau này *in the future, would be*
thay nhau *to replace each other*
làm chủ *to be owner of, control*
thủ phủ *center of a region*
thành *citadel, fortress*
ngay lập tức *immediately*
quy hoạch *to plan (a town, city)*
  quy hoạch lại *to re-plan*
thuộc địa *colony*
mô hình *model*

tách A ra khỏi B *to separate A from B*
sáp nhập *to merge, annex*
thời kỳ *period*
  thời kỳ thuộc Pháp *the period under French rule*
hòn ngọc *pearl, gem*
Viễn Đông *the Far East*
cộng hoà *republic; republican (characteristic of or supportive of a republic)*
  Việt Nam Cộng hoà *the Republic of Vietnam*
xã hội chủ nghĩa *socialist*
  Cộng hoà Xã hội chủ nghĩa Việt Nam *the Socialist Republic of Vietnam*
quyết định *to decide, make a decision*
đổi tên thành *to rename as*
tổng sản phẩm quốc dân *gross domestic product (GDP)*
giá trị *value*
dự án *project*
đầu tư *to invest; investment*
thương mại *commerce*
  trung tâm thương mại *shopping center, shopping mall*
biểu tượng *symbol*
giao lưu *to communicate*
từ xa xưa *from ancient times*
giữ vai trò *to play a role*
nhờ *due to, thanks to*
không chỉ … mà còn … *not only ... but also ...*
Đông Nam Á *Southeast Asia*
giáo dục *education*
bậc *level*
chuyên gia *specialist, expert*
ngành *area, specialty*
nghề *profession, occupation*
y tế *health care*
giữ lại được *to preserve*
chùa chiền *(collective noun) temples, pagodas*
Phật giáo *Buddhism*
truyền thống *tradition; traditional*

phong cách *style*	**sao** *star*
Trung Hoa *China; Chinese*	**đáp ứng** *to meet (demands, requirements)*
Nhà thờ Đức bà *Cathedral of Notre Dame*	**nhu cầu** *demand*
Thiên Chúa giáo *Catholicism*	**đạt** *to achieve*
chuông *bell*	**đương đầu** *to encounter, cope with*
tháp chuông *belfry*	**xã hội** *society*
Tin lành *Protestantism*	**đường sá** *(collective noun) roads*
Hồi giáo *Islam*	**tăng** *to increase, rise*
đóng góp *to contribute*	**ách tắc** *traffic congestion, traffic jam*
phần *part*	**môi trường** *environment*
đáng kể *considerable*	**ô nhiễm** *to pollute, be polluted*
ngân sách *budget*	**nghiêm trọng** *grave, serious*
sang trọng *luxurious*	**giải quyết** *to solve, resolve, find a solution to*
thập niên *decade*	**khoảng cách** *distance; gap*
vừa qua *recent; recently*	**giầu** *rich, wealthy*
trong hai thập niên vừa qua *in the last two decades*	**nghèo** *poor*

Đường Nguyễn Huệ, thành phố Hồ Chí Minh
Nguyễn Huệ Street, Hồ Chí Minh City

🔍 Ngữ pháp & cách dùng từ 🎧 2-10

10. **Biến thành, biến … thành, trở nên** and **trở thành**

Although they all express the sense of changing, these are used in different ways. When used for inanimate nouns, the intransitive verbs **biến thành** and **trở thành** have the similar meaning "to become something different, to turn into something." The verb **biến thành** emphasizes the change:

> **Sau trận động đất, toà nhà 10 tầng biến thành/trở thành đống gạch vụn.**
>
> *After the earthquake the ten-story building became just a heap of rubble.*

Trở thành, meaning "to become someone different," may be used only before a noun:

Bạn tôi đã trở thành luật sư.

My friend has become a lawyer.

The intransitive verb **trở nên**, meaning "to change to a different state," is used before an adjective:

Sau khi mọi người đi hết, căn phòng trở nên yên tĩnh.

After everyone left, it became quiet in the room.

The transitive verb **biến … thành …** means "to turn something into something":

Người Việt từ những miền đất phía bắc di cư vào đây đã biến vùng đất phì nhiêu này thành một khu vực kinh tế nông nghiệp phát triển.

Vietnamese people who had moved here from the North turned this fertile land into a region with developed agriculture.

11. **Vị**

The classifier **vị** is used before a noun denoting a person, to convey high respect for the person: **vị chủ tịch**, **vị giáo sư**.

12. **Đổi, thay** and **thay đổi**

The verb **đổi** has two meanings.

1) "To change something to something." With this meaning, it takes the preposition **thành** and is used in the construction **đổi** + noun + **thành** + noun:

Năm 1883 nhà Nguyễn đổi Sài Gòn thành tỉnh Gia Định.

In 1883 the Nguyễn dynasty changed Saigon to Gia Định Province.

2) "To exchange something for something." With this meaning, it takes the preposition **lấy** and is used in the construction **đổi** + noun + **lấy** + noun:

Cái áo này hơi chật, tôi muốn đổi lấy cái khác.

This shirt is too small for me, I want to exchange it for another one.

The set expression **đổi ý** means "to change one's mind":

Chị ấy định mời chúng tôi đến nhà ăn sinh nhật nhưng đổi ý, mời chúng tôi ra nhà hàng.

She wanted to invite us to her house to celebrate her birthday, but changed her mind and invited us to a restaurant instead.

The verb **thay**, meaning "to change, replace, substitute," may be used in different grammatical constructions.

1) The transitive verb **thay** takes a noun as a direct object:

thay pin trong đồng hồ

to change the battery in a watch

thay bóng đèn

to change a bulb

thay quần áo
to change clothes
thay người trong hiệp hai
to make a substitution in the second half

2) **Thay** is used after another verb and means "to substitute for someone": **làm thay** "to substitute someone at work," **dậy thay** "to substitute a teacher," **kí thay** "to sign (a document) on someone's behalf."

The verb **thay đổi** conveys the sense of "to become different" or "to make something different":

Trong 10 năm qua thành phố Hà Nội thay đổi rất nhiều.
Hanoi has changed very much over the last ten years.
Người ta đang thay đổi hệ thống giáo dục đại học.
They are changing the higher education system.

The set expression **thay đổi ý kiến** conveys the same meaning as **đổi ý**, but sounds more formal:

Cô ấy hay thay đổi ý kiến lắm.
She might easily change her mind.

The phrase **đổi tên thành** has the meaning "to rename something something":

Khi trường đại học Harvard được thành lập, người ta quyết định đổi tên thành phố New Towne thành Cambridge.
When Harvard University was founded, they decided to rename New Towne Cambridge.

13. **Lại**

The word **lại** has many meanings. Here are three of them.

1) When used <u>after</u> a verb (the verb is usually transitive), **lại** conveys the sense of redoing something, performing an action again, and in some cases it is similar to the English prefix *re-*: **làm lại** "to redo," **viết lại** "to rewrite," **thi lại** "to retake an exam," **hỏi lại** "to ask the question again," **nấu lại** "to cook something again," **quy hoạch lại** "to re-design."

2) When **lại** comes <u>before</u> a verb, it means that an action takes place again. The speaker may imply that the action is unfavorable for her/him or for the subject:

Trời lại mưa, mấy hôm nay mưa nhiều quá.
It is raining again. It has been raining too much in recent days.
Anh ấy lại đến muộn.
He is late again.
Nó lại bị tai nạn ô tô.
He has been in another car accident.

3) **Lại** is used after a large number of verbs where it becomes a part of the verbs: **giữ lại** "to keep, preserve," **để lại** "to leave something in a place," **gửi lại** "to leave something for someone," **trả lại** "to return something."

14. **Quyết định** and **giải quyết**

Both verbs **quyết định** and **giải quyết** contain the component **quyết**, but they convey different meanings. **Quyết định** means "to decide, make a decision to do something, to resolve" and usually comes before another verb:

> **Thành phố quyết định đầu tư thêm vào ngành giáo dục trong năm học tới.**
>
> *The city has decided to invest more in the educational system for the next academic year.*

Giải quyết means "to solve, resolve" and comes before a noun:

> **Thành phố đang cố gắng giải quyết vấn đề ô nhiễm môi trường.**
>
> *The city is trying to solve the problem with the polluted environment.*

15. **Tổng**

The word **tổng**, meaning "total, gross, general," is used before a large number of nouns: **tổng sản phẩm quốc dân** "GDP," **tổng giá trị sản xuất công nghiệp** "total value of industry products," **tổng bí thư** "general secretary," **tổng số** "grand total."

16. **Không chỉ … mà cả …** and **không những/không chỉ … mà còn …**

These mean "not only … but also …" and are used to connect two similar parts of a sentence. **Không chỉ … mà cả …** comes before two nouns:

> **không chỉ** + noun + **mà cả** + noun

or **không chỉ** is placed before a verb, and **mà cả** comes before a noun:

> **không chỉ** + verb + **mà cả** + noun
>
> **Nhiều khách du lịch đến thăm thành phố này không chỉ mùa hè mà cả mùa đông.**
>
> Or: **Nhiều khách du lịch không chỉ đến thăm thành phố này mùa hè mà cả mùa đông.**
>
> *Many tourists visit this city not only in summer, but also in winter.*

Không những/không chỉ … mà còn … is used before two verbs or adjectives functioning as the predicate:

> **không những/không chỉ** + verb/adjective + **mà còn** + verb/adjective
>
> **Khí hậu vùng này không những/không chỉ nóng mà còn ẩm.**
>
> *The climate in this area is not only hot, but also humid.*

The particle **nữa** may be placed at the end of the sentence to emphasize the combination:

> **Nhiều khách du lịch đến thăm thành phố này không chỉ mùa hè mà cả mùa đông nữa.**
>
> **Khí hậu vùng này không những/không chỉ nóng mà còn ẩm nữa.**

📋 Drills

A. Fill in the blanks with the verbs **biến thành, biến thành, trở nên** or **trở thành.**

1. **Mười năm sau khi tốt nghiệp trường y, cô ấy _____ một bác sĩ mắt nổi tiếng.**

2. **Thành phố bị lụt, nhiều khu phố** _____ **những hồ nước lớn.**

3. **Đã sang tháng ba, thời tiết** _____ **ấm hơn, ngày** _____ **dài hơn.**

4. **Chỉ trong vài chục năm, người ta đã** _____ **thị trấn nhỏ này** _____ **một thành phố nghỉ mát nổi tiếng.**

5. **Vùng biển Việt Nam gần Vũng Tàu** _____ **nơi khai thác dầu khí quan trọng của cả nước.**

6. **Sinh viên** _____ **ngôi nhà ấy** _____ **câu lạc bộ khiêu vũ.**

7. **Vấn đề này** _____ **rất quan trọng.**

8. **Vào giữa những năm 60, hòn đảo này** _____ **một nước độc lập.**

9. **Các công ty nước ngoài** _____ **tỉnh Bình Dương ở phía Bắc thành phố Hồ Chí Minh** _____ **một trung tâm công nghiệp quan trọng của cả nước.**

10. **Cần Thơ** _____ **trung tâm kinh tế và giáo dục của đồng bằng sông Cửu Long.**

B. Complete the following sentences using **biến thành, biến thành, trở nên** or **trở thành**.

1. **Hai người** (have become close friends = **bạn thân**).
2. **Sau hai tháng làm việc,** (she has become accustomed to her job at this research center).
3. **Cháu bé này** (is to become a great pianist).
4. **Không được mở nhạc to** (after 10 PM has become a rule of the dorm).
5. **Đi ra phố vào ban đêm** (is becoming dangerous).
6. **Cô ấy** (was trained to become a lawyer).
7. (The room changed into a very pleasant place) **khi đèn không sáng lắm.**
8. **Sau khi** (work is over, he turns into a fairly nice person).
9. **Ông ấy** (suddenly changed himself into a smiling friend rather than the unpleasant old man we had first seen).
10. **Trong** *truyện cổ tích* "fairy tale, folktale" **ấy, bà cụ** (can turn a bird into a tiger).
11. **Khí hậu trên** *toàn* "entire, whole" **thế giới** (is becoming warmer).
12. **Bà ấy ốm khá nặng,** (now she has already recovered but has become difficult to please).

C. Fill in the blanks with the verbs **đổi, thay** or **thay đổi**.

1. **Ông ấy đã quyết định như thế rồi, không ai có thể** _____ **ý kiến ông ấy đâu.**

2. **Quyển từ điển này hơi ít từ, chị có định** _____ **lấy quyển khác không?**

3. **Năm 1831 vua Minh Mạng _____ tên thành phố Thăng Long _____ Hà Nội.**

4. **Bao lâu phải _____ *dầu* "oil" xe ô tô một lần?**

5. **Anh _____ nhiều quá, tôi không nhận ra.**

6. **Tuần tới tôi không nghỉ được vì không có ai làm _____.**

7. **Từ thế kỷ 17 đến nay, chữ quốc ngữ có _____ nhưng không nhiều lắm.**

8. **Anh đã hứa với tôi thế rồi, đừng _____ ý đấy nhé.**

9. **Thời tiết vùng này đôi khi _____ rất nhanh, người ta *nói đùa* "to joke": "Nếu bạn không thích thời tiết như thế này thì bạn chờ năm phút. Nếu bạn thích thời tiết như thế này thì bạn cũng chờ năm phút".**

10. **Để tôi _____ quần áo rồi tôi đi với anh.**

11. **Tình hình kinh tế Việt Nam trong những năm 90 thế kỷ 20 *hoàn toàn* "completely, totally" _____ , biến Việt Nam từ một nước phải nhập khẩu gạo thành một nước xuất khẩu gạo.**

12. **Cô có *tiền lẻ* "small change" không, làm ơn _____ cho tôi tờ năm trăm nghìn đồng?**

D. Use **lại** to translate the following sentences. Pay attention to its position.

1. I want to return this book to the professor.
2. We are going to have another snowstorm. This is a second snowstorm in three days.
3. When can he retake the exam?
4. I am busy now. Please call me back later.
5. Can I leave this book for her?
6. The teacher asked the question again so we understood it correctly.
7. Today I will cook this dish again and will show you how to cook it.
8. Has she gotten sick again?
9. Please say that again. I don't understand what you mean.
10. My doctor asked me to return to the hospital in a week so he can re-examine me.

E. Use **quyết định** or **giải quyết** to complete the following sentences.

1. **Chúng tôi có nhiều thứ để chọn nên** (it is hard to decide what to buy).
2. **Ông ấy chẳng làm gì** (to resolve the difficult situation).
3. (She resolved that she would never) **gặp lại anh ấy nữa.**
4. **Chính phủ đang cố gắng** (to solve the traffic problems in the large cities).
5. **Sau chuyến đi sang châu Âu,** (we resolved to visit Europe at least once a year).

6. (We cannot resolve this matter) **trong vòng một tuần được đâu.** (It is very hard to resolve it in such a short time.)

7. **Sau khi tìm được việc làm mới,** (she resolved that she would try to work harder).

8. **Chúng tôi không có đủ xe để đi chùa Hương,** (but the matter was resolved by = **bằng cách** three people taking the bus).

9. **Sau khi *ly hôn* "to get divorced" lần thứ hai** (she decided never to marry again).

10. **Bạn tôi cho rằng** (money will solve all his problems).

F. Fill in the blanks using **không chỉ … mà cả …** or **không những/không chỉ … mà còn …** Pay attention to the word class of the words that follow them.

1. **Chị ấy _____ học giỏi _____ tham gia rất nhiều hoạt động của hội sinh viên.**

2. **Đà Nẵng _____ nổi tiếng vì Bảo tàng Chăm _____ có cả một khu gọi là Thánh địa Mỹ Sơn của người Chăm nữa.**

3. **_____ bà ấy _____ chúng tôi cũng không đồng ý với quyết định của anh.**

4. **Cơm Việt Nam _____ có ít mỡ _____ có rất nhiều rau nữa.**

5. **Vào thế kỷ 17, _____ người Việt _____ người Hoa cũng vào đồng bằng sông Cửu Long làm ăn sinh sống.**

6. **Hiện giờ, Việt Nam _____ là nước xuất khẩu nhiều gạo thứ hai thế giới _____ là nước xuất khẩu nhiều cà phê thứ hai thế giới nữa.**

7. **Sài Gòn _____ có nhà thờ đạo Tin lành _____ nhà thờ Hồi giáo nữa.**

8. **Đà Lạt cung cấp _____ rau _____ hoa cho Sài Gòn nữa.**

9. **Bộ quần áo này _____ đẹp _____ rẻ nữa.**

10. **Các bài hát của Trịnh Công Sơn _____ nhạc _____ lời cũng rất hay.**

11. **_____ sân bay Nội Bài _____ sân bay Tân Sơn Nhất cũng đã trở thành các sân bay quốc tế quan trọng trong vùng Đông Nam Á.**

12. **Ký túc xá của tôi _____ cũ _____ xa lớp học.**

13. **Vùng đồng bằng sông Cửu Long có nhiều chùa đạo Phật _____ của người Việt và người Hoa _____ của người Khmer nữa.**

14. **Học kỳ này tôi _____ học tiếng Việt _____ học một lớp về lịch sử Việt Nam nữa.**

15. **Văn Miếu _____ có trường đại học đầu tiên của Việt Nam _____ là nơi có các công trình kiến trúc cổ của nhiều triều đại.**

G. Use **không chỉ ... mà cả ...** or **không những/không chỉ ... mà còn ...** to translate the following sentences.

1. In the year of 2010 Vietnam celebrates not only the 1,000th anniversary of Thăng Long, but also the the 1,000th anniversary of the foundation of the Lý dynasty.
2. Not only is it dark, but it is also foggy, so you should be very careful when driving.
3. Not only undergraduate students but also graduate students participate in the activities of the Students' Association.
4. Not only has he been late three times, he has also done no work.
5. She not only plays the piano, but also the violin.
6. On the days of the Northeastern monsoon the weather in Hanoi is not only cold, but also damp.
7. Not only has he quit smoking, but he has also started working out.
8. Not only was Hanoi flooded, but also several other provinces in the Red River Delta.
9. Not only do they need clothing, but they are also short of drinking water.
10. Since Vietnam shifted to the market economy, not only has there been little difference in price for goods, but the service has also become much better.

🎧 2-11

H. First read the words and phrases below. Then listen to the speaker on the audio track and repeat the words and phrases. Pay close attention to 1) two- (or more) syllable words, whose syllables should be spoken together; 2) the pronunciation of the words that have similar sounds but differ in meaning and usage.

1. **sáu triệu rưởi, sáu giờ rưởi**
2. **khai khẩn, khai khẩn miền đất này, khai thác, khai thác dầu lửa và khí đốt**
3. **thủ đô, thủ đô Hà Nội, phủ Gia Định, thủ phủ của Gia Định thành**
4. **giao lưu, giao lưu thương mại, giao thông, giao thông vận tải**
5. **chuyên gia, đào tạo chuyên gia y tế, chuyên về y tế**
6. **nhà thờ, Nhà thờ Lớn ở Hà Nội, nhà thơ, nhà thơ lớn của Việt Nam**
7. **khách sạn, các khách sạn, các khách sạn khác**
8. **đường sá, hệ thống đường sá, đường sắt, hệ thống đường sắt**
9. **nghiêm trọng, vấn đề nghiêm trọng, quan trọng, vấn đề quan trọng**

I. Based on the content of the narrative, give answers to the following questions.

1. **Vì sao Sài Gòn được coi là thành phố tương đối trẻ ở Việt Nam?**
2. **Tại sao một số quan quân nhà Minh sang Việt Nam xin chúa Nguyễn cho lánh nạn?**
3. **Ai là người đầu tiên được chúa Nguyễn cử vào thành lập phủ Gia Định? Vào năm nào?**

4. Vì sao từ năm 1776 đến năm 1783, Tây Sơn và Nguyễn Ánh thay nhau làm chủ khu vực Sài Gòn nhiều lần?
5. Người Pháp chiếm được Sài Gòn năm nào?
6. Dưới thời thuộc Pháp, Sài Gòn được quy hoạch như thế nào?
7. Tại sao có thể nói hiện giờ Sài Gòn là trung tâm kinh tế quan trọng nhất của cả nước?
8. Bạn biết gì về Sài Gòn như một trung tâm giao thông quan trọng?
9. Sài Gòn có những đại học lớn nào?
10. Bạn biết gì về các công trình kiến trúc ở Sài Gòn?
11. Sài Gòn hiện phải đương đầu với những vấn đề lớn nào về mặt kinh tế và xã hội?

Hội trường Thống nhất (trước đây là Dinh Độc lập), thành phố Hồ Chí Minh
Meeting Hall of Reunification (former Palace of Independence), Hồ Chí Minh City

✏ Exercises

1. Write an essay about your favorite city.
2. Use the dictionary to read the following narrative taken from book **Thành phố Hồ Chí Minh tự giới thiệu** (published by Nhà xuất bản Thành phố Hồ Chí Minh, 2002).

> Sài Gòn – thành phố Hồ Chí Minh nằm giữa miền Đông và miền Tây Nam bộ. Trong hơn 300 năm qua, Sài Gòn là thị trường chính của hàng hóa sản xuất, trồng trọt và chế biến của toàn vùng Nam bộ , là thị trường tiêu thụ và cũng là nơi tập kết và là "trạm trung chuyển" các loại sản phẩm của Nam bộ đến mọi miền của đất nước và xuất khẩu ra thế giới. Từ Sài Gòn – thành phố Hồ Chí Minh, hầu như mọi loại nhu yếu phẩm phục vụ tiêu dùng và sản xuất – trong đó sản phẩm của Sài Gòn – thành phố Hồ Chí Minh chiếm tỷ lệ khá cao – theo hệ thống sông rạch cung cấp cho toàn miền. Đường thủy từ Sài Gòn có thể đến tất cả các tỉnh Nam bộ và ngược lại . Ngày nay dù hệ thống đường bộ được xây dựng nhiều, nhưng không có hệ thống giao thông nào thuận tiện hơn và hiệu quả kinh tế hơn hệ thống giao thông đường thủy.
>
> Sài Gòn – thành phố Hồ Chí Minh đã tạo dựng một trung tâm công nghiệp sản xuất hầu hết hàng tiêu dùng và công cụ sản xuất và chế biến nông lâm - hải sản cung cấp cho nhu cầu tiêu dùng của cả nước. Trong tương lai không xa, với chiến lược phát triển công nghiệp, thành phố Hồ Chí Minh sẽ cho ra đời nhiều sản phẩm, máy móc hiện đại phục vụ các cơ sở chế biến sản phẩm nông nghiệp của Nam bộ đạt chất lượng xuất khẩu.
>
> Trong sự nghiệp phát triển công nghiệp – thủ công nghiệp ở Sài Gòn – thành phố Hồ Chí Minh 300 năm qua có phần đóng góp rất quan trọng của người Hoa (hiện có khoảng 500.000 người, sống tập trung tại quận 5, quận 6, quận 8, quận 11...). Khi được chúa Nguyễn cho phép định cư lập nghiệp tại vùng đất mới này của Việt Nam, người Hoa đã mang theo trong hành trang li hương nhiều ngành nghề thủ công truyền thống. Sản phẩm thủ công nghiệp nhiều chủng loại, đa dạng của người Hoa đã có thời chiếm lĩnh thị trường nội địa và ngày nay vẫn chiếm tỷ trọng rất cao . Trong thời đổi mới, người Hoa nhờ có những mối quan hệ khăng khít với cộng đồng của mình ở nhiều nơi trên thế giới, đã đóng góp có ý nghĩa cho sự phát triển kinh tế của thành phố thông qua việc gọi vốn đầu tư và nhập khẩu máy móc, thiết bị tinh xảo nhằm nâng cao chất lượng sản phẩm cạnh tranh trên thị trường trong nước và đã vươn ra nước ngoài. Người Hoa đang đóng góp tích cực vào sự nghiệp công nghiệp hóa, hiện đại hóa của thành phố Hồ Chí Minh - quê hương chung của nhiều dân tộc anh em.

Bạn cần biết

A city (**thành phố**) is run by **Uỷ ban Nhân dân** (People's Committee) **thành phố**, and a province (**tỉnh**) is run by **Uỷ ban Nhân dân tỉnh**, which is elected by **Hội đồng Nhân dân** (People's Council). The head of **Uỷ ban Nhân dân** is **Chủ tịch Uỷ ban Nhân dân**. Accordingly, a **quận** and a **huyện** are run by **Uỷ ban Nhân dân quận** or **Uỷ ban Nhân dân huyện**, whose head is also called **chủ tịch**. In fact, the most powerful organization in an administrative entity in Vietnam is the committee of the Communist Party, which is called **thành uỷ** in a city and **tỉnh uỷ** in a provice. The head of **thành uỷ** is **bí thư thành uỷ**; the head of **tỉnh uỷ** is **bí thư tỉnh uỷ**. Accordingly, a **quận** and a **huyện** have their own organization of the Communist Party, which is called **quận uỷ** and **huyện uỷ**, respectively. Its head is **bí thư quận uỷ** or **bí thư huyện uỷ**.

Tục ngữ 🎧 2-12

Đất lành chim đậu.
It is safe riding in a good haven. (Literally: A bird would perch on a safe place.)

Uỷ ban Nhân dân thành phố Hồ Chí Minh
City Hall, Hồ Chí Minh City

LESSON **3**

Vietnam's Educational System

🔍 Grammar & Usage Focus

1. Emphatic particle **rồi**.
2. Phrase **thì chị/anh … bảo**.
3. Emphatic particle **nữa cơ**.
4. Sentence + subject + **mới** + verb.
5. Sentence + **nhỉ**.
6. Reduplicatives **chầm chậm, nhè nhẹ**.
7. **Đại khái như/là**.
8. **Quốc gia, nhà nước** and **nước**.
9. **Giáo sư, tiến sĩ, bác sĩ** as second personal pronouns.
10. **Mới … thôi**.
11. Use of the verb **lên**.
12. Use of the noun **lớp**.
13. Use of the noun **khoa học**.
14. **Châu Âu** vs. **Âu châu, phương Tây** vs. **Tây phương**.
15. **Muốn … phải …**
16. **Ngoại ngữ** vs. **tiếng**.
17. **Trong nước** vs. **nước ngoài**.
18. **Phụ thuộc vào** and **độc lập với**.

Phần 1

💬 **Đối thoại 1** 🎧 3-1

Thi tuyển sinh đại học

A: **Sao hôm nay anh đến muộn thế?**
B: **Xin lỗi chị, đường nhiều chỗ bị tắc chị ạ.**
A: **Anh không tránh các điểm thi tuyển sinh đại học rồi.**

B: Thì chị bảo có biết trước đâu mà tránh. Thậm chí tôi còn không biết hôm nay thi đại học nữa cơ. Nghe những người xung quanh cũng bị tắc đường như tôi nói, tôi mới biết.

A: Hôm nay là ngày thi đầu tiên anh ạ.

B: Tôi chỉ hiểu lơ mơ về thi đại học thôi. Tức là học sinh lớp 12 muốn vào được đại học phải qua hai kỳ thi hở chị?

A: Vâng, thi tốt nghiệp trung học phổ thông xong rồi khoảng một tháng sau thì thi đại học.

B: Tất cả các trường đại học thi cùng một ngày à?

A: Không, thi vào những ngày khác nhau.

B: Chắc họ phải chia ra thành nhiều ngành chứ chị nhỉ?

A: Vâng, các môn thi được chia làm bốn khối cơ bản là các khối A, B, C và D.

B: Chị làm ơn cho tôi biết chi tiết về từng khối. Chị nói chầm chậm thôi để tôi ghi lại. Tôi cũng quan tâm đến nền giáo dục đại học của Việt Nam. Nước tôi không có kỳ thi đại học chị ạ.

A: Khối A là khối các trường khoa học tự nhiên và kỹ thuật, thí sinh thi toán, vật lý và hoá học. Khối B là khối các trường y, dược, nha, thi toán, hoá và sinh học. Khối C là khối các trường khoa học xã hội và nhân văn, thi văn, lịch sử và địa lý. Khối D là khối các trường ngoại ngữ, thi toán, văn và ngoại ngữ.

B: Ngoại ngữ thí sinh thi những thứ tiếng gì?

A: Một trong bốn thứ tiếng là Anh, Nga, Pháp và Trung. Ngoài bốn khối cơ bản nói trên ra còn nhiều khối năng khiếu, tôi không nhớ hết. Đại khái như khối T tuyển sinh cho các trường đại học thể dục thể thao, thi toán, sinh học và năng khiếu thể thao, khối V tuyển sinh cho các trường xây dựng và kiến trúc, thi toán, lý và vẽ.

B: Nếu thi trượt vào đại học thì sao?

A: Thì sang năm thi lại. Thi đại học khó lắm, không phải ai thi cũng đỗ.

🗨 Đối thoại 2 🎧 3-2

Lịch sử thành lập Đại học Quốc gia Hà Nội

A: Thưa giáo sư, giáo sư làm ơn cho biết: Đại học Quốc gia Hà Nội được thành lập từ bao giờ ạ?

B: Nếu kể từ khi có tên Đại học Quốc gia Hà Nội thì mới được thành lập vào năm 1993 thôi.

A: Chắc là do hợp nhất một số trường đại học ở Hà Nội có từ trước đó, phải không ạ?

B: Vâng, hợp nhất và tổ chức lại ba trường Đại học Tổng hợp, Đại học Sư phạm Hà Nội 1 và Đại học Sư phạm Ngoại ngữ Hà Nội thành Đại học Quốc gia. Năm 1999, Đại học Sư phạm lại tách ra khỏi Đại học Quốc gia, thành lập Đại học Sư phạm Hà Nội.

A: Thưa giáo sư, thế hiện nay trường có bao nhiêu trường thành viên tất cả?

B: Có năm trường chính là Đại học Khoa học Tự nhiên, Đại học Khoa học Xã hội và Nhân văn, Đại học Ngoại ngữ, Đại học Công nghệ và Đại học Kinh tế. Ngoài ra còn một số khoa trực thuộc.

A: Em có nghe nói Đại học Quốc gia Hà Nội mới kỷ niệm 100 năm thành lập, chắc là trường có từ thời Pháp phải không ạ?

B: Vâng, năm 2006 là tròn 100 năm kể từ ngày người Pháp thành lập Đại học Đông Dương.

A: Khi ấy trường có những khoa nào ạ?

B: Lúc đầu, trường có 5 khoa. Cho đến trước Chiến tranh thế giới thứ hai, trường có 14 khoa thành viên, trong đó Khoa Y và Khoa Luật tương đương với khoa y và khoa luật của các trường đại học bên Pháp. Sinh viên tốt nghiệp hai khoa này được cấp Bằng tốt nghiệp Quốc gia, tiếng Pháp là Diplôme d'État.

A: Chắc khi ấy chương trình học là của các trường đại học bên Pháp đưa sang phải không ạ?

B: Vâng, người Pháp đưa chương trình, giáo trình, giáo sư sang Việt Nam. Đương nhiên là việc giảng dậy và học tập đều bằng tiếng Pháp.

A: Sau Cách mạng tháng 8 năm 1945, Đại học Đông Dương còn tiếp tục hoạt động không ạ?

B: Ngay sau cách mạng tháng 8, Chính phủ Việt Nam Dân chủ Cộng hoà quyết định mở cửa lại trường đại học. Ngày 15 tháng 11 năm 1945, trường khai giảng năm học mới, chính thức mang tên Đại học Quốc gia Việt Nam.

A: Xin cám ơn giáo sư thật nhiều.

Đại học Quốc gia Hà Nội
Hà Nội National University

📖 Từ mới

Đối thoại 1 🎧 3-3	

tuyển sinh *to select students*
   thi tuyển sinh đại học *university and college entrance exams*
 tắc *congested*
   đường [bị] tắc *roads are congested*
 tránh *to avoid*
 thậm chí *even*
 bị tắc đường *to get stuck in a traffic jam*
 lơ mơ *vague; vaguely*
   hiểu lơ mơ *to have a vague idea*
 tức là *that is, that means*
 kỳ thi *examination period*
 phổ thông *general*
   trung học phổ thông *high school, secondary school*
 khối *block, group*
 chầm chậm *a bit slow(ly)*
 quan tâm đến *to be interested in, care about, pay attention to*
	khoa học tự nhiên *natural sciences*
	 thí sinh *contestant, a student who takes an exam*
	 vật lý *physics*
	 hoá học *chemistry*
	 dược *pharmacy*
	 nha *dentistry*
	 hoá = hoá học *chemistry*
	 khoa học xã hội *social sciences*
	 khoa học nhân văn *humanities*
	 thứ *classifier for languages*
	 Trung = Trung Quốc
	 năng khiếu *aptitude, gift*
	 đại khái như *approximately, roughly*
	 lý = vật lý *physics*
	 thi trượt *to fail an exam*
	 thi đỗ *to pass an exam*

Đối thoại 2 🎧 3-4	
kể từ *from* **sư phạm** *pedagogy, pedagogics (the science of teaching); pedagogical* **thành viên** *member* **công nghệ** *technology* **trực thuộc** *to be directly managed by* **Chiến tranh thế giới thứ hai** *World War Two* **tương đương với** *equivalent to* **cấp** *to confer (a title, degree), issue* **bằng** *diploma*	**giáo trình** *teaching materials* **giảng dạy** *to teach* **học tập** *to study* **tiếp tục** *to continue* **hoạt động** *to work, act* **dân chủ** *democracy; democratic* **Việt Nam Dân chủ Cộng hoà** *the Democratic Republic of Vietnam* **khai giảng** *to start an academic year*

🔍 **Ngữ pháp & cách dùng từ** 🎧 3-5

1. **Rồi**

This word with the meanings of time was introduced in Lessons 7 and 9 of *Elementary Vietnamese*. **Rồi** may be placed at the end of a statement to emphasize what has been spoken of in the statement as a thing already done, as a "fait accompli." Note that in this use **rồi** maintains one of its original meanings, "already":

Làm được như thế là tốt rồi.

What has been done is already good.

Anh không tránh các điểm thi đại học rồi.

You didn't avoid the places where the entrance exams to colleges and universities were taken.

2. **Thì chị/anh … bảo**

In conversational Vietnamese, this expression is used by a speaker to give an explanation of what the other person has started speaking of:

Tiền nhà cao quá. –Thì anh bảo muốn ở trung tâm thành phố, tiền nhà phải cao.

The rent is so high. –You know, if you want to live downtown, you have to pay such a high rent.

Thì chị bảo có biết trước đâu mà tránh.

You know, I had no idea about that before so I couldn't avoid it.

3. **Nữa cơ**

This particle is placed at the end of a statement to emphasize something (usually negative) that is added to what has been spoken of. **Còn** or **lại còn** is often used before the verb to make more emphasis:

Ngoài trời gió to quá. –Lại còn mưa nữa cơ.

The wind is strong out there. –It is raining, too.

Thậm chí tôi còn không biết hôm nay thi đại học nữa cơ.

I don't even know that the entrance exams to colleges took place today.

4. Sentence + subject + **mới** + verb

Mới with the meaning "not … until …" was introduced in Lesson 14 of *Elementary Vietnamese*. The time expression preceding the subject in this construction can be a sentence:

Anh ấy đến, chúng ta mới đi được.

We will not be able to leave until he arrives.

Nghe những người xung quanh cũng bị tắc đường như tôi nói, tôi mới biết.

I didn't know until I heard the conversation of those who got stuck in the traffic jam like me.

5. Sentence + **nhỉ**

The particle **nhỉ** is placed at the end of a statement to convey the polite emphasis on what has just been spoken of, and in some cases, the speaker uses **nhỉ** to express his/her hope that the person the speaker is talking to will agree with his/her statement:

Hôm nay trời đẹp quá nhỉ.

The weather today is just gorgeous, isn't it?

Dạo này ông ấy khó tính quá nhỉ.

He has become difficult to please now, right?

6. **Chầm chậm, nhè nhẹ**

A number of reduplicative adjectives convey the quality or the feature at a lower degree than the base adjective. The base adjective is entirely repeated, or a syllable is entirely repeated, but the tones of the two syllables of the reduplicative are different. The reduplicative with the two components having the same tone and the reduplicative with the two components having different tones convey the same degree of the quality or feature. Here are a few reduplicative adjectives of this kind which are derived from the monosyllabic adjectives you already know:

chậm	→	chậm chậm, chầm chậm
nhẹ	→	nhẹ nhẹ, nhè nhẹ
nặng	→	nặng nặng, nằng nặng
lạnh	→	lạnh lạnh, lành lạnh
muộn	→	muộn muộn, muồn muộn
trẻ	→	trẻ trẻ, tre trẻ
nhỏ	→	nhỏ nhỏ, nho nhỏ
khoẻ	→	khoẻ khoẻ, khoe khoẻ
mới	→	mới mới, mơi mới
khó	→	khó khó, kho khó
cũ	→	cũ cũ, cu cũ
dễ	→	dễ dễ, dê dễ

7. **Đại khái như/đại khái là**

This phrase is used at the beginning of a statement when the speaker cannot or does not want to be precise about something he/she is going to speak of:

Tôi không nhớ rõ mình đã đi thăm những thành phố nào ở đồng bằng sông Cửu Long, nhưng đại khái là Mỹ Tho, Cần Thơ, Long Xuyên.

I don't remember what cities in the Mekong Delta I have visited, but approximately Mỹ Tho, Cần Thơ, Long Xuyên.

Đại khái may be used as an adverb after a verb to modify it:

Tôi không nhớ rõ, chỉ nhớ đại khái thôi.

I don't remember exactly, I have just a vague recollection of that.

8. **Quốc gia, nhà nước** and **nước**

The word **quốc gia**, that was borrowed from Chinese and originally means "state, country," is rarely used as a noun in contemporary Vietnamese. Literally, **quốc** (国) means **nước**, **gia** (家) means **nhà**. **Quốc gia** functions as an adjective in the names of a number of institutions in Vietnam with the meaning "national": **Thư viện Quốc gia, Đại học Quốc gia, rừng Quốc gia Cúc Phương** (National Rainforest in Ninh Bình Province).

The noun **nước** conveys the meaning "country, nation" and refers to a country or nation, such as in the phrases **các nước đang phát triển** "the developing countries," **sinh viên nhiều nước đang học tại Đại học Quốc gia Hà Nội và Đại học Quốc gia thành phố Hồ Chí Minh** "students from many countries are studying at Hanoi and Hồ Chí Minh City National Universities."

Nhà nước, which is the translation of the Chinese borrowing, refers to the government or political organization of a country, as in **Chủ tịch Nhà nước** "the Chairperson of the State." It also denotes a state-owned or state-run institution, a government office, as in **ngân hàng nhà nước, cơ quan nhà nước, công ty nhà nước**.

9. **Giáo sư, tiến sĩ, bác sĩ** as second personal pronouns
   In addition to **thầy** and **cô**, there are a few nouns indicating a profession or an academic title or degree which can be used as second personal pronouns (you) in formal Vietnamese. They are **giáo sư** (when addressing a professor), **tiến sĩ** (when addressing a Ph.D.) and **bác sĩ** (when addressing a physician).

10. **Mới … thôi**
    Thôi is used as an emphatic particle in the restrictive construction **chỉ … thôi** and was introduced in Lesson 11 of *Elementary Vietnamese*. It can be used as an emphatic particle at the end of a statement containing **mới** with the meaning "just" and usually refers to the past tense:
    Anh ấy mới đến cách đây độ năm phút thôi.
    He just came about five minutes ago.
    Tên Đại học Quốc gia Hà Nội mới có từ năm 1993 thôi.
    The name Hanoi National University has existed just since 1993.

    Mới with this meaning is used in expressions about someone's age, which is translated into English as "only":
    Năm nay anh ấy mới hai mươi hai thôi.
    He is only twenty-two years old.

Một số cách nói thường dùng 🎧 3-6

Thì chị bảo có biết trước đâu mà tránh.	*You know I had no idea about that before so I couldn't avoid it.*
Tôi chỉ hiểu lơ mơ về chuyện ấy thôi.	*I have just a vague idea about it.*
Chị làm ơn nói chầm chậm thôi.	*Could you please speak a little bit slower?*
Tôi không nhớ hết. Đại khái như …	*I don't remember everything, but roughly…*
Xin cám ơn chị thật nhiều.	*Thank you so much.*

Thư viện Quốc gia phố Tràng Thi, Hà Nội
National Library on Tràng Thi Street, Hà Nội

📋 Drills

A. Use the phrases in the parentheses along with **rồi** to comment on the following statements.

EXAMPLE: **Tôi không làm được hơn nữa.**

_____ **(làm được như thế là tốt)**

⟶   **Tôi không làm được hơn nữa.**
Làm được như thế là tốt rồi.

1. **Tôi thấy mệt quá.**
_____ **(bị ốm)**

2. **Hôm nay ông trưởng phòng vui lắm.**
_____ **(công ty mới ký được hợp đồng)**

3. **Anh ấy bị mất xe máy.**
_____ **(không gửi xe)**

4. **Điểm thi của bạn tôi không cao.**
_____ **(chuẩn bị không tốt)**

5. **Mặt ông ấy đỏ lắm.**
_____ **(vừa mới uống bia hay uống rượu)**

6. **Hôm nay anh ấy lại đến muộn.**
_____ **(bị tắc đường)**

7. **Tôi đến thì xe buýt đã đi rồi.**

   _____ (ra bến xe muộn)

8. **Tối qua mình gọi điện cho cô ấy mấy lần mà không lần nào gặp cả.**

   _____ (đi nhảy)

9. **Tôi bị lạc ở khu phố cổ.**

   _____ (không mang theo bản đồ)

10. **Các món ăn ở đấy cay lắm, tôi không ăn được.**

    _____ (nhà hàng Thái Lan)

B. Use **thì ... bảo** to make up responses to the following statements.

Example: **Tiền nhà cao quá.**

   _____ (ở khu trung tâm thành phố)

→   **Tiền nhà cao quá.**
   Thì anh bảo, ở khu trung tâm thành phố tiền nhà phải cao.

1. **Nó hay bị ho.**

   _____ (hút thuốc lá nhiều)

2. **Cô ấy nói tiếng Nhật giỏi lắm.**

   _____ (sống mười năm ở Nhật)

3. **Tôi không thấy anh ấy bị ốm bao giờ cả.**

   _____ (tập thể thao thường xuyên)

4. **Chiều nào cũng mưa.**

   _____ (Sài Gòn đang mùa mưa)

5. **Nó lại bị cảnh sát phạt.**

   _____ (lái xe nhanh thế)

6. **Tôi chẳng nhìn thấy gì ở phía trước cả.**

   _____ (đang có sương mù)

7. **Hà Nội lạnh thế mà ông ấy mặc áo ngắn tay.**

   _____ (ông ấy là người Nga ở Sibir)

8. **Mấy hôm nay lúc nào cũng thấy chị ấy ngồi trong thư viện.**

   _____ (chuẩn bị thi tốt nghiệp)

9. **Ông ấy nhớ từng ông vua triều Nguyễn, làm vua từ năm nào đến năm nào.**

_____ (chuyện về lịch sử triều Nguyễn)

10. **Người ta nói Hà Nội có thể bị lụt.**

_____ (mưa nhiều, nước sông Hồng lên cao)

C. Use the phrases in the parentheses to make up responses ending in **nữa cơ** to the following statements.

EXAMPLE: **Ngoài trời gió to quá.**

_____ (mưa)

→ **Ngoài trời gió to quá.**
Lại còn mưa nữa cơ.

1. **Anh ấy hay bị ốm vì không tập thể thao.**

_____ (hút thuốc lá)

2. **Tuần sau chúng mình thi hai môn.**

_____ (nộp hai bài viết)

3. **Chị không thích món này vì nhiều mỡ phải không?**

_____ (cay)

4. **Trong câu lạc bộ đông người quá.**

_____ (điều hoà không làm việc)

5. **Sáng nay anh vội lắm phải không?**

_____ (nhiều ngã tư gặp đèn đỏ)

6. **Bà ấy nói nhanh quá, tôi chẳng hiểu gì cả.**

_____ (nói nhỏ)

7. **Đường phố ở đây nhỏ, đi lại khó lắm.**

_____ (đông người, đông xe)

8. **Hôm nay lạnh lắm, nhiệt độ rất thấp.**

_____ (gió mạnh)

9. **Muộn lắm rồi mà anh ấy chưa đi ngủ.**

_____ (mở nhạc to, ảnh hưởng đến người khác)

10. **Chúng mình nói đúng nhưng nó không nghe chúng mình.**

_____ (giận chúng mình)

D. Use the verb phrases in the parentheses to make up responses to the following statements. The responses will contain a clause denoting the time expression and another clause with **mới** used in the sense "not … until …"

    EXAMPLE: **Bao giờ chúng ta đi được?**

           _____ (anh ấy đến)

  ⟶   **Bao giờ chúng ta đi được?**

        Anh ấy đến, chúng ta mới đi được.

1. **Bao giờ học sinh thi đại học?**

    _____ (sau khi thi tốt nghiệp phổ thông khoảng một tháng)

2. **Nước Việt Nam chính thức thống nhất khi nào?**

    _____ (chiến tranh kết thúc được một năm)

3. **Khi nào người ta bắt đầu xây dựng nhà máy?**

    _____ (làm đường xong)

4. **Vua Trần Nhân Tông sáng lập ra thiền phái Trúc Lâm khi nào?**

    _____ (khi không còn làm vua nữa)

5. **Bao giờ chị mua vé máy bay đi Việt Nam?**

    _____ (sau khi nhận được thị thực nhập cảnh vào Việt Nam)

6. **Khi nào anh định đi tour hành trình xuyên Việt?**

    _____ (thi xong, nghỉ hè)

7. **Người ta nhận ra nhà cao làm hỏng cảnh quan trong khu trung tâm Hà Nội khi nào?**

    _____ (xây dựng xong một số toà nhà cao gần Hồ Gươm)

8. **Bao giờ chị bắt đầu viết luận văn?**

    _____ (thi xong tất cả các môn)

9. **Người Pháp bắt đầu quy hoạch lại Sài Gòn bao giờ?**

    _____ (sau khi chiếm được tỉnh Gia Định năm 1859)

10. **Bao giờ chúng ta đi tham quan Hà Nội?**

    _____ (sau khi tìm hiểu những nét cơ bản về lịch sử thành phố)

E. Make up statements ending in **nhỉ** using the phrases in the parentheses so that the following statements could be the responses to them.

EXAMPLE: _____ (trời đẹp)
Vâng, vừa nắng, vừa không nóng lắm.

→ Hôm nay trời đẹp quá nhỉ.
Vâng, vừa nắng, vừa không nóng lắm.

1. _____ (ông ấy gầy đi)
Đúng thế, tôi cũng thấy dạo này ông ấy gầy đi nhiều.

2. _____ (đường hay tắc)
Ừ, ngày nào vào giờ này đường cũng tắc.

3. _____ (Đà Lạt mát quá)
Vâng, nhiệt độ ở đây quanh năm không bao giờ lên quá 20°C.

4. _____ (học sinh học nhiều, học cả vào mùa hè)
Đúng thế, sau khi thi tốt nghiệp trung học phổ thông học sinh phải học để chuẩn bị thi đại học.

5. _____ (ngoại ngữ phổ biến nhất)
Vâng, hiện giờ ngoại ngữ phổ biến nhất là tiếng Anh.

6. _____ (đường hẹp quá)
Ừ, mình đang ở trong khu phố cổ của Hà Nội.

7. _____ (học bằng tiếng Pháp)
Đúng, trước năm 1954 sinh viên tại Đại học Đông Dương ở Hà Nội học bằng tiếng Pháp.

8. _____ (mua vé đi tour phải đặt trước)
Đúng thế, vào tháng này rất nhiều người *đi lễ* "to go to worship or to pray" trên núi Yên Tử.

9. _____ (ở đây yên tĩnh)
Vâng, khu phố này thường rất yên tĩnh vì xa trung tâm thành phố.

10. _____ (đường phố giống ở châu Âu)
Ừ, ngay sau khi chiếm được Sài Gòn, người Pháp quy hoạch lại thành phố theo mô hình châu Âu.

F. Fill in the blanks using one of the following reduplicative adjectives: **khoe khoẻ, mơi mới, nho nhỏ, cu cũ, dê dễ, nhè nhẹ, lành lạnh, nằng nặng, chầm chậm, muộn muộn.**

1. Buổi chiều và buổi tối ở Đà Lạt hơi _____, đi chơi quanh hồ Xuân Hương rất dễ chịu.

2. **Tôi khuyên anh chưa nên mua xe mới, tìm cái xe nào _____ mua cũng được.**

3. **Tuần trước bà ấy ốm lắm, tuần này thấy _____ hơn một tí rồi.**

4. **Cháu bé đang ngủ, anh đi _____ thôi kẻo cháu *thức dậy* "to wake up."**

5. **Tôi thấy cái túi hơi _____, chắc anh để sách trong ấy phải không?**

6. **Bài này hơi khó đối với năm thứ hai, tìm bài nào _____ hơn một tí.**

7. **Anh lái xe _____ thôi, đường này nhiều ngã tư lắm.**

8. **Căn phòng này lớn quá, tôi chỉ cần thuê một căn phòng _____ thôi.**

9. **Ngoài trời đang có sương mù, chờ sương mù tan hết, mình đi _____ cũng được.**

10. **Quyển từ điển này cũ rồi, không dùng đọc báo Việt Nam được đâu. Tìm quyển nào _____ hơn một tí mà mua.**

G. Use **quốc gia**, **nhà nước** and **nước** to translate the following sentences into Vietnamese.

1. This bank is a private bank, not state-owned.
2. French National Library has a lot of books and *materials* "**tài liệu**" about the countries of Indochina.
3. He *quit his job* (**xin thôi việc**) at a government agency to establish his own company.
4. Who is the Chairperson of State in Vietnam now?
5. Hanoi National University is composed of five member universities.
6. Since Vietnam shifted to the market economy, state-owned companies have had to compete with private companies.
7. The eight most industrially-developed nations have just finished a conference in Geneva.
8. The building of Hanoi National Library is one of the most beautiful buildings in the French quarter.
9. This country is not situated on the ocean, therefore it uses the sea ports of its neighbors.
10. National Sports Center at Mỹ Đình in Hanoi was built just a few years ago.

H. Use the time expressions in the parentheses to make up responses with **mới … thôi** in the sense "not … until" or "only" for each of the following questions.

　　　EXAMPLE: **Anh ấy đến bao giờ?**

　　　_____ (**cách đây độ năm phút**)

　→　**Anh ấy đến bao giờ?**
　　　Anh ấy mới đến cách đây độ năm phút thôi.

1. Hà Tây sáp nhập vào Hà Nội khi nào?

_____ (từ tháng 8 năm 2008)

2. Năm nay cô ấy bao nhiêu mà đã bảo vệ luận án tiến sĩ rồi?

_____ (hai mươi nhăm)

3. Anh ấy gọi điện cho tôi khi nào?

_____ (chiều nay)

4. Con gái anh ấy tốt nghiệp đại học lâu chưa?

_____ (cách đây hai năm)

5. Trường đại học tư này được thành lập bao giờ?

_____ (năm ngoái)

6. Chị nghe thấy có người gõ cửa lúc nào?

_____ (cách đây khoảng hai phút)

7. Cần Thơ trở thành thành phố trực thuộc trung ương khi nào?

_____ (cách đây vài năm, trước đó nằm trong tỉnh Hậu Giang)

8. Máy vi tính của anh bị hỏng từ bao giờ?

_____ (hôm qua)

9. Đại học Sư phạm Hà Nội tách ra khỏi Đại học Quốc gia năm nào?

_____ (năm 1999)

10. Quốc lộ 1A đoạn này được mở rộng từ bao giờ?

_____ (từ năm 2009)

🎧 3-7

I. First read the words and phrases below. Then listen to the speaker on the audio track and repeat the words and phrases. Pay close attention to 1) two- (or more) syllable words, whose syllables should be spoken together; 2) the pronunciation of the words that have similar sounds but differ in meaning and usage.

1. tuyển sinh, thi tuyển sinh, thi tuyển sinh đại học, sinh viên đại học, sinh học
2. các điểm thi tuyển sinh đại học ở Hà Nội, điểm thi đại học không cao lắm
3. kỳ thi, qua hai kỳ thi, học kỳ hai
4. quan tâm, quan tâm đến nền giáo dục Việt Nam, tầm quan trọng
5. hoá học, khoa học, khoa học tự nhiên
6. thi đại học, thi đỗ, thi trượt, thi lại
7. sáp nhập, Hà Tây sáp nhập vào Hà Nội, hợp nhất, hợp nhất ba trường đại học

Lesson 3

8. tương đương, tương đương với các trường bên Pháp, tương đối, tương đối khó

J.   Based on the content of the dialogues, answer the following questions.

1. Kỳ thi đại học ở Việt Nam được tổ chức khi nào?
2. Kỳ thi đại học chia ra những khối cơ bản nào?
3. Bạn hãy giới thiệu qua về các khối cơ bản ấy.
4. Thí sinh thi những ngoại ngữ nào?
5. Khối năng khiếu là gì? Có những khối năng khiếu nào?
6. Tên Đại học Quốc gia Hà Nội có từ bao giờ?
7. Hiện giờ những trường đại học nào là thành viên của Đại học Quốc gia Hà Nội?
8. Đại học Đông Dương do ai thành lập? Vào năm nào?
9. Trước chiến tranh thế giới thứ hai, Đại học Đông Dương có bao nhiêu khoa?
10. Những khoa nào của Đại học Đông Dương sinh viên tốt nghiệp được cấp Bằng tốt nghiệp Quốc gia của Pháp?
11. Đại học Đông Dương học theo chương trình nào? Do ai giảng dạy?
12. Chính phủ Việt Nam Dân chủ Cộng hoà quyết định mở cửa lại trường đại học khi nào? Tại sao?

Đại học Khoa học xã hội và nhân văn, thành phố Hồ Chí Minh
University of Social Sciences and Humanities, Hồ Chí Minh City

✎ Exercises

1. Prepare with a partner a conversation about the history of a university in your country.
2. Use the dictionary to read the following announcement taken from a Vietnamese newspaper. Here are the meanings of the acronyms used in the announcement.

> **GDĐH** = giáo dục đại học
> **WTO** = World Trade Organization
> **TP** = thành phố

Đầu tư nước ngoài góp phần nâng chất lượng

Trong xu thế toàn cầu hóa và hội nhập quốc tế, chất lượng GDĐH là yếu tố quyết định sự phát triển kinh tế và xã hội. Có cung cấp nguồn nhân lực trình độ cao, tri thức sáng tạo, mới nâng cao khả năng cạnh tranh, nâng lợi thế trong thu hút đầu tư nước ngoài. Nhằm giải quyết các hạn chế của GDĐH, Phó thủ tướng kiêm Bộ trưởng Bộ Giáo dục và Đào tạo Nguyễn Thiện Nhân cho rằng, chất lượng giảng dạy của các trường đại học ở Việt Nam đang đối mặt với nhiều thách thức rất lớn, đặc biệt là từ khi nước ta gia nhập Tổ chức Thương mại thế giới (WTO). 2 năm trở lại đây, làn sóng đầu tư nước ngoài gia tăng mạnh trong đó có trên dưới 10 dự án thuộc lĩnh vực công nghệ cao, đòi hỏi hàng vạn lao động có trình độ, nên giáo dục nói chung, giáo dục đại học nói riêng, phải đánh giá sát thực lực, trình độ của mình.

Ngoài hai Đại học Quốc gia, phối hợp với các nước tiên tiến, Bộ sẽ thành lập các trường đại học mới, có trình độ cao hơn (Đại học Việt - Đức tại TP Hồ Chí Minh; Đại học Công nghệ Việt Nam tại Hà Nội), trong đó đưa giáo trình, công nghệ và chất lượng của các nước vào chương trình đào tạo, dạy bằng tiếng Anh. Trong năm học đầu, sẽ có khoảng 80% giảng viên là người nước ngoài. Phấn đấu đến hết năm thứ tư, sinh viên có thể bảo vệ luận án tốt nghiệp bằng tiếng Anh. Trong những năm tiếp theo, chúng ta tiếp tục kêu gọi các nước khác vào Việt Nam mở cơ sở giáo dục đại học.

Bạn cần biết

English is the most popular foreign language at all the levels of Vietnamese education, at schools and at centers for foreign languages. Formerly, most schools in Hà Nội taught only British English, and in some places one might hear the Australian version of English, depending where the instructor was trained. However, American English is becoming more and more popular, especially among young Vietnamese. Some English schools and centers are willing to hire an English native speaker to teach conversational English to their students. Some Asian languages are on the rise too, including Korean, Japanese and Chinese. Also coming back are French and, to some extent, Russian.

A number of universities and colleges in Hà Nội, Huế and Hồ Chí Minh City offer Vietnamese courses to international students at a very reasonable rate. The class size ranges from a dozen to just two or three students. One-on-one instruction is common as well. Of course, the rate for one-on-one instruction is a bit higher.

Your knowledge of Vietnamese is one of the most effective tools to make friends with Vietnamese and to do business in Vietnam. Do not be surprised or offended if they reply to you in English when you speak Vietnamese to them. It does not mean that they regard your language skills as insufficient. They just want to practice speaking English with you. You should go ahead and continue the conversation in Vietnamese, and they will be impressed by your efforts to learn their language.

Phần 2

Bài đọc  3-8

Hệ thống giáo dục ở Việt Nam

Nếu kể từ khi triều đình nhà Lý thành lập trường Quốc tử giám để đào tạo trẻ em con các gia đình thuộc tầng lớp quý tộc vào năm 1076 thì nền giáo dục đại học Việt Nam đã có gần một nghìn năm. Nền giáo dục đại học hiện đại theo mô hình phương Tây do người Pháp khởi xướng cũng đã tồn tại hơn một trăm năm. Trong khoảng thời gian ấy, nền giáo dục đại học Việt Nam nói riêng, nền giáo dục Việt Nam nói chung đã có nhiều thay đổi.

Hiện giờ, hệ thống giáo dục ở Việt Nam có thể chia thành các cấp học như sau: mầm non (gồm nhà trẻ và mẫu giáo), tiểu học, trung học cơ sở, trung học phổ thông, cao đẳng, đại học, cao học và nghiên cứu sinh.

Trẻ em dưới 3 tuổi bắt đầu đi nhà trẻ cho đến năm 3 tuổi lên mẫu giáo, học trong ba năm. Năm lên 6 tuổi, trẻ em vào học tiểu học, trước đây gọi là cấp một. Cấp học này gồm năm trình độ, từ lớp một đến lớp năm. Học sinh học các môn tiếng Việt, toán (số học), giáo dục công dân, khoa học tự nhiên và khoa học xã hội.

Cấp trung học cơ sở, trước đây gọi là cấp hai, gồm bốn trình độ, từ lớp sáu đến lớp chín. Học sinh học các môn toán, vật lý, hoá học, sinh học, công nghệ, ngữ văn (gồm tiếng Việt và văn học), lịch sử, địa lý, giáo dục công dân, ngoại ngữ, thể dục, âm nhạc, mỹ thuật. Sau khi học xong cấp này, học sinh được xét tốt nghiệp dựa trên điểm các môn học trong bốn năm. Muốn học lên cấp trung học phổ thông, học sinh phải qua kỳ thi tuyển sinh để vào trung học phổ thông.

Cấp trung học phổ thông, trước đây gọi là cấp ba, gồm ba trình độ, từ lớp mười đến lớp mười hai. Học sinh tiếp tục học các môn như ở trung học cơ sở ở trình độ cao hơn, trừ hai môn âm nhạc và mỹ thuật không còn ở cấp trung học phổ thông. Học sinh học thêm các môn giáo dục quốc phòng và an ninh, giáo dục ngoài giờ lên lớp, giáo dục tập thể, giáo dục nghề phổ thông và giáo dục hướng nghiệp. Học sinh trung học phổ thông có thể được phân ban gồm hai chuyên ban là chuyên ban khoa học tự nhiên và chuyên ban khoa học xã hội và nhân văn, song cũng có thể không học chuyên ban mà học ban cơ bản. Sau khi học xong ba năm cấp trung học phổ thông, muốn tốt nghiệp, học sinh phải qua kỳ thi tốt nghiệp trung học phổ thông do Bộ Giáo dục và Đào tạo tổ chức. Các môn ngữ văn, toán và ngoại ngữ năm nào cũng nằm trong số các môn thi tốt nghiệp trung học phổ thông, còn các môn khác thay đổi theo từng năm. Chẳng hạn như kỳ thi tốt nghiệp trung học phổ thông năm 2009 gồm các môn ngữ văn, toán, ngoại ngữ, vật lý, sinh học, địa lý. Ngoại ngữ là một trong các thứ tiếng Anh, Pháp, Nga, Trung Quốc, Đức hoặc Nhật.

Trong cấp trung học phổ thông còn có các trường trung học chuyên về một số môn dành cho học sinh có năng khiếu về những môn ấy, như các trường chuyên toán, chuyên văn, chuyên ngoại ngữ. Muốn được vào học các trường chuyên, học sinh phải thoả mãn các điều kiện về học lực tất cả các môn, về hạnh kiểm và phải qua kỳ thi tuyển chọn rất khó, vì số học sinh có nguyện vọng vào các trường chuyên rất đông trong khi các trường chỉ tuyển một số lượng học sinh nhất định. Trong mấy thập niên vừa qua kể từ khi bắt đầu có các trường chuyên, học sinh Việt Nam đã đạt thành tích rất cao trong các kỳ thi quốc tế về toán và ngoại ngữ.

Học sinh tốt nghiệp trung học cơ sở nếu không muốn học lên trung học phổ thông có thể thi vào các trường trung cấp hay trường dậy nghề. Học sinh tốt nghiệp trung học phổ thông nếu không muốn thi vào đại học hoặc thi vào đại học không đủ điểm thì có thể thi vào các trường cao đẳng. Một số trường cao đẳng hoạt động độc lập với trường đại học, song một số trường đại học có thể có hệ cao đẳng.

Giáo dục cấp đại học của Việt Nam dựa theo truyền thống giáo dục đại học châu Âu. Học sinh sau khi tốt nghiệp trung học phổ thông phải qua kỳ thi đại học rất khó để vào một trường đại học. Chương trình đại học thường từ bốn năm đến sáu năm tuỳ theo ngành học. Sinh viên học các ngành khoa học xã hội, khoa học nhân văn hay khoa học tự nhiên, công nghệ thông tin khi tốt nghiệp được cấp bằng cử nhân. Sinh viên học các trường đại học chuyên ngành như kỹ thuật khi tốt nghiệp có bằng kỹ sư, đại học y khi tốt nghiệp có bằng bác sĩ, đại học luật khi tốt nghiệp có bằng luật sư, đại học kiến trúc khi tốt nghiệp có bằng kiến trúc sư.

Sinh viên sau khi tốt nghiệp đại học nếu muốn học tiếp cao học phải qua kỳ thi tuyển sinh cao học gồm ba môn thi là môn cơ sở, môn chuyên ngành và ngoại ngữ. Thời gian đào tạo cao học thường là ba năm. Nếu một sinh viên cao học được cơ quan cử đi học thì cơ quan trả tiền học, còn những sinh viên học cao học theo nguyện vọng cá nhân thì tự trả tiền học. Sau khi bảo vệ luận văn tốt nghiệp cao học, sinh viên được cấp bằng thạc sĩ.

Dưới thời thuộc Pháp cũng như thời gian đầu sau khi hoà bình lập lại vào năm 1954, cấp nghiên cứu sinh chỉ được đào tạo ở nước ngoài. Vào những năm 70 thế kỷ trước, một số ngành bắt đầu đào tạo nghiên cứu sinh trong nước. Hiện nay, tất cả các ngành đều có chương trình đào tạo nghiên cứu sinh trong nước và ở nước ngoài. Tất cả những người tốt nghiệp đại học hay cao học đều có quyền thi tuyển nghiên cứu sinh. Chương trình học nghiên cứu sinh đối với những người có bằng tốt nghiệp đại học là bốn năm, đối với những người có bằng thạc sĩ là ba năm. Song thời gian học phụ thuộc vào ngành học và hình thức học là học tập trung hay học không tập trung. Sau khi bảo vệ luận văn tốt nghiệp, nghiên cứu sinh được cấp bằng tiến sĩ.

Các cấp từ cấp mầm non đến đại học, ngoài hệ thống trường công lập còn có các trường ngoài công lập hay còn gọi là dân lập. Tiền học phải trả trong các trường công lập tương đối thấp. Chẳng hạn như trong năm học 2008-2009, tiền học ở cấp trung học cơ sở và cấp trung học phổ thông là 30 nghìn đồng/tháng. Còn trong các trường ngoài công lập thì tiền học cao hơn rất nhiều.

LESSON 3

📖 **Từ mới** 🎧 3-9

triều đình *royal court, imperial court*
trẻ em *(collective noun) children*
tầng lớp *class*
quý tộc *noble, aristocratic*
phương *direction, area*
　phương Tây *West; Western*
khởi xướng *to initiate, instigate, start*
tồn tại *to exist*
khoảng thời gian *a period of time*
nói riêng *in particular*
như sau *as follows*
mầm non *the lowest level of the the educational system (literally: tender bud)*
nhà trẻ *kindergarten*
mẫu giáo *the higher level of kindergarten*
tiểu học *elementary education*
trung học *secondary education*
cơ sở *basic; base, foundation*
trường cao đẳng *professional school at a lower level than college or university in Vietnam*
cao học *graduate studies for master's degrees*
trình độ *level, grade*
số học *arithmetic*
công dân *citizen*
　giáo dục công dân *civics*
ngữ văn *philology*
mỹ thuật *fine arts*
dựa trên/theo/vào *to (be) base(d) on*
quốc phòng *defense*
an ninh *security*
ngoài giờ lên lớp *extracurricular*
tập thể *collective, collectivism*
hướng nghiệp *professional orientation*
phân *to divide*
ban *section*
chuyên ban *major*

Bộ Giáo dục và Đào tạo *Ministry of Education and Training*
trường chuyên *special school for gifted children*
thoả mãn *to meet*
điều kiện *requirement*
học lực *scholastic aptitude*
hạnh kiểm *behavior, conduct*
tuyển chọn *to select*
nguyện vọng *desire*
　có nguyện vọng *to desire*
nhất định *certain*
thành tích *result, achievement*
trường trung cấp *professional school at a lower level than* **trường cao đẳng**
hệ *system, level*
tuỳ theo *depending*
thông tin *information*
　công nghệ thông tin *information technology*
cử nhân *bachelor's degree*
chuyên ngành *field of concentration; professional*
cá nhân *personal, individual*
thạc sĩ *master's degree*
dưới thời thuộc Pháp *during the French rule*
hoà bình *peace*
lập lại *to restore, re-establish*
có quyền *to have right to, be eligible*
học tập trung *full-time study*
học không tập trung *part-time study*
luận văn *thesis, dissertation*
công lập *state(-run)*
ngoài công lập *private*
dân lập *private (literally: people-established)*
30 nghìn đồng/tháng = ba mươi nghìn đồng một tháng

Bia tiến sĩ trong Văn Miếu, Hà Nội, thế kỷ 15
Stelai with engraved names of the holders of doctoral degrees in the Temple of Literature, Hà Nội, 15th century

🔍 Ngữ pháp & cách dùng từ 🎧 3-10

11. **Lên**

This verb with the meaning of reaching a certain age (speaking of children) was introduced in Lesson 8 of *Elementary Vietnamese*, and with the meaning of movement upwards was introduced in Lessons 7 and 9 of *Elementary Vietnamese*.

Lên may be used when a student moves to a higher grade:

> **Năm học tới con tôi lên lớp bốn.**
>
> *My child will be a fourth-grader next school year.*
>
> **Trước đây có thời gian ở Việt Nam học sinh tốt nghiệp phổ thông được lên đại học không phải thi.**
>
> *In Vietnam, there was a period of time when a student after graduating from high school was admitted to a college without taking entrance exams.*

The expresssion **lên lớp** may convey different meanings:

1) to move to a higher grade, as in the above examples;

2) to teach a class (speaking of a teacher):

> **Cô Thanh đang lên lớp.**
>
> *Teacher Thanh is teaching her class now.*

3) to attend a class meeting:

> **Mỗi tuần chúng tôi lên lớp ba buổi.**
>
> *Our class meets three times a week.*

4) to lecture someone:

> **Thôi, anh đừng lên lớp tôi nữa.**
>
> *I wish you'd stop lecturing me.*

12. **Lớp**

In general, **lớp** is translated into English as "class". However, the English *class* and the Vietnamese **lớp** convey several meanings, which may or may not correspond to each other, depending on the context.

1) with the meaning "group of students," class is **lớp**:

   Tối thứ bẩy này lớp tôi đi nhà hàng ăn mừng Tết Nguyên Đán.
   This coming Saturday evening our class will go out for dinner to celebrate the lunar New Year.

2) with the meaning "teaching period," class is **giờ học, giờ lên lớp** or just **giờ**:

   Hôm nay chị có mấy giờ/giờ học/giờ lên lớp?
   How many classes do you have today?

3) with the meaning "course, subject," class is **môn** or, occasionally, **lớp**:

   Ở trường đại học này, một sinh viên thường học bốn môn mỗi học kỳ.
   At this college, a student usually takes four classes per semester.
   Anh ấy đang học một lớp tiếng Pháp buổi tối.
   He is taking a French class in the evenings.

   Note that the expression **lấy lớp**, which is coined under the influence of some European languages, is incorrect in Vietnamese and should be avoided.

4) with the meaning "a group of students who graduated from college in the same year," class is **(tốt nghiệp) khoá năm**:

   Chị ấy tốt nghiệp khoá năm 2011.
   She was in the class of 2011.

13. **Khoa học**

This word is translated into English as "science". However, the English noun *science* may refer to a branch of natural or physical science only, while the Vietnamese **khoa học** includes any branch of natural sciences, social sciences or humanities. Accordingly, the English noun *scientist* refers to an expert in one of the natural or physical sciences. The Vietnamese word **nhà khoa học** includes any person who conducts research in a field of natural sciences, social sciences or humanities. An English sentence like *I am taking three courses in sciences this semester* would be **Học kỳ này tôi học ba môn khoa học tự nhiên** in Vietnamese.

14. **Châu Âu** vs. **Âu châu, phương Tây** vs. **Tây phương**

Châu means "continent," **phương** means "direction, area." The Chinese word order in **Âu châu, Tây phương** has become obsolete. Contemporary Vietnamese uses **châu Âu, phương Tây** instead. The opposite of **phương Tây** is **phương Đông**. Here are the names of the continents:

châu Á "Asia," **châu Âu** "Europe," **châu Mỹ** "America," **châu Phi** "Africa," **châu Úc** "Australia," **châu Nam cực** "Antarctica." The name **châu Mỹ La-tinh** "Latin America" is commonly used in Vietnamese as well.

15. **Muốn … phải …**

The modal verb **muốn** was introduced in Lesson 10 of *Elementary Vietnamese*. The construction

muốn … phải … expresses the way a goal can be achieved. **Muốn** is placed at the beginning of the first statement to refer to the goal, and **phải** preceding the verb phrase in the second statement refers to the way of achieving the goal. The two clauses are separated by a comma:

> **Muốn tốt nghiệp, học sinh phải qua kỳ thi tốt nghiệp trung học phổ thông do Bộ Giáo dục và Đào tạo tổ chức.**
>
> *In order to graduate, a student should pass the exit exams for general high school organized by the Ministry of Education and Training.*

Thì may be placed at the beginning of the second statement. Please note that no comma is used before **thì**:

> **Muốn tốt nghiệp thì học sinh phải qua kỳ thi tốt nghiệp trung học phổ thông do Bộ Giáo dục và Đào tạo tổ chức.**

16. **Ngoại ngữ** vs. **tiếng**

Tiếng means "language," but in some contexts it shares with **ngoại ngữ** the meaning "foreign language." When **ngoại ngữ** refers to foreign languages in general, it cannot be replaced with **tiếng**:

> **Các môn thi tốt nghiệp trung học phổ thông năm nay gồm văn, toán, ngoại ngữ, vật lý, sinh học và địa lý.**
>
> *This year's exit exams for high school are in literature, math, foreign language, physics, biology and geography.*

Tiếng refers to a particular foreign language: **tiếng Anh, tiếng Pháp, tiếng Việt**. **Ngoại ngữ** cannot be used before the name of a country to refer to the language spoken in that country.

Both **ngoại ngữ** and **tiếng** can be used after a number. **Ngoại ngữ** does not take any classifier, whereas the classifier **thứ** should be used before **tiếng** where it is necessary:

> **Chị ấy biết giỏi hai ngoại ngữ.** Or: **Chị ấy biết giỏi hai thứ tiếng.**
>
> *She has a good command of two foreign languages.*

When following the verb **biết** as its object, **ngoại ngữ** and **tiếng** are interchangeable, as in the above example. The verbs **học** and **nói** are used in the same way:

> **Bạn tôi đang học hai ngoại ngữ.** Or: **Bạn tôi đang học hai thứ tiếng.**
>
> *My friend is taking two foreign languages.*
>
> **Anh ấy nói giỏi hai ngoại ngữ.** Or: **Anh ấy nói giỏi hai thứ tiếng.**
>
> *He is fluent in two foreign languages.*

17. **Trong nước** vs. **nước ngoài**

Please note the word order of **nước ngoài**, that is the opposite of **trong nước**.

> **Sau khi tốt nghiệp trung học, phần lớn các bạn cùng lớp tôi vào học các trường đại học [ở] trong nước. Có một số ít đi học [ở] nước ngoài.**
>
> *After graduating from high school, most of my classmates were admitted to our colleges (in our country). A few of us studied abroad.*

Whenever referring to a large location, **trong** suggests a contrast between "the inside" and "the outside" of something. If this contrast does not exist, **trong** cannot be used. Compare (a) and (b):

(a) **Trước đây chỉ đi xe máy ra ngoài thành phố mới phải đội mũ bảo hiểm. Bây giờ <u>trong</u> thành phố cũng phải đội mũ bảo hiểm.**

Before one was supposed to wear a helmet only when riding a motorbike outside of the city. Now motorbikers should wear a helmet in (inside) the city.

(b) **Phương tiện giao thông chính <u>ở</u> thành phố này là xe máy.**

A motorbike is the main means of transportation in this town.

In (a), **trong** is used because the contrast between "inside of the city" and "outside of the city" is obvious. In (b), there is no contrast, so **trong** cannot be used; **ở** is used instead.

Trong can be used with the name of a container, small place or area to say where someone or something is, or to indicate inclusion within a space or limits:

Còn nhiều thức ăn trong tủ lạnh.

There is a lot of food in the refrigerator.

Mẹ tôi đang nấu ăn trong bếp.

My mother was cooking in the kitchen.

The preposition **trong** used before some geographic names in Vietnam was introduced in Lesson 10 of *Elementary Vietnamese*.

18. **Phụ thuộc vào** vs. **độc lập với**

The verb **phụ thuộc** meaning "to depend on/upon" takes the preposition **vào**, not ~~trên~~:

Tiền thuê nhà cao hay thấp phụ thuộc vào vị trí căn hộ.

The rent may be high or low depending on the location of the apartment.

The verb or adjective **độc lập** meaning "to be independent of" takes the preposition **với**:

Nhiều sinh viên muốn sống xa nhà để độc lập với cha mẹ.

Many students want to live far away from home to be independent of their parents.

Một góc Văn Miếu, Hà Nội
A corner of the Temple of
Literature, Hà Nội

📋 Drills

A. Use **lớp**, **lên lớp**, **môn**, **giờ**, **giờ học**, **giờ lên lớp** and **khoá** to translate the following sentences into Vietnamese.

1. How many classes are you taking this semester?
2. Our class is meeting three days a week, each day for an hour and a half.
3. Was he in the class of 2000?
4. Professor Lê is teaching until noon. Please call her later.
5. He likes lecturing the others.
6. Before traveling to Latin America, she took a class in Spanish for one year and then a class in Portuguese for one semester.
7. How many class meetings do you have for this class?
8. I am very busy today. Tomorrow I should turn in a paper for my English literature class.
9. My son is staying (**học lại**) in fourth grade, he is not allowed to move to fifth grade because he is only eight years old.
10. He graduated from this high school in the class of 1968, in the middle of the war.

B. Combine the following phrases into one sentence, using the construction **muốn … thì … phải …** Be careful of the sequence of the clauses.

1. **Cuộc họp kết thúc sớm. Chúng ta đến đúng giờ.**
2. **Thuê nhà ở trung tâm thành phố. Trả tiền nhà cao.**
3. **Bạn tiếp xúc với** *người dân* "people" **ở đấy. Học tiếng của họ.**
4. **Đi thăm các thác nước ở Đà Lạt. Chờ sương mù tan hết.**
5. **Vào Huế. Ăn bún bò đúng là bún bò Huế.**
6. **Kinh tế phát triển. Có cạnh tranh.**
7. **Vào trường trung học chuyên. Học sinh thoả mãn nhiều điều kiện.**
8. **Có bản đồ Hà Nội. Đi chơi phố cổ.**
9. **Giữ sức khoẻ. Bỏ hút thuốc, tập thể thao thường xuyên.**
10. **Học ngữ pháp và cách dùng từ. Nói và viết đúng tiếng Việt.**
11. *Ngủ ngon* "to sleep well" **đêm nay. Bật điều hoà vì trời vừa nóng vừa ẩm.**
12. **Chơi quần vợt. Ra khu thể thao sớm.**
13. **Đọc báo tiếng Việt. Có quyển từ điển khác, quyển này cũ quá rồi.**
14. **Sang Việt Nam học một năm tại Đại học Quốc gia Hà Nội. Xin thị thực nhập cảnh cho sinh viên. Thị thực du lịch chỉ được ở Việt Nam dưới chín mươi ngày.**
15. **Lên thăm núi Yên Tử. Liên hệ trước với một công ty du lịch. Tháng này nhiều người lên đấy lắm.**

C. Fill in the blank with **ngoại ngữ** or **tiếng**. Use a classifier where it is necessary. Indicate the sentences where they are interchangeable.

1. _____ là một trong những môn học chính ở trung học và đại học.

2. Nhà văn ấy viết bằng hai _____ là tiếng Anh và tiếng Pháp.

3. Năm học này anh định học _____ gì?

4. Ngoài *tiếng mẹ đẻ* "mother tongue" ra, bà ấy còn nói giỏi ba _____ là _____ Đức, _____ Ý và _____ Bồ Đào Nha.

5. _____ Anh hiện giờ là _____ quan trọng nhất ở Việt Nam, nhưng một số _____ khác vẫn đang được dạy ở cả trung học và đại học.

6. Ba _____ chính thức được dùng tại cuộc hội thảo về Việt Nam học ở Saint Petersburg là _____ Nga, _____ Việt và _____ Anh.

7. Chị đọc cuốn tiểu thuyết ấy bằng _____ gì?

8. Đến nước nào, cô ấy nói _____ của nước ấy, giỏi quá!

9. Thuỵ Sĩ có bốn _____ chính thức nhưng phần lớn người dân chỉ nói hai _____ là _____ Đức và _____ Pháp.

10. Đọc báo hằng ngày là một trong những cách học _____ tốt nhất.

D. Use **trong**, **ở** or **tại** denoting a location to translate the following sentences into Vietnamese.

1. We got lost in the Old Quarter of Hanoi last week.
2. It is pretty cold in Hanoi now. I believe it is warmer in Saigon.
3. He is still working in his office.
4. She spent her junior year studying at the University of Madrid.
5. You can find a lot of interesting things in this book.
6. You should drive slowly in the city, but you can drive fast on the highway.
7. My friend will be in Boston for a few days next week.
8. He likes reading in the flower garden right in the center of the town.
9. I want to see what you have inside of your bag.
10. My parents lived in Paris for a long time, so both of them are fluent in French.

🎧 3-11

E. First read the words and phrases below. Then listen to the speaker on the audio track and repeat the words and phrases. Pay close attention to 1) two- (or more) syllable words, whose syllables should be spoken together; 2) the pronunciation of the words that have similar sounds but differ in meaning and usage.

1. **triều đình, triều đình nhà Lý, triều đại, triều đại phong kiến**
2. **cơ sở, trung học cơ sở, cơ bản, những nét cơ bản, bốn khối cơ bản A, B, C, Đ**
3. **ngoại ngữ, thi ngoại ngữ, ngữ văn, thi ngữ văn**
4. **trung cấp, trường trung cấp, trung học, trường trung học**
5. **cao học, học cao học, cao đẳng, học trường cao đẳng**
6. **công nghệ, công nghệ thông tin, công nghiệp, trung tâm công nghiệp**
7. **thạc sĩ, bằng thạc sĩ, tiến sĩ, bằng tiến sĩ, bác sĩ, bằng bác sĩ**
8. **công dân, giáo dục công dân, công lập, trường công lập, trường dân lập**

F. Based on the content of the narrative, give answers to the following questions.

1. **Nền giáo dục đại học Việt Nam có từ bao giờ?**
2. **Hệ thống giáo dục ở Việt Nam chia thành những cấp nào?**
3. **Cấp tiểu học từ lớp mấy đến lớp mấy? Học sinh học những môn nào?**
4. **Cấp trung học cơ sở từ lớp mấy đến lớp mấy? Học sinh học những môn nào?**
5. **Trung học phổ thông và trung học cơ sở khác nhau thế nào?**
6. **Có những chuyên ban nào ở cấp trung học phổ thông?**
7. **Trường trung học chuyên là gì?**
8. **Giáo dục cấp đại học của Việt Nam dựa theo truyền thống giáo dục đại học của nước nào?**
9. **Bạn hãy kể một số loại bằng sinh viên tốt nghiệp các trường đại học được cấp.**
10. **Sau khi tốt nghiệp cao học, sinh viên được cấp bằng gì?**
11. **Việt Nam bắt đầu đào tạo nghiên cứu sinh trong nước từ bao giờ?**
12. **Sau khi bảo vệ *thành công* "successfully" luận văn tốt nghiệp, nghiên cứu sinh được cấp bằng gì?**
13. **Bạn biết gì về trường tư ở Việt Nam?**

✏️ **Exercises**

1. Write an essay about the educational system in your country.
2. Use the dictionary to read the following announcement taken from Vietnamese newspaper **Thời báo Kinh tế Việt Nam**. Here are the meanings of the acronyms used in the announcement.

HS = học sinh	**CĐ** = cao đẳng
SV = sinh viên	**ĐH** = đại học
THCS = trung học cơ sở	**CNTT** = công nghệ thôn g tin
THPT = trung học phổ thông	**GD – ĐT** = giáo dục đào tạo

Từ 3–5/9, gần 22 triệu học sinh, sinh viên (HS, SV) cả nước chính thức bước vào năm học mới 08/09. Trong đó, HS của giáo dục mầm non gần 3,4 triệu ở cả nhà trẻ và mẫu giáo; cấp tiểu học có 6,75 triệu HS; THCS hơn 6,2 triệu HS; THPT với 3,1 triệu HS. Năm học này, HS trung cấp chuyên nghiệp cũng được dự báo có khoảng 710 nghìn HS và CĐ, ĐH sẽ có khoảng 1,65 triệu HS, SV.

Dũng Hiếu

■ Năm học 08/09 là năm học đẩy mạnh ứng dụng CNTT, đổi mới quản lý tài chính và triển khai phong trào xây dựng trường học thân thiện, HS tích cực. Theo Phó Thủ tướng, Bộ trưởng Bộ GD–ĐT Nguyễn Thiện Nhân, năm học này là năm triển khai nhiều dự án trọng điểm: phổ cập chương trình mầm non 5 tuổi có chất lượng; xây dựng hệ thống trường mầm non chuyên, phát triển hệ thống trường dân tộc nội trú; bồi dưỡng 10.000 hiệu trưởng, phát triển đội ngũ giáo viên cả về số lượng và chất lượng; điều chỉnh cơ cấu tài chính giáo dục và chế độ học phí.

Bạn cần biết

Vietnam's educational system has encountered a number of challenges. The Vietnamese government is outlining large reforms at all levels of the educational system in order to bring the quality of Vietnamese education closer to the quality of education in the most highly developed nations in Southeast Asia. The Vietnamese government is planning to establish the National Committee on Education Reforms (**Uỷ ban cải cách giáo dục Quốc gia**) to implement the reforms. More funding is being provided for education.

In October 2008, the government approved the project "The Advanced Training Program at Selected Vietnam Universities: 2008 to 2015" ("**Đào tạo theo chương trình tiên tiến tại một số trường đại học Việt Nam giai đoạn 2008–2015**") to improve the quality of training at the college and university level.

Several international universities have been founded in Hà Nội and Hồ Chí Minh City, including Australian (RMIT International University in Vietnam), British (British University in Vietnam) and German (Vietnamesisch-Deutsche Universität), which are expected to set standards for the higher education in Vietnam.

Tục ngữ 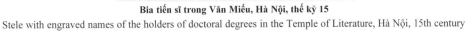 3-12

Dốt đến đâu học lâu cũng biết.
Slow but sure wins the race.

Bia tiến sĩ trong Văn Miếu, Hà Nội, thế kỷ 15
Stele with engraved names of the holders of doctoral degrees in the Temple of Literature, Hà Nội, 15th century

Personal Appearance and Fashion

🔍 Grammar & Usage Focus

1. Different meanings and functions of **mà**.
2. Noun phrase + **là** + verb phrase/sentence.
3. Question **có phải … không?**
4. Verb **để**.
5. Emphatic particle **cái**.
6. Kinship terms with **họ, ngoại** and **nội**.
7. Verb **tưởng**.
8. **Được** + amount.
9. Verb **trông**.
10. Use of **càng**.

11. **Từng, đã từng, chưa từng**.
12. Kinship terms in Northern and Southern dialects.
13. **Phụ nữ** vs. **đàn bà, nam giới** vs. **đàn ông**.
14. **Thực ra**.
15. Participle clause.
16. Verbs **cho rằng, cho là**.
17. Emphatic particle **mà thôi**.
18. Formal country names.

Phần 1

💬 **Đối thoại 1** 🎧 4-1

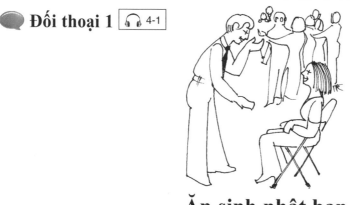

Ăn sinh nhật bạn

A: **Chào anh. Mời anh vào đây.**

B: **Chào chị. Mọi người đang khiêu vũ vui quá. Sao chị không khiêu vũ?**

A: **Tôi còn phải đón khách và tiếp khách. Chủ nhà mà. Tí nữa tôi sẽ tham gia với mọi người.**

B: **Tôi có món quà nhỏ cho chị.**

A: **Xin anh. Anh chu đáo quá. Cái gì thế này?**

B: Chị cứ mở ra xem đi.

A: Phong tục Việt Nam chúng tôi là không mở quà trước mặt người tặng quà. Nhưng vì anh là người châu Âu nên tôi mở nhé … À, một bức tranh được ghép từ vỏ cây khô. Đẹp quá! Món quà thật độc đáo. Có phải anh mang từ châu Âu sang không? Cám ơn anh nhiều lắm.

B: Tôi rất vui vì chị thích món quà này.

A: Anh ngồi xuống đây đi, tôi sẽ cho anh biết những ai đang khiêu vũ nhé.

B: Sao có ít người thế? Tôi tưởng sẽ đông hơn.

A: Đây chỉ toàn người nhà thôi, bạn bè tôi tí nữa mới đến. Cô gái cao dong dỏng, để tóc dài, mặc váy màu trắng kia là em tôi đấy.

B: Em chị xinh quá! Thế còn cái anh người đậm, da rám nắng đang khiêu vũ với em chị là ai thế?

A: Bạn cùng học với em tôi. Anh có thấy anh chàng cao lớn mặc quần bò đang nhảy một mình bên cạnh đôi ấy không?

B: Anh đeo kính, đầu hơi hói phải không?

A: Vâng, đấy là ông anh họ con ông cậu tôi mới cùng với bố mẹ từ Sài Gòn ra chơi.

B: Tại sao con ông cậu chị lại là anh chị được? Tôi tưởng cậu là em mẹ chứ?

A: Ở miền Bắc thì cậu đúng là em mẹ, có người gọi bằng chú, còn ở miền Nam thì cậu có thể vừa là anh mẹ vừa là em trai mẹ. Tôi sinh ra và lớn lên ở Hà Nội, nhưng mẹ tôi là người Sài Gòn, nên khi tiếp xúc với họ hàng bên ngoại, tôi phải gọi theo cách của người Nam. Cậu tôi là anh mẹ tôi.

B: Rắc rối thật. Có phải ông cậu chị và vợ đang khiêu vũ gần cửa sổ không?

A: Vâng, cậu mợ tôi đấy. Cậu tôi năm nay ngoài sáu mươi rồi, nhưng anh có thấy cậu tôi trẻ hơn so với tuổi không?

B: Đúng thế, trông chỉ khoảng năm mươi thôi.

A: Vì cậu tôi ngày xưa là cầu thủ bóng chuyền, hiện giờ vẫn thường xuyên tập thể thao nên người lúc nào cũng gọn.

B: Bây giờ chị cho phép tôi mời chị khiêu vũ nhé?

💬 Đối thoại 2 🎧 4-2

Xem thi hoa hậu trên ti vi

A: Chương trình thi hoa hậu bắt đầu rồi à?

B: Vừa mới bắt đầu được mấy phút thôi.

A: Năm nay vòng chung kết diễn ra ở Hội An thì phải?

B: Vâng, ti vi đang chiếu lại phần thi hoa hậu áo dài. Các thí sinh trình diễn áo dài trên nền phố cổ Hội An và khu di tích tháp cổ Mỹ Sơn.

A: Trông cô nào cũng cao, người mảnh dẻ.

B: Các thí sinh năm nay có chiều cao từ 1m65 đến 1m78. Anh có để ý người đẹp để tóc xoã ngang vai, mặc áo dài có chấm hoa không? Người đẹp Hà Nội của chúng tôi đấy.

A: Trông nét mặt tươi quá. Thế còn người đẹp mặc áo dài trắng, tóc búi phía sau ở đâu đến thế?

B: Người đẹp Lâm Đồng, chắc là người Đà Lạt, da trắng trẻo, miệng cười rất có duyên. Cô này từng làm người mẫu ở Sài Gòn. Anh có thấy người đẹp mặc áo dài hoa to đứng bên chiếc đèn lồng kia không?

A: Vâng, người đẹp này có cặp mắt to, mũi dọc dừa, má lúm đồng tiền, cười lại càng có duyên. Người đẹp của vùng nào thế, chị?

B: Á hậu miền quan họ Bắc Ninh đấy. Đến phần thi tài năng và ứng xử, chắc người đẹp này sẽ hát mấy câu quan họ.

A: Sắp đến phần thí sinh mặc áo tắm trình diễn chưa chị?

B: Chưa, còn lâu. Sau phần hoa hậu ảnh mới đến phần thi hoa hậu biển.

📖 Từ mới

Đối thoại 1 🎧 4-3	
đón *to greet*	**người đậm** *stocky*
tiếp *to receive*	**da** *skin*
chủ nhà *host*	**rám nắng** *sun-tanned*
tí nữa *a little bit later*	**anh chàng** *guy*
món *classifier for gifts*	**cao lớn** *big*
chu đáo *considerate, thoughtful*	**quần bò** *jeans*
trước mặt *in front of*	**hói** *bald*
ghép *to assemble, put together*	**anh họ** *cousin*
tranh ghép *mosaic*	**sinh ra** *to be born*
vỏ *bark, peel, skin*	**lớn lên** *to grow up*
vỏ cây *bark*	**họ hàng** *relatives*
độc đáo *unique*	**bên ngoại** *mother's side, maternal side*
tưởng *to think, imagine*	**rắc rối** *complicated*
toàn *only*	**mợ** *uncle's (mother's brother's) wife*
người nhà *relatives*	**ngoài sáu mươi** *to be over sixty years old, be*
dong dỏng *tall and slender*	*in one's early seventies*
để tóc dài *to have long hair*	**cầu thủ** *player*
váy *dress*	**bóng chuyền** *volleyball*
xinh *pretty, cute*	**gọn** *lean*

Đối thoại 2 🎧 4-4

hoa hậu *beauty, Miss*
  thi hoa hậu *beauty contest*
vòng *round*
chung kết *final*
chiếu *to show*
trình diễn *to perform, show*
nền *background*
mảnh dẻ *thin, slim*
chiều cao *height*
để ý *to notice*
xoã *flowing*
ngang *at the level of*
  để tóc xoã ngang vai *to have flowing shoulder-length hair*
có chấm hoa *dotted with flowers*
nét mặt *facial features*
tươi *smiling*
tóc búi phía sau *pinned-up hair*

da trắng trẻo *having a light complexion*
miệng *mouth*
có duyên *charming, gracious*
từng *to happen to do something*
người mẫu *fashion model*
đèn lồng *lantern*
cặp *pair*
  cặp mắt *eyes*
mũi dọc dừa *straight-nosed*
má *cheek*
  má lúm đồng tiền *having dimpled cheeks*
á hậu *a runner-up of a beauty contest*
quan họ *folksongs of Bắc Ninh Province*
tài năng *talent; talented*
ứng xử *to behave, handle a situation*
áo tắm *bathing suit, bikini*
còn lâu *not very soon*

Phố cổ Hội An, Quảng Nam
Old quarter in Hội An, Quảng Nam Province

🔍 Ngữ pháp & cách dùng từ 🎧 4-5

1. **Mà**

The word **mà** performs a number of functions. It was introduced in *Elementary Vietnamese* with the function of the English conjunction *but* (Lesson 10), the conjunction of purpose *in order to* (Lesson 15) and the relative pronoun *that, which* (Lesson 15). Here are several other functions of **mà**.

1) **Mà** is placed at the beginning of a sentence to emphasize the continuation of the idea conveyed in the previous sentence with the meaning "moreover, besides."

> **Họ có những tour du lịch trọn gói, nghe hấp dẫn lắm. Mà giá cả cũng phải chăng.**
>
> *They have package tours that sound very nice. Moreover, the prices are reasonable.*
>
> **Mà hôm qua anh nói với tôi anh sang đây nghiên cứu về lịch sử Việt Nam.**
>
> *Moreover, you told me yesterday that you came here to do research on Vietnamese history.*

2) **Mà** is placed at the end of a sentence to explain the reason why something happened or is going to happen, which is close to the English expression "it is why." For example:

> **Tôi là chủ nhà mà.**
>
> *I'm the host. It is why (I can't dance at this point).*
>
> **Chơi bóng bàn cho vui thôi mà.**
>
> *We'll play table tennis just for fun. (Not for a competition. It is why I want to invite you to play with me.)*

3) **Mà** is placed between two phrases to convey the speaker's surprise or warning that something is unusual:

> **Toà nhà gì mà cao ghê thế?**
>
> *What is the tall building? (Why is such a tall building located here, right in the old quarter of Hanoi?)*
>
> **Một tuần mà đi từng ấy nơi là mệt lắm đấy.**
>
> *If you travel to so many places just in a week, you will be exhausted. (You should spend more time traveling to so many places.)*

2. **Là**

The verb **là** is used to connect a verb phrase to a noun phrase, which comes first, as in:

> **Phong tục Việt Nam chúng tôi là không mở quà trước mặt người tặng quà.**
>
> *Our Vietnamese custom is not to open the gift in front of the person who presents the gift.*

The part following **là** may be a sentence:

> **Điều kiện quan trọng nhất để xin vào làm việc ở đây là người xin việc phải có bằng tốt nghiệp đại học.**
>
> *The most important prerequisite for applying for this job is the applicant should have a college degree.*

3. **Có phải … không?**

Elementary Vietnamese introduced the interrogative expression **phải không**, which is placed at the end of a sentence to form a question when the speaker expects the hearer to confirm what has just been said (see Lesson 2 in *Elementary Vietnamese*). The same meaning may be conveyed by the construction:

có phải + affirmative sentence + **không**

> **Có phải chị ấy sẽ đưa chúng ta đi tham quan Hà Nội không?**
> *She will accompany us for a sightseeing tour of Hanoi, won't she?*

In the same way, **không phải** can be placed at the beginning of a statement to negate the fact that is spoken of:

> **Không phải ai cũng biết chuyện ấy.**
> *Not everybody knows that.*

4. **Để**

Để was introduced in *Elementary Vietnamese* in the sense of "in order to" (Lesson 10) and "to let someone do something" (Lesson 15). The verb **để** also conveys the meaning "to put, place":

> **để quyển sách trên bàn**
> *to place the book on the table*
> **để tiền vào ví**
> *to put the money into the wallet*

When used before some nouns denoting "hair, nail, beard, mustache," **để** conveys the meaning "to grow, to have a particular hairstyle":

> **để tóc dài**
> *to have long hair*
> **để tóc ngắn**
> *to have short hair*
> **để râu**
> *to grow a beard or mustache*

5. **Cái**

In conversational Vietnamese, the word **cái** is placed before a noun, a noun phrase or a personal pronoun to emphasize a feature of the subject that the speaker is going to talk about:

> **Cái toà nhà cao này làm hỏng cảnh quan của khu phố cổ.**
> *This tall building has damaged the view of the old quarter.*
> **Cái anh ấy hay đi học muộn lắm.**
> *That guy is frequently late for class meetings.*

6. Kinship terms with **họ**, **ngoại** and **nội**

Unlike the English noun *cousin*, that refers only to the child of one's uncle or aunt, the Vietnamese word **họ** follows a kinship term referring not only to the speaker's generation, but also to his/her parents' generation or to his/her children's generation. For instance: **anh họ, chị**

họ, em họ "cousin," **bác họ, chú họ, cô họ** "the father's or mother's cousin," **cháu họ** "the child of one's cousin."

The word for the maternal side is **ngoại (bên ngoại)**, and the word for the paternal side is **nội (bên nội)**. These two words follow **ông** to denote the grandfather on the mother's side: **ông ngoại**, or on the father's side: **ông nội**, and follow **bà** to denote the grandmother on the mother's side: **bà ngoại**, or on the father's side: **bà nội**. They are also used after the word **cháu** to refer to the daughter's child: **cháu ngoại**, and to the son's child: **cháu nội**.

7. **Tưởng**

The verb **tưởng**, meaning "to think," conveys the sense that something turns out in a different way than it was thought of:

> **Tôi tưởng ông ấy đã ngoài sáu mươi (thực ra ông ấy mới chỉ năm mươi).**
> *I thought he is in his early sixties (but it turns out that he is only fifty years old).*

Occasionally, the emphatic word **cứ** is placed before the verb **tưởng**:

> **Tôi cứ tưởng ông ấy đã ngoài sáu mươi.**

8. **Được**

The different functions of **được** were introduced in Lessons 11, 12 and 13 of *Elementary Vietnamese*. Here is one more function of **được**: it is placed before a phrase with a number to denote that an amount of something has been reached:

> **Chị ấy đi đã được mười lăm phút.**
> *It has been fifteen minutes since she left.*
> **Cháu bé đã được tám tháng.**
> *The baby is (has reached) eight months old.*

9. **Trông**

The verb **trông** may function as a linking verb, meaning "to look like." It is placed after the subject and before the predicate:

> **Cô nào trông cũng mảnh dẻ.**
> *All the contestants look slim.*

Or it is placed before the subject, and the meaning remains the same:

> **Trông cô nào cũng mảnh dẻ.**

Như can be used after the verb **trông** with the meaning "to look like," "to look as if":

> **Anh trông như/trông anh như mất ngủ suốt đêm qua.**
> *You look as if you haven't slept all night.*

10. **Càng**

In addition to being used in pair **càng … càng …** (see Lesson 2, Part 1), the word **càng** can be used alone to convey the meaning that the degree of a feature or an action is increasing:

Trời tối, tìm đường đến nhà họ càng khó.

It is harder to find their house in the dark.

Lại may be placed before **càng** to emphasize the increasing degree of a feature or an action:

Trời tối, tìm đường đến nhà họ lại càng khó.

It is even harder to find their house in the dark.

11. **Từng, đã từng, chưa từng**

The adverb **từng** is used before a verb to denote an action which took place at an indefinite point in the past. In an assertive sentence, **đã** may be used before **từng** to emphasize the past time, and **chưa** is used before **từng** in a negative sentence:

Anh ấy [đã] từng đi xe đạp từ Hà Nội vào Sài Gòn.

He did ride a bicycle from Hanoi to Saigon.

Họ chưa từng nghe nói đến phong tục ấy.

They have never heard of that custom.

12. **Kinship terms denoting the first ascending generation (parents) in the Northern and the Southern dialects**

The systems of kinship terms in the Northern and Southern dialects of Vietnamese are based on different principles.

In Northern Vietnam people use the kinship terms to distinguish parents' relatives by hierarchy. A parent's elder siblings are called **bác**, the younger siblings are called **cô, chú/cậu** no matter whether they are on the paternal side or on the maternal side.

In Southern Vietnam people distinguish between 1) the paternal side **bác, chú, cô, thím** and the maternal side **cậu, dì, mợ**; 2) blood relatives **chú, cô, cậu, dì** and those who are related by marriage **thím, dượng, mợ**; 3) males **chú, cậu, dượng** and females **cô, dì, thím, mợ**.

Mẹ (Bắc)/Má (Nam): Mother's Side

Male Siblings				Female Siblings			
anh		em trai		chị		em gái	
Bắc bác	**Nam** cậu	**Bắc** chú/cậu	**Nam** cậu	**Bắc** bác	**Nam** dì	**Bắc** cô/dì	**Nam** dì
vợ bác: bác	vợ cậu: mợ	vợ chú/cậu: cô	vợ cậu: mợ	chồng bác: bác	chồng dì: dượng	chồng cô/dì: chú	chồng dì: dượng

Bố (Bắc)/Ba (Nam): Father's Side

Male Siblings				Female Siblings			
anh		em trai		chị		em gái	
Bắc	**Nam**	**Bắc**	**Nam**	**Bắc**	**Nam**	**Bắc**	**Nam**
bác	bác	chú	chú	bác	cô	cô	cô
vợ bác: bác	vợ bác: bác	vợ chú: cô	vợ chú: thím	chồng bác: bác	chồng cô: dượng	chồng cô: chú	chồng cô: dượng

There are two exceptions in the Southern system: 1) **dượng** is used for both father's sister's husband and mother's sister's husband (the principle paternal side vs. maternal side is not relevant); 2) **bác** is either father's elder brother or father's elder brother's wife (the principle blood relationship vs. relationship by marriage and the principle male vs. female are not relevant).

Một số cách nói thường dùng 🎧 4-6

Xin bác/chị/anh …   *Thank you (for giving it to me).*

Bác/anh/chị… chu đáo quá! –Có gì đâu. Chút   *It's so considerate of you. –Don't mention it.*
quà nhỏ thôi mà.   *Just a small souvenir.*

Cám ơn bác/anh/chị … nhiều lắm/thật nhiều.   *Thank you so much.*

Rắc rối thật.   *It's really complicated.*

Còn lâu.   *It won't happen soon. You have to wait a while.*

📋 Drills

A. Use the phrases in the parentheses to make up statements with the emphatic **mà** at the beginning to continue the idea conveyed in the previous statement.

     EXAMPLE: **Những tour du lịch trọn gói nghe hấp dẫn lắm. _____** (the prices are reasonable)

       →   **Những tour du lịch trọn gói nghe hấp dẫn lắm. Mà giá cả cũng phải chăng.**

1. **Nhà hàng ấy ngon lắm. _____** (it is not far from here)

2. **Môn học ấy rất hay. _____** (the class meeting time is convenient)

3. **Thứ bảy chủ nhật này có thể đi chơi xa, trời đẹp lắm. _____** (we will have the spring break "**nghỉ xuân**" next week)

4. **Môn thi năng khiếu tuyển vào trường năng khiếu rất khó.** _____ (the average grade for the other subjects should be high)

5. **Chương trình học ở Đại học Đông Dương nửa đầu thế kỷ 20 là chương trình đại học của Pháp.** _____ (all the subjects were taught in French by French professors)

6. **Thí sinh ấy trình diễn áo dài rất đẹp.** _____ (she passed very well the section of talent and handling of a situation of the contest)

7. **Căn phòng có máy điều hoà, tốt quá.** _____ (the rent is not very high)

B. Reply to the following questions or statements using the phrases in the parentheses with emphatic **mà** at the end of your statements to explain the reason why.

    Example: **Mọi người đang khiêu vũ vui quá. Sao chị không tham gia?**
          _____ (I am the host)

    →   **Mọi người đang khiêu vũ vui quá. Sao chị không tham gia?**
           Tôi là chủ nhà mà.

1. **Sao hôm nay đường nhiều chỗ bị tắc thế nhỉ?**
    _____ (the entrance exams to colleges)

2. **Hình như anh ấy mới bị cảnh sát phạt thì phải.**
    _____ (he drives so fast)

3. **Sao anh không nói với tôi là anh sắp lấy vợ?**
    _____ (I have already told you)

4. **Đi tham quan Hà Nội cả một ngày à?**
    _____ (we are going to visit both the Old Quarter and the French Quarter)

5. **Tôi quên cái anh người đậm, da rám nắng tên là gì.**
    _____ (I have just introduced you to him)

6. **Sao cô ấy lại gọi vợ của chú là thím?**
    _____ (she is a Southerner)

7. **Chị ấy đẹp quá!**
    _____ (she participated in a beauty contest last year)

C. Make up questions or statements using the phrases in the parentheses with **mà** between two phrases to convey the speaker's surprise or warning. Use **là** and **đấy** in the statements denoting a warning.

> EXAMPLES: **Toà nhà gì? (cao thế)** → **Toà nhà gì mà cao thế?**
>
> **Một tuần đi từng ấy nơi. (mệt)** → **Một tuần mà đi từng ấy nơi là mệt lắm đấy.**

1. **Trời lạnh không mặc ấm. (bị cảm lạnh)**
2. **Người ta xem cái gì? (đông thế)**
3. **Ông ấy biết chuyện này. (ông ấy giận anh)**
4. **Chị nấu cơm cho mấy người ăn? (nấu nhiều thế)**
5. **Bây giờ chưa đi. (đến lớp muộn)**
6. **Anh chạy đi đâu? (vội thế)**
7. **Đi chơi phố cổ ở Hà Nội không có bản đồ. (dễ bị lạc lắm)**
8. **Có chuyện gì? (chị lo thế)**
9. **Anh không có điểm môn này. (không được tốt nghiệp)**
10. **Đêm hôm trước thiếu ngủ. (ngày hôm sau không làm việc được đâu)**

D. Use the phrases in the parentheses with **là** to complete the following sentences.

> EXAMPLE: **Phong tục Việt Nam chúng tôi** (not to open the gift in front of the person who presents the gift)
>
> → **Phong tục Việt Nam chúng tôi là không mở quà trước mặt người tặng quà.**

1. **Vấn đề chúng ta bàn trong cuộc họp hôm nay** (how to organize the extracurricular activities of the students' association this semester)
2. **Chương trình thi hoa hậu năm nay** (each contestant should participate in four different competitions)
3. **Thi vào đại học** (the students who have already passed the exit exams for the graduation from high school organized by the Ministry of Education and Training want to study at a college)
4. **Tour du lịch hành trình xuyên Việt** (to travel from the North to the South to visit many cities and historic sites of the country)
5. **Một trong những điều kiện quan trọng để xin thị thực sang Việt Nam học trong một năm** (you should have a Vietnamese university that applies for an entry visa for you)
6. **Bảo vệ khu phố cổ** (to not build high-rises inside or around the Old Quarter)
7. **Khoa Luật và khoa Y của Đại học Đông Dương tương đương với các khoa luật và khoa y của các Đại học bên Pháp** (graduates of these faculties were conferred the French Diplôme d'État)
8. **Mục đích nhập cảnh** (what you are planning to do in the country you will enter)
9. **Cơ quan trả tiền học cao học hay học nghiên cứu sinh** (when a company needs to train a person in a particular field at a university)
10. **Kinh tế thị trường** (state-owned and private companies compete with each other)

E. Make up questions using **có phải … không** so that the following sentences could be the responses to them. Pay attention to the different ways of responding.

        EXAMPLE: _____?

                Vâng, chị ấy sẽ đưa chúng ta đi tham quan Hà Nội.

      →   **Có phải chị ấy sẽ đưa chúng ta đi tham quan Hà Nội không?**

             Vâng, chị ấy sẽ đưa chúng ta đi tham quan Hà Nội.

1. _____?

    Đúng, Quốc tử giám được coi là đại học đầu tiên của Việt Nam.

2. _____?

    Vâng, Trần Nhân Tông đang làm vua bỗng nhiên đi tu.

3. _____?

    Không phải, Đại học Sư phạm không còn là trường thành viên của Đại học Quốc gia nữa.

4. _____?

    Vâng, Nguyễn Hữu Cảnh là người góp phần quan trọng vào việc thành lập Sài Gòn-Gia Định cách đây hơn ba trăm năm.

5. _____?

    Ừ, mai là ngày lễ, chúng mình được nghỉ học.

6. _____?

    Chưa, chị ấy còn học hai năm nữa mới tốt nghiệp.

7. _____?

    Đúng rồi, bà giáo sư ấy là người tôi định giới thiệu với anh.

8. _____?

    Chắc thế "I think so," **tiền nhà khu này cao vì gần trung tâm.**

9. _____?

    Ừ, thí sinh ấy là người đẹp của phố cổ Hội An đấy.

10. _____?

    Vâng, anh ấy gọi điện cho chị mấy lần.

F. Add **cái** to the following statements to emphasize a feature of a subject that the speaker is going to talk about.

1. **Cách nói chuyện của anh ấy nhiều người rất không thích.**
2. **Bài hát ấy tôi đã nghe nhiều lần rồi.**
3. **Đường này hay bị tắc lắm đấy.**
4. **Quyển từ điển này cũ quá, thiếu nhiều từ lắm, không dùng đọc báo được đâu.**
5. **Năm chiến tranh ấy tôi đang học năm cuối cùng ở trung học.**
6. **Viện này đã đào tạo rất nhiều chuyên gia các ngành khoa học xã hội và nhân văn cho Việt Nam.**
7. **Ngôi chùa này hằng năm vào tháng giêng có rất nhiều người đến** *lễ* "to worship."
8. **Món này không thể thiếu được đâu.**
9. **Cơn mưa kéo dài mấy ngày tuần trước làm nước sông lên cao gây ra lụt.**
10. **Lúc anh đến là lúc tôi đang rất bận nên không nói chuyện được với anh.**

G. Use **thực ra** or **hoá ra** "it turns out" to complete the following statements containing the verb **tưởng**.

      EXAMPLE: **Tôi tưởng ông ấy đã ngoài sáu mươi.** _____

    →   **Tôi tưởng ông ấy đã ngoài sáu mươi. Thực ra/hoá ra ông ấy mới ngoài năm mươi.**

1. **Tôi tưởng mùa đông ở Hà Nội lạnh lắm.** _____

2. **Chúng tôi tưởng nền giáo dục đại học Việt Nam theo mô hình châu Âu mới có cách đây mấy chục năm thôi.** _____

3. **Họ tưởng lái xe đến đấy chỉ mất mười lăm phút thôi.** _____

4. **Tôi cứ tưởng tôi nói như thế chị ấy sẽ giận tôi.** _____

5. **Chúng tôi tưởng cô ấy mới học năm thứ nhất đại học.** _____

6. **Cô ấy cứ tưởng món ấy dễ nấu lắm.** _____

7. **Nghe anh ấy nói, tôi cứ tưởng anh ấy đã từng đến đấy nhiều lần rồi.** _____

8. **Thấy trời nắng, tôi tưởng hôm nay ấm nên mặc áo ngắn tay.** _____

9. **Đọc mấy câu đầu, tôi tưởng đấy là một cuốn tiểu thuyết lịch sử.** _____

10. **Trông anh ấy da rám nắng, tôi cứ tưởng anh ấy mới đi nghỉ ở ngoài biển về.** _____

H. Use **được** before the phrase with a number given in the parentheses to answer the following questions. Please be careful of the word order.

      EXAMPLE: **Chị ấy đi lâu chưa?**

                 _____ **(mới mười lăm phút thôi)**

    ⟶   **Chị ấy đi lâu chưa?**
           Chị ấy mới đi được mười lăm phút thôi.

1. **Phim bắt đầu lâu chưa?**
   _____ **(mới năm phút thôi)**

2. **Chị sang Việt Nam lâu chưa mà nói tiếng Việt khá quá?**
   _____ **(mới sáu tháng thôi)**

3. **Các bạn đi thăm mấy thành phố ở đồng bằng sông Cửu Long rồi?**
   _____ **(ba thành phố rồi)**

4. **Bạn anh tốt nghiệp cao học bao giờ?**
   _____ **(hai năm rồi)**

5. **Cậu đọc xong bao nhiêu trang rồi?**
   _____ **(mới hơn hai mươi trang thôi)**

6. **Anh ấy làm việc cho công ty Ford ở Việt Nam bao lâu rồi?**
   _____ **(gần ba năm rồi)**

7. **Học sinh nghỉ hè từ bao giờ?**
   _____ **(mới một tuần thôi)**

8. **Các cậu chơi bóng bàn lâu chưa?**
   _____ **(khoảng nửa tiếng rồi)**

9. **Bao nhiêu khách đã đến rồi?**
   _____ **(mới bốn, năm người thôi)**

10. **Tối qua cậu tập thể thao lâu không?**
   _____ **(hơn một tiếng)**

I. Use the verb **trông** to translate the following sentences.

1. He looked really sick last week.
2. You look very tired. You should have some rest.
3. The house looks old, but it was built only fifteen years ago.

4. The room looks smaller because there is a lot of furniture.

5. How do I look in this green traditional flowing tunic?

6. It looks as if it's going to rain.

7. He looks like he has just run fast to class in order to not be late.

8. She looks like she is thinking of something very important.

J. Use the kinship terms to translate the following sentences. Where it is applicable, use kinship terms of both the Northern and the Southern systems.

1. My uncle's (mother's younger brother's) wife is younger than me.

2. I want you to introduce me to your cousin (your mother's younger sister's daughter) who is sitting alone in the living room.

3. I have heard pretty much about my mother's older sister, but I have never seen her.

4. My father's younger sister has been living in Paris for more than half a century.

5. They look young, but they already have a granddaughter (their daughter's daughter).

6. Although my grandfather (my father's father) is almost ninety years old, he is going swimming three times a week.

7. My aunt's (my mother's older sister's) husband worked at the Ministry of Education and Training for forty years. He did not retire until last year.

8. My cousin (my father's older brother's son) and I went to the same high school.

9. She is going to visit her father's younger brother's wife who is currently working in Saigon.

10. My grandfather on my mother's side was a native of Hanoi, and my grandmother on my mother's side was a native of Huế.

🎧 4-7

K. First read the words and phrases below. Then listen to the speaker on the audio track and repeat the words and phrases. Pay close attention to 1) two- (or more) syllable words, whose syllables should be spoken together; 2) the pronunciation of the words that have similar sounds but differ in meaning and usage.

1. **món, món ăn, món ăn ngon, món quà, môn học, môn thi, thi bốn môn**

2. **phong tục, phong tục Việt Nam, phong cảnh, phong cảnh đẹp**

3. **người nhà, toàn người nhà, có người ở nhà**

4. **tiếp, làm tiếp, tiếp tục, tiếp tục hoạt động, tiếp xúc, tiếp xúc với mọi người**

5. **thí sinh, thí sinh thi hoa hậu**

6. **người đẹp, người đẹp Hà Nội, người mẫu, từng làm người mẫu ở Hà Nội**

7. **diễn ra, diễn ra ở Hội An, trình diễn, trình diễn áo dài trên nền phố cổ Hội An**

8. **hoa hậu, hoa hậu áo dài, chấm hoa, áo dài có chấm hoa**

L. Based on the content of the dialogues, answer the following questions.

1. **Tại sao chủ nhà chưa khiêu vũ trong khi khách đã bắt đầu khiêu vũ?**

2. **Người khách mới đến tặng chủ nhà cái gì?**

3. **Phong tục Việt Nam khi nhận quà là gì?**
4. **Khách đến ăn sinh nhật có những ai?**
5. **Cuộc thi hoa hậu diễn ra ở đâu? Bạn biết gì về nơi ấy?**
6. **Chiều cao của các thí sinh là bao nhiêu? Như thế là cao hay thấp so với phụ nữ Việt Nam?**
7. **Cuộc thi hoa hậu có mấy phần?**
8. **Thi hoa hậu áo dài là gì?**
9. **Thi tài năng và ứng xử là gì? Thí sinh phải làm gì?**

Exercises

1. Use the vocabulary and expressions in the dialogues to prepare with a partner a conversation describing the guests who are present at your birthday party.
2. Use the dictionary to read the following announcement taken from a Vietnamese newspaper.

TRẦN THỊ THÙY DUNG đăng quang Hoa hậu Việt Nam 2008

Tân hoa hậu Việt Nam 2008 đã thuộc về người đẹp Trần Thị Thùy Dung 18 tuổi đến từ Đà Nẵng. Cô là thí sinh có chiều cao nhất trong số 30 thí sinh tham dự vòng chung kết cuộc thi Hoa hậu Việt Nam 2008. Với các chỉ số hình thể khá chuẩn (1m78, 61,5kg, số đo 3 vòng 86-62-91) cô là thí sinh được chú ý ngay khi vòng chung kết bắt đầu. Thùy Dung vừa tốt nghiệp THPT, cô đang dự định sẽ lên đường du học tại Mỹ trong năm tới. Tuy nhiên, với danh hiệu HHVN 2008 vừa nhận được, cô sẽ phải tạm gác lại dự định của mình để làm nghĩa vụ của một tân Hoa hậu Việt Nam.

Danh hiệu Á hậu 1 thuộc về người đẹp Phan Hoàng Minh Thư, 20 tuổi, đến từ Lâm Đồng. Cô hiện đang là sinh viên cao đẳng kinh tế đối ngoại và là người mẫu của Công ty Venus. Với danh hiệu Á hậu 1, Minh Thư sẽ trở thành người mẫu độc quyền của nhà tài trợ Thái Tuấn (Miss Thái Tuấn). Người đẹp đến từ Hà Nội, Nguyễn Thụy Vân đoạt danh hiệu Á hậu 2, cô cũng là người đoạt danh hiệu người đẹp có câu trả lời ứng xử hay nhất.

Trong top 5 người đẹp còn có Lâm Thu Hằng (Sóc Trăng) và Đậu Thị Hồng Phúc (Hà Nội). BTC cuộc thi cũng trao các giải cho Lâm Thu Hằng (Hoa hậu Biển), Đậu Thị Hồng Phúc (Hoa hậu Thân thiện), Thạch Thị Hồng Nhung (Hoa hậu Ảnh).

THÀNH TRUNG *(từ Hội An)*

Bạn cần biết

When you are invited to attend a Vietnamese friend's or business partner's birthday party, or to celebrate the Lunar New Year (**Tết Nguyên Đán**) with a Vietnamese family, you may want to offer a gift to your friend, business partner or his/her family.

A gift from your country would always be more appreciated than one bought in Vietnam. T-shirts, sweatshirts or baseball caps with the logo of an American or European university are well received. Vietnamese love soccer and know a lot about soccer stars in Europe and South America, so a T-shirt with the logo of a well-known soccer team or with the name and number of a soccer star on the back is often appreciated, especially by men.

American and European gadgets and electronics are very popular, but be sure that the device works with different voltages or is accompanied by a transformer (the voltage in Vietnam is 220). A bottle of good wine from France, Italy, Germany or from Napa Valley in California is appreciated as well, especially by those Vietnamese who are familiar with European or American culture. Flowers are becoming more popular. You may want to bring to the party a nice bouquet of different types of flowers, if the host is a woman, or if there are women in the family you are visiting. If the hosts have children, you may want to bring gifts for the children, including memorabilia from your country, music CDs or movie DVDs in English if they study English at school, or American or European office supplies for their school work.

The way Vietnamese react to receiving gifts is very different from the American or European way. In most cases, Vietnamese do not open the gift in front of you, but rather put it in a noticeable place, which shows their appreciation for your gift.

Thành phố Đà Lạt
City of Đà Lạt

Phần 2

Bài đọc 🎧 4-8

Áo dài Việt Nam

Áo dài gắn liền với hình ảnh về trang phục của người phụ nữ Việt Nam. Chiếc áo dài mà chúng ta thấy ngày nay xuất hiện vào khoảng giữa thập niên 30 của thế kỷ 20. Nhưng thực ra, nó đã kế thừa nhiều nét của trang phục truyền thống của người phụ nữ Việt Nam.

Từ thời xa xưa, phụ nữ Việt Nam đã mặc một loại áo dài gọi là áo tứ thân. Áo tứ thân may bằng bốn mảnh vải, hai mảnh phía sau ghép liền ở giữa lưng, hai mảnh phía trước là hai vạt áo không có khuy cài. Khi mặc, người phụ nữ thắt hai vạt áo phía trước vào với nhau. Áo tứ thân mà người phụ nữ Việt Nam thời xưa mặc thường là mầu nâu, thích hợp với công việc nặng nhọc ngoài đồng nhưng vẫn giữ được vẻ đẹp của người phụ nữ. Hiện giờ, trong một số dịp lễ hội ở đồng bằng sông Hồng, người phụ nữ vẫn mặc áo tứ thân để nhấn mạnh truyền thống của vùng này.

Vào những năm 30 thế kỷ 20, do ảnh hưởng mạnh mẽ của phương Tây nên chiếc áo tứ thân đã được cải tiến thành chiếc áo dài mà chúng ta thấy hiện nay. Những người đầu tiên có công trong việc cải tiến chiếc áo tứ thân thành chiếc áo dài hiện đại là hai hoạ sĩ Cát Tường và Lê Phổ. Vì thế, có một thời người ta gọi loại áo dài cải tiến là áo Le Mur (le mur tiếng Pháp có nghĩa là tường). Hai ông đã thiết kế những kiểu áo dài được thu gọn lại, bó sát người hơn, hai vạt phía trước được ghép lại với nhau, chỉ còn liền một vạt, làm tăng vẻ đẹp của người phụ nữ. Lúc đầu, nhiều người phản đối loại áo dài do hai ông thiết kế, cho rằng phụ nữ mặc nó trông thiếu nghiêm túc. Nhưng lớp trẻ, trước hết là nữ sinh các trường trung học ở các thành phố lớn, rất thích kiểu áo này. Nó trở thành trang phục của học sinh, sinh viên, rồi sau đó là trang phục của cả phụ nữ đứng tuổi.

Mầu sắc và các loại vải may áo dài cũng trở nên đa dạng. Áo dài cho phụ nữ đứng tuổi thường may bằng gấm, mầu sẫm, còn áo dài cho phụ nữ trẻ thì may bằng lụa mỏng, thường có mầu sáng. Áo dài gấm ít khi có hình vẽ hay chỉ có hình vẽ đơn giản, còn áo dài lụa thì đủ các loại hình vẽ, từ hoa lá trong cuộc sống thường ngày đến hoa lá cách điệu.

Như chúng ta thấy, chiếc áo dài của phụ nữ Việt Nam vừa mang tính truyền thống, lại vừa rất hiện đại, khác với trang phục truyền thống của phụ nữ một vài nước châu Á khác. Phụ nữ Việt Nam có thể mặc áo dài đến dự những buổi tiếp tân quan trọng, đi ăn cưới, đi làm ở những cơ quan đòi hỏi phải mặc đồng phục áo dài đối với phụ nữ và com-plê đối với nam giới, hay đi học ở trường. Một đặc điểm hết sức quan trọng của áo dài là mỗi người phụ nữ chỉ có thể đặt may chiếc áo dài cho riêng mình. Áo dài không thể sản xuất hàng loạt được.

Vì áo dài gắn liền với hình ảnh người phụ nữ Việt Nam nên hiện giờ, thi áo dài trở thành một phần quan trọng trong các cuộc thi hoa hậu ở Việt Nam. Năm 2008, tại cuộc thi hoa hậu thế giới được tổ chức tại thành phố Nha Trang của Việt Nam, hoa hậu tất cả các nước tham dự đã có một màn trình diễn áo dài Việt Nam thật đặc sắc.

Nhiều người cho rằng áo dài là trang phục truyền thống chỉ của riêng phụ nữ Việt Nam mà thôi, nhưng thực ra, ngày xưa, đàn ông Việt Nam cũng mặc áo dài. Áo dài của đàn ông mầu trắng, mầu đen hay mầu xanh sẫm. Khi mặc áo dài, người đàn ông thường đội khăn xếp (người Nam gọi là khăn đóng). Nếu như hiện giờ phụ nữ mặc áo dài là một điều thường thấy ở Việt Nam thì ngược lại, đàn ông Việt Nam chỉ mặc áo dài đội khăn xếp trong những dịp lễ hội truyền thống của Việt Nam. Đôi khi, trong lễ cưới, cả người đàn ông và người phụ nữ đều mặc áo dài đội khăn xếp như thời xưa.

Chiếc áo dài Việt Nam đã xuất hiện trên trang đầu của báo chí thế giới vào tháng 11 năm 2006. Tại lễ ký Tuyên bố chung của Hội nghị cấp cao về Hợp tác kinh tế châu Á-Thái Bình Dương (APEC) được tổ chức tại Hà Nội, tất cả các vị lãnh đạo các nước tham dự hội nghị, trong đó có Hoa Kỳ, Nga, Trung Quốc, Nhật Bản, Canada, Úc và nhiều nước khác, đã mặc trang phục truyền thống của nước chủ nhà.

When in Vietnam . . .
President Bush in Vietnamese dress yesterday at an economic conference in Hanoi with, from left, Presidents Hu Jintao of China, Vladimir V. Putin of Russia and Michelle Bachelet of Chile, and Prime Ministers Stephen Harper of Canada and Surayud Chulanont of Thailand. Page A14.

Từ mới 🎧 4-9

Đối thoại

gắn liền với *to (be) closely connect(ed) to*
hình ảnh *image*
trang phục *(collective noun) clothes, attire*
kế thừa *to inherit*
từ thời xa xưa = **từ thời xưa** *from ancient times*
tứ *(Chinese) four*
thân *part of a dress*
  áo tứ thân *four-part traditional dress*
may *to sew*
mảnh *a piece*
lưng *back*
vạt *skirt (the part of a dress)*
khuy *button*
cài *to fasten*
thắt *to tie*
  thắt hai vạt áo phía trước vào với nhau *to tie the two front skirts of the dress together*
thích hợp với *to suit, be suitable to*
nặng nhọc *hard*
vẻ đẹp *beauty*
lễ hội *festival, feast*
nhấn mạnh *to stress, emphasize*
do *due to, because of*
mạnh mẽ *strong*
cải tiến *to improve*
có công *to make a contribution to*
hoạ sĩ *painter, artist*
có một thời *at some point*
có nghĩa là *to mean, convey a meaning*
thu gọn *to reduce*
bó sát *to fit closely; close-fitting*
làm tăng *to increase*
lúc đầu *at first*
phản đối *to oppose, protest*
nghiêm túc *serious*
  trông thiếu nghiêm túc *to not look serious*
lớp trẻ *young people*
nữ sinh *female students*
đứng tuổi *middle-aged*

màu sắc *(collective noun) colors*
gấm *brocade, embroidered silk*
sẫm *dark (speaking of colors)*
mỏng *thin*
hình vẽ *picture*
đơn giản *simple, easy, not fancy*
thường ngày *everyday*
  cuộc sống thường ngày *everyday life*
cách điệu *to stylize; stylized*
một vài *a few, several*
tiếp tân *reception*
cưới *to marry, wed*
  đi ăn cưới *to attend a wedding*
đòi hỏi *to require*
đồng phục *uniform*
com-plê *suit (French: complet)*
nam giới *(collective noun) men*
đặc điểm *specific feature*
đặt *to order*
hàng loạt *mass*
  sản xuất hàng loạt *to mass-produce*
màn *scene (of a play, show)*
đặc sắc *unique, of unusual excellence*
cho rằng *to think, believe*
mà thôi *only*
khăn *scarf, turban*
xếp *to fold*
  khăn xếp *ready-to-wear turban*
ngược lại *in contrast*
trang đầu *front page*
báo chí *(collective noun) press*
lễ *ceremony*
tuyên bố *to declare, announce*
  tuyên bố chung *communiqué*
hội nghị *conference*
cấp cao *summit*
hợp tác *to cooperate; cooperation*
lãnh đạo *to lead; leader*
Hoa Kỳ *(formal) the United States of America*
Nhật Bản *(formal) Japan*

🔍 Ngữ pháp & cách dùng từ 🎧 4-10

13. Phụ nữ vs. đàn bà, nam giới vs. đàn ông

In Vietnamese, there are two words denoting "women," which are **phụ nữ** and **đàn bà**, and two words denoting "men," which are **nam giới** and **đàn ông**. **Phụ nữ** and **đàn bà**, as well as **nam giới** and **đàn ông**, are not interchangeable in most cases, because **phụ nữ** and **nam giới** are formal, while **đàn bà** and **đàn ông** are less formal.

Both **phụ nữ** and **đàn bà** can be used after a number, but the classifier **người** is inserted between the number and the noun: **một người phụ nữ**, **hai người đàn bà**.

Nam giới is a collective noun and cannot be used after a number. Its counterpart for women is **nữ giới**, which is rarely used in comtemporary Vietnamese.

In order to convey the sense "a man" as the countable noun in both informal and formal contexts, the word **đàn ông** is used. **Đàn ông** also takes the classifier **người** when used after a number: **ba người đàn ông**.

14. Thực ra

This word means "in fact" and is used at the beginning of a sentence to say what the real truth of a situation is, especially when it is different from what has been said previously:

Anh ấy nói anh ấy rất thích nhạc cổ điển. Thực ra, anh ấy chẳng biết gì về nhạc cổ điển cả.

He says he loves classical music. In fact, he knows nothing about classical music.

15. Participle clause

In formal Vietnamese the passive construction with **được** and **bị** may be used in the same way as the passive voice in English. That is, the participle clause is easily inserted to modify a noun or a noun phrase:

tại cuộc thi hoa hậu thế giới được tổ chức tại thành phố Nha Trang của Việt Nam...

at the beauty contest organized in the Vietnamese city of Nha Trang...

The participle clause in this sentence is **được tổ chức tại thành phố Nha Trang của Việt Nam**, which modifies the noun phrase **cuộc thi hoa hậu thế giới**.

Another example:

Môi trường bị ô nhiễm nghiêm trọng là một trong những vấn đề lớn nhất mà chính quyền thành phố phải giải quyết.

The environment being seriously polluted is one of the biggest problems that the city's government has to resolve.

The participle clause **bị ô nhiễm nghiêm trọng** is inserted to modify the noun **môi trường**.

16. **Cho rằng, cho là**

The verb **cho rằng**, meaning "to think, believe," is one word consisting of two syllables. **Rằng** is not the conjunction of a noun clause (see Lesson 14 in *Elementary Vietnamese*) and cannot be omitted:

Tôi cho rằng cô ấy nói đúng.

I believe she is right.

In conversational Vietnamese, **là** can be used instead of **rằng**:

Tôi cho là cô ấy nói đúng.

17. **Mà thôi**

In formal Vietnamese, **mà thôi** is placed at the end of a sentence containing the word **chỉ** with the meaning "only" to emphasize the idea of restricting (compare with the construction **chỉ … thôi** in Lesson 11 of *Elementary Vietnamese*):

Nhiều người cho rằng áo dài là trang phục truyền thống chỉ của riêng phụ nữ Việt Nam mà thôi.

Many people think that the flowing tunic is the traditional attire for Vietnamese women only.

18. Formal country names

In formal Vietnamese, the full name of the country **Nhật Bản** is used instead of **Nhật**, and **Hoa Kỳ** is used instead of **Mỹ**. The full name of the United States of America is **Hợp chủng quốc Hoa Kỳ**.

Áo dài Việt Nam
Vietnamese traditional flowing tunic

📋 Drills

A. Use **phụ nữ**, **đàn bà**, **nam giới** and **đàn ông** to complete the following sentences. Use a classifier where it is necessary.

1. **Nói chung,** (the average man is taller than the average woman).
2. *Cô bé* "girl" **tôi gặp cách đây mười năm bây giờ** (has become a beautiful woman).
3. **Ở nước này,** (women did not participate in politics until the middle of the last century).
4. **Hiệu này có bán** (clothes for men) **không, hay chỉ bán** (clothes for women)?
5. **Tôi không quen** (that woman, I have never seen her before).
6. **Anh nghĩ** (only men can do this job) **à?** (Women can also do this) **chứ!**
7. **Khi xảy ra tai nạn,** (there were two women and two men in the car).
8. **Tôi đọc báo thấy nói rằng** (he is a married man who has two children).

B. Complete the following sentences containing **thực ra**.

1. **Anh ấy nói với chị anh ấy chưa bao giờ đến đấy cả. Thực ra,** _____

2. **Tour du lịch trọn gói ấy nghe hấp dẫn. Thực ra,** _____

3. **Lúc đầu tôi nghĩ tiền nhà như thế hơi đắt. Thực ra,** _____

4. **Chị ấy bảo cơ quan chị ấy ở ngoại thành. Thực ra,** _____

5. **Ông kỹ sư nói chữa chiếc máy vi tính cho tôi không khó. Thực ra,** _____

6. **Nhiều người sợ ăn cơm bụi vì cho rằng không được vệ sinh lắm. Thực ra,** _____

7. **Mới đọc mấy trang, tôi tưởng cuốn sách hay lắm. Thực ra,** _____

8. **Người ta hay nói Sài Gòn là một thành phố còn rất trẻ. Thực ra,** _____

9. **Nhiều người nghĩ người Pháp là những người châu Âu đầu tiên đến Việt Nam. Thực ra,** _____

10. **Vào mùa hè, so với nhiệt độ ở miền Nam nước Mỹ thì nhiệt độ ở Việt Nam không cao lắm. Thực ra,** _____

C. Use the passive construction with **bị**, **được** or **do** to translate the following sentences.

1. The book on Vietnamese history written by my professor is used for the courses on Vietnamese history at many universities.
2. The town destroyed by the war thirty-five years ago has become a big modern city.

3. I will show you several temples built during the Lê dynasty.
4. Those Ph.D. students sent to a doctorate program by their companies do not have to pay the tuition.
5. The Opera House in Hanoi designed by French architects looks like the Opera House in Paris.
6. They do not want to talk about the issues discussed at the meeting last week.
7. Hà Tây Province and a district of Vĩnh Phúc Province merged with Hà Nội in August 2008 became a part of the present Hà Nội.
8. People are leaving the town flooded by the Red River due to the heavy rains last week.
9. Higher education in Vietnam based on the traditions of European higher education appeared at the beginning of the 20th century.
10. At first, the modern tunic flowing dress designed by artists Cát Tường and Lê Phổ in the 1930s was opposed by many people.

🎧 4-11

D. First read the words and phrases below. Then listen to the speaker on the audio track and repeat the words and phrases. Pay close attention to 1) two- (or more) syllable words, whose syllables should be spoken together; 2) the pronunciation of the words that have similar sounds but differ in meaning and usage.

1. **áo dài, áo dài của phụ nữ Việt Nam, chiếc áo hơi dài**
2. **mảnh vải, may bằng bốn mảnh vải, nhấn mạnh, nhấn mạnh truyền thống của vùng này, mạnh mẽ, ảnh hưởng mạnh mẽ**
3. **phụ nữ, phụ nữ Việt Nam, nữ sinh, nữ sinh các trường trung học**
4. **may áo dài, mấy loại vải may áo dài**
5. **đặc sắc, màn trình diễn đặc sắc, đặc biệt, vị trí đặc biệt, đặc sản, đặc sản của Huế**
6. **hội thảo, hội thảo về văn học Việt Nam, hội nghị, hội nghị cấp cao, lễ hội, các dịp lễ hội truyền thống**

Áo tứ thân
Four-part traditional dress

E. Based on the content of the narrative, give answers to the following questions.

1. Bạn biết gì về áo tứ thân người phụ nữ Việt Nam mặc thời xưa?
2. Hiện giờ, áo tứ thân được mặc vào những dịp nào?
3. Chiếc áo dài hiện đại xuất hiện bao giờ? Do ai thiết kế?
4. Vì sao lúc đầu nhiều người phản đối loại áo dài này?
5. Màu sắc và vải may áo dài như thế nào?
6. Áo dài của phụ nữ Việt Nam khác với trang phục truyền thống của phụ nữ một vài nước châu Á khác như thế nào?
7. Người ta có thể may áo dài hàng loạt không? Tại sao?
8. Vì sao thi áo dài trở thành một phần quan trọng trong các cuộc thi hoa hậu ở Việt Nam?
9. Bạn biết gì về loại áo dài người đàn ông Việt Nam mặc thời xưa? Hiện giờ còn ai mặc loại áo dài này không?

✎ Exercises

1. Write an essay about a beauty contest or a fashion show you saw on TV.
2. Use the dictionary to read the following excerpt from the article **Sắc thái nữ phục Huế cổ truyền** by Professor Ngô Đức Thịnh, that was published in the journal Xưa và nay, issue # 323 & 324, Hà Nội, January 2009.

Nói tới phong cách ăn mặc truyền thống Huế, người ta thường nghĩ tới chiếc áo dài. Vẫn là chiếc áo dài Việt Nam có gốc gác từ áo năm thân, tứ thân cổ truyền, nhưng trong dòng cải biến, cách tân chung ấy, Huế đã tạo cho mình một phong cách riêng bởi màu sắc, cách cắt may, kiểu mặc... Áo dài Huế, không dài bấm gót như áo dài Hà Nội, cũng không ngắn quá gối như áo Sài Gòn, cổ áo cao vừa phải, co áo cũng thất đáy lưng ong, tà cũng không xẻ quá cao. Đặc biệt, người Huế thể hiện nét riêng của mình qua chọn các loại hàng vải với màu sắc khác nhau để may áo dài: màu trắng hay tuyền đen, các màu nhẹ như xanh lơ, hồng nhạt, vàng mơ, tím phớt... vải hoa chỉ điểm vài bông màu đậm hay nhạt hơn màu vải một chút, chứ không ưa dùng các loại vải hoa to, màu sắc vải nền hay hoa quá tương phản, sặc sỡ.

Áo dài Huế được nhiều tầng lớp người Huế mặc, trước nhất là học sinh, sinh viên, viên chức, thanh niên, rồi cả đến lớp người trung niên, các bà già, chị em làm nghề buôn bán nhỏ ở các cửa hiệu, ở ngoài chợ... Các cô gái chọn màu áo, quần tuyền trắng hay màu tím nhạt, các em học sinh, sinh viên chọn màu áo dài tím Huế thành màu đồng phục.

15

Bạn cần biết

The way Vietnamese dress is similar to the way people dress in the U.S.A. and Europe, so you can wear the same clothes you're used to wearing when at home. However, there are a number of rules you should follow while in Vietnam.

When entering a house, an office or a classroom, you should take off your hat, no matter whether it is a wide-brimmed hat or a baseball cap. Women are not supposed to wear revealing clothes like tank tops or shorts in an office or a classroom. Some families take off their shoes when entering a home as well, and you should do the same as they do. When you attend a concert in the Opera House (Nhà hát Lớn), wearing formal clothes is much appreciated by Vietnamese. Tank tops and shorts are unacceptable at Buddhist temples and Catholic churches. When sitting, you should not put your leg(s) on a chair or on a table in front of others.

Tục ngữ 🎧 4-12

Trông mặt mà bắt hình dong.
One's face may be the index to his heart.

Tín đồ đạo Cao Đài mặc áo dài đội khăn xếp tại toà thánh Tây Ninh
Followers of Caodaism wearing the traditional clothes and turban at the Temple of Caodaism, Tây Ninh Province

Vietnamese Music, Movies and Traditional Theater

🔍 Grammar & Usage Focus

1. Phrase **có liên quan**.
2. Use of conditional conjunctions **giá như** and **giá mà**.
3. Use of **chưa chắc**.
4. "To ask" in Vietnamese.
5. Verb **thử** and phrase **cứ thử xem**.
6. Phrase **chẳng hạn như**.
7. Particle **cơ/kia**.
8. **Phải nói thật với** + 2nd personal pronoun + **là**.
9. Sentence + **là tại làm sao?**
10. Verb + **cũng biết là …**
11. **Hằng/hàng** meaning "every."
12. **… có … có**
13. Phrase **theo tôi được biết**.
14. **Thường, thường thường** and **thường xuyên**.
15. **Phổ biến** as an adjective and as a verb.
16. **Chủ yếu** as an adjective and as an adverb.
17. Verbs **thể hiện, biểu hiện** and **biểu lộ**.
18. **Khi [thì]** and **lúc [thì]**.
19. Adjectives **cũ, già, cổ** and **cổ điển**.
20. Use of **đầu tiên** and **thứ nhất** meaning "first."
21. Construction "once every other year" in Vietnamese.

Phần 1

💬 Đối thoại 1 🎧 5-1

Xem ca nhạc trên ti vi

A: **Tối qua chị có xem chương trình** *Những bài hát được nhiều người yêu thích* **không?**

B: **Có chứ. Đấy là một trong những chương trình ca nhạc được nhiều người hưởng ứng nhất, có** lẽ vì nó gợi lại những kỷ niệm gắn liền với một ca khúc nào đó vào một thời điểm nhất định trong quá khứ.

A: Giá như tôi biết chị thường xuyên theo dõi chương trình này thì tôi đã đến xem với chị để nhờ chị giải thích nhiều điều có liên quan đến ca khúc Việt Nam.

B: Chưa chắc tôi đã trả lời được tất cả những thắc mắc của anh đâu. Nhưng cứ thử xem. Chẳng hạn như vấn đề gì?

A: Trước hết, xin hỏi chị về khái niệm *nhạc tiền chiến*. Nhạc tiền chiến nghĩa là trước cuộc chiến tranh nào?

B: Khó trả lời đấy anh ạ. Đó là một khái niệm khá rộng. Một số người cho rằng nhạc tiền chiến chỉ những bài hát được sáng tác trước cuộc kháng chiến chống Pháp, có nghĩa là từ thời điểm xuất hiện nhạc Việt Nam hiện đại, hay có người gọi là tân nhạc, cho đến khoảng năm 1945.

A: Thế tân nhạc xuất hiện bao giờ?

B: Xuất hiện cùng thời với văn học lãng mạn, văn học hiện thực và *Thơ mới* vào cuối những năm 30 thế kỷ 20. Một số người khác lại cho rằng nhạc tiền chiến bao gồm cả những bài hát được sáng tác trong thời kỳ kháng chiến chống Pháp, từ năm 1946 đến năm 1954.

A: Thế thì rộng quá!

B: Chưa hết đâu. Còn có những người cho rằng một số bài hát trữ tình được sáng tác ở miền Nam Việt Nam khoảng cuối những năm 50 đầu những năm 60 cũng thuộc nhạc tiền chiến cơ.

A: Phải nói thật với chị là nghe nhạc tiền chiến, tôi rất xúc động, mặc dù có những bài tôi chưa hiểu hết lời. Các ca sĩ trình bày cũng rất đạt.

 **Đối thoại 2** 🎧 5-2

Phim chiếu ở rạp

A: Tôi muốn đi xem một số bộ phim Việt Nam ở rạp, nhưng mấy hôm nay chẳng có rạp nào chiếu phim Việt Nam cả là tại làm sao hở chị?

B: Vì chiếu phim Việt Nam ở rạp bây giờ thì có rất ít người xem.

A: Vì sao thế?

B: Vấn đề phức tạp lắm. Một mặt thì phim Việt Nam không đáp ứng được thị hiếu của người xem, trước hết là của lớp trẻ. Mặt khác thì phim nước ngoài, trong đó có phim Hollywood, đối với thanh niên Việt Nam rất hấp dẫn. Tiền đầu tư nhiều, kịch bản hay, đạo diễn xuất sắc. Còn diễn viên thì khỏi phải nói.

A: Thế có nghĩa là không còn cách nào có thể xem được phim Việt Nam à?

B: Có chứ. Ở Hà Nội có một rạp chiếu phim tên là Cinémathèque thỉnh thoảng chiếu phim Việt Nam.

A: Nghe tên cũng biết là rạp của nước ngoài.

B: Đây là một rạp chiếu phim liên doanh giữa Việt Nam với một nước nào đó, hình như Singapore thì phải.

A: Vé vào cửa có đắt không hở chị?

B: **Không đắt đâu. Nhưng anh phải mua thẻ hội viên, hằng năm đóng tiền hội phí, cũng rẻ thôi. Hằng tuần họ sẽ gửi chương trình chiếu phim cho anh. Đôi khi họ còn mời được đạo diễn đến tiếp xúc với khán giả nữa.**

A: **Hay quá nhỉ! Rạp này chiếu những loại phim nào?**

B: **Phim Việt Nam có, phim nước ngoài có, kể cả phim nước ngoài về Việt Nam, trong đó có phim tài liệu và phim truyện về Việt Nam như** *Người Mỹ trầm lặng* **chẳng hạn.**

A: **Theo tôi được biết thì Hollywood dựng** *Người Mỹ trầm lặng* **hai lần, một lần cách đây mấy năm, một lần vào cuối những năm 50. Rạp chiếu bộ phim nào?**

B: **Cả hai. Tuần trước tôi mới xem** *Người Mỹ trầm lặng* **dựng cách đây hơn nửa thế kỷ, được thấy lại Sài Gòn của những năm 50.**

📖 Từ mới

Đối thoại 1 🎧 5-3	
yêu thích *to like*	**chống** *against*
ca nhạc *music and song*	**kháng chiến chống Pháp** *the war of*
hưởng ứng *to respond warmly*	*resistance against the French invasion*
gợi lại *to revive*	*(1946–1954)*
kỷ niệm *memory*	**tân** *(Chinese) new*
ca khúc *(formal) song*	**tân nhạc** *new music*
thời điểm *moment*	**cùng thời** *at the same time as*
quá khứ *past*	**lãng mạn** *romanticism; romantic*
giá như *if*	**hiện thực** *realism; realistic*
theo dõi *to follow*	**Thơ mới** *the romantic movement in*
nhờ *to ask*	*Vietnamese poetry in the 1930s and early*
[có] liên quan đến *to concern,*	*1940s (literally: New Poetry)*
(be) relate(d) to	**sáng tác** *to create*
Chưa chắc *I doubt it; I doubt that ...*	**chưa hết đâu** *that is not all*
thắc mắc *question*	**trữ tình** *lyricism; lyric*
Cứ thử xem *I (we)'ll try*	**nói thật** *to tell the truth*
tiền *before, prior, pre-*	**xúc động** *to be moved, touched*
chiến = chiến tranh *war*	**lời** *words*
tiền chiến *pre-war*	**ca sĩ** *singer*
nhạc tiền chiến *pre-war songs*	**trình bầy** *to perform*
kháng chiến *to resist; resistance, war of*	**đạt** *successful*
resistance	

Đối thoại 2 🎧 5-4	
chiếu *to show a movie*	**hội viên** *member*
rạp *theater*	**đóng tiền** *to pay*
rạp chiếu phim *movie house*	**phí** *fee*
tại làm sao *why in the world*	**hội phí** *membership fee*
phức tạp *complex, complicated*	**hằng** *every, each*
thanh niên *young people*	**khán giả** *spectactor, viewer*
kịch bản *screenplay, scenario*	**… có … có** *emphatic particle*
đạo diễn *filmmaker, director*	**kể cả** *including*
xuất sắc *outstanding, excellent*	**phim tài liệu** *documentary film*
diễn viên *actor, actress*	**phim truyện** *feature film*
khỏi phải nói *really good*	**trầm lặng** *quiet*
vé *ticket*	**Người Mỹ trầm lặng** *The Quiet American*
vé vào cửa *entry ticket*	*(movie title)*
thẻ *card*	**dựng** *to make a movie*

Trình diễn nhạc dân tộc
Performing Vietnamese traditional music

🔍 Ngữ pháp & cách dùng từ 🎧 5-5

1. **[Có] liên quan**

    This phrase means "to concern, to (be) relate(d)" and is used with the preposition **đến/tới**:

        Vấn đề chúng ta bàn trong cuộc họp tối nay [có] liên quan đến tất cả các anh các chị.

        The matter we will discuss at tonight's meeting concerns all of you.

        Chuyện của cô ấy thì [có] liên quan gì đến anh?

        How does her business concern you?

Gắn liền với implies a close connection between two abstract things:

Văn nghệ phải gắn liền với đời sống.

Literature and arts should be closely connected to life.

Or: *Literature and arts should reflect life.*

2. **Giá, giá như** and **giá mà**

These are used in the conditional sentence to refer to a condition that cannot be fulfilled because the action in the subordinate clause with **giá, giá như** or **giá mà** did not happen in the past (please compare to **nếu** introduced in Lesson 10 of *Elementary Vietnamese*). **Thì** is usually placed at the beginning of the main clause, and **đã** is placed before the verb in the main clause:

Giá như/giá mà tôi biết chị đến thì tôi đã ra ga đón chị.

If I had known that you were coming I would have met you at the railroad station.

3. **Chưa chắc**

Chưa chắc is placed at the beginning of a sentence to express the speaker's doubt that something is true. It corresponds to the English expressions *I doubt that/if...* or *I am not sure that/if...* :

Chưa chắc anh ấy đã đến.

I doubt that/if he is coming. Or: *I am not sure if he is coming.*

Chưa chắc may be used alone as a reply to a question or a statement when the speaker is not sure that something is true. **Chưa chắc** is equivalent to the English expressions *I doubt it* or *I don't think so*:

Cô thí sinh này sẽ thắng trong phần thi hoa hậu áo dài. –Chưa chắc.

This contestant is likely to win the title of Miss with the traditional dress. –I doubt it.

4. "To ask" in Vietnamese

The English verb "to ask" has many meanings, while the verb **hỏi** corresponds only to its meaning "to ask a question":

Cô ấy hỏi tôi có mang sách đến cho cô ấy không.

She asked whether I brought the book for her.

Hỏi can also be used in the expression **hỏi ý kiến ai** "to ask someone's advice, to consult someone" (see Lesson 1, Dialogue 2).

When you ask someone for something, **xin** should be used:

Con tôi xin tôi hai mươi nghìn đồng đi xem phim.

My daughter asked me for twenty thousand dong to go to see a movie.

Cô ấy xin nghỉ ba ngày.

She asked for three days off.

When you ask someone to do something, you will use **nhờ**:

Tôi muốn nhờ anh làm việc này cho tôi.

I would like to ask you to do this for me.

Đề nghị conveys the same meaning, but sounds formal:

Đề nghị anh làm việc này cho tôi.

Please do it for me. (I am asking you to do it for me.)

Yêu cầu, meaning "to request, demand," sounds stronger than **đề nghị**:

Yêu cầu anh làm ngay việc này cho tôi.

You are requested to do it for me immediately. (I am asking that you do it for me immediately.)

On the other hand, **mời** can be used with the meaning "to ask" to emphasize the politeness:

Đừng quên mời cô ấy đến khiêu vũ nhé.

Please don't forget to ask her to come dancing.

5. **Cứ thử xem**

The verb **thử** meaning "to try" was introduced in Lesson 11 of *Elementary Vietnamese*. When the speaker encourages somebody to try to do something, (s)he uses the construction subject + [**cứ**] **thử** + verb phrase + **xem** [**sao**].

Chị cứ thử bàn vấn đề này với cô ấy xem sao.

You should discuss it with her (and we'll see).

The subject may be **chúng ta**, **chúng mình** or **mình** including the person(s) the speaker is talking to:

Chúng ta/chúng mình/mình cứ thử bàn vấn đề này với cô ấy xem sao.

We should try to discuss this matter with her.

The subject can be dropped altogether:

Cứ thử bàn vấn đề này với cô ấy xem sao.

Let's try to discuss this matter with her./You should try to discuss this matter with her.

The expression **cứ thử xem** is used in the sense "Let's try!" or "We'll try." Sometimes **sao** is added to the end of the expression:

Chẳng biết có nên bàn với cô ấy vấn đề này không. –Cứ thử xem [sao].

Do you think we should discuss this matter with her? –Let's try.

6. **Chẳng hạn như**

This expression conveys the same meaning "for example," as **ví dụ** [**như**], **thí dụ** [**như**], but **chẳng hạn như** can either begin a sentence like **ví dụ** [**như**], **thí dụ** [**như**]; or **như** begins a sentence, and **chẳng hạn** is moved to the end, whereas **ví dụ** [**như**] and **thí dụ** [**như**] cannot be used this way.

Rạp này chiếu một số phim nước ngoài nói về Việt Nam, chẳng hạn như/ví dụ như/thí dụ như "Người Mỹ trầm lặng".

Or: **Rạp này chiếu một số phim nước ngoài nói về Việt Nam, như "Người Mỹ trầm lặng" chẳng hạn.**

This movie theater shows some foreign movies about Vietnam, for example (such as), The Quiet American.

7. **Cơ/kia**

This particle is placed at the end of a sentence to emphasize the fact that things are going this way, not the other way:

Tôi cần anh giúp tôi cơ/kia.

I want you to help me (you, not a different person; or, what you should do is to help me, not to argue with me).

8. **Phải nói thật với** + 2nd personal pronoun + **là**

This expression is placed at the beginning of a statement to convey the sense "to be frank with you":

Phải nói thật với chị là tôi không thích cách đặt vấn đề của anh ấy.

To be frank with you, I don't like his approach to this matter.

9. Sentence + **là tại làm sao?**

This construction means "why in the world did that happen?" and is used to refer to the speaker's surprise and occasionally to the speaker's disappointment. Very often **mà** is used to emphasize the contrast:

Buổi họp bắt đầu được hai mươi phút rồi mà anh ấy chưa đến là tại làm sao?

It's been twenty minutes since the meeting started, why in the world has he not yet shown up?

10. **... cũng biết [ngay] là ...**

The expression **cũng biết [ngay] là** is used after some verbs of perception as **nghe, nhìn, trông** and before a statement to convey the sense that some features of the subject that are spoken of make it easy to have more information about it:

Nghe tên cũng biết [ngay] là rạp chiếu phim của nước ngoài.

You need just to hear the name (of the movie theater) and you can guess [right away] that it is a foreign movie theater.

Trông cũng biết [ngay] là cô ấy vừa mới đi nghỉ ở biển về.

Just look at her and you can guess [right away] that she has just returned from a vacation at the sea.

11. **Hằng/hàng**

The word **hằng/hàng** is used before four nouns denoting time to convey the meaning "each, every": **hằng/hàng ngày** "every day," **hằng/hàng tuần** "every week," **hằng/hàng tháng** "every month" and **hằng/hàng năm** "every year":

Văn phòng chúng tôi họp vào chiều thứ sáu hằng/hàng tuần.

Every week our office has a meeting on Friday afternoon.

12. **... có ... có**

The particle **... có ... có** is used after nouns to emphasize the existence of two or more things or events, and usually the things or events have already been mentioned before. For instance:

> **Trường trung học này có dậy tiếng Nhật và tiếng Trung Quốc không? –Có chứ, lớp tiếng Nhật có, lớp tiếng Trung Quốc có.**
>
> *Does this high school offer Japanese and Chinese? –Of course, there are both Japanese and Chinese classes.*

... có ... có is slightly different from **... này ... này** introduced in Lesson 14 of *Elementary Vietnamese*, which refers to the things or events that are spoken of for the first time:

> **Trường trung học này dậy một số thứ tiếng châu Á: tiếng Nhật này, tiếng Trung Quốc này, tiếng Hàn này.**
>
> *This high school offers some Asian languages: Japanese, Chinese, Korean.*

13. **Theo tôi được biết [thì]**

The expression **theo tôi được biết [thì]** means "as far as I know," "to [the best of] my knowledge," and is used when the speaker knows something about what is being spoken of, although (s)he is not entirely certain:

> **Theo tôi được biết thì học kỳ tới giáo sư Châu sẽ sang giảng tại Đại học Paris 7.**
>
> *To the best of my knowledge, Professor Châu will deliver lectures at Paris University 7 next semester.*

Một số cách nói thường dùng 🎧 5-6

Khó đấy bác/chị/anh ... ạ.	*It's not so easy.*
Khó trả lời/làm/nhớ ... đấy bác/chị/anh ... ạ.	*It's not so easy to answer/do/memorize ..., you know.*
Chưa hết đâu.	*That's not all. (There's something interesting I'm going to tell you now.)*
Hay quá nhỉ!	*(What you've just told me is) really good.*
Theo tôi được biết thì ...	*To the best of my knowledge...*

📋 Drills

A. Use **[có] liên quan đến** or **gắn liền với** to complete the following sentences.

1. (This story relates to) **những gì tôi biết về anh ấy.**
2. **Thời gian học nghiên cứu sinh** (relates to the amount of tuition you will pay).
3. (Her letter related to) **vấn đề chúng ta bàn trong cuộc họp.**
4. (A good student should be able to connect) **những gì mình đọc được trong sách với những gì đang diễn ra xung quanh.**

5. (Physicians believe this illness is linked to) **việc sử dụng** *hoá chất* "chemicals" **ngoài đồng ruộng**.

6. **Hôm nay báo đăng bài** (that concerns the entrance exams to colleges and universities).

7. (People usually connect Vienna with) **các bản nhạc valse và các quán cà-phê ngoài trời**.

8. (This movie is concerned with) **những năm cuối của cuộc kháng chiến chống Pháp**.

9. **Lúc đầu tôi** (did not connect the two important events to each other).

10. **Bà ấy hay bàn những chuyện** (that do not concern her).

B. Complete the following sentences.

1. **Giá như hè này được nghỉ hai tháng thì** _____

2. **Giá mà có đủ gia vị thì** _____

3. **Giá cô ấy báo cho tôi biết trước thì** _____

4. **Giá như hôm ấy không bận thì** _____

5. **Giá mà có thêm một vé đi xem bộ phim ấy thì** _____

6. **Giá mà người ta không xây dựng những toà nhà cao như thế gần khu phố cổ thì** _____

7. **Giá như các anh các chị đến sớm mấy phút thì** _____

8. **Giá mà người ta không phá những ngôi nhà ấy vào những ngày đầu chiến tranh thì** _____

9. **Giá như tiền nhà khu này rẻ hơn một tí thì** _____

10. **Giá có ông ấy ở đây thì** _____

C. Use **chưa chắc** to translate the following sentences.

1. I doubt that I remember who she is.

2. I am not sure that we will be able to get tickets to attend the beauty contest organized in Nha Trang.

3. He will pass the entrance exams to Hanoi National University. –I doubt it.

4. I don't think he will catch (**kịp**) this bus.

5. I am not sure whether we can find anyone wearing **áo tứ thân** at this festival.

6. Do you think we can find a movie theater where they screen a Vietnamese movie tonight? –I am not sure.

7. I doubt that you will like that song.

8. I believe the filmmaker will invite that famous actress *to play the main role* "**đóng vai chính**" in the movie. –I doubt it.

D. Use different verbs corresponding to the different meanings of "to ask" to complete the following sentences.

1. **Bà cụ anh ấy ốm,** (he asked for a week off to stay at home with her).
2. (Can I ask you to buy three tickets) **xem phim ấy, được không?**
3. **Cô ấy tự làm như thế** (without asking anyone's advice).
4. **Hè này tôi muốn đi Việt Nam làm việc,** (I am asking this organization for funding (**tiền**) to travel).
5. (She asked whether I remember) **tên đạo diễn phim ấy không.**
6. **Khi đến gần đấy,** (you should ask directions again, otherwise you may get lost).
7. (Have you already asked your friends to come to) **tiếp xúc với các ca sĩ chưa?**
8. **Sắp đến Tết,** (his daughter asked him for a bicycle).
9. **Bài này khó quá, tôi đọc không hiểu hết nên** (I asked him to translate into English for me).
10. **Công an cửa khẩu** (asked me to show my entry visa).

E. Use the construction subject + [**cứ**] **thử** + verb phrase + **xem** [**sao**] to encourage someone to try to do something.

EXAMPLE: (you) (discuss this matter with her)

→ **Anh cứ thử bàn vấn đề này với cô ấy xem sao.**

1. (we) (invite the director of the film to come to talk with the spectactors)
2. (you) (try to ask for two days off to prepare)
3. (we) (try to ask him to buy a ticket to attend the beauty contest)
4. (you) (try to take a different way to avoid the traffic jam)
5. (we) (try to read the article without a dictionary)

F. In responding to the below statements, use **cơ/kia** to make your statements that things should be going this way, not the other way.

EXAMPLE: **Tôi đã nhờ anh ấy giúp chị rồi.**
_____ (**cần anh giúp**)

→ **Tôi đã nhờ anh ấy giúp chị rồi.**
Tôi cần anh giúp tôi cơ/kia.

1. **Phố này không có chỗ gửi xe.**
_____ (**đầu đường đằng kia**)

2. **Tôi tưởng rạp này đang chiếu phim Việt Nam.**
_____ (**rạp Cinémathèque**)

3. **Nhạc tiền chiến là những ca khúc xuất hiện trước năm 1945.**
_____ (**có ba cách hiểu về nhạc tiền chiến**)

4. Tôi tìm trong báo hôm nay nhưng không thấy bài ấy.

_____ (báo hôm qua)

5. Chương trình Những bài hát được nhiều người yêu thích mới xuất hiện gần đây.

_____ (cách đây hai chục năm)

6. Có phải đây là phố Nguyên Hồng không chị?

_____ (đi thêm hai ngã tư nữa)

7. Hành trình xuyên Việt đi từ Hà Nội vào Sài Gòn.

_____ (ra đảo Phú Quốc)

8. Thi đại học chỉ một ngày thôi.

_____ (ba ngày)

9. Anh thích phở bò, phải không?

_____ (phở gà)

10. Buổi chiều phim bắt đầu lúc bảy rưỡi.

_____ (tám giờ mới bắt đầu)

G. Combine two phrases into one to express the speaker's surprise or disappointment, using **mà** and **là tại làm sao**.

1. Mới tám giờ tối. Nhà hàng đã đóng cửa.
2. Đường này ít khi tắc. Hôm nay tắc rất lâu.
3. Khu phố cổ. Không có nhiều ngôi nhà cổ.
4. Mới giữa tháng. Gần hết tiền rồi.
5. Hai ngày nữa thi môn này. Chưa bắt đầu chuẩn bị.
6. Người ta nói chỗ ấy gần lắm. Đi rất lâu chưa đến.
7. Xin thị thực nhập cảnh cách đây hai tuần. Hôm nay chưa nhận được thị thực.
8. Đường đông xe. Anh ấy lái nhanh quá.
9. Học tiếng Pháp ba năm rồi. Đọc bài này không hiểu.
10. Nhiều lần bác sĩ bảo phải bỏ thuốc lá. Anh ấy vẫn hút thuốc.

H. Use the construction **trông/nhìn/nghe cũng biết [ngay] là** to complete the following statements.

Example: **(nghe tên) (rạp của nước ngoài)**

→ Nghe tên cũng biết [ngay] là rạp chiếu phim của nước ngoài.

1. (trông) (bà ấy đang rất vui)
2. (nghe anh ấy nói tiếng Anh) (anh ấy là người Úc)
3. (nhìn) (trời vừa mới mưa)

4. (nghe) (đấy là nhạc tiền chiến)

5. (trông) (đó là khách du lịch nước ngoài)

6. (nghe tên) (anh ấy là người Trung Quốc chứ không phải người Việt)

7. (trông) (chị ấy đang xúc động)

8. (nghe) (đấy là dân ca quan họ Bắc Ninh)

9. (trông) (đấy là hai chị em, giống nhau lắm)

10. (nhìn đám mây đen đang kéo đến) (sắp có mưa to)

I. Use ... có ... có to complete the following sentences.

     EXAMPLE: **Trường này dậy một số thứ tiếng châu Á. (Nhật, Trung Quốc, Hàn)**

    ⟶   **Trường này dậy một số thứ tiếng châu Á: tiếng Nhật có, tiếng Trung Quốc có, tiếng Hàn có.**

1. Loại thuỷ sản nào chợ này cũng bán. (cá, tôm, cua)

2. Các quầy báo ở Harvard Square có báo bằng nhiều thứ tiếng. (Anh, Pháp, Đức, Tây Ban Nha, Nhật, Trung Quốc)

3. Rạp này chiếu đủ các loại phim. (phim tài liệu, phim truyện, phim cho trẻ em)

4. Tham gia câu lạc bộ của chúng tôi gồm sinh viên thuộc nhiều dân tộc. (châu Á, châu Âu, châu Phi, châu Mỹ La-tinh)

5. Chương trình ca nhạc tối nay gồm dân ca nhiều vùng ở Việt Nam. (dân ca quan họ Bắc Ninh, dân ca Huế, dân ca Nghệ-Tĩnh, dân ca miền đồng bằng sông Cửu Long)

🎧 5-7

J. First read the words and phrases below. Then listen to the speaker on the audio track and repeat the words and phrases. Pay close attention to 1) two- (or more) syllable words, whose syllables should be spoken together; 2) the pronunciation of the words that have similar sounds but differ in meaning and usage.

1. ca nhạc, chương trình ca nhạc, ca khúc, ca khúc tiền chiến, ca sĩ, ca sĩ nổi tiếng

2. chắc, chưa chắc, chẳng hạn, chẳng hạn như

3. tiền chiến, nhạc tiền chiến, chiến tranh, chiến tranh thế giới thứ hai, kháng chiến, cuộc kháng chiến

4. thời gian, không đủ thời gian chuẩn bị thi, thời kỳ, thời kỳ kháng chiến, thời điểm, thời điểm xuất hiện nhạc tiền chiến

5. trình diễn, trình diễn áo dài, trình bầy, trình bầy ca khúc tiền chiến

6. hưởng ứng, chương trình ca nhạc được nhiều người hưởng ứng, đáp ứng, đáp ứng được thị hiếu của người xem

7. liên quan, liên quan đến công việc, liên doanh, liên doanh với nước ngoài

LESSON 5

K. Based on the content of the dialogues, answer the following questions.

1. Vì sao nhiều người thích chương trình Những bài hát được nhiều người yêu thích?
2. Nền tân nhạc Việt Nam xuất hiện bao giờ? Tại sao xuất hiện vào thời điểm ấy?
3. Nhạc tiền chiến là gì? Có những cách hiểu nào về nhạc tiền chiến?
4. Tại sao ở Việt Nam ít rạp chiếu phim Việt Nam?
5. Tại sao lớp trẻ ở Việt Nam thích phim của Hollywood?
6. Rạp nào ở Hà Nội hay chiếu phim Việt Nam? Tại sao chỉ có rạp này hay chiếu phim Việt Nam?
7. Phim Người Mỹ trầm lặng nói về gì?
8. Bạn đã xem một bộ phim Việt Nam hay phim nước ngoài về Việt Nam nào chưa? Bộ phim ấy nói về gì?

Exercises

1. Use the vocabulary and expressions in the dialogues to prepare with a partner a conversation about a concert or a movie.
2. Use the dictionary to read the following announcement taken from a Vietnamese newspaper.

TRUYỀN HÌNH VIỆT NAM

DỰ KIẾN PHÁT SÓNG

VTV1: 10h00: Truyền hình trực tiếp: *Lễ trao giải dịch vụ xuất sắc 2007* ; **11h00:** Chơi với tôi Sesame: *Tập 40;* **11h30:** Vì người nghèo: *Số 173;* **12h00:** Thời sự; **12h30:** Chứng khoán cuối tuần; **12h45:** Người tốt việc tốt: *Những người tâm huyết với phong trào khuyến học ở Bến Tre;* **13h00:** Phim truyện: *Uyên ương hồ điệp-Tập 29;* **14h00:** Người xây tổ ấm: *Những gia đình làm việc thiện;* **14h45:** Tác phẩm mới: *Bão giông tình biển;* **15h00:**Tạp chí phụ nữ: *Tiết kiệm điện trong doanh nghiệp;* **15h30:** Tạp chí kinh tế cuối tuần: **16h00:** Thời sự: **16h10:** Đại đoàn kết: *Mặt trận Tổ quốc và bộ đội Biên phòng với công tác phòng chống ma túy ở vùng biên;* **16h25:** Cuộc sống số: *Ôtô Sài Gòn – Nơi gặp gỡ của những "Bác tài" trên mạng;* **17h00:** Phim truyện: *Người yêu dấu - Tập 97;* **18h30:** Cuộc sống thường ngày; **19h00:** Thời sự; **20h00:** Người đương thời: *Gặp gỡ anh Hoàng Văn Hưng –người thương binh chống tiêu cực ở Hà Tiên;* **20h30:** TH Quân đội Nhân dân: *Nỗi lo mùa tuyển quân;* **21h00:** Tìm hiểu tư tưởng, tấm gương đạo đức Hồ Chí Minh; **21h10:** Phim cuối tuần: *Ở hiền gặp lành (Phần 1- Phim Mỹ);* **22h00:** Thế giới tuần qua; **22h10:** Phim cuối tuần: *Ở hiền gặp lành (Phần 2- Phim Mỹ);* **23h00:** Thời sự cuối ngày; **23h15:** Mỗi ngày 1 cuốn sách; **23h20:** Trang thơ đất nước.
VTV2: 10h00: Game Enter: *Số 1;* **10h30:** Tạp chí khoa học xã hội và nhân văn: *Thanh niên*

với quá trình chuyển dịch cơ cấu kinh tế nông nghiệp; **11h00:** Phim khoa học: *Cuộc phiêu lưu qua những miền đất – Tập 20;* **12h00:** An ninh và Cuộc sống: *Thái Cường - nơi tội phạm bị đẩy lùi;* **12h30:** Mã nguồn mở ở Việt Nam; **13h00:** Cuộc sống xanh: *Số 45;* **13h30:** Phim hoạt hình: *Ba nữ thám tử – Tập 9, Phần 4;* **14h00:** Ca nhạc thiếu nhi: *Những bông hoa đẹp trong vườn ươm nghệ thuật;* **14h30:** Theo dòng lịch sử; **15h30:** 7 ngày công nghệ: *Bình nước nóng;* **16h00:** Tạp chí Du lịch: *Số 1;* **16h30:** Phim khoa học : *Châu Âu theo những cánh chim – Tập 3;* **17h00:** Cầu truyền hình sức khỏe: *Bệnh Rubella;* **18h00:** Điểm hẹn văn hóa thế giới; **18h30:** Sân khấu dân tộc; **19h00:** Phim hoạt hình: *Ba nữ thám tử – Tập 10, Phần 4;* **19h30:** Trò chuyện cùng bé: *Số 5;* **20h00:** Bóng đá Italia; **21h00:** Xe và đời sống: *Ô tô RC-Hoopy;* **21h30:** Bếp Việt: *Món ăn ngày đầu năm;* **22h00:** Thời sự; **22h45:** Phổ biến kiến thức: *Một số vấn đề về chương trình và sách giáo khoa mới (phân môn tập nặn tạo dáng) trong môn Mĩ thuật lớp 5;* **23h00:** Vòng quanh thế giới:*Cuộc phiêu lưu qua những miền đất (Phần 21).*
VTV3: 10h00: Đường lên đỉnh Olympia; **11h00:** Đối mặt; **12h00:** Ô cửa bí mật; **13h00:** Giao lưu âm nhạc: *Nhịp điệu trẻ;* **14h00:** Văn nghệ chủ nhật: *Phim: Làng ven đô (Tập 5);* **16h00:** *Tường thuật trực tiếp bóng đá Giải vô địch Quốc gia V.league 2008:* Bình Dương gặp Thể Công VT; **18h00:** Tôi yêu thể thao;**19h00:** Thời sự; **19h50:** Tôi yêu Việt Nam; **20h00:** *Tường thuật trực tiếp: Trí tuệ Việt Nam 2007;***22h00:** Giao lưu âm nhạc: *Tuổi đời mênh mông;* **23h00:** Tường thuật trực tiếp Giải bóng đá Tây Ban Nha: Deportivo gặp Atletico Madrid.

Bạn cần biết

Vietnamese Central television (**Đài truyền hình Trung ương**) has five channels: VTV 1, VTV 2, VTV 3, VTV 4 and VTV 5. VTV 4 in Vietnamese and English can be received overseas via cable or satellite. Many cities have their own channels. The Hà Nội channels are called Hà Nội TV 1 and Hà Nội TV 2, the Hồ Chí Minh City channel is called HTV 9. Cable TV offers a wide range of foreign stations, including CNN, CNBC, Discovery, National Geographic, HBO, Cinemax, ESPN, MTV, BBC and Australian Network in English, TV 5 in French, Deutsche Welle in German, Russian Central Television OPT 1 in Russian, KBS (Korean Broadcasting System 한국방송공사) and Arirang (아리랑 방송) in Korean, and many Chinese and Taiwanese TV stations in Chinese. The rates for cable TV are very low in Vietnam. In 2008, for example, a Vietnamese household paid about 65,000 VN dong ($4) per month for cable service.

Due to TV and to the growing number of DVDs and VCDs in Vietnam, Vietnamese do not go to the movies as often as they did before. Foreign films screened in movie theaters are accompanied by Vietnamese translation; Hollywood films dominate. Middle-aged and older Vietnamese people enjoy watching soap operas on TV at home. South Korean soap operas are among the most popular.

Chùa ở Bình Dương
A temple in Bình Dương Province

Phần 2

Bài đọc 🎧 5-8

Dân ca và một số loại hình sân khấu cổ truyền Việt Nam

Dân ca là các bài hát được lưu truyền trong nhân dân, thường không rõ tác giả. Ở Việt Nam, những vùng có dân ca nổi tiếng là Bắc Ninh (dân ca quan họ), Phú Thọ (hát xoan), Nghệ An, Hà Tĩnh (hát dặm), Huế (hò mái nhì, mái đẩy), Nam bộ (hát ru). Các bài dân ca có thể trình diễn đơn ca, song ca, đồng ca, có nhạc đệm hoặc không có nhạc đệm. Hiện nay, nhiều bài dân ca Việt Nam được nâng cao, chuyển thành các bản nhạc không lời. Xét về lời ca, các bài dân ca thường dùng ca dao cổ truyền hoặc lời ca mới bằng thơ lục bát, song thất lục bát hoặc biến thể.

Chèo là một loại hình nghệ thuật sân khấu dân gian Việt Nam hình thành từ sự tổng hợp những yếu tố dân ca và các điệu múa dân gian vùng đồng bằng sông Hồng. Chèo là nghệ thuật ca kịch trình diễn ngẫu hứng, dựa trên những hệ thống nhân vật, những bài dân ca đã có và không ngừng được bổ sung. Trước kia, chèo chủ yếu miêu tả những mối quan hệ xã hội ở nông thôn Việt Nam. Hề là loại vai quan trọng thường có mặt trên sân khấu chèo. Nghệ thuật chèo phát triển mạnh từ thế kỷ 18. Một số vở chèo đặc sắc còn được lưu truyền cho tới ngày nay.

Lúc đầu, chèo thường được diễn ở ngay trên sân đình nên được gọi là chèo sân đình. Nơi diễn chèo sân đình cũng có khi là sân chùa hoặc sân nhà các gia đình khá giả. Sân khấu là một chiếc chiếu trải ở sân đình, đằng sau treo một bức màn nhỏ. Diễn viên và nhạc công ngồi hai bên mép chiếu. Người xem ngồi vây quanh ba mặt. Chèo diễn theo lối ước lệ. Cảnh được thể hiện trong ngôn ngữ và động tác của diễn viên, khi là sông, núi, khi là trời, đất. Diễn viên dùng chiếc quạt khi làm cây bút, khi làm quyển sách v.v… Nét độc đáo của chèo sân đình là lối diễn ngẫu hứng. Trong khi trình diễn, diễn viên giao lưu với nhạc công và khán giả.

Đầu thế kỷ 20, chèo được đưa vào thành phố, diễn ở các rạp cố định. Từ đó, nghệ thuật chèo trở thành nghệ thuật chuyên nghiệp, hình thức thay đổi theo từng thời kỳ và mang những tên gọi khác nhau như chèo văn minh, chèo cải lương, chèo hiện đại, phản ánh nhiều đề tài phong phú trong đời sống nhân dân. Các đoàn chèo được thành lập ở một số thành phố trong vùng đồng bằng sông Hồng.

Tuồng cũng là loại hình sân khấu ca kịch có từ lâu đời như chèo. Tuồng xuất hiện ở Việt Nam vào khoảng thế kỷ 13, do ảnh hưởng của một số loại ca kịch phổ biến trong số quân Nguyên bị bắt làm tù binh dưới thời nhà Trần. Tuồng theo binh sĩ các chúa Nguyễn vào Đàng trong, tiếp thu các bài dân ca, điệu múa dân gian của các tỉnh Quảng Nam, Quảng Ngãi, Bình Định và phát triển mạnh vào các thế kỷ 17, 18 và 19. Tuồng là nghệ thuật sân khấu mang tính cổ điển, kết hợp văn chương bác học có nhiều từ gốc Hán với văn chương bình dân. Nghệ thuật tuồng mang tính ước lệ cao, có những quy định chặt chẽ trong các cách nói, cách hát và các điệu múa. Ngày nay có ba trường phái tuồng là tuồng Bắc, tuồng Trung và tuồng Nam, trong đó tuồng Trung phong phú và mang mầu sắc dân tộc rõ hơn cả.

Trong những năm gần đây, tuồng không còn thu hút được nhiều khán giả như trước kia. Điều này làm cho những người yêu thích và những người có trách nhiệm đối với loại hình sân khấu này lo ngại. Lần đầu tiên, liên hoan nghệ thuật tuồng được tổ chức tại Bình Định vào tháng 7 năm 2008, và từ nay, cứ hai năm một lần, liên hoan nghệ thuật tuồng sẽ được tổ chức tạo điều kiện thuận lợi cho tuồng phục hồi và khởi sắc.

Cải lương là loại hình sân khấu ca kịch dân tộc hình thành trên cơ sở dân ca miền đồng bằng sông Cửu Long và nhạc lễ. Từ *cải lương* xuất hiện lần đầu tiên vào năm 1920 cùng với tên của đoàn Tân Thịnh. Những năm 1920-1930 là thời kỳ phát triển rực rỡ của cải lương. Đây cũng là thời điểm xuất hiện một trong những biến thể độc đáo nhất của cải lương là vọng cổ. Vọng cổ thường được dùng ở những cảnh cảm động nhất. Vọng cổ được hát chậm, rõ ràng, rất thích hợp cho việc biểu lộ tình cảm trong vở cải lương. Nhiều đoàn cải lương mới ra đời.

Trong những năm từ 1930 đến 1940, nghệ thuật cải lương được đưa ra ngoài Bắc. Từ sau năm 1945, nghệ thuật cải lương ngày càng phát triển. Nhiều đoàn cải lương được thành lập, nổi tiếng nhất là các đoàn cải lương ở Sài Gòn.

Múa rối nước là hình thức nghệ thuật sân khấu đặc sắc của Việt Nam, mang những đặc điểm chung của nghệ thuật múa rối của nhân loại nhưng đồng thời mang những đặc điểm riêng. Sân khấu trình diễn là mặt nước ao, hồ hay một bể nước rộng. Con rối được làm bằng gỗ hay các chất liệu không thấm nước. Buồng của diễn viên đứng ở giữa hay một phía ao, hồ. Trước mặt diễn viên có một tấm màn che, đứng trong nhìn ra thấy rõ con rối và khán giả, nhưng khán giả từ ngoài nhìn vào thì không thấy diễn viên. Diễn viên điều khiển con rối đứng dưới nước, cho cả hai tay xuống nước qua màn che làm cho con rối hoạt động bằng hệ thống dây hoặc những chiếc sào dài khoảng hai, ba mét. Nước che lấp các loại sào, dây và thiết bị điều khiển khác.

Nghệ thuật múa rối nước Việt Nam bắt nguồn từ trò chơi của người nông dân. Nội dung các vở múa rối nước thường phản ánh cuộc sống, sinh hoạt ở nông thôn, thể hiện ước mơ của người nông dân. Một số di tích văn hoá tìm được cho thấy rằng múa rối nước xuất hiện từ thời nhà Lý khoảng thế kỷ 11 ở vùng Hà Tây. Lúc đầu, đấy chỉ là trò chơi trong một gia đình hay vài gia đình với nhau. Sau đó, múa rối nước được biết đến ở khắp nơi, phát triển rực rỡ nhất vào thời nhà Trần khoảng thế kỷ 13-14. Tiếc là vào thời kỳ sau đó, múa rối nước không được chú ý đến, nghệ thuật múa rối nước gần như bị mất đi. Trong những năm gần đây, nghệ thuật múa rối nước đang dần dần được phục hồi và phát triển. Tại Liên hoan Múa rối quốc tế lần thứ nhất tổ chức tại Hà Nội năm 2008, một số vở múa rối nước của Việt Nam đã giành được huy chương.

📖 Từ mới 🎧 5-9

dân ca *folk song*

loại hình *genre*

sân khấu *1) stage, 2) the theater*

cổ truyền *traditional*

lưu truyền *to hand down*

thường *usually, generally, in most cases*

tác giả *author*

hò *to sing (a folk song)*

ru *to lull, rock (a baby)*

đơn ca *solo; to solo*

song ca *duet; to perform a duet*

đệm *to accompany (to perform musical accompaniment for)*

  nhạc đệm *accompaniment*

chuyển (thành) *to (be) transform(ed) (into)*

bản nhạc không lời *a musical work without words*

xét về *in regard to*

ca dao *folk song, folk poem*

đặt *to create (words for a song)*

lục bát *with six-eight meter (in poetry)*

song thất lục bát *seven-seven-six-eight meter (in poetry)*

biến thể *variation*

nghệ thuật *arts*

dân gian *folk*

hình thành *to take shape, be formed*

tổng hợp *to synthesize*

yếu tố *element, component*

điệu múa *dance*

ca kịch *opera*

ngẫu hứng *to improvise*

nhân vật *character (a person portrayed in a literary work or in an artistic piece)*

không ngừng *continuous(ly)*

bổ sung *to add, supplement*

chủ yếu *mostly, chiefly, in most cases*

miêu tả *to describe, depict*

mối *classifier for some abstract nouns*

  mối quan hệ *relationship*

mối tình *love*

mối bất bình *indignation*

hề *clown*

vai *role*

vở *a play*

mạnh *strong, powerful, rapid*

  phát triển mạnh *to develop rapidly*

diễn = trình diễn *to perform, show*

sân *yard, courtyard*

đình *community hall in a village*

khá giả *wealthy*

chiếu *sedge mat (traditional woven mat)*

trải *to (be) spread*

đằng sau *behind, in the back*

bức *classifier for some nouns*

  bức thư *a letter*

  bức tranh *a painting*

  bức ảnh *a photo*

  bức tường *a wall*

màn *curtain*

nhạc công *musician*

mép *edge*

vây quanh *to surround; around*

mặt *side*

ước lệ *to conventionalize*

  tính ước lệ *conventionality*

cảnh *decoration, stage setting; scene*

thể hiện *to express, convey*

ngôn ngữ *language*

động tác *movement, action*

quạt *fan*

độc đáo *specific*

  nét độc đáo *a specific feature*

cố định *stationary*

chuyên nghiệp *professional*

hình thức *form*

đề tài *topic*

đoàn *troupe*

bắt *to capture*

tù binh *prisoner of war*

  bị bắt làm tù binh *to be captured as a prisoner*

Đàng trong *Southern Vietnam in the 17th and 18th centuries (literally: the Inside Part of the country)*

tiếp thu *to absorb*

tính *feature, characteristic*

cổ điển *classic, classical*

  mang tính cổ điển *to have classical features*

kết hợp *to combine*

văn chương *literature*

bác học *academic, scholastic*

gốc *origin, root*

  từ gốc Hán *vocabulary of (classical) Chinese origin*

bình dân *folk, popular*

quy định *rule, regulation*

chặt chẽ *strict*

trường phái *school (in literature, arts)*

mầu sắc *color, feature*

trước kia *before*

trách nhiệm *responsibility*

  có trách nhiệm đối với *to be responsible for*

lo ngại *to be concerned*

liên hoan *festival*

từ nay *from now on*

cứ hai năm một lần *once every other year*

tạo điều kiện thuận lợi *to create favorable conditions*

phục hồi *to restore*

khởi sắc *to thrive, flourish*

lễ *religious ceremony or festival*

rực rỡ *brilliant, radiant*

  phát triển rực rỡ *to develop rapidly, flourish*

cảnh *scene (of a play, film)*

cảm động *moving, touching*

thích hợp *to be appropriate, to suit, fit*

biểu lộ *to express, reveal*

tình cảm *feelings*

múa rối *puppet theater*

chung *common*

nhân loại *humankind*

đồng thời *at the same time*

mặt nước *surface of the water*

bể nước *pool*

con rối *puppet, marionette*

gỗ *wood*

chất liệu *material*

thấm *to soak, absorb, be penetrating*

  không thấm nước *waterproof*

tấm *classifier for cloths, boards, photographs*

  tấm vải *a piece of fabric*

  tấm gỗ *a wooden board*

  tấm ảnh *a photograph*

màn *curtain*

che *to cover*

  màn che *curtain*

điều khiển *to operate, direct*

dây *string*

thiết bị *equipment*

trò chơi *game*

nội dung *content*

ước mơ *dream*

tiếc là *unfortunately*

chú ý đến *to pay attention to*

bị mất đi *to be lost*

Hát dân ca quan họ
Performing a quan họ folksong

🔍 Ngữ pháp & cách dùng từ 🎧 5-10

14. **Thường, thường thường** and **thường xuyên**

The <u>adjective</u> **thường** has two meanings.

1) "usual, habitual, ordinary, customary":

những chuyện thường trong đời sống hàng ngày

the usual things of everyday life

người thường

an ordinary person

ngày thường, không phải ngày lễ

a weekday, not a holiday

2) "ordinary, average, undistinguished":

trình độ thường

average level

truyện ngắn thường

an average short story

The <u>adverb</u> **thường** also has two meanings.

1) "often, frequently, usually." The adverb **thường** is placed before the verb it modifies:

Sau khi ăn trưa xong tôi thường qua thư viện đọc báo.

After lunch I often stop by the library to read the newspaper(s).

Ngã tư này thường xẩy ra tai nạn giao thông.

Trafic accidents occur frequently at this intersection.

2) "generally, usually, as a rule." With this meaning, **thường** functions as a sentence adverb, which modifies the whole sentence, and is placed at the beginning of a sentence or before a verb phrase:

Thường ít ai làm như thế.

Generally few people do so.

Việc này thường phải mất ba ngày mới xong.

Usually it takes at least three days to do this job.

The reduplicative <u>adverb</u> **thường thường** can replace the adverb **thường** in most cases without a change in meaning. **Thường thường** never functions as an adjective.

The <u>adverb</u> **thường xuyên** has the meaning "regularly, on a regular basis." It is usually placed before a verb or a verb phrase:

Anh ấy thường xuyên gọi điện về nhà vào thứ bẩy hay chủ nhật.

He regularly calls home on Saturday or Sunday.

15. **Phổ biến**

This word may function either as an adjective or as a verb. The <u>adjective</u> **phổ biến** means "popular, common":

Loại nhạc này ngày càng trở nên phổ biến ở các thành phố lớn.

This type of music is becoming more and more popular in the big cities.

The <u>verb</u> **phổ biến** has the meaning "to popularize, make popular":

Đây là một cuốn sách phổ biến những thành tựu mới nhất trong y học.

This is a book which popularizes the latest breakthroughs in medicine.

16. Chủ yếu

The <u>adjective</u> **chủ yếu** means "chief, most important":

Khó khăn chủ yếu hiện nay là làm thế nào thu hút vốn đầu tư cho các dự án mới.

The chief difficulty currently is how to attract investment for new projects.

The <u>adverb</u> **chủ yếu** has the meaning "chiefly, mostly, in most cases" and is placed before a verb or a verb phrase:

Loại máy này chủ yếu được dùng trong việc thăm dò dầu khí ở ngoài biển.

This kind of technology is chiefly used in searching for oil and natural gas in the ocean.

17. Thể hiện, biểu hiện and biểu lộ

All three verbs convey the core meaning "to express, make apparent." The two verbs **thể hiện** and **biểu hiện** suggest the revelation of something abstract through what one creates or produces:

Những bức tranh sáng tác trong thời kỳ này thể hiện/biểu hiện nỗi cô đơn của người hoạ sĩ.

The paintings created at that period of time express the artist's loneliness.

The verb **biểu lộ** implies showing one's feelings by words or action:

Lời nói của cô ấy không hề biểu lộ sự thông cảm với những người bị tai nạn.

Her words did not show any compassion for the people who were in that accident.

18. Khi [thì] and lúc [thì]

The conjuctions **khi [thì]** and **lúc [thì]** are used to convey the sense of alternating actions:

Trời hôm nay khi [thì] mưa khi [thì] nắng.

The weather today alternates between rain and sunshine.

19. Cũ, già, cổ and cổ điển

The adjectives **cũ, già, cổ** and **cổ điển** are not interchangeable in most cases.

Cũ has several meanings.

1) "old, used or not new." With this meaning the adjective **cũ** is used with inanimate nouns:

   cái áo cũ

   an old shirt

   chiếc xe cũ

   an old or a used car

   cửa hàng sách cũ

   a bookstore where used books are sold

2) "old, former." **Cũ** with this meaning is used for both inanimate things and people:

trường cũ
one's old school
cô giáo cũ
a former (female) teacher
địa chỉ cũ
a former address

3) "old, known for a long time." With this meaning **cũ** is used for people:

người bạn cũ
an old friend

4) "old-fashioned." With this meaning **cũ** is mostly used with abstract nouns:

cách làm cũ
the old-fashioned way of doing something
lối nghĩ cũ
the old-fashioned way of thinking

Già means "old, not young" and is used for people, animals, plants:

ông già
an old man
con chó già
an old dog
cây tre già
an old bamboo tree
già trước tuổi
to be old before one's time

The phrase **người bạn cũ** conveys the meaning "a friend one has known for a long time," whereas the phrase **người bạn già** implies the old age of the friend.

Cổ means "ancient, having existed for a long time":

thành phố cổ
an ancient city
nền văn minh cổ
an ancient civilization

Cổ điển means "classical":

nhạc cổ điển
classical music
nghệ thuật cổ điển
classical arts

Trình diễn nhạc dân tộc
Performing Vietnamese traditional music

20. **Đầu tiên** and **thứ nhất**

In Vietnamese, both **đầu tiên** and **thứ nhất** mean "first," but they are not interchangeable in most cases. **Đầu tiên** emphasizes that something happens for the first time and the context does not expect the second, the third, etc., event to be mentioned, whereas **thứ nhất** always refers to the first person or thing in a line, row, or series, and the second one, the third one, etc., are expected to be mentioned:

> **Từ *cải lương* xuất hiện lần đầu tiên vào năm 1920 cùng với tên của đoàn Tân Thịnh.**
>
> *The term cải lương appeared for the first time on the name of the Tân Thịnh troupe in 1920.*
>
> **Hôm nay anh ấy gọi điện cho chị hai lần. Lần thứ nhất vào lúc 9 giờ sáng, lần thứ hai vào lúc 1 giờ trưa.**
>
> *He called you twice today. The first time he called at 9 AM, the second time at 1 PM.*

21. **Cứ hai năm một lần**

In order to convey the sense *once every two years*, *once every other year*, Vietnamese uses the construction **cứ hai năm một lần**. As with many other time expressions, this construction is usually placed at the beginning of a sentence:

> **Từ nay, cứ hai năm một lần, liên hoan nghệ thuật tuồng sẽ được tổ chức tạo điều kiện thuận lợi cho tuồng phục hồi và khởi sắc.**
>
> *From now on, the tuồng festival will take place once every other year, which will create favorable opportunities for tuồng to develop and flourish.*

📋 Drills

A. Fill in the blanks with **thường**, **thường thường** and **thường xuyên**. Indicate the sentences where more than one of them can be used and whether the meaning changes or not.

1. **Chương trình ca nhạc này có _____ từ mười năm nay.**

2. **Bộ phim ấy cũng _____ thôi, không hay lắm, nhưng cảnh trong phim rất đẹp.**

3. **Vùng này mùa hè _____ bị lụt, đặc biệt là những năm mưa nhiều, nước sông lên cao.**

4. **Ông ấy _____ tập chạy vào buổi sáng sớm, cả những hôm trời xấu ông ấy cũng không nghỉ tập.**

5. **Bây giờ sinh viên _____ đi làm một thời gian sau khi tốt nghiệp đại học rồi sau đó mới học cao học.**

6. **Nhiều người khen cuốn sách mới của ông ấy, nhưng tôi thấy nó _____ quá.**

7. **Nữ sinh ở Huế _____ mặc áo dài mầu trắng hoặc mầu tím.**

8. **Từ nay, liên hoan nghệ thuật tuồng sẽ** _____ **được tổ chức ở các thành phố miền Trung.**

9. **Ngày** _____ **câu lạc bộ mở cửa đến chín giờ tối, còn thứ bẩy chủ nhật thì mở cửa đến mười một giờ.**

10. _____ **giá vé máy bay từ tháng sáu đến đầu tháng chín rất cao vì nhiều người đi du lịch trong những tháng này.**

B. Use **cũ**, **già**, **cổ** and **cổ điển** to translate the following sentences.

1. One of her former students visited her last week.
2. This old man was a famous singer in the 1970s.
3. He has been driving this old car for twenty years and is happy with it. To him a car is only a means of transportation.
4. The old friends try to get together once every five years.
5. That the woman's place is only in the home is an ancient idea (**cách nghĩ**).
6. This temple is the most ancient in Saigon.
7. "Story of Kiều" ("**Truyện Kiều**") by Nguyễn Du is a literary classic.
8. I visited my old high school last year when I was back in Hanoi.
9. This dog is old but very smart "**khôn.**"
10. Houses are expensive in this town. That old house was sold for half a million dollars last month.
11. These days classical music concerts do not attract so many people as they did thirty years ago.
12. She is doing research on the ancient civilizations of the people who live in the mountains.

C. Use the construction **cứ** + time expression to answer the following questions.

1. **Bạn có hay gặp lại các bạn cũ cùng học trung học không?**
2. **Người ta có hay tổ chức thi hoa hậu không?**
3. **Bạn có hay đi xem phim không?**
4. **Anh ấy có thường xuyên về nhà thăm bố mẹ không?**
5. **Lớp các bạn có hay làm bài kiểm tra không?**
6. **Gia đình bạn có hay đi chợ mua thực phẩm không?**
7. **Hội sinh viên có hay họp không?**
8. **Bao lâu cuộc thi âm nhạc mang tên P. I. Tchaikovsky được tổ chức một lần?**
9. **Họ có hay đi du lịch sang châu Âu không?**
10. **Bạn có hay đi ăn nhà hàng không?**

🎧 5-11

D. First read the words and phrases below. Then listen to the speaker on the audio track and repeat the words and phrases. Pay close attention to 1) two- (or more) syllable words, whose syllables should be spoken together; 2) the pronunciation of the words that have similar sounds but differ in meaning and usage.

1. cổ truyền, sân khấu cổ truyền, lưu truyền, lưu truyền trong nhân dân, truyền thống, truyền thống văn hoá nông nghiệp lúa nước
2. bài hát, bài dân ca, bản nhạc, bản nhạc của Tchaikovsky
3. tổng hợp, tổng hợp các yếu tố dân ca và các điệu múa dân gian, tổng số, tổng sản phẩm quốc dân
4. diễn, diễn chèo, diễn viên chèo
5. khán giả, khán giả xem cải lương, khá giả, gia đình khá giả
6. tre, đũa bằng tre, màn che, nước che lấp các loại sào điều khiển con rối
7. nông thôn, cuộc sống ở nông thôn, nông dân, cuộc sống của người nông dân

E. Based on the content of the narrative, give answers to the following questions.

1. Những vùng nào ở Việt Nam nổi tiếng về dân ca?
2. Hiện giờ, nhiều bài dân ca thay đổi như thế nào?
3. Chèo hình thành như thế nào?
4. Các vở chèo cổ nói về gì?
5. Trước đây, chèo thường được diễn ở đâu?
6. Diễn viên chèo dùng cái gì để thể hiện những cảnh khác nhau?
7. Tuồng được hình thành như thế nào?
8. Tuồng ở miền nào nổi tiếng hơn cả?
9. Cải lương xuất hiện khi nào? Ở đâu?
10. Vọng cổ là gì?
11. Trong múa rối nước diễn viên điều khiển con rối như thế nào?
12. Bạn biết gì về lịch sử nghệ thuật múa rối nước của Việt Nam?
13. Theo bạn, tại sao trong những năm gần đây dân ca và các loại hình sân khấu cổ truyền ở Việt Nam không còn thu hút được nhiều khán giả như trước đây?
14. Theo bạn, người ta phải làm gì để dân ca cũng như chèo, tuồng, cải lương, múa rối nước trở nên phổ biến hơn đối với thanh niên ở Việt Nam?

Nhà hát tuồng Trung ương
Tuồng Theater in Hà Nội

LESSON

5

✎ Exercises

1. Write an essay about theater in your country.
2. Describe what you see on this advertisement for Thăng Long Water Puppet Theater in Hanoi.

Bạn cần biết

Vietnamese traditional theater, including **chèo**, **tuồng** and **cải lương**, has seen better days. It does not attract as many spectators as it did before. The government provides more funding to these genres of traditional theater for staging new plays, organizing festivals to raise interest in it and to bring back viewers to the theaters in the big cities. Modern drama (**kịch nói**) has been in the same situation for more than a decade. Only the Hà Nội water puppet theater (**Nhà hát múa rối nước Thăng Long**) is open every night presenting well-known plays, as well as new plays. Most spectators watching plays in the water puppet theater are foreigners.

Folk songs of Bắc Ninh (**dân ca quan họ Bắc Ninh**) are popular in Northern Vietnam. The festival of quan họ called **Hội Lim** takes place on Mountain Lim in Bắc Ninh province once a year on the 12th and 13th of January of the Lunar calendar. The Royal Palace Music of Huế (**nhã nhạc cung đình Huế**) in Central Vietnam has been revived and is currently flourishing. It is well attended by both Vietnamese and foreign tourists in the city of Huế.

Tục ngữ 🎧 5-12

Vụng múa chê đất lệch.
A bad workman always blames his tools. (Literally: One is dancing clumsily and blaming the tilted ground.)

Thung lũng Tình yêu, Đà Lạt
Valley of Love, Đà Lạt

Sports and Martial Arts

🔍 Grammar & Usage Focus

1. **Cho** with the meaning of purpose.
2. **Sẵn** used after a verb.
3. Verb **không ngờ**.
4. Use of **thảo nào**.
5. **Nổi** with the meaning "to be able to do something."
6. **Quá** + adjective/adverb.
7. Use of **thế nào được, làm sao được.**

8. Use of **tiếc là**.
9. Verb **đành**.
10. Verb **chịu**.
11. Verb **dùng**.
12. **Cả … và …** and **cả … lẫn …**
13. Preposition **dưới** with the meaning "in."
14. Verb **mở**.
15. **Do** as a preposition and a conjunction.

Phần 1

💬 **Đối thoại 1**  6-1

Chơi bóng bàn

A: **Như đã hẹn, chiều nay mình đi đánh bóng bàn nhé.**
B: **Ừ, nhưng tôi đánh bóng bàn kém lắm.**
A: **Chơi cho vui thôi mà. Tôi đã chuẩn bị sẵn vợt, bóng và lưới rồi.**

* * *

B: Tôi không ngờ chị đánh hay thế.

A: Tôi bắt đầu tập bóng bàn khi còn học tiểu học. Tôi ở trong đội tuyển học sinh trung học của quận Hoàn Kiếm.

B: Thảo nào những quả giật của chị, tôi không tài nào đỡ nổi. Quả giao bóng của chị cũng xoáy lắm.

A: Muốn đỡ những quả giao bóng và giật xoáy như thế, anh phải tập cắt và tập phản công nhanh.

B: Hy vọng là chúng mình sẽ đi chơi bóng bàn thường xuyên hơn. Tôi thấy nhiều người Việt Nam chơi bóng bàn rất giỏi.

A: Vâng, bóng bàn là một trong những môn thể thao phổ biến ở Việt Nam.

B: Còn ở nước tôi thì bóng bàn không phổ biến lắm.

🗨 Đối thoại 2 🎧 6-2

Đi bơi

A: Chủ nhật vừa rồi tôi đi bơi ở một bể bơi nước nóng.

B: Anh thấy thế nào?

A: Hoàn toàn thất vọng. Chắc tôi sẽ chẳng bao giờ đi bơi ở đấy nữa.

B: Tại sao thế?

A: Quá đông người. Phần lớn người ta xuống nước để đùa nghịch chứ không phải để bơi.

B: Anh có bơi được tí nào không?

A: Ít lắm. Đang bơi thì đụng phải người nọ người kia, không biết bao nhiêu lần như thế. Mà nước thì quá nóng, hình như lại không được sạch lắm.

B: Để hôm nào tôi đưa anh đến một bể bơi kích thước Thế vận hội dành cho vận động viên. Anh tha hồ mà biểu diễn. Anh bơi giỏi cả bốn kiểu chứ?

A: Trước đây tôi chuyên về cự ly 100 mét ếch, nhưng tôi bơi được cả tự do, ngửa và bướm.

 **Đối thoại 3** 6-3

Xem đá bóng

A: Tôi nghe bạn bè nói tối thứ sáu tuần trước anh đi xem đá bóng trên sân vận động Mỹ Đình, trận đội tuyển Việt Nam gặp đội tuyển Thế vận hội Brazil, phải không?

B: Vâng, trận hay lắm, chị ạ. Chị có xem không?

A: Có chứ, bỏ thế nào được một trận như thế. Tôi xem truyền hình trực tiếp trên ti vi.

B: Xem trên sân không khí khác hẳn xem trên ti vi.

A: Dĩ nhiên. Anh thấy tuyển Việt Nam chơi thế nào?

B: Chơi khá lắm, mặc dù trình độ bóng đá của Brazil cao hơn nhiều. Ngay phút thứ ba của hiệp một, cầu thủ Công Vinh đã sút một quả rất mạnh từ xa khoảng 20 mét. Tiếc là thiếu chính xác.

A: Nhưng chỉ sau đó ba phút, hai cầu thủ đang chơi cho đội Câu lạc bộ Milano của Ý là đội trưởng Ronaldinho và cầu thủ Pato đã phối hợp tuyệt đẹp, ghi bàn đầu tiên cho đội Brazil.

B: Trong hiệp một, tuyển Brazil còn tạo được một số cơ hội ghi bàn nữa, nhưng hàng phòng ngự tuyển Việt Nam chơi rất hay.

A: Đúng thế, các cầu thủ hậu vệ Việt Nam chơi rất khá. Sang hiệp hai, tuyển Việt Nam thay hai cầu thủ tấn công để tăng cường cho hàng tiền đạo, tạo được một số cơ hội.

B: Tôi nhớ có một quả Việt Thắng sút rất mạnh vào góc xa khung thành, nhưng thủ môn tuyển Brazil xuất sắc đẩy bóng ra ngoài chịu phạt góc.

A: Còn một quả giữa hiệp hai, Minh Đức sút trúng cột dọc, bỏ lỡ cơ hội gỡ hoà cho tuyển Việt Nam.

B: Nhưng đến cuối trận đấu thì cầu thủ Brazil mới được thay vào sân sút một quả quá đẹp từ ngoài vòng cấm, thủ môn tuyển Việt Nam đành chịu đứng nhìn bóng bay vào lưới. À, mà hình như thủ môn tuyển Việt Nam không phải là người Việt Nam.

A: Thủ môn Santos là người Brazil mới nhập quốc tịch Việt Nam, đang chơi cho đội Câu lạc bộ Đồng Tâm Long An.

B: Tôi thấy cổ động viên Việt Nam mến cầu thủ này lắm.

Buổi tập của một đội bóng chuyên nghiệp tại sân vận động Hàng Đẫy, Hà Nội
A training session of a professional soccer team at Hàng Đẫy Stadium, Hà Nội

📖 **Từ mới**

Đối thoại 1 🎧 6-4	
chơi cho vui thôi mà *to play just for fun*	**giao bóng** *to serve*
vợt *paddle, racket (in tennis, table tennis)*	**đỡ** *to defend*
bóng *ball*	**không tài nào đỡ nổi** *to have no way to*
lưới *net*	*defend*
ngờ *to expect*	**xoáy** *spin*
đội *team*	**cắt** *to slice*
tuyển *to select*	**phản công** *to counterattack, launch a*
đội tuyển *select team*	*counterattack*
quả *(in sports) shot, stroke*	**hy vọng** *to hope*
giật *topspin*	

Đối thoại 2 🎧 6-5	
bể bơi *swimming pool*	**kích thước** *size*
thất vọng *to be disappointed, frustrated*	**Thế vận hội** *the Olympic games; Olympic*
xuống nước *to go into the water, be in the pool*	**vận động viên** *athlete*
đùa nghịch *to frolic*	**biểu diễn** *to show, perform*
đụng *to touch*	**kiểu** *style, stroke*
đụng phải *to touch unintentionally*	**cự ly** *distance, event*
không biết bao nhiêu lần như thế *that happens*	**ếch** *breaststroke (literally: frog)*
numerous times	**tự do** *free style*
sạch *clean*	**ngửa** *backstroke*
hôm nào *someday*	**bướm** *butterfly*

Đối thoại 3 🎧 6-6	
đá bóng *soccer; to play soccer*	**thiếu chính xác** *not precise enough, to miss*
bạn bè *(collective noun) friends*	*the target*
sân vận động *stadium*	**chơi cho đội** *to play for a team*
trận *game, match*	**đội trưởng** *captain*
bỏ *to skip*	**phối hợp** *to coordinate, combine; combination*
truyền hình *to air; television*	**tuyệt đẹp** *super*
trực tiếp *live, direct; directly*	**bàn** *score*
trên sân *on the stadium*	**ghi bàn** *to score*
không khí *air, atmosphere*	**tạo** *to create*
tuyển = đội tuyển *select team, national team*	**cơ hội** *chance, opportunity*
hẳn *completely, quite*	**hàng** *line*
hiệp *period*	**phòng ngự** *to defend*
sút *(in soccer) to kick, shoot*	**hàng phòng ngự** *defense line*
chính xác *exact, precise*	**hậu vệ** *defenseman, defender*

thay *to substitute*	**trúng** *to hit a target*
tấn công *to attack*	**cột dọc** *goalpost*
tăng cường *to strengthen*	**bỏ lỡ** *to miss*
tiền đạo *forward*	**gỡ hoà** *to tie*
hàng tiền đạo *attacking line*	**sân** *field*
góc *corner*	**vòng cấm** *penalty area*
khung thành *goal*	**đành** *to consent to*
thủ môn *goalkeeper*	**nhập** *to enter*
đẩy *to push, save with the fists*	**quốc tịch** *citizenship*
chịu *to accept*	**nhập quốc tịch** *to be naturalized*
phạt *to fine*	**cổ động viên** *fan*
phạt góc *corner kick*	**mến** *to like*

Một lớp tập võ ở Hà Nội
A martial arts class in Hà Nội

🔍 Ngữ pháp & cách dùng từ 🎧 6-7

1. **Cho**

   Cho is placed after a verb or a verb phrase and before an adjective or an adverb to denote the purpose or the degree of an activity that should be reached:

   Mình chơi cho vui chứ có phải thi đấu đâu.

   We'll play just for fun, not for a competition.

   Anh phải nói cho rõ, nếu không người nghe sẽ không hiểu anh định nói gì.

   You should speak very clearly, otherwise the audience will have no idea what you are talking about.

2. **Sẵn**

   Sẵn is placed after a verb, and if the verb takes an object, **sẵn** is inserted between the verb and the object, to convey the meaning that an action has been already performed, and something is ready:

Mình đã chuẩn bị sẵn thực phẩm, chỉ chờ các cậu đến là bắt đầu nấu.

I have already had food ready, we will start cooking right after you come.

Áo dài không phải là loại quần áo may sẵn.

The traditional flowing tunic is not a kind of mass-produced clothing.

3. Không ngờ

The negative form of the verb **ngờ**, which is **không ngờ**, denotes that someone does not expect someone else to do something or does not expect something to happen:

Tôi không ngờ chị đánh bóng bàn hay thế.

I didn't expect you to be so good at table tennis. I didn't expect you to play table tennis so well.

Very often the subject of the statement is omitted:

Không ngờ chị đánh bóng bàn hay thế.

Sometimes **lại** is inserted between the (second) subject and the verb to emphasize the unexpectedness:

Chúng tôi không ngờ cô ấy lại giận chúng tôi.

We really didn't expect her to get angry at us.

4. Thảo nào

Thảo nào links two statements to each other. It is placed at the beginning of the second statement to refer to what has been spoken of in the first statement, which is the reason why something happens in the second statement. For that reason, the speaker is no longer surprised. It is similar to the English expression *no wonder*:

Anh ấy bị ốm, thảo nào không đi học suốt cả một tuần nay rồi.

He's gotten sick, no wonder he's been absent from class for the entire week.

Thảo nào may be used at the beginning of a reply to convey the same meaning:

Chị ấy làm việc ở Hà Nội được nửa năm rồi. –Thảo nào lâu nay không gặp.

She's been working in Hanoi for half a year already. –No wonder I haven't seen her for a while.

5. Nổi

The particle **nổi** has the same meaning as **được**, that was introduced in Lesson 13 of *Elementary Vietnamese*, but **nổi** is more emphatic than **được**:

Tôi không đỡ nổi những quả giật của chị.

I was unable to defend against your topspins.

The particle **tài nào** or **làm sao** can be added between the negation **không** and the verb to give more emphasis:

Những quả giật của chị, tôi không tài nào/làm sao đỡ nổi.

I had no way to defend against your topspins.

6. **Quá** + adjective/adverb

The adverb of degree **quá** placed before an adjective or an adverb denotes a feature that is more than reasonable, possible or necessary and is equivalent to the English adverb "too":

Nước trong bể bơi quá nóng.

The water in the swimming pool is too warm.

Ông ấy nói quá nhanh, chúng tôi không hiểu nổi ông ấy muốn nói gì.

He spoke too fast, we were unable to understand what he wanted to talk about.

7. **Thế nào được, làm sao được**

The expressions **thế nào được** and **làm sao được** are placed at the end of a statement or inserted between the verb and the object to convey the sense that the speaker cannot do something due to a particular reason, and the reason is often indicated:

Bỏ thế nào được/làm sao được một trận hay như thế.

How could I miss such an exciting game?

In this statement, the exciting game is the reason why the speaker could not miss such a game. Another example:

Đi ngay bây giờ thế nào được/làm sao được, còn bao nhiêu việc phải làm.

How can I/we leave right now? There is still a lot of work to do.

Thế nào được and **làm sao được** are interchangeable.

8. **Tiếc là**

Tiếc là is placed at the beginning of a statement to indicate the speaker's regret:

Tiếc là tôi không thể giúp anh vào lúc này được.

I regret that I cannot help you at this point.

Tiếc là đội bóng của chúng ta bị thua.

It is sad that our team lost.

9. **Đành**

The verb **đành** precedes a verb or verb phrase to convey the meaning that the speaker has no choice but to do something:

Tôi không thể từ chối lời mời, đành đi ăn sinh nhật cô ấy.

I could not reject the invitation, so I had to go to her birthday party.

Very often, **đành** is followed by the modal verb **phải**:

Tôi không thể từ chối lời mời, đành phải đi ăn sinh nhật cô ấy.

10. **Chịu**

The verb **chịu**, followed by another verb or a verb phrase, means that someone reluctantly agrees to do something:

Chúng tôi đề nghị nhiều lần, cô ấy mới chịu để cho chúng tôi giúp.

We offered our help to her a number of times, and she finally agreed to accept it.

Một số cách nói thường dùng 🎧 6-8

Như đã hẹn, …	*As we've already agreed, …*
Chơi/đến … cho vui thôi mà.	*We'll play/come … just for fun.*
Hoàn toàn thất vọng.	*I'm completely disappointed.*
Tha hồ mà biểu diễn.	*You'll really enjoy showing off.*
Bỏ thế nào được.	*I can't/won't miss it.*

📋 Drills

A. Use **cho** for the underscored phrases to make the following statements in Vietnamese.

   EXAMPLE: You should <u>speak very clearly</u>. (**rõ**)

   ⟶   **Anh phải nói cho rõ.**

1. You should <u>study very well</u> (**giỏi**) in order to receive a scholarship for the next academic year.
2. We must <u>finish this job</u> (**xong**) before leaving for the athletic center to work out.
3. You should <u>get enough sleep</u> (**đủ**) in order to fully recover.
4. You should <u>run really fast</u> (**nhanh**) to be on time.
5. You should <u>speak loudly</u> (**to**), otherwise the audience will not hear what you say.
6. We should <u>wake up early</u> (**sớm**) to have enough time to go to the airport.
7. You should have your air conditioner fixed <u>as soon as possible</u> (**nhanh**), because it will be very hot next week.
8. You should <u>cook pretty much</u> food (**nhiều**), because all of us are hungry.
9. You should <u>exercise regularly</u> (**thường xuyên**) to stay healthy.
10. You should <u>prepare well</u> (**tốt**) for the final exams.

B. Use **sẵn** to answer the following questions.

   EXAMPLE: **Bao giờ anh đi chợ mua thực phẩm?**

   _____

   ⟶   **Bao giờ anh đi chợ mua thực phẩm?**
            Tôi đã mua sẵn thực phẩm rồi.

1. **Anh đã chuẩn bị vợt và bóng để đi đánh bóng bàn chưa?**
2. **Chị đã có áo dài cho tôi để mình đi ăn sinh nhật chị ấy chưa?**
3. **Bao giờ thì anh đặt phòng ở khách sạn?**
4. **Chị đã nấu cơm cho họ chưa?**
5. **Anh đã ghi số điện thoại của ông ấy cho tôi chưa?**
6. **Khi nào các anh kê bàn ghế chuẩn bị cho cuộc họp ngày mai?**
7. **Các bạn đã có bản đồ để đi chơi Phố Cổ chưa?**
8. **Chúng mình đi mua quà để chủ nhật này đi ăn sinh nhật chị Nhung nhé?**

C. Use **không ngờ** to complete the following statements.

1. **Tôi nói thật với cô ấy,** (I didn't expect her to get angry at me).
2. (We didn't expect the guests to come so early), **chúng tôi chưa chuẩn bị xong.**
3. **Chẳng bao giờ thấy cô ấy nói chuyện về âm nhạc cả,** (we didn't expect her to play piano so well).
4. **Chỗ này khá xa trung tâm thành phố,** (but the rent is unexpectedly high).
5. **Tôi đã nghe nói tháng bảy ở Hà Nội nóng lắm,** (but I didn't expect it to be so hot and humid).
6. **Tôi ăn cay cũng được,** (but I didn't expect that dish to be so spicy).
7. **Trời mưa không lâu,** (however, the area was unexpectedly flooded).
8. (We didn't expect it to be hard to find a movie house) **chiếu phim Việt Nam ở Hà Nội.**

D. Use **thảo nào** to continue the conversation.

  Example: **Chị ấy làm việc ở Hà Nội nửa năm rồi.**

  _____ (No wonder we haven't seen her here for a while.)

  → **Chị ấy làm việc ở Hà Nội nửa năm rồi.**
     Thảo nào lâu ngày không gặp chị ấy ở đây.

1. **Anh ấy tập thể thao thường xuyên.**

  _____ (No wonder he looks very healthy.)

2. **Hôm nay chủ nhật.**

  _____ (No wonder the stores are still closed.)

3. **Tôi ghi cho anh không đúng số điện thoại của chị ấy.**

  _____ (No wonder I couldn't reach her on the phone.)

4. **Cuốn tiểu thuyết mới của nhà văn nữ này hay lắm.**

  _____ (No wonder the university bookstore has sold out of it.)

5. **Tối nay có trận bóng đá chung kết SEA** (Southeast Asian) Games.

  _____ (No wonder Hanoi streets are not as crowded as usual.)

6. **Chị ấy sinh ra và lớn lên ở Huế.**

  _____ (No wonder she is so knowledgeable of Huế.)

7. **Anh ấy được tập bơi từ nhỏ.**

  _____ (No wonder he is swimming so fast.)

8. **Chúng mình đến khu phố cổ rồi đấy.**

  _____ (No wonder the streets here are narrow.)

9. **Chị ấy là người miền Nam.**

_____ (No wonder she didn't understand when I call my mother's older sister **bác**.)

10. **Hôm nay bắt đầu thi đại học.**

_____ (No wonder there are traffic jams in many places.)

E. Use **nổi** or **không tài nào/không làm sao … nổi** to complete the following statements.

1. **Cái túi nặng quá,** (she can't carry it to the second floor).
2. **Bài này khó lắm,** (I'm unable to translate it).
3. **Tôi đau răng quá,** (I can't sleep at night).
4. **Cầu thủ tiền đạo đội Đồng Tâm Long An sút quả đẹp quá,** (the goaltender of the Hanoi team had no chance to catch [**bắt**] the ball).
5. **Tháng này Sài Gòn nóng, nhiều người lên Đà Lạt nghỉ lắm,** (you won't be able to book a room at a hotel up there).
6. **Bà ấy nói nhanh quá,** (I couldn't understand what she wanted to say).
7. **Cầu thủ quần vợt người Thuỵ Sĩ giao bóng mạnh quá,** (the British player had no chance to defend against his service).
8. **Ca sĩ hát lời không rõ lắm,** (I couldn't understand all the words of the song).
9. **Chỗ ấy xa lắm,** (you have no way to walk there, you have to drive there).
10. **Bộ phim ấy mới bắt đầu chiếu ở Hà Nội hôm qua,** (you won't be able to get a ticket to see it).

F. Use **quá** before an adjective or an adverb to answer the following questions. Pay attention to the word order.

      EXAMPLE: **Tại sao các bạn không hiểu ông ấy nói gì?**

                _____ (nói nhanh)

  →   **Tại sao các bạn không hiểu ông ấy nói gì?**
         Vì ông ấy nói quá nhanh.

1. **Tại sao đội bóng đá trường Bách khoa thua đội trường Kiến trúc?**
_____ (đá hay)

2. **Thời tiết mấy hôm nay thế nào?**
_____ (nóng và ẩm)

3. **Sao các bạn không khiêu vũ trong câu lạc bộ?**
_____ (đông người)

4. **Tại sao anh ấy bị tai nạn?**
_____ (lái xe nhanh)

5. **Khu phố ấy lại bị lụt sau trận mưa vừa rồi à?**
   _____ (ở vị trí thấp trong thành phố)

6. **Sao chị không thích món ấy?**
   _____ (nhiều mỡ)

7. **Các bạn không thuê được nhà ở khu phố gần trung tâm à?**
   _____ (tiền nhà cao)

8. **Tại sao người ta không cho xe đi vào mấy phố trong khu phố cổ?**
   _____ (đường phố hẹp)

9. **Anh có thể đọc xong cuốn tiểu thuyết này trong hai ngày chứ?**
   _____ (dài)

10. **Sao các bạn xem ti vi lâu thế?**
    _____ (chương trình ca nhạc hấp dẫn)

G. Use the expression **thế nào được** or **làm sao được** to give extended answers to the following questions or suggestions. The extended part of the answer refers to the reason why the speaker has no chance to do something.

   EXAMPLE: **Mình đi ngay bây giờ, được không?**

   _____

   →   **Mình đi ngay bây giờ, được không?**
       Đi ngay bây giờ thế nào được/làm sao được. Còn bao nhiêu việc phải làm.

1. **Chiều nay mình ra khu thể thao chơi quần vợt nhé?**

   _____

2. **Từ bây giờ đến tối mai anh có đọc xong cuốn sách này được không?**

   _____

3. **Chị có định thuê nhà ở trung tâm thành phố không?**

   _____

4. **Anh có hiểu hết lời của bài hát tiền chiến ấy không?**

   _____

5. **Mới có tour du lịch xuyên Việt tuần sau đi, hay lắm. Mình đặt chỗ nhé?**

   _____

6. Các bạn ăn thêm món này đi. Ngon lắm!

    _____

7. Chúng mình sang rủ Tuấn đi đánh bóng bàn chứ?

    _____

8. Xe của tôi còn chữa được không?

    _____

9. Các bạn định đi bộ đến đấy à?

    _____

10. Tối mai, đội tuyển Đức có thắng được đội tuyển Tây Ban Nha trong trận chung kết *giải vô địch* "championship" châu Âu không?

    _____

H. Use **đành** to complete the following sentences.

1. Chờ xe buýt lâu quá mà xe buýt không đến, tôi _____

2. Chúng tôi định đi chơi phố nhưng trời mưa nên _____

3. Thuê nhà ở gần trung tâm thành phố đắt quá, _____

4. Chúng mình muốn ra sân vận động xem trận bóng đá này nhưng không mua được vé,

    _____

5. Tôi định bơi lâu hơn nhưng nước trong bể bơi lạnh quá, _____

6. Họ không thích nhà hàng này lắm, nhưng các nhà hàng khác đóng cửa rồi, _____

7. Chúng tôi đến muộn, hết chỗ gần sân khấu rồi, _____

8. Tôi cần bàn với chị ấy về vấn đề này, nhưng chị ấy đang nghỉ ốm, _____

9. Tôi quên chìa khoá văn phòng, _____

10. Việc này khó quá, tôi không làm nổi, _____

🎧 6-9

I. First read the words and phrases below. Then listen to the speaker on the audio track and repeat the words and phrases. Pay close attention to 1) two- (or more) syllable words, whose syllables should be spoken together; 2) the pronunciation of the words that have similar sounds but differ in meaning and usage.

1. bể, bể bơi, cua bể, biển, biển Đông, bờ biển, bãi biển, tắm biển
2. đụng, đụng phải người nọ người kia, đúng, làm đúng, câu trả lời đúng
3. hồ, hồ Hoàn Kiếm, tha hồ, tha hồ chơi bóng bàn
4. ngửa, nằm ngửa, bơi ngửa, ngứa, da bị ngứa
5. sân nhà, sân chùa, sân khấu, sân khấu chèo, sân bóng đá, sân quần vợt
6. sân vận động, sân vận động Mỹ Đình, vận động viên, vận động viên bơi lội
7. bàn, bàn ăn, bàn làm việc, bóng bàn, ghi bàn, bỏ lỡ cơ hội ghi bàn

J. Based on the content of the dialogues, answer the following questions.

1. Vì sao nhân vật A trong đối thoại 1 đánh bóng bàn giỏi?
2. Theo chị ấy, muốn đỡ những quả giao bóng xoáy thì phải làm gì?
3. Bóng bàn phổ biến ở những nước nào?
4. Nhân vật A trong đối thoại 2 có thích bể bơi nước nóng mà anh đi bơi hôm chủ nhật không? Tại sao?
5. Bể bơi kích thước Thế vận hội là bể bơi như thế nào?
6. Bạn biết bơi những kiểu nào? Bạn thích kiểu nào nhất? Tại sao?
7. Vì sao xem đá bóng trên sân không khí khác hẳn xem trên ti vi?
8. Trình độ bóng đá của Việt Nam có thể *ngang* "level, equal" với trình độ bóng đá của những nước nào?
9. Bóng đá phổ biến ở những nước nào? Có phổ biến ở Mỹ không? Tại sao?
10. Những môn thể thao nào phổ biến ở Việt Nam?

✏️ Exercises

1. Use the vocabulary and expressions in the dialogues to prepare with a partner a conversation about a sports event.
2. Use the dictionary to read the following article taken from Vietnamese newspaper **Thể thao & Văn hóa** about tennis at the U.S. Open.

GIẢI QUẦN VỢT MỸ MỞ RỘNG

Nhân vật đáng chú ý nhất trong ngày thi đấu hôm qua là tay vợt mới 18 tuổi đến từ xứ sở hoa anh đào Kei Nishikori (ảnh) với chiến tích loại hạt giống số 4 David Ferrer khỏi vòng 3 của nội dung đơn nam giải quần vợt Mỹ mở rộng. Sau 3 giờ 32 phút so tài đầy căng thẳng, Kei đã giành chiến thắng với tỷ số 6-4, 6-4, 3-6, 2-6, 7-5 và trở thành tay vợt đầu tiên của Nhật Bản, kể từ năm 1937, giành quyền lọt vào tới vòng 4 của Mỹ mở rộng. Hơn thế nữa, Kei còn là tay vợt trẻ nhất trong vòng 10 năm qua từng lọt vào tới vòng đấu này, sau Marat Safin ở Mỹ mở rộng 1998.

Vòng 3 này thực sự là một thời điểm thăng hoa của các tay vợt trẻ. Nếu như chiến thắng của Murray (6) trước Melzer là điều đã lường trước thì Gael Monfils (32) đã thể hiện một phong độ xuất sắc khi dễ dàng đánh bại Nalbandian (7) với tỷ số 6-3, 6-4, 6-2 để đụng Mardy Fish ở vòng 4. Trước đó, Fish đã hạ Blake (9) 6-3, 6-3, 7-6 (4) ở trận đấu giữa hai người bạn thân đồng hương. Điều đặc biệt là kết thúc giải Mỹ mở rộng này, chính Blake sẽ làm phù rể trong đám cưới của Fish.

Bạn cần biết

Soccer (**bóng đá**) and table tennis (**bóng bàn**) are the most popular sports in Vietnam. Many young boys play soccer at school, and some of them play soccer on weekends as well. More and more girls also engage in soccer. Most schools, colleges, universities, government agencies and factories have a Ping Pong table, which attracts players after school or after work. All sports clubs have Ping Pong tables, and the membership fee is reasonable.

Vietnamese really enjoy watching soccer games both in the stadium and on TV. Many people stay up late to watch games aired live from World Cup or Europe Cup. Young people love to gather at a pub to watch a soccer game when drinking beer. If you are a soccer fan, your Vietnamese friends will definitely invite you to watch a soccer game together with them, and you will experience the Vietnamese passion for this sport.

After soccer and table tennis, volleyball (**bóng chuyền**) is the most popular sport in Vietnam. Some people also practice swimming (**bơi**), track and field (**điền kinh**) and gymnastics (**thể dục dụng cụ**).

Health clubs appeared in the big cities in Vietnam in the 1990s, but are becoming increasingly popular now, since people are more health conscious and try to work out regularly. The membership fees for private health clubs with basic equipment are very high for most Vietnamese, not to mention the fees for the fitness centers at five-star hotels in Hà Nội and Hồ Chí Minh City.

Toà thánh Cao Đài, Tây Ninh
Temple of Caodaism, Tây Ninh Province

Phần 2

Bài đọc 🎧 6-10

Võ ở Việt Nam

Dựa trên nguyên tắc mang tính triết học của võ phương Đông là sự hoà hợp giữa thể chất và tiềm năng tinh thần, giữa con người và môi trường thiên nhiên, võ Việt Nam mang những đặc điểm chung với võ của nhiều dân tộc ở châu Á. Song, lịch sử chống ngoại xâm mấy nghìn năm và lịch sử khai khẩn những vùng đất mới của dân tộc Việt Nam đã tạo ra những trường phái võ riêng của Việt Nam, trước hết là của vùng đồng bằng sông Hồng ở miền Bắc, của vùng sông Mã ở Thanh Hoá, sông Lam ở Nghệ An, của tỉnh Bình Định ở miền Trung và của vùng đồng bằng sông Cửu Long ở miền Nam.

Ở Việt Nam, từ xa xưa đã xuất hiện nhiều trường võ làm cơ sở để giảng dạy và luyện tập võ, trong đó có trường võ Mai Động thời Hai Bà Trưng chuẩn bị khởi nghĩa vào thế kỷ thứ nhất sau công nguyên. Đôi khi, trường võ chỉ là sân chùa của các vị sư có tinh thần thượng võ dùng làm nơi luyện tập và truyền võ lại cho Phật tử.

Sau khi Việt Nam giành lại được độc lập vào thế kỷ thứ 10, triều đình rất chú ý thành lập các trung tâm huấn luyện võ cho quân đội. Ngay sau khi dời đô về Thăng Long vào năm 1010, Lý Thái Tổ đã cho xây dựng điện Giảng Võ ở phía tây nam thành Thăng Long, đặt nền móng cho một học viện quân sự sau này. Chính nhiều vua Lý cũng là những người rất giỏi võ, say sưa tập luyện võ và ra lệnh cho các quan trong triều đình hằng ngày phải đến điện Giảng Võ tập luyện. Từ đấy, Giảng Võ trở thành khu vực tập luyện và thi đấu võ ở kinh đô.

Dưới thời nhà Trần, Giảng Võ có thể coi là trường võ cao cấp của cả nước, góp phần đào tạo ra nhiều vị tướng tài năng ba lần chiến thắng quân xâm lược Nguyên Mông vào thế kỷ 13. Ngoài việc sử dụng Giảng Võ để luyện tập và thi đấu võ, triều đình còn dùng khu này để xem đấu voi, đấu hổ.

Năm 1429, vua Lê Thái Tổ ra lệnh tổ chức một cuộc thi võ lớn, mời tất cả những người giỏi võ trong nước về kinh đô dự thi. Các vua Lê sau đó tiếp tục xây dựng khu Giảng Võ thành trung tâm luyện tập và thi đấu võ. Vua Lê Thánh Tông cho đào hồ ở Giảng Võ, làm thành một bãi tập lớn. Quân đội được huấn luyện nhiều môn võ có vũ khí và không có vũ khí, cả ở trên bộ lẫn dưới nước.

Ngoài bắn cung và đánh kiếm ra, họ còn tập chèo thuyền và chiến đấu dưới nước.

Nghĩa quân tham gia cuộc khởi nghĩa Tây Sơn vào cuối thế kỷ 18 đã phát huy truyền thống thượng võ của đất Bình Định, trở thành những người lính dũng cảm, lập được nhiều chiến công trong các trận chiến đấu với các đội quân của chúa Nguyễn, chúa Trịnh và đặc biệt là trong cuộc chiến đấu chống đội quân xâm lược của nhà Thanh cuối năm 1788 đầu năm 1789. Sau khi triều Tây Sơn bị Nguyễn Ánh lật đổ, các võ sư của trường phái võ Bình Định đã phải trốn vào miền Nam tránh sự trả thù của triều đại mới. Họ lập ra một trường phái mới ở vùng ngày nay là tỉnh Bình Dương nhưng vẫn giữ tất cả những đặc điểm của võ Bình Định có từ lâu đời.

Vào thế kỷ 19, nhà Nguyễn hằng năm mở các kỳ thi võ đồng thời với các kỳ thi văn. Vua Minh Mạng lập ra trường võ ở Huế, sau đó mở thêm hai trường nữa, một ở Hà Nội, một ở miền Trung. Năm 1867, vua Tự Đức cho mở trường thi võ ở Bình Định để phục hồi trường phái võ Bình Định. Kỳ thi võ cuối cùng của triều Nguyễn diễn ra tại kinh đô Huế vào năm 1880.

Ngoài các trường phái võ Việt Nam cổ truyền ra, do quan hệ với người Trung Hoa trong một thời kỳ lịch sử lâu dài mà người Việt Nam đã tiếp thu được nhiều trường phái võ Trung Hoa. Đầu thế kỷ 20, người Pháp đưa môn quyền Anh đến Việt Nam. Quyền Anh trở thành một môn võ phương Tây được nhiều người Việt Nam yêu thích. Trong thời gian gần đây, Chính phủ Việt Nam đầu tư nhiều cho các môn võ thi đấu tại Thế vận hội như taekwondo, judo, wushu, karate và quyền Anh. Tại Thế vận hội lần thứ 27 ở Sydney, một nữ vận động viên Việt Nam đã đoạt huy chương bạc môn taekwondo, tấm huy chương đầu tiên của Việt Nam tại Thế vận hội. Các cộng đồng người Việt Nam ở nước ngoài cũng tham gia góp phần duy trì và phát triển các trường phái võ Việt Nam cổ truyền, được gọi chung là vovinam. Năm 2009, giải vô địch vovinam thế giới lần đầu tiên được tổ chức tại thành phố Hồ Chí Minh góp phần phát triển môn võ này tại Việt Nam và nhiều nước khác.

Từ mới 🎧 6-11

võ *martial arts*	**trước công nguyên** *B.C.*
nguyên tắc *principle*	**sau công nguyên** *A.D.*
triết học *philosophy*	**đôi khi** *occasionally*
phương Đông *East, the Orient; Eastern*	**sư** *Buddhist monk*
hoà hợp *harmony*	**tinh thần thượng võ** *martial spirit*
thể chất *physical strength*	**truyền lại** *to pass down*
tiềm năng *potential*	**Phật tử** *Buddhist follower*
tinh thần *spirit, mind; spiritual*	**huấn luyện** *to train, coach*
chống *to fight against; against*	**quân đội** *army*
ngoại xâm *foreign invasion, foreign invader*	**điện** *palace*
luyện tập = **tập luyện** *to practice*	**đặt** *to put, lay*
khởi nghĩa *to rise up in arms, revolt*	**nền móng** *foundation*
cuộc khởi nghĩa *uprising, rebellion*	**đặt nền móng cho** *to lay the foundations of*
công nguyên *Christian era*	**học viện** *academy, school*

quân sự *military*

say sưa *to have a passion for*

ra lệnh *to order*

thi đấu/đấu *to compete*

xâm lược *to invade, commit aggression*
  quân xâm lược *invader*

nhà Nguyên *Yuan dynasty in China* 元朝
  (1271–1368)

Mông = Mông Cổ *Mongolia*

voi *elephant*

bãi *field, lot*
  bãi tập *playground*

vũ khí *weapon*

cả … lẫn … *both … and …*

trên bộ *on land*

bắn *to shoot*

cung *bow*
  bắn cung *to shoot arrows*

chèo *to row*

chiến đấu *to fight*

phát huy *to continue and develop*

lính *soldier*

dũng cảm *courageous, brave*

chiến công *feat, achievement*

nhà Thanh *Qing dynasty in China* 清朝
  (1644–1912)

lật đổ *to oust, topple*

võ sư *instructor of martial arts*

trốn *to escape, flee*

trả thù *to take revenge*

lâu đời *long-established*

mở *to organize*

đồng thời với *at the same time as*

văn *civil service (as opposed to military =* **võ***)*

quan hệ *relations, relationship*

quyền Anh *boxing*

đoạt *to win (a medal)*

huy chương *medal*

bạc *silver*

cộng đồng *community*

duy trì *to maintain, preserve*

vovinam = võ Việt Nam

Một lớp tập võ ở Hà Nội
A martial arts class in Hà Nội

🔍 Ngữ pháp & cách dùng từ 🎧 6-12

11. **Dùng**

The verb **dùng**, meaning "to use, employ," is used before:

1) a noun as an object:

   dùng đũa

   to use chopsticks

   dùng máy vi tính

   to use a computer

2) a noun, which is followed by a verb phrase denoting the purpose:

   dùng đũa ăn cơm

   to use chopsticks to eat

   dùng máy vi tính viết bài

   to use a computer to write the paper

   With this meaning, the verb phrase may follow the word **để** conveying the same sense:

   dùng đũa để ăn cơm, dùng máy vi tính để viết bài

3) a noun, that is followed by **làm** and another noun to convey the meaning "to use something as something":

   Các vị sư dùng sân chùa làm nơi tập võ.

   The monks used the temple yard as a place for practicing martial arts.

12. **Cả ... và ...** and **cả ... lẫn ...**

When emphasizing a combination of two verbs, adjectives or identification predicates with **là**, Vietnamese uses the construction **vừa ... vừa ...** (see Lesson 9 of *Elememtary Vietnamese*). In order to convey the meaning of *both + noun ... and + noun ...,* the construction **cả ... và ...** or **cả ... lẫn ...** is used:

Học kỳ này tôi học cả văn học Việt Nam và/lẫn văn học Pháp.

This semester I am taking both Vietnamese literature and French literature.

13. In order to convey the meaning "in the water," Vietnamese uses the preposition **dưới**, not **trong**. For instance: **dưới nước, dưới hồ, dưới sông, dưới biển**. The preposition **trên bờ** or just **trên** is used to denote the position of something on the (shore of the) lake, river, ocean: **thành phố nằm trên [bờ] sông** "the city is situated on the river." Accordingly, **xuống** is used for "to go into the water": **xuống nước, xuống hồ, xuống sông, xuống biển**; and **lên** is used for "to get out of the water to the shore": **lên bờ**.

14. **Mở**

The verb **mở** has several meanings.

1) "to open":

   mở cửa

   to open the door

   mở cửa sổ

   to open the window

        mở sách trang 50

        to open the book to page 50

  2) "to turn on, switch on":

        mở đài

        to turn on a radio

        mở máy

        to turn on a machine

  3) "to establish, start":

        mở cửa hiệu

        to start a store

        mở nhà máy

        to establish a factory

        mở trường dạy ngoại ngữ

        to establish a school for teaching foreign languages

  4) "to open, start an activity":

        mở cuộc điều tra

        to open an investigation

        mở hội

        to start festivities

15. **Do**

The word **do**, in addition to its function of the passive voice (Lesson 11 of *Elementary Vietnamese*), can function as:

  1) a preposition of cause, meaning "because of, owing to, due to":

      Vùng này bị lụt do những trận mưa lớn tuần qua.

      This area has been flooded because of/due to last week's heavy rains.

  2) a conjunction, meaning "because":

      Anh ấy bị tai nạn do lái xe nhanh quá.

      He got into an accident due to speeding (because he was speeding).

📋 Drills

A. Use **dùng** to translate the following sentences. The consctruction **dùng ... làm ...** should be used where it is necessary.

1. If you remember his phone number, you can use my phone to call him.
2. I always use the same shampoo to wash my hair.
3. We use this room on the first floor to keep our bikes in the winter when it is too cold to ride a bike.
4. You should never use the expression "**thành ngữ**" when talking to older people.
5. In the summer we use more than one million dong worth of electricity a month because we turn on the air conditioners.

6. Do you know how to use this new program?

7. During her recent trip to Vietnam she used all her money buying books.

8. The children use this part of the street as a place to play soccer at night when there is no traffic.

9. They used the elevator to carry the furniture to the tenth floor.

10. I like to use a pencil to do homework: it is easy to erase "**xoá đi**" and then to rewrite.

B. Give answers to the following questions using **cả … và …** or **cả … lẫn …**

EXAMPLE: **Học kỳ này chị học văn học nước nào?**

_____ **(Việt Nam, Pháp)**

→ **Học kỳ này chị học văn học nước nào?**
Tôi học cả văn học Việt Nam và/lẫn văn học Pháp.

1. **Anh đã bàn với những ai về vấn đề này?**

_____ **(chị Lan, anh Dũng)**

2. **Các bạn thích cải lương hay chèo?**

_____ **(cải lương, chèo)**

3. **Chị lấy cuốn từ điển nào?**

_____ **(này, kia)**

4. **Họ đang tập môn võ nào?**

_____ **(vovinam, taekwondo)**

5. **SEA Games diễn ra ở đâu?**

_____ **(Hà Nội, thành phố Hồ Chí Minh)**

6. **Chị dùng máy vi tính loại nào?**

_____ **(Mac, PC)**

7. **Giảng Võ là nơi quân đội luyện tập võ dưới triều đại nào?**

_____ **(Lý, Trần, Lê)**

8. **Cậu đã chuẩn bị những gì để chơi bóng bàn?**

_____ **(vợt, lưới)**

9. **Vận động viên ấy đoạt huy chương vàng ở những cự ly nào?**

_____ **(100 mét ngửa, 200 mét ngửa)**

10. **Trong trận gặp đội tuyển Việt Nam, đội tuyển Brazil ghi bàn hiệp nào?**

_____ **(hiệp một, hiệp hai)**

C. Fill in the blanks with the proper prepositions **trên**, **dưới** or verbs of motion **lên**, **xuống**.

1. Thành phố Cần Thơ nằm _____ sông Hậu.

2. Tôi định tắm biển nhưng nghe nói nước biển hôm nay lạnh lắm, tôi đứng rất lâu _____ bờ, không muốn _____ nước. Sau đó, tôi chỉ bơi được một lúc _____ nước rồi _____ bờ ngay.

3. Con tàu đi ngược dòng sông Hồng từ Hà Nội _____ Việt Trì.

4. Đội bơi đang *khởi động* "to warm up" _____ bờ, nửa tiếng nữa mới bắt đầu tập _____ nước.

5. Ngồi _____ thuyền có thể nhìn thấy cá bơi _____ nước.

6. Đứng _____ đèo Hải Vân có thể nhìn _____ biển, thấy nước biển trong xanh và thấy được cả những hòn đá to một phần trên mặt nước, một phần _____ nước.

7. _____ hồ Hoàn Kiếm có những con rùa rất to, sống lâu đến trăm tuổi. Thỉnh thoảng người ta thấy có con rùa *bò* "to crawl, climb" _____ tháp Rùa.

8. Chúng tôi đi tàu hoả từ Hà Nội _____ Hải Phòng rồi _____ tàu thuỷ đi vào Đà Nẵng.

D. Use **do** to translate the following sentences.

1. Furniture manufactured by this Vietnamese company sells very well in the U.S.A.
2. Students do not come to school today due to the snowstorm.
3. The soccer game was stopped because of the heavy rain.
4. The movie made by this director reflects that period of history very well.
5. Because I had already been told about the Vietnamese custom of accepting a gift, I was not surprised when the host did not open the gift in front of me.

🎧 6-13

E. First read the words and phrases below. Then listen to the speaker on the audio track and repeat the words and phrases. Pay close attention to 1) two- (or more) syllable words, whose syllables should be spoken together; 2) the pronunciation of the words that have similar sounds but differ in meaning and usage.

1. hoà hợp, sự hoà hợp giữa thể chất và tiềm năng tinh thần, phối hợp, phối hợp một đường bóng
2. dân tộc, các dân tộc ít người, nhân dân, nhân dân vùng đồng bằng sông Cửu Long, nông dân, người nông dân vùng đồng bằng sông Cửu Long
3. khởi sắc, tuồng được phục hồi và khởi sắc, khởi nghĩa, cuộc khởi nghĩa của Hai Bà Trưng, khởi động, khởi động trước khi thi đấu

4. tập luyện, tập luyện võ, huấn luyện, huấn luyện võ cho quân đội
5. thi, thi vào đại học, thi cuối năm, thi đấu, thi đấu bóng bàn
6. đấu, đấu võ, đấu voi, chiến đấu, chiến đấu chống ngoại xâm
7. quan hệ, quan hệ giữa Việt Nam và Hoa Kỳ, quan trọng, vấn đề quan trọng, quan tâm, quan tâm đến các vấn đề giáo dục, quân, quân đội, phục vụ trong quân đội, đội quân, các đội quân xâm lược

F.   Based on the content of the narrative, give answers to the following questions.

1. Võ phương Đông dựa theo nguyên tắc nào?
2. Việt Nam có những trường phái võ nào?
3. Trường võ xa xưa nhất của Việt Nam xuất hiện vào thời gian nào?
4. Bạn biết gì về Giảng Võ?
5. Võ Bình Định được sử dụng rộng rãi vào thời kỳ nào? Tại sao?
6. Vì sao có một thời gian, các võ sư của trường phái võ Bình Định phải trốn vào miền Nam?
7. Các kỳ thi võ dưới thời Nguyễn diễn ra như thế nào?
8. Hiện giờ ở Việt Nam có những môn võ nào phổ biến?
9. Bạn biết gì về vovinam ở nước ngoài?

Exercises

1. Write an essay about martial arts in your country.
2. Use the dictionary to read the following article about *wushu* taken from the Vietnamese newspaper **Thể thao & Văn hóa**.

Tiến trình phát triển của Wushu

Wushu được biết đến ngày nay với tư cách một môn võ thuật hiện đại do chính phủ Trung Quốc thành lập vào những năm 1950. Tuy nhiên ở Trung Quốc, Wushu đã có lịch sử lâu đời. Nếu ở thời phong kiến thì võ thuật được sử dụng vào mục đích quân sự và phô diễn trên các chiến trường. Cho đến khi có sự kết hợp giữa một Trung Hoa mới thống nhất và sự gắn liền văn hóa với võ thuật, Wushu ngày càng thiên về khía cạnh thể thao và hướng đến ý nghĩa là một môn giải trí hơn. Đặc biệt, khi kỹ thuật quân sự ngày càng tiên tiến hơn thì võ thuật cũng thay đổi. Vào thời nhà Tống, thuốc súng bắt đầu chiếm vị trí quan trọng trong quân đội thì võ thuật cũng dần suy tàn. Nhưng truyền thống văn hóa Trung Hoa lại không chấp nhận võ thuật bị bỏ rơi một cách dễ dàng như vậy và kết quả là có rất nhiều võ hội khác nhau ra đời để bảo tồn và phát huy tinh hoa võ thuật truyền thống. Chính điều này đã giúp võ thuật ngày càng phổ thông và được luyện tập khắp nơi từ chùa chiền, rừng núi đến các khu phố tại các đô thị Trung Hoa.

Đội Wushu Trung Hoa thậm chí đã tổ chức một chuyến đi tham dự Thế vận hội 1936 tại Berlin, Đức. Đội đã biểu diễn tại Thế vận hội lần thứ 11 và thế giới lần đầu tiên được thưởng thức những kỹ pháp kỳ diệu của môn võ Wushu mang nhãn hiệu Trung Hoa.

Wushu thể thao và Wushu chiến đấu

Suy cho cùng, những triết thuyết trên đời này hay các môn phái võ lâm, tựu trung cũng chỉ là cái cách giải thích thế giới. Và như đã đề cập ở trên, khi những vũ khí giết người hàng loạt đã xuất hiện, võ thuật và vũ khí bạch binh lập tức lép vế, trở nên hình thức thi thố không chính thống. Nó chỉ mang nặng yếu tố văn hoá và thật may mắn là nghệ thuật thứ 7 đã kê sẵn cho Wushu một chỗ ngồi không thể tốt hơn.

Chẳng bao lâu sau, Wushu và vài biến tướng của nó đã trở nên vô cùng ăn khách trong thể loại điện ảnh hành động, đặc biệt là phim võ hiệp với những cái tên Lý Tiểu Long, Thành Long, Châu Liên Kiệt.

Bạn cần biết

Martial arts are popular in Vietnam. The Vietnamese government has invested a lot of money in establishing and running martial arts clubs in the large cities, and in hiring coaches from overseas to train the members of Vietnam's national team. The first medal ever won by a Vietnamese athlete at the Olympic Games was the silver medal in taekwondo at the Olympic Games in Sydney in the summer of 2000. Since then, martial arts have become even more popular.

In addition to the state-run martial arts clubs, there are also private martial arts schools in Hà Nội, Hồ Chí Minh City and the other big cities. Each school specializes in a particular martial art, including taekwondo, karate, wushu, judo, and the martial arts of the province of Bình Định (**võ Bình Định**).

Tục ngữ  6-14

Văn ôn võ luyện.

By writing you learn to write. (Literally: You should regularly review your knowledge of literature and practice martial arts.)

Bên trong điện thờ tại Văn Miếu
Inside the shrine in the Temple of Literature

Economics, Foreign Investment and Banking

🔍 Grammar & Usage Focus

1. Noun **cán bộ**.
2. Verbs **tăng** and **giảm**.
3. Adjective **đáng**.
4. Conjunction **sở dĩ ... là vì ...**
5. **Đến** as a preposition meaning "of, about."
6. Conjunction **đến nỗi**.
7. Verb **gặp**.
8. **Gấp** with the meaning "-fold."
9. Command + **nào**.
10. **Bất cứ/bất kỳ** + question word.

11. **Báo cáo** as a verb and as a noun.
12. Verb **kiểm điểm**.
13. Verb **chỉ đạo**.
14. Verb **điều hành**.
15. Verb **trình bầy**.
16. Verb **nhất trí**.
17. Verb **thiếu**.
18. Adverbs **trở lên, trở xuống, trở đi, trở lại**.
19. Nouns **công nghiệp** and **ngành**.
20. Verbs **lưu ý đến** and **chú ý đến**.

Phần 1

💬 Đối thoại 1 🎧 7-1

Mỹ đầu tư vào Việt Nam

A: **Chào chị. Xin được tự giới thiệu: tôi là phóng viên một tờ báo ở Mỹ. Tôi muốn xin được phỏng vấn chị về vấn đề đầu tư của Mỹ tại Việt Nam.**

B (**cán bộ Cục đầu tư nước ngoài Bộ Kế hoạch và Đầu tư**): **Chào anh. Tôi có được báo trước về cuộc phỏng vấn này.**

A: **Trước hết, xin chị cho biết: năm vừa qua, số vốn đầu tư của các công ty Mỹ vào Việt Nam tăng hay giảm so với năm trước đó?**

B: **Vẫn tiếp tục tăng anh ạ, đó là điều đáng mừng. Sở dĩ tôi nói đó là điều đáng mừng là vì năm vừa qua, chắc anh biết rõ hơn tôi, nền kinh tế nước Mỹ có nhiều biến động. Tôi muốn nói đến cuộc khủng hoảng về tín dụng, rồi sự kiện một số ngân hàng đầu tư và công ty bảo hiểm hàng đầu của Mỹ gặp nhiều khó khăn về tài chính đến nỗi có ngân hàng và công ty phải khai phá sản, gây tác động tiêu cực đến thị trường chứng khoán trên khắp thế giới. Tuy vậy, số vốn đầu tư của các công ty Mỹ vào Việt Nam trong năm vừa qua vẫn tăng gần gấp rưỡi so với năm trước.**

A: **Theo chị thì những nguyên nhân nào làm cho các nhà đầu tư Mỹ ngày càng quan tâm đến Việt Nam?**

B: **Có thể kể ra đây một số nguyên nhân chính như sau. Thứ nhất, Việt Nam là nước có tình hình chính trị ổn định, làm cho các nhà đầu tư nước ngoài, trong đó có Mỹ, an tâm khi đầu tư vào Việt Nam.**

A: **Vâng, ít có nước nào trong khu vực có được tình hình ổn định như Việt Nam.**

B: **Thứ hai, kinh tế Việt Nam đạt mức tăng trưởng rất cao trong những năm vừa qua tạo điều kiện thuận lợi cho việc hợp tác với các công ty nước ngoài.**

A: **Thưa chị, theo con số mới nhất thì mức tăng trưởng của Việt Nam trong năm vừa qua là mấy phần trăm ạ?**

B: **7,2%, thấp hơn năm trước đó nhưng vẫn cao so với nhiều nước trên thế giới. Thứ ba là Việt Nam có nguồn nhân lực trẻ, dồi dào, giá nhân công ở Việt Nam lại thấp hơn so với nhiều nước trong khu vực.**

A: **Chị làm ơn cho biết trình độ tay nghề của công nhân Việt Nam hiện giờ như thế nào?**

B: **Có được nâng cao, nhưng chưa đáp ứng được sự mong đợi của chúng tôi. Việc nâng cao trình độ tay nghề còn phụ thuộc vào hệ thống giáo dục nữa. Nền giáo dục Việt Nam đang có quá nhiều bất cập, cần phải giải quyết càng sớm càng tốt. Ngoài những nguyên nhân nêu trên, còn phải kể đến việc Việt Nam trở thành thành viên của Tổ chức Thương mại Thế giới, và quan hệ Việt-Mỹ đang phát triển tốt đẹp, cũng là những điều kiện giúp các nhà đầu tư Mỹ hoạt động dễ dàng hơn ở Việt Nam.**

A: **Mỹ đầu tư vào những lĩnh vực nào?**

B: **Tập trung chủ yếu vào các ngành công nghiệp xây dựng, dầu khí, và đặc biệt là công nghệ cao.**

A: **Chị có thể nêu tên một vài công ty Mỹ hiện có vốn đầu tư cao nhất vào Việt Nam không ạ?**

B: **Trước hết phải kể đến tập đoàn Intel đã nâng số vốn từ 605 triệu đô-la lên một tỷ đô-la để xây dựng nhà máy sản xuất chip tại khu công nghệ cao thành phố Hồ Chí Minh.**

A: **Thế à? Con số ấn tượng quá nhỉ!**

B: **Tập đoàn máy tính IBM cũng vừa mới quyết định xây dựng trung tâm dịch vụ toàn cầu trong khuôn viên Đại học Quốc gia thành phố Hồ Chí Minh.**

A: **Xin cám ơn chị.**

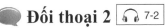 **Đối thoại 2** 🎧 7-2

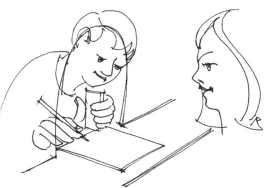

Mở tài khoản tại ngân hàng

A: Chào chị, tôi muốn mở tài khoản tại ngân hàng này nhưng chưa biết nên mở tài khoản loại nào.

B: Tôi sẽ giúp anh. Anh mở tài khoản nhằm mục đích chi tiêu và thành toán thường xuyên hay để lấy lãi?

A: Tôi chỉ cần có tài khoản để chuyển tiền học bổng của tôi vào đấy rồi từ đấy tôi rút tiền ra để thanh toán những chi phí trong thời gian tôi học ở Việt Nam.

B: Thế thì anh cần mở tài khoản tiền gửi thanh toán, hay còn gọi là tài khoản cá nhân, chứ không cần loại tài khoản tiết kiệm.

A: Chắc thế chị ạ. Lệ phí tài khoản cá nhân có cao không chị?

B: Thấp lắm. Thậm chí không phải trả phí nếu anh duy trì được số dư tối thiểu trong tài khoản của mình.

A: Thủ tục mở tài khoản thế nào hở chị?

B: Người Việt Nam dùng giấy chứng minh nhân dân, còn người nước ngoài thì dùng hộ chiếu khi mở tài khoản. Anh có mang theo hộ chiếu không?

A: Có đây chị ạ.

B: Anh điền vào đơn xin mở tài khoản này cho tôi.

A: … Xong rồi chị ạ.

B: Anh cho tôi xem nào. Được rồi, bây giờ anh làm ơn chờ mấy phút nhé, khi nào xong tôi sẽ gọi.

(mười phút sau)

B: Đây là sổ tài khoản cá nhân của anh, còn đây là thẻ ATM. Anh có thể dùng thẻ ATM để rút tiền tại bất cứ máy ATM nào của ngân hàng ở bất cứ đâu.

A: Cám ơn chị thật nhiều.

📖 Từ mới

Đối thoại 1 🎧 7-3	
phóng viên *reporter*	**nguyên nhân** *reason*
phỏng vấn *to interview*	**kể ra** *to list*
cán bộ *official*	**ổn định** *stable*
cục *department*	**an tâm** *to not worry*
Cục đầu tư nước ngoài *Department of Foreign Investments*	**tăng trưởng** *to grow; growth*
	mức tăng trưởng *growth rate*
kế hoạch *plan*	**con số** *data, number, figure*
Bộ Kế hoạch và Đầu tư *Ministry of Planning and Investments*	**nguồn** *source*
	nhân lực *workforce*
báo trước *to inform in advance*	**dồi dào** *plentiful, abundant*
vốn *capital*	**nhân công** *labor*
giảm *to decrease*	**tay nghề** *skill*
đáng *to be worth doing something, be worthy of*	**nâng cao** *to improve*
	đáp ứng *to meet (expectations)*
mừng *happy*	**mong đợi** *to expect*
điều đáng mừng *good news*	**sự mong đợi** *expectations*
sở dĩ ... là vì ... *if ... it is because ...*	**phụ thuộc vào** *to depend on*
biến động *tumult*	**bất cập** *problem, predicament*
tín dụng *credit*	**kể đến** *to mention*
bảo hiểm *to insure; insurance*	**Tổ chức Thương mại Thế giới** *World Trade Organization (WTO)*
hàng đầu *leading*	
khó khăn *difficult; difficulty*	**hoạt động** *to do business*
gặp khó khăn *to face difficulties*	**dễ dàng** *easy*
tài chính *finance; financial*	**lĩnh vực** *area, field*
đến nỗi *so ... that ...*	**tập trung** *to focus*
khai *to file*	**nêu tên** *to list by names*
phá sản *bankrupt; bankruptcy*	**chíp** *chip (computer)*
gây *to cause*	**ấn tượng** *impression; impressive*
tác động đến *to affect; affect*	**máy tính = máy vi tính** *computer*
tiêu cực *negative*	**toàn cầu** *global*
chứng khoán *stock*	**khuôn viên** *campus*
tuy vậy *nonetheless, nevertheless*	
gấp *-fold*	
tăng gấp rưỡi *to increase by 50%*	

Đối thoại 2 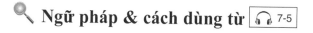 7-4	
tài khoản *account*	**tiết kiệm** *to save*
mở tài khoản *to open an account*	**tài khoản tiết kiệm** *savings account*
nhằm *to aim; in order to*	**lệ phí** *fee*
nhằm mục đích *in order to*	**số dư** *balance*
chi tiêu *to spend; expense*	**tối thiểu** *minimum*
thanh toán *to pay a bill*	**số dư tối thiểu** *minimum balance (of a bank*
lãi *interest*	*account)*
lấy lãi *to earn interest*	**thủ tục** *procedure*
chuyển *to transfer*	**giấy chứng minh nhân dân** *ID issued by the*
rút *to pull out, withdraw*	*Vietnamese government*
chi phí *expenses*	**hộ chiếu** *passport*
tài khoản cá nhân *checking account*	**đơn** *application*

Máy rút tiền tự động ở Hà Nội
An ATM in Hà Nội

🔍 Ngữ pháp & cách dùng từ 🎧 7-5

1. **Cán bộ**

The noun **cán bộ** has two meanings.

    1) "an official of a governmental office":

            cán bộ Bộ Tài chính

            an official of the Ministry of Finance

            cán bộ phòng thuế

            an official of the IRS

            cán bộ nhà nước

            an employee at a governmental agency

2) "a ranking official in an organization rather than the rank and file of the same organization":

cuộc họp giữa cán bộ và công nhân nhà máy

a meeting of the leaders and the rank and file of the factory

2. **Tăng** and **giảm**

The verbs **tăng** "to increase, raise" and **giảm** "to decrease, reduce" take different prepositions.

Tăng [thêm] means "to increase (by)":

tăng [thêm] 30%

to increase by 30%

Tăng lên [đến] means "to increase to":

tăng lên [đến] 130%

to increase to 130%

Giảm [đi] means "to decrease (by)":

giảm [đi] 30%

to decrease by 30%

Giảm xuống [còn] means "to reduce to":

giảm xuống [còn] 70%

to reduce to 70%

3. **Đáng**

This adjective means "to be worth doing something" and precedes a number of verbs of feelings: **đáng yêu** "lovable, likable," **đáng ghét** "hateful," **đáng buồn** "sad," **đáng thương** "pitiable," and verbs denoting blaming or praising: **đáng khen** "praiseworthy," **đáng trách** "blameworthy," **đáng chê** "blameworthy," **đáng tiếc** "regrettable" and some other verbs such as **làm, xem, đọc, đi thăm.**

Việc làm của anh ấy thật đáng trách.

What he did is blameworthy.

Cô bé trông rất đáng yêu.

The little girl looks so cute.

4. **Sở dĩ … là vì …**

This conjunction of reason is used in formal Vietnamese to emphasize the reason (in the **là vì** clause) which leads to a particular result (in the **sở dĩ** clause):

Sở dĩ chúng tôi không đưa vấn đề ra trước cuộc họp vì chúng tôi thấy không cần thiết.

We did not raise the issue at the meeting because we did not think that would be necessary.

Sở dĩ anh ấy bỏ thuốc lá là vì anh ấy nghe theo lời khuyên của bác sĩ.

He quit smoking because he followed his doctor's advice.

5. **Đến** as a preposition

Vietnamese has a group of verbs used with the preposition **đến**: **nói đến** "to speak of," **nghĩ đến** "to think of," **bàn đến** "to discuss," **ảnh hưởng đến** "to influence," **tác động đến** "to affect,"

nhớ đến "to think of," **nhắc đến** "to mention," **kể đến** "to mention." Some of those verbs may also be used with the preposition **về**: **nói về, bàn về, nghĩ về, kể về.** In this case, there is a slight difference between **đến** and **về. Nói đến cuốn tiểu thuyết ấy** means "to mention that novel," while **nói về cuốn tiểu thuyết ấy** means "to speak of the content of the novel."

6. **Đến nỗi**

This conjunction of result refers to a high degree of a feature or emphasizes an action in the first clause that leads to the result in the second clause. It is similar to the English conjunction "so … that …":

Mưa to đến nỗi chỉ một lúc sau đường phố đã bị ngập nước.

It was raining so heavily that the streets were soon flooded.

Ông ấy nói dài đến nỗi có người đã bắt đầu ngủ.

His speech went so long that some people began drowsing.

7. **Gặp**

This verb, in addition to the meanings "to meet someone, to visit someone" and "to run into someone," is also used in the figurative sense "to encounter, be faced with something, especially something new, strange, unpleasant, difficult or dangerous": **gặp khó khăn** "to meet/encounter many difficulties," **gặp may** "to be lucky," **gặp mưa** "to be caught in the rain," **gặp vấn đề phức tạp** "to encounter a complicated problem."

Note that the Vietnamese **gặp** is never used with **với**, unlike the English "to meet with, to visit with."

Hôm qua một cán bộ Bộ Kế hoạch và Đầu tư đã gặp các nhà đầu tư nước ngoài.

An official of the Ministry of Planning and Investments met with foreign investors yesterday.

8. **Gấp** with the meaning "-fold"

The word **gấp** is similar to the English suffix *-fold* used with a number:

tăng gấp đôi

to increase twofold

nhiều gấp ba

three times as much as

9. Command + **nào**

The particle **nào** placed at the end of a command conveys the sense that an action should be performed immediately:

Anh cho tôi xem nào.

Please show it to me (so I can take a look at it).

Nào may be used after **đi** to emphasize the suggestion to start an action right away (see the use of **đi** in Lesson 9 of *Elementary Vietnamese*):

Các bạn ăn đi nào. Sắp đến giờ đi rồi.

Please go ahead and eat. We're leaving soon.

10. **Bất cứ/bất kỳ** + question word

Bất cứ/bất kỳ is used with some interrogatives (**bất cứ/bất kỳ ai, bất cứ/bất kỳ ở đâu, bất cứ/ bất kỳ đâu, bất cứ/bất kỳ việc gì, bất cứ/bất kỳ** + noun + **nào**) to convey the sense "any at all, regardless of":

Anh có thể dùng thẻ này rút tiền tại bất cứ máy ATM nào của ngân hàng ở bất cứ đâu.

You can use this bank card to withdraw cash at any ATM of the bank anywhere.

When **bất cứ/bất kỳ** is used at the beginning of a statement, **cũng** comes before the verb:

Trong bất cứ/bất kỳ hoàn cảnh nào, anh ấy cũng rất bình tĩnh.

He stays calm under any circumstances.

Ông ấy đang cần tiền, bất cứ/bất kỳ việc gì ông ấy cũng sẽ làm.

He needs some money, he will do any job.

Một số cách nói thường dùng 🎧 7-6

Xin được tự giới thiệu, tôi là …	*I would like to introduce myself: I am …*
Đó là điều đáng mừng.	*This is good news.*
Tôi sẽ giúp anh.	*I would be happy to help you.*
Chắc thế chị ạ.	*I believe so, ma'am.*
Cám ơn chị thật nhiều.	*Thank you so much.*

Chợ nổi Cái Răng ở đồng bằng sông Cửu Long
Cái Răng floating market in the Mekong Delta

📋 Drills

A. Use **tăng** and **giảm** with the proper prepositions to complete the following sentences. Be careful with the difference of the use of the decimal point and the comma in Vietnamese and English.

1. **Dân số nước này** (increased by 8.2 percent over the last ten years).
2. **Chúng ta phải** (decrease the expenses by 25 percent due to the economic crisis).
3. **Số công nhân nhà máy** (has been reduced from 6,012 to 5,753).
4. (Foreign investments) **trong lĩnh vực công nghiệp ô tô** (increase by 50 percent last year).
5. **Số học sinh** (who failed the exit exams of high school decreased by 12.4 percent).
6. **Giá các mặt hàng công nghiệp** (have increased only by 0.4 percent, but food prices have increased by 3.1 percent in the first three months of this year).
7. (In order to compete with other companies), **công ty chúng ta** (should reduce the prices for our products by at least 5 percent).
8. **Trong năm vừa qua số vụ** (traffic accidents in the city increased to 1,857).
9. (The economic growth rate) **của Việt Nam trong năm vừa qua** (decreased to 5.8 percent due to the global economic crisis).
10. **Đầu tư của** (this computer company in Vietnam increased from $250 million three years ago to nearly $600 million today).

B. Use **đáng** to answer the following questions.

      EXAMPLE: **Chị thấy việc làm của anh ấy thế nào?**

            _____ **(trách)**

    →   **Chị thấy việc làm của anh ấy thế nào?**
          Việc làm của anh ấy đáng trách.

1. **Bạn thấy bộ phim mới ấy thế nào?**
     _____ **(xem)**

2. **Cuốn sách có hay không?**
     _____ **(đọc)**

3. **Anh đã biết tin chị ấy được một giải thưởng lớn chưa?**
     _____ **(mừng)**

4. **Trong trận hôm qua, đội bóng trường mình *dẫn điểm* "to be in the lead" gần suốt trận đấu nhưng cuối cùng lại bị thua.**
     _____ **(tiếc)**

5. **Có nên làm việc ấy không?**
     _____ **(làm)**

6. Chị có thích chuyến đi vừa rồi lên núi Yên Tử không?
_____ (đi thăm)

7. Bà ấy bị ốm nặng mà tất cả các con đang ở xa.
_____ (thương)

8. Chuyện này xẩy ra làm mọi người ngạc nhiên.
_____ (buồn)

C. Use **sở dĩ** or **là vì** to complete the following sentences.

1. Sở dĩ tôi phải mở tài khoản tại một ngân hàng ở đây _____

2. _____ là vì có sự cạnh tranh giữa các công ty máy tính.

3. _____ là vì tình hình chính trị của nước này ổn định trong nhiều năm qua.

4. Sở dĩ kinh tế Việt Nam chuyển sang cơ chế thị trường vào cuối những năm 80 _____

5. _____ là vì nền giáo dục Việt Nam đang có nhiều bất cập.

6. Sở dĩ việc làm của anh ấy đáng trách _____

7. _____ là vì bể bơi này đông người quá, nước lại không sạch.

8. Sở dĩ nhiều môn võ phổ biến ở Việt Nam _____

9. _____ là vì nhạc tiền chiến làm nhiều người lớn tuổi nhớ đến những năm tháng đã qua.

10. Sở dĩ cuộc họp hôm nay quan trọng _____

D. Fill in the blanks with **đến** or **về** as a preposition. Indicate the sentences where both **đến** and **về** can be used with some difference of meaning.

1. Cuộc khủng hoảng tài chính tác động _____ nền kinh tế của nhiều nước trong khu vực.

2. Cuốn tiểu thuyết Nỗi buồn chiến tranh của Bảo Ninh bàn _____ nhiều vấn đề quan trọng của cuộc chiến tranh vừa qua.

3. Chúng tôi vừa mới nhắc _____ cô ấy thì cô ấy xuất hiện ngoài cửa.

4. Khai thác rừng mà không có kế hoạch trồng rừng sẽ ảnh hưởng _____ khí hậu của cả một vùng rộng lớn.

5. Chị đừng nghĩ _____ chuyện ấy nữa, nó chỉ làm cho chị buồn thôi.

6. Nói _____ chiếc áo dài Việt Nam thì không thể không kể _____ chiếc áo dài đặc biệt của các cô gái Huế.

7. Ông ấy đang kể _____ những gì xẩy ra ở nơi có tai nạn ngày hôm qua.

8. Truyện ngắn này làm tôi nhớ _____ truyện ngắn Thầy cáu của Nguyễn Công Hoan, cũng nói _____ một thầy giáo trường tiểu học ở nông thôn.

9. Bà ấy hay nhắc _____ chị như là một sinh viên xuất sắc của bà.

10. Ông ấy không bao giờ nghĩ _____ chuyện về hưu vì ông rất thích làm việc.

E. Complete the following sentences.

1. _____ đến nỗi ngay sau cơn mưa nhiều đường phố bị lụt.

2. Anh ấy giao bóng mạnh đến nỗi _____

3. Bà giáo sư ấy giảng hay đến nỗi _____

4. _____ đến nỗi không ai muốn làm việc với anh ấy.

5. Tôi mệt đến nỗi _____

6. Đường trong khu phố cổ phức tạp đến nỗi _____

7. _____ đến nỗi khi bộ phim kết thúc, mọi người vẫn ngồi *im lặng* "silent" vì quá xúc động.

8. _____ đến nỗi cả đêm tôi không ngủ được.

9. Thời tiết vùng New England có thể thay đổi nhanh đến nỗi _____

10. _____ đến nỗi cứ nói đến võ Bình Định là người ta nhắc đến ông ấy.

F. Use **gặp** to make the following statements.

1. We occasionally run into each other in the athletic center.
2. The economies of many nations have encountered big difficulties due to the global economic crisis.
3. The professor wanted to meet with us to discuss the schedule for the spring semester.
4. The company encountered many problems when it first started the business in Vietnam.
5. Were you caught in the rain last night? It was raining so hard.

G. Use **nào** to give a command based on the following situations.

1. You want your friend to hurry up, otherwise you will be late for the class meeting.
2. An official at the checkpoint at Nội Bài Airport asks you to show him your arrival and departure declaration.
3. At your birthday party you invite your friends to enjoy food.
4. You invite your roommate to play table tennis with you.
5. Your friend comes by your office, and you invite him to sit down to talk for a few minutes.
6. You ask one of your friends at the party to sing a song.
7. Your friend attended the soccer game at the stadium last night, and you want him to tell everybody in the room about the game.
8. You suggest starting the meeting.

H. Use the construction with **bất cứ** or **bất kỳ** to answer the following questions.

  EXAMPLE: **Tôi có thể dùng thẻ này rút tiền tại những máy ATM nào?**

  _____

  → **Tôi có thể dùng thẻ này rút tiền tại những máy ATM nào?**
     Anh có thể dùng thẻ này rút tiền tại bất cứ máy ATM nào của ngân hàng chúng tôi.

1. **Tôi có thể hỏi chị về những vấn đề nào trong lĩnh vực đầu tư?**

  _____

2. **Chị định gặp ai trong số chúng tôi?**

  _____

3. **Anh muốn đi xem trận nào của đội này?**

  _____

4. **Các bạn thích đi ăn ở nhà hàng nào trong khu này?**

  _____

5. **Bà muốn bác sĩ nào khám cho bà?**

   _____

6. **Cô ca sĩ ấy trình diễn bài dân ca quan họ nào thành công?**

   _____

7. **Học sinh có thể chọn thi ngoại ngữ nào trong số các ngoại ngữ dạy ở trung học?**

   _____

8. **Tôi có thể mở tài khoản ở ngân hàng nào?**

   _____

9. **Chúng ta nên tặng cô ấy cuốn sách nào trong số sách này?**

   _____

10. **Các bạn muốn xem vở cải lương nào do đoàn này trình diễn?**

   _____

🎧 7-7

I. First read the words and phrases below. Then listen to the speaker on the audio track and repeat the words and phrases. Pay close attention to 1) two- (or more) syllable words, whose syllables should be spoken together; 2) the pronunciation of the words that have similar sounds but differ in meaning and usage.

1. **phóng viên, phóng viên một tờ báo, phỏng vấn, cuộc phỏng vấn, phỏng vấn bộ trưởng**
2. **phá sản, khai phá sản, tàn phá, thành phố bị chiến tranh tàn phá**
3. **bảo hiểm, công ty bảo hiểm, mua bảo hiểm xe ô tô, nguy hiểm, trò chơi nguy hiểm**
4. **hợp tác, hợp tác với các công ty nước ngoài, hợp nhất, hợp nhất hai tỉnh**
5. **công nhân, công nhân nhà máy điện, nhân công, giá nhân công cao, nhân lực, nguồn nhân lực trẻ**
6. **công nghiệp, công nghiệp dầu khí, công nghệ, công nghệ cao, công nghệ thông tin**
7. **tài chính, bộ tài chính, khủng hoảng tài chính, tài khoản, mở tài khoản tại ngân hàng**
8. **chi phí, chi phí cho việc học tập, lệ phí, lệ phí câu lạc bộ thể thao, lệ phí không cao**

J. Based on the content of the dialogues, answer the following questions.

1. **Theo cán bộ Cục đầu tư nước ngoài, năm vừa qua số vốn đầu tư của các công ty Mỹ vào Việt Nam tăng hay giảm?**
2. **Năm vừa qua có những sự kiện gì trong nền kinh tế thế giới?**
3. **Tại sao các nhà đầu tư Mỹ ngày càng quan tâm đến Việt Nam?**
4. **Theo bạn, mức tăng trưởng kinh tế của Việt Nam trong năm qua là bao nhiêu?**
5. **Việc nâng cao tay nghề phụ thuộc vào gì?**
6. **Mỹ đầu tư vào những lĩnh vực nào?**

7. Những công ty nào của Mỹ hiện đầu tư nhiều nhất vào Việt Nam?
8. Có những loại tài khoản nào ở ngân hàng Việt Nam?
9. Thủ tục mở tài khoản ở ngân hàng Việt Nam như thế nào?
10. Thủ tục mở tài khoản ở ngân hàng của bạn như thế nào?

✎ Exercises

1. Use the vocabulary and expressions in the dialogues to prepare with a partner a conversation about foreign investments in Vietnam.

2. Use the dictionary to read the following advertisement taken from a Hanoi newspaper. Here are the meanings of the acronyms used in the advertisement.

NV = nhân viên	HN = Hà Nội
LH = liên hệ	VPĐD = văn phòng đại diện
CBQL = cán bộ quản lý	DN = doanh nghiệp
CB = cán bộ	MTG = miễn trung gian
NVKD = nhân viên kinh doanh	HS = hồ sơ

Tuyển gấp 2 quản lý, 4 NV kinh doanh cho tập đoàn tài chính Mỹ, tuổi từ 25 đến 55, ưu tiên có ngoại ngữ, có kinh nghiệm quản lý và kinh doanh, 4 cán bộ giám sát kinh doanh, tuổi từ 26 trở lên, thu nhập 5 triệu, nghỉ thứ 7, chủ nhật. Có thể làm bán thời gian, được đào tạo miễn phí. LH: Chị Hải Hiền. Tel. 091465.2457, hoặc chị Bích Vân. Tel. 091281.7685

Tập đoàn tài chính Mỹ cần tuyển gấp: đối tác kinh doanh, 10 CBQL, CB tuyển dụng, 20 NVKD, 25-60 tuổi làm việc tại HN và VPĐD các tỉnh phía Bắc, thu nhập khởi điểm 500$ + thưởng, công việc ổn định lâu dài, môi trường làm việc chuyên nghiệp, ưu tiên chủ các DN, các cấp quản lý đã nghỉ chế độ hoặc đang công tác trong lĩnh vực y tế, giáo dục, tài chính ngân hàng, thương mại, các tổ chức xã hội, đi làm ngay, MTG. Trực tiếp nộp HS và phỏng vấn. LH: Nguyễn Văn Minh, trưởng ban kinh doanh Tel. 3.9168614;091223.0644 phòng nhân sự Tel. 2. 2375359

Bạn cần biết

Most Vietnamese still pay their monthly utility bills and rents using cash. Everyday payments at supermarkets, department stores, post offices, and restaurants are made in cash as well.

Vietnam's banking system began in 1988 when the State Bank of Vietnam created four state-owned commercial banks. With the open-door economic policy and policies to attract foreign investment, the banking system saw further development through the 1990s and currently offers cash management services for commercial entities and individuals. More and more employees, both in the public and in the private sectors, have their salaries automatically transferred to their bank accounts.

Major American and European banks have branches in Vietnam, including Bank of America, Citibank, Deutsche Bank, Banque Nationale de Paris, Standard Chartered, and Hongkong and Shanghai Banking Corporation (HSBC).

Although daily life in Vietnam is still largely cash-based, use of ATMs is increasing, and transactions made by credit cards are becoming popular. All airlines, most major hotels, large department stores and upscale restaurants accept Visa and MasterCard.

Foreign currency can be exchanged at the airports, banks and currency shops, which are licensed by the government. The rate at the currency shops is more favorable than the rate at the banks. Many currency shops in Hà Nội are located on Hà Trung Street in Hoàn Kiếm District.

Hoàng cung ở Huế
Royal Palace in Huế

Phần 2

Bài đọc 🎧 7-8

Báo cáo của Chính phủ về tình hình kinh tế

Trong hai ngày vừa qua, tại thành phố Hồ Chí Minh, Chính phủ đã họp phiên thường kỳ tháng 12. Thủ tướng Chính phủ và các Phó Thủ tướng chủ trì phiên họp. Tại phiên họp, các thành viên Chính phủ đã nghe và thảo luận Báo cáo kiểm điểm sự chỉ đạo điều hành kinh tế năm qua và Chương trình công tác năm tới của Chính phủ do Bộ trưởng, Chủ nhiệm Văn phòng Chính phủ trình bày; Báo cáo tình hình phát triển kinh tế - xã hội tháng 12 và cả năm vừa qua và kết quả đầu tư do Bộ trưởng Kế hoạch và Đầu tư trình bày; Báo cáo về tình hình thị trường trong nước và xuất khẩu năm vừa qua do Bộ trưởng Thương mại trình bày.

Năm vừa qua, mặc dù phải đương đầu với nhiều khó khăn lớn như thời tiết không thuận lợi, hạn hán kéo dài ở nhiều nơi, dịch cúm gia cầm xảy ra ở nhiều tỉnh, giá cả một số mặt hàng trên thị trường thế giới tăng cao, nhưng nền kinh tế của nước ta vẫn duy trì được mức tăng trưởng khá cao, với xu thế quý sau cao hơn quý trước (quý I tăng 6,98%; quý II tăng 7,1%; quý III tăng 8%; quý IV tăng 8,5%). Tốc độ tăng trưởng của các ngành đều tăng khá và vượt kế hoạch đề ra, nhiều chỉ tiêu đạt cao hơn so với con số báo cáo Quốc hội tháng 10 năm ngoái. Tính chung cả năm vừa qua, tốc độ tăng trưởng kinh tế đạt gần 7,7% (cao hơn năm trước đó và cao hơn con số báo cáo ra Quốc hội), trong đó nông, lâm, thủy sản tăng 3,5%, công nghiệp và xây dựng tăng 10,2%, dịch vụ tăng gần 7,5%.

Tại phiên họp, các ý kiến phát biểu nhất trí với Báo cáo kiểm điểm sự chỉ đạo, điều hành cả năm vừa qua và Chương trình công tác năm tới của Chính phủ. Các thành viên Chính phủ nhấn mạnh những việc cần tập trung làm trong năm tới như: tăng cường công tác cải cách hành chính, làm rõ chức năng nhiệm vụ của các bộ, ngành và trách nhiệm của thủ trưởng đơn vị; chú trọng xây dựng đội ngũ cán bộ, công chức, đặc biệt ở cơ sở; tăng cường kỷ luật, kỷ cương trong bộ máy hành chính, chống tham nhũng, tiêu cực.

Phát biểu kết luận, Thủ tướng nêu rõ: năm vừa qua, mặc dù gặp nhiều khó khăn khách quan, nhưng với nỗ lực cao của các cấp, các ngành và toàn xã hội, nền kinh tế của nước ta tiếp tục tăng trưởng khá. Về công tác quản lý nhà nước trong năm tới, Thủ tướng cho rằng cần xem lại công tác quản lý đất đai và xây dựng cơ bản; bên cạnh đó phải làm tốt việc giải quyết khiếu nại tố cáo của dân, kiên quyết chống các biểu hiện vô trách nhiệm của công chức trong các cơ quan nhà nước.

Thủ tướng đề nghị các cơ quan báo chí tập trung phê phán mạnh hơn nữa những biểu hiện tiêu cực và tham nhũng, nhưng phải nêu chính xác, tránh những thông tin sai hoặc thiếu khách quan. Chính phủ luôn coi các cơ quan báo chí là một kênh quan trọng trong công tác chỉ đạo điều hành, nhưng báo chí phải hoạt động đúng pháp luật.

Thủ tướng nhấn mạnh: mục tiêu đề ra cho năm tới là phải đạt tốc độ tăng trưởng kinh tế ở mức 8,5% trở lên. Muốn đạt được mục tiêu đó, các bộ, ngành phải tìm giải pháp hiệu quả cho sản xuất công nghiệp, nông nghiệp và phát triển mạnh dịch vụ, xuất khẩu; giảm mạnh chi phí trung gian, tăng cường khả năng cạnh tranh của sản phẩm. Từ năm tới trở đi, bên cạnh mục tiêu đạt tốc độ tăng trưởng kinh tế cao, phải đặc biệt quan tâm đến chất lượng tăng trưởng để bảo đảm cho tăng trưởng bền vững đến năm 2020. Trong quản lý vĩ mô và công tác dự báo năm tới, cần nắm chắc những biến động của thị trường thế giới để tránh hoặc hạn chế những tác động tiêu cực đến nước ta.

Năm tới, cùng với phát triển kinh tế, cần chăm lo hơn nữa đến các lĩnh vực xã hội, trong đó chú trọng đến giáo dục, y tế, chống các tệ nạn xã hội, hạn chế gia tăng dân số, đẩy mạnh xoá đói, giảm nghèo. Thủ tướng cũng lưu ý lãnh đạo các bộ, ngành phải quản lý chặt chẽ việc đi nước ngoài, hạn chế những chuyến đi nước ngoài không cần thiết.

Trong phiên họp, các thành viên Chính phủ cũng đã tham gia thảo luận Kế hoạch tổng thể phát triển Chính phủ điện tử Việt Nam; Dự án Luật sửa đổi, bổ sung một số điều của Luật Hải quan.

Theo báo Nhân dân

📖 Từ mới 🎧 7-9

phiên *session*	**nhất trí (với)** *to agree, consent, be unanimous*
phiên họp *session (a formal meeting)*	**chức năng** *function*
thường kỳ *regular*	**thủ trưởng** *supervisor, head*
thủ tướng *prime minister*	**chú trọng** *to focus on*
phó *deputy, vice*	**đội ngũ cán bộ** *cadre*
chủ trì *to preside over*	**công chức** *employee*
báo cáo *to report*	**kỷ luật** *discipline*
kiểm điểm *to review*	**kỷ cương** *rules and regulations*
chỉ đạo *to guide, steer*	**bộ máy** *apparatus*
chủ nhiệm *director, head*	**bộ máy hành chính** *administrative apparatus*
trình bày *to present*	**tham nhũng** *to be corrupt; corruption*
hạn hán *drought*	**kết luận** *to conclude; conclusion*
dịch *epidemic*	**nêu rõ** *to point out*
dịch cúm gia cầm *bird flu*	**khách quan** *objective; external*
xu thế *trend*	**nỗ lực** *effort*
quý *quarter*	**xây dựng cơ bản** *basic infrastructure construction*
tốc độ *speed, pace*	
tốc độ tăng trưởng = mức tăng trưởng *growth rate*	**khiếu nại** *to complain*
	tố cáo *to denounce, accuse*
vượt *to exceed*	**kiên quyết** *to be determined*
chỉ tiêu *target*	**phê phán** *to criticize*
tính chung *to estimate roughly; a rough estimate*	**kênh** *channel*
	pháp luật *law*
lâm sản *forest products*	**mục tiêu** *target, goal*
ý kiến *opinion, view, viewpoint*	**đề ra** *to set*
phát biểu *to speak (at a meeting), express one's opinions*	**giải pháp** *solution*
	hiệu quả *effect; effective*

trung gian *intermediary, in-between*	**xoá đói giảm nghèo** *to eradicate hunger and reduce poverty*
chất lượng *quality*	
bền vững *steady*	**lưu ý** *to draw someone's attention to*
vĩ mô *macro*	**chặt chẽ** *tight, close*
quản lý vĩ mô *macro-management*	**tổng thể** *overall*
dự báo *to forecast, predict*	**kế hoạch tổng thể phát triển** *overall development plan, master development plan*
nắm chắc *to understand, grasp*	
biến động *to fluctuate; fluctuation*	
chăm lo *to take care of*	**điện tử** *electronic*
tệ nạn xã hội *social evil*	**sửa đổi** *to amend*
hạn chế *to limit, restrict*	**điều luật** *article, clause (of a law)*
gia tăng *to increase*	**hải quan** *customs (the governmental agency)*
đẩy mạnh *to push, force*	

Văn phòng một công ty liên doanh với nước ngoài tại khu kinh tế mở Chu Lai, Quảng Nam
Office of a joint venture between Vietnamese and foreign companies in the open economic zone at Chu Lai, Quảng Nam Province

🔍 Ngữ pháp & cách dùng từ  🎧 7-10

11. **Báo cáo**

The verb **báo cáo** "to report something to someone" takes the preposition **với** before a noun denoting the person to whom one is reporting, and takes the preposition **về** before a noun denoting the subject that one is reporting on:

    Ngày mai anh ấy phải báo cáo với giám đốc công ty về chuyến công tác vừa qua.

    He is going to report the recent business trip to the head of the office tomorrow.

Báo cáo also functions as a noun and takes the classifier **bản**:

    bản báo cáo về kết quả hội nghị

    a report on the results of the conference

12. **Kiểm điểm**

The verb **kiểm điểm** has two meanings.

1) "to review and evaluate":

Chúng tôi vừa mới họp kiểm điểm công tác nghiên cứu khoa học trong năm nay.

We just had a meeing to review and evaluate the research work in this year.

The nouns which are the objects of the verb **kiểm điểm** with this meaning usually convey the sense of an activity.

2) "to criticize":

Anh ấy bị kiểm điểm trước lớp vì đã có thái độ không đúng đối với giáo viên.

He was criticized in front of class for his bad behavior towards the teachers.

The objects of the verb **kiểm điểm** with this meaning may be either people or their activities.

The noun **kiểm điểm** also takes the classifier **bản**:

bản kiểm điểm thành tích công tác

a monthly or annual report

13. **Chỉ đạo**

This verb means "to guide and supervise an activity of one's subordinates":

Chính bộ trưởng là người chỉ đạo việc thực hiện dự án này.

The minister himself guides and supervises the implementation of this project.

The noun "supervision" is **sự chỉ đạo,** and the English phrase "under someone's supervision" is **dưới sự chỉ đạo**:

Dự án này được thực hiện dưới sự chỉ đạo của bộ trưởng.

The project is implemented under the Minister's supervision.

In order to express the idea of showing someone the way to a place when going with them, Vietnamese uses **đưa đường cho** or **dẫn đường cho**:

Cô ấy đưa/dẫn đường cho chúng tôi đi qua trung tâm thành phố đến khu phố cổ.

She guided us through downtown to the old quarter.

14. **Điều hành**

This verb means "to manage and run":

Anh tôi điều hành công ty máy vi tính này từ ba năm nay.

My brother has been managing and running this computer company for three years.

Họ đang tìm người điều hành chương trình Việt Nam học tại trường đại học ấy.

They are looking for a person to run the Vietnamese studies program at the school.

The English CEO is translated into Vietnamese as **giám đốc điều hành.**

15. **Trình bày**

This verb has three meanings.

1) "to perform a play, a piece of music, a song":

Ca sĩ trình bầy các ca khúc tiền chiến rất đạt.

The singer performed the pre-war songs very successfully.

2) "to present a paper, a report at a meeting or a conference":

Chiều mai tôi mới trình bầy báo cáo tại hội thảo.

I will not present my paper at the conference until tomorrow afternoon.

3) "to arrange something to make it attractive, to display, to design":

Các cửa hàng quần áo cố gắng trình bầy hàng mẫu thật hấp dẫn.

The clothes stores try to display their samples in an attractive way.

Cuốn sách được trình bầy rất đẹp.

The book was well designed.

16. **Nhất trí**

This verb conveys the same meaning as **đồng ý** "to agree," but is used chiefly in formal Vietnamese:

Hội nghị nhất trí với bản báo cáo của Thủ tướng Chính phủ.

The participants of the conference agreed with the report delivered by the Prime Minister.

Occasionally, **nhất trí** can be used in conversational Vietnamese as a reply to someone's suggestion:

Tối nay mình đi ăn nhà hàng chứ? –Nhất trí.

Shall we go out for dinner tonight? –OK.

17. **Thiếu**

The main meaning of this verb is "to lack, to have something less than enough":

Công ty còn đang thiếu tiền để thực hiện dự án.

The company is still lacking the money to carry out the project.

Thiếu is also used before some adjectives, verbs or nouns to convey the sense "not ... enough": **thiếu khách quan** "not objective enough," **thiếu văn hoá** "having a bad behavior or manner," **thiếu tự tin** "not confident enough," **thiếu trách nhiệm** "not responsible enough," **thiếu công bằng** "not fair enough," **thiếu lễ độ** "not polite enough," **thiếu ngủ** "not to get enough sleep," **thiếu ăn** "not to eat enough, be malnourished."

18. **Trở lên, trở xuống, trở đi, trở lại**

These adverbs contain the component **trở** and a verb of motion. **Trở lên** "and/or higher, and up, minimum," **trở xuống** "and/or lower, and below" and **trở lại** "not exceeding, maximum" follow a number and refer to a level at which something increases or decreases. The preposition **từ** may be used before the number:

Mục tiêu đề ra cho năm tới là phải đạt mức tăng trưởng kinh tế [từ] 8,5% trở lên.

The target set for the next year is to achieve the growth rate at 8.5% and higher.

Muốn phát triển kinh tế, Việt Nam phải hạn chế mức tăng dân số [từ] 0,8% trở xuống.

In order to develop the economy, Vietnam should restrict the increase of population to 0.8% and lower.

Mỗi lớp ngoại ngữ chỉ nên có khoảng mười sinh viên trở lại.

The size of a language class should not exceed ten students.

Trở đi is used in the expression **từ nay trở đi** "from now on" and is placed at the beginning of a statement:

Từ nay trở đi tôi sẽ thường xuyên hỏi ý kiến bà ấy về vấn đề này.

From now on I will always consult her about that.

19. **Công nghiệp** and **ngành**

The noun **công nghiệp** is translated as *industry*. However, the English *industry* has many meanings, and only one of them corresponds to **công nghiệp**, which is "the aggregate of manufacturing enterprises in a particular field." For instance, **công nghiệp ô tô** "automobile industry," **công nghiệp thép** "steel industry," **công nghiệp dầu khí** "oil and natural gas industry," **công nghiệp máy tính** "computer industry," **công nghiệp dệt** "textile industry." The English *industry* in such phrases as "tourist industry," "banking industry," "fishing industry," "entertainment industry" is **ngành: ngành du lịch, ngành ngân hàng, ngành đánh bắt thuỷ sản, ngành dịch vụ vui chơi giải trí.**

20. **Lưu ý đến** and **chú ý đến**

Both verbs mean "to pay attention to something." In most cases they are interchangeable, but **lưu ý** sounds more formal than **chú ý**:

Các anh các chị phải lưu ý/chú ý đến phát âm để tránh bị hiểu sai.

You should pay attention to your pronunciation to avoid being misunderstood.

The transitive verb **lưu ý** also conveys the meaning "to draw someone's attention to something." With this meaning, **lưu ý** cannot be replaced with **chú ý**. The preposition **đến** is placed after the direct object and before the indirect object:

Chúng tôi muốn lưu ý chị đến vấn đề này.

We would like to draw your attention to this issue.

Bán dừa tại chợ nổi Cái Răng, đồng bằng sông Cửu Long
Selling coconuts at Cái Răng floating market in the Mekong Delta

📋 Drills

A. Make the following statements, using:

báo cáo

1. At the conference he reported on the results of his research work.
2. I saw his annual report on his job.
3. When are you planning to report on your Vietnam trip to our professor?
4. We listened to the report of the Chair of the Students' Association on the activities of the association.

kiểm điểm

5. We will have a meeting to review and evaluate the work we have done in this quarter.
6. Please don't criticize him at the meeting, just talk to him on that matter after the meeting.

chỉ đạo

7. Our research work is supervised by Professor Châu.
8. The new stadium is being constructed under the supervision of one of the best engineers of the company.
9. Who will supervise the food program in the flooded areas?

điều hành

10. These two doctors have been running the private clinic since the government allowed private clinics to open.
11. She became the CEO of this software company two and a half years ago.
12. He taught his son how to run their small company.

trình bầy

13. I saw this play performed by Thăng Long Water Puppet Theater last year.
14. Who is singing this quan họ folk song on the TV?
15. Will he present a paper on the history of the Nguyễn dynasty at the conference?

B. Use **[từ] trở lên, [từ] trở xuống, [từ] trở lại** to answer the following questions.

  EXAMPLE: **Mỗi lớp ngoại ngữ nên có bao nhiêu sinh viên?**

     _____ (ten students maximum)

  → **Mỗi lớp ngoại ngữ nên có bao nhiêu sinh viên?**
    Mỗi lớp ngoại ngữ nên có mười sinh viên trở lại.

1. **Số dư trong tài khoản phải là bao nhiêu để không phải trả lệ phí?**

  _____ (five million dong or higher)

2. **Chúng ta phải viết bài bao nhiêu trang về vấn đề này?**
_____ (ten pages or more)

3. **Tháng mưa nhiều nhất ở đây có bao nhiêu ngày mưa?**
_____ (twelve days minimum)

4. **Phòng họp** *chứa* **"to hold" được bao nhiêu người tất cả?**
_____ (not exceeding two hundred and fifty people)

5. **Mức vốn đầu tư vào dự án này phải là bao nhiêu?**
_____ (two hundred million dollars or more)

6. **Nhiệt độ ban ngày ở Hà Nội vào mùa hè khoảng bao nhiêu độ?**
_____ (thirty degrees Celsius or higher)

7. **Mỗi lần có thể rút bao nhiêu tiền ở máy rút tiền tự động?**
_____ (two million dong maximum)

8. **Chiếc máy bay này bay cao bao nhiêu mét?**
_____ (twenty-five thousand meters maximum)

C. Use **công nghiệp** or **ngành** to complete the following sentences.

1. (Products of textile industry) **của Việt Nam cạnh tranh với sản phẩm của nhiều nước** (on the European and North American markets).
2. (Fishing industry) **là nguồn** *thu nhập* **"income, revenue" chính của người dân vùng này.**
3. **Hiện giờ nhiều nước đang** (invest heavily in tourist industry) **ở Việt Nam.**
4. (The U.S. automobile industry) **bị tác động rất mạnh** (during the recent crisis).
5. (Vietnam's oil and natural gas industry is concentrated in) **Vũng Tàu.**
6. **Phát triển** (the banking industry) **là một trong những điều kiện quan trọng nhất** (for the economic development of Vietnam).
7. (Entertainment industry plays increasingly important role) **để tạo việc làm.**
8. **Giá thép trên thị trường thế giới giảm mạnh,** (the steel industry has met big difficulties).

D. Use **lưu ý đến** and **chú ý đến** to translate the following sentences.

1. Did you pay attention to his report at last night's meeting?
2. I would like to draw your attention to the changes in the schedule for the spring semester.
3. If you don't pay enough attention to the pronunciation, you may be misunderstood.
4. The professor drew my attention to the errors in my paper.
5. We kept talking and didn't pay attention to the concert on TV.
6. The government pays more and more attention to education, which has encountered numerous problems.

7. He keeps smoking because he doesn't pay attention to his doctor's advice "**lời khuyên**."
8. This academic year he pays less attention to his studies.

🎧 7-11

E. First read the words and phrases below. Then listen to the speaker on the audio track and repeat the words and phrases. Pay close attention to 1) two- (or more) syllable words, whose syllables should be spoken together; 2) the pronunciation of the words that have similar sounds but differ in meaning and usage.

1. thường, ngày thường, thường qua thư viện đọc báo, thường xuyên, thường xuyên tập thể thao, thường kỳ, phiên họp thường kỳ
2. gia cầm, cúm gia cầm, gia đình, về thăm gia đình, gia đình đông người
3. công tác, công tác tại bộ kế hoạch và đầu tư, đi công tác xa, công chức, làm công chức ở công ty phần mềm
4. thủ tướng, thủ tướng chính phủ, thủ trưởng, thủ trưởng cơ quan
5. tăng trưởng, mức tăng trưởng kinh tế, tăng cường, tăng cường khả năng cạnh tranh
6. trung tâm, trung tâm thành phố, trung gian, chi phí trung gian
7. chất lượng, chất lượng sản phẩm, lượng, lượng hàng từ nơi cung cấp đưa đến
8. lãnh đạo, lãnh đạo các bộ, ngành, chỉ đạo, chỉ đạo thực hiện dự án

F. Based on the content of the narrative, give answers to the following questions.

1. **Trong bài Báo cáo của Chính phủ về tình hình kinh tế, ai chủ trì cuộc họp?**
2. **Có những báo cáo nào được trình bầy?**
3. **Theo báo cáo, năm vừa qua Việt Nam phải đương đầu với những khó khăn gì?**
4. **Tốc độ tăng trưởng kinh tế năm vừa qua là bao nhiêu? Tốc độ tăng trưởng đề ra cho năm tới là bao nhiêu?**
5. **Những việc quan trọng nhất cần làm trong năm tới là gì?**
6. **Thủ tướng đề nghị các cơ quan báo chí làm gì?**
7. **Các lĩnh vực xã hội được chú ý đến như thế nào?**
8. **Trong phiên họp, các thành viên Chính phủ đã tham gia thảo luận những gì?**

Exercises

1. Write an essay about the current economic situation in your country.
2. Use the dictionary to read the following article taken from newspaper **Nhân dân**.

Nhân Dân

THOI SU

Quan hệ thương mại Việt - Mỹ năm 2007 được đẩy mạnh

Theo phóng viên TTXVN tại Oa-sinh-tơn, Bộ Thương mại Mỹ và Phòng Thương vụ Đại sứ quán Việt Nam tại Mỹ cho biết, quan hệ thương mại Việt - Mỹ trong năm 2007 duy trì tốc độ tăng trưởng khá cao, trong đó kim ngạch xuất khẩu của Việt Nam vào thị trường Mỹ tăng khoảng 20%, nhập khẩu cũng tăng khá mạnh. Tổng kim ngạch buôn bán Việt-Mỹ trong chín tháng đầu năm đạt 8,9 tỷ USD, trong đó Việt Nam xuất khẩu hàng hóa đạt 7,7 tỷ USD, nhập khẩu hàng hóa 1,2 tỷ USD. Ước tính tổng kim ngạch hai chiều Việt-Mỹ cả năm 2007 đạt khoảng 12,2 tỷ, tăng 26,6% (khoảng 2,6 tỷ USD) so với năm 2006, trong đó Việt Nam xuất khẩu hàng hóa vào thị trường Mỹ đạt 10,3 tỷ USD, nhập khẩu hàng hóa khoảng 1,9 tỷ USD, đạt thặng dư thương mại 8,4 tỷ USD với Mỹ. Tổng

kim ngạch buôn bán hai chiều Việt - Mỹ năm 2006 đạt 9,563 tỷ USD, trong đó Việt Nam xuất khẩu hàng hóa đạt 8,463 tỷ USD, nhập khẩu hàng hóa 1,1 tỷ USD, thặng dư 7,363 tỷ USD.

Theo thống kê của Bộ Thương mại Mỹ, tính đến tháng 9-2007, Việt Nam xếp thứ 31 trong số các nước xuất khẩu hàng hóa vào thị trường Mỹ, nâng ba bậc so với vị trí thứ 34 của năm 2006 và đứng hàng thứ 61 về khối lượng hàng hóa nhập khẩu từ Mỹ. Dệt may vẫn là mặt hàng có giá trị xuất khẩu lớn nhất, chín tháng đầu năm đạt 3,31 tỷ, cả năm dự kiến đạt khoảng 4,2 tỷ USD so với 3,34 tỷ USD năm 2006. Đồ gỗ và nội thất có kim ngạch cao thứ hai, đạt 882 triệu USD trong chín tháng đầu năm 2007, tăng 31,84% so với chín tháng đầu năm 2006. Giày dép có kim ngạch

xuất khẩu cao thứ ba, đạt 745 triệu USD trong chín tháng đầu năm 2007 so với cả năm 2006 đạt 952 triệu USD.

Nhập khẩu của Việt Nam từ thị trường Mỹ năm 2007 cũng tăng mạnh so với năm trước, chưa kể kim ngạch nhập khẩu máy bay và vật tư ngành hàng không là nhóm hàng nhập khẩu đặc thù. Theo thống kê, năm 2007 có tới 14 trong tổng số 15 mặt hàng nhập khẩu thường xuyên của Việt Nam từ thị trường Mỹ tăng so với năm trước. Tổng kim ngạch nhập khẩu của Việt Nam từ thị trường Mỹ trong chín tháng đầu năm 2007 đạt 1,23 tỷ USD, tăng 69,9% so với cùng kỳ năm trước. Ước tính cả năm 2007 nhập khẩu của Việt Nam từ Mỹ đạt 1,9 tỷ USD, tăng 0,7 tỷ USD so với 2006.

Bạn cần biết

The 6th Congress of the Communist Party of Vietnam held in Hà Nội in December 1986 pointed out the serious mistakes leading to the social-economic crisis that began in the late 1970s. The policy of renovation (**chính sách đổi mới**), that outlined significant reforms to pull the country out of the crisis, was initiated at this Congress. It shifted Vietnam from a centrally planned economy to the market economy.

The United States lifted the economic embargo on Vietnam in 1994 and normalized the diplomatic relations with the country in 1995, which created favorable conditions for Vietnam to intergrate into the world economy.

Over the last decade, Vietnam has experienced a very high economic growth rate on average at 8% per year. The trade relationship with the outside world has been steadily increasing. The pace of exports to the United States and the European Union is rising fast. Many overseas Vietnamese are returning to run businesses. Since Vietnam joined the World Trade Organization in 2006, foreign investors have poured billions of dollars into the country.

Tục ngữ 🎧 7-12

Khéo ăn thì no, khéo nằm co thì ấm.

Everyone stretches his legs according to the length of his coverlet. (Literally: One should be thrifty to have enough food to eat and should lie curled up to be warm.)

Chùa Pháp Hoa, thành phố Hồ Chí Minh
Pháp Hoa Temple in Hồ Chí Minh City

Vietnamese History

🔍 Grammar & Usage Focus

1. Adverb **qua** used after some verbs.
2. Construction **một khi … đã … thì …**
3. Particle **đây**.
4. Verb **bỏ**.
5. Emphatic **hẳn**.
6. **Thế nào?** used before another question.
7. Particle **chết**.
8. **Như** with different functions.
9. **Ngoài trời** vs. **trong nhà**.
10. Construction **dù sao thì … cũng/vẫn/cũng vẫn …**
11. Construction **ngay cả … còn … nữa là. …**
12. Verbs **để ý đến** and **để ý thấy**.
13. Construction **chỉ [có] … mới … thôi**.
14. Construction object + **thì** + subject + **chịu**.
15. Verb **đánh**.
16. Verb **đưa**.
17. Verbs **chết, mất, qua đời, từ trần, hy sinh**.
18. Verbs **thất bại** and **đánh bại**.
19. Verb **ảnh hưởng**.
20. Verb **mất**.
21. Verb **giữ**.
22. Verbs **dẫn đến** and **đưa đến**.
23. Conjunction **nhằm**.
24. **Hàng** + **trăm/nghìn/vạn/triệu**.
25. Use of **toàn, toàn bộ**.
26. **Đạo Phật** vs. **Phật giáo**, **đạo Thiên chúa** vs. **Thiên chúa giáo**.

Bia đá trong Bảo tàng Lịch sử
A stele in the Museum of History, Hanoi

Phần 1

💬 Đối thoại 1 🎧 8-1

Thăm Bảo tàng Lịch sử

A: Hôm nay mình chỉ ghé qua Bảo tàng Lịch sử một tí thôi. Tôi sẽ giới thiệu qua với anh về nội dung của bảo tàng, rồi lần sau anh tự đến xem nhé?

B: Vâng ạ. Chị biết rồi, lịch sử Việt Nam là chuyên ngành của tôi, một khi đã đến đây thì tôi không thể cưỡi ngựa xem hoa được.

A: Tôi muốn nói qua về toà nhà Bảo tàng Lịch sử này trước khi vào bên trong thăm bảo tàng.

B: Tôi có nghe nói đến Trường Viễn Đông bác cổ do người Pháp thành lập đầu thế kỷ 20.

A: Đúng đấy anh ạ. Toà nhà này là trụ sở của Trường Viễn Đông bác cổ của Pháp, hay sau này người ta dịch lại là Viện Viễn Đông bác cổ, từ năm 1902 đến năm 1957. Tại đây, người Pháp thành lập bảo tàng vào năm 1926.

B: Khi ấy, bảo tàng trưng bầy những gì?

A: Những hiện vật thuộc nhiều thời kỳ lịch sử xa xưa do người Pháp tìm được ở một số nước Đông Nam Á. Nhiều hiện vật trong số đó hiện giờ vẫn còn được trưng bầy tại bảo tàng.

(bên trong bảo tàng)

A: Đây là phần giới thiệu thời tiền sử.

B: Trông là nhận ra ngay chiếc rìu bằng đá tìm thấy ở núi Đọ tỉnh Thanh Hoá. Tôi đã thấy chiếc rìu này trong ảnh rồi.

A: Vâng, chiếc rìu được làm ra cách đây những mấy trăm nghìn năm, chứng tỏ vào thời ấy trên lãnh thổ Việt Nam hiện nay đã có người ở.

B: Gian trong có phải nói về thời kỳ dựng nước không chị?

A: Vâng, đây là những mũi tên người ta tìm thấy ở Cổ Loa ngoại thành Hà Nội. Người Việt đã dùng những mũi tên này chiến đấu chống quân xâm lược vào thế kỷ thứ hai trước công nguyên.

B: À, An Dương Vương dùng nỏ thần để bắn những mũi tên này trong truyện Mỵ Châu – Trọng Thuỷ đây.

A: Truyện nỏ thần là truyền thuyết, còn những mũi tên thì có thật.

B: Có phải mấy chiếc cọc gỗ kia là cọc gỗ quân của Ngô Quyền cắm xuống sông Bạch Đằng năm 938 không chị?

A: Không phải đâu anh ạ. Những chiếc cọc thời Ngô Quyền không còn nữa. Đây là những chiếc cọc Trần Hưng Đạo cho quân cắm xuống sông Bạch Đằng trong trận chiến đấu chống quân Nguyên năm 1288, khi quân Nguyên sang xâm lược Việt Nam lần thứ ba.

B: Tôi sẽ bỏ hẳn mấy ngày để đến xem từng gian trưng bày. Chắc mỗi gian phải mất cả một ngày.

Bảo tàng Lịch sử, Hà Nội
Museum of History, Hà Nội

🗨 **Đối thoại 2** 🎧 8-2

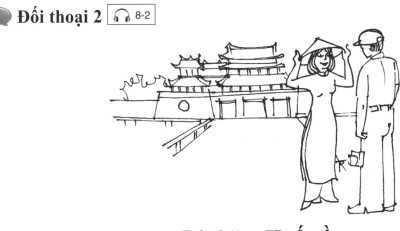

Đi thăm Huế về

A: Thế nào, anh đi Huế có vui không?

B: Vui buồn lẫn lộn chị ạ.

A: Chết, có chuyện gì thế? Anh có bị làm sao không?

B: Không. Chẳng bị làm sao cả. Vui thì chắc chị cũng đoán được. Mấy ngày ở Huế, tôi như được thấy lại thời Nguyễn. Cả thành phố như một bảo tàng ngoài trời.

A: Thế thì tại làm sao anh lại buồn?

B: Buồn vì nhiều công trình kiến trúc đã bị tàn phá, hoặc là do chiến tranh, hoặc là do thời gian, hoặc là do khí hậu khắc nghiệt.

A: Dù sao thì Huế vẫn còn giữ lại được nhiều công trình kiến trúc cổ hơn bất cứ thành phố nào khác của Việt Nam.

B: Vâng, tôi cũng nghĩ như thế. Hơn nữa, thiên nhiên Huế giống như một bức tranh.

A: Thế nghe giọng Huế, anh có hiểu hết không?

B: Ngay mấy người Việt đi cùng đoàn với tôi có một vài từ còn chưa hiểu hết nữa là tôi. Nhất là khi chúng tôi đi ra ngoại thành thăm lăng của một số vua Nguyễn, gặp người dân quanh đấy, họ nói tôi không hiểu hết. Nhưng nghe giọng Huế tôi thấy rất hay.

A: Anh có dịp đi thuyền nghe hò Huế trên sông Hương không?

B: Có chứ. Đi thuyền nghe hò Huế suốt cả một buổi tối sáng trăng, sau đó còn thả đèn trên sông Hương nữa. Ban ngày tôi để ý thấy nhiều cô gái Huế mặc áo dài mầu tím trông rất đẹp.

A: Mầu tím ấy chỉ riêng Huế mới có thôi, nên người ta gọi đấy là mầu tím Huế. Có một nhà thơ còn viết: *Ở đây áo tím riêng mầu, bài thơ nón mỏng che đầu mỹ nhân.*

B: Câu đầu tôi hiểu như chị vừa mới nói, là chỉ riêng Huế mới có mầu tím ấy thôi. Còn câu thứ hai thì chịu, chỉ đoán được *mỹ nhân* là từ gốc Hán, có nghĩa là người đẹp. Còn *bài thơ nón mỏng* là gì hở chị?

A: Huế có một thứ nón đặc biệt, người thợ làm nón đặt vào giữa những lớp lá một bài thơ. Khi đưa nón lên ánh nắng, bài thơ hiện lên rất rõ.

B: Những bài thơ ấy nói về gì?

A: Nói về tình yêu quê hương đất nước, tình yêu nam nữ, nói về Huế.

B: Hai câu thơ chị mới đọc của ai mà hay thế?

A: Thơ Nguyễn Bính đấy.

Sông Hương, Huế
Hương River, Huế

📖 Từ mới

Đối thoại 1 🎧 8-3	
ghé *to come by*	**rìu** *ax*
ghé qua *to come by for a short time*	**làm ra** *to create, produce*
chuyên ngành *area of expertise*	**chứng tỏ** *to prove, demonstrate*
một khi *once*	**gian** *room (in a museum, exhibit)*
cưỡi ngựa *to ride (on) a horse*	**dựng nước** *to establish a state*
cưỡi ngựa xem hoa *to take a cursory glance*	**mũi tên** *arrow*
at something, do something superficially	**nỏ** *crossbow, arbalest*
(literally: riding on a horse to look at the	**thần** *magical*
flowers)	**truyền thuyết** *legend*
trụ sở *headquarters*	**có thật** *true*
bác cổ *(obsolete; now:* **khảo cổ***) archaeology*	**cọc** *stake, pole*
Trường/Viện Viễn Đông Bác Cổ *French*	**cắm** *to pitch, set up*
School of the Far East (French: École	**bỏ** *to spend an amount of time doing*
Française d'Extrême-Orient)	*something*
trưng bầy *to display*	**hẳn** *entire(ly)*
hiện vật *artifact*	**bỏ hẳn mấy ngày** *to spend an entire several*
tiền sử *pre-history*	*days*

Đối thoại 2 🎧 8-4	
buồn *to be sad; sadness*	**quanh đấy** *in those places*
lẫn lộn *to mix; mixed*	**trăng** *moon*
vui buồn lẫn lộn *happiness and sadness are*	**sáng trăng** *moonlight*
mixed	**thả** *to drop*
chết *(interjection) oops, whoops*	**đèn = đèn lồng** *lantern*
Có chuyện gì thế? *What happened?*	**để ý** *to pay attention*
Anh có bị làm sao không? *Are you OK?*	**để ý thấy** *to notice*
đoán *to guess*	**tím** *(dark) purple*
ngoài trời *outdoor*	**mỹ nhân** *(Chinese: 美人) a beautiful woman*
khắc nghiệt *severe*	**chịu** *to be unable to*
dù sao thì *in any way*	**lớp** *layer*
giọng *accent; voice*	**lá** *leaf*
ngay *even*	**ánh nắng** *sunshine*
đoàn *group*	**hiện lên** *to appear*
nữa là *let alone*	**tình yêu** *love*
lăng *tomb, mausoleum*	**quê hương đất nước** *one's motherland*

Hoàng cung ở Huế
Royal Palace in Huế

Ngữ pháp & cách dùng từ [🎧 8-5]

1. **Ghé qua, nói qua, giới thiệu qua**

   The verb of motion **qua** may function as an adverb when placed after several verbs such as **đi**, **ghé**, **nói**, **kể**, **đọc**, **xem**, **bàn**, and **giới thiệu**. It conveys the sense of a quickly performed action, and the person who performs the action does not go into details:

   Chiều qua anh ấy ghé qua nhà tôi đưa cho tôi cuốn sách.

   Last night he stopped by my house to give me a book.

   Hôm nay chúng tôi chỉ nói qua về kế hoạch tuần này.

   We talked today just a little bit about the plans for this week.

   Chị ấy giới thiệu qua với tôi về lịch sử chèo.

   She gave me some ideas about the history of traditional theater **chèo**.

2. **Một khi đã … thì …**

   This construction is used to convey the meaning "once something is done, another thing should be done as well." **Phải** may be used to emphasize that the second action should be done:

   Một khi đã bắt đầu làm thì phải làm cho xong.

   Once we start doing the job, we should finish it.

   Một khi đã mệt thì phải nghỉ.

   Once you are tired, you should take a rest.

3. **Đây**

   This particle is used at the end of a statement to point out a subject, a place or an event the speaker wants to emphasize. The subject, place or event can be seen at the moment of speaking:

   Hôm qua tôi gặp anh ấy ở chỗ này đây.

   Yesterday I saw him right in this place.

   Tôi đi đây. Hẹn ngày mai gặp lại nhé.

   I'm leaving now. See you tomorrow.

4. **Bỏ**

The verb **bỏ** has many meanings. One of them ("to give up, quit") was introduced in Lesson 13 of *Elementary Vietnamese*, another ("to eliminate") was introduced in Lesson 2, Part 2, and a third ("to skip") was introduced in Lesson 6, Part 1. It also conveys the meaning "to invest an amount of money in something or to spend an amount of time doing something important":

> **Bạn tôi bỏ tiền ra mua chứng khoán nhưng không ngờ giá chứng khoán xuống nên mất khá nhiều.**
>
> *My friend spent money on stocks, and when the values of stocks unexpectedly plunged, he lost a lot of money.*
>
> **Chúng tôi bỏ một buổi tối để bàn về chương trình đi thăm Huế.**
>
> *We spent an entire evening discussing our plan to visit Huế.*

5. **Hẳn**

This word is placed before a number to emphasize a whole amount of something that is used up for doing something:

> **Chúng tôi định để hẳn năm nghìn đô-la đi du lịch vào hè sang năm.**
>
> *We are planning to set aside five thousand dollars for traveling next summer.*
>
> **Chị ấy bỏ hẳn hai ngày để xem Bảo tàng Lịch sử.**
>
> *She spent two days visiting the Museum of History.*

6. **Thế nào?**

This particle is used in conversational Vietnamese when the speaker is going to ask a question. It does not have an equivalent in English. For instance:

> **Thế nào? Anh ấy không đến à?**
>
> *He didn't come, did he?*
>
> **Thế nào? Chị đi Huế có vui không?**
>
> *How was your trip to Huế?*

7. **Chết!**

This particle is used when the speaker expresses a concern or makes a warning:

> **Chết! Chị có bị làm sao không?**
>
> *Oh! Are you OK?*
>
> **Chết! Đừng làm thế.**
>
> *Oh no! Please don't do that.*

8. **Như**

This was introduced in Lesson 9 of *Elementary Vietnamese* as a part of the positive adjective. **Như** can be used before a verb phrase with the meaning "to have the feeling as if":

> **Mấy ngày ở Huế, tôi như được thấy lại thời Nguyễn.**
>
> *On those days in Huế I had the feeling as if I saw the period of time of the Nguyễn dynasty.*

Như can also function as the predicate before a noun phrase to convey the meaning "to look like":

Cả thành phố như một bảo tàng ngoài trời.

The entire city looks like an outdoor museum.

With this meaning, **như** can be used after such verbs as **trông, giống, trông giống**:

Cả thành phố trông/giống/trông giống như một bảo tàng ngoài trời.

9. **Ngoài trời** vs. **trong nhà**

Ngoài trời means "outdoor," and its opposite is **trong nhà** "indoor":

Trường đại học có một bể bơi ngoài trời, một bể bơi trong nhà.

The university has one outdoor swimming pool and another indoor one.

10. **Dù sao thì … cũng/vẫn/cũng vẫn …**

This construction emphasizes the meaning "anyway, in any case, regardless of what happens":

Dù sao thì anh cũng vẫn nên hỏi ý kiến chị ấy về vấn đề này.

You should consult her about that anyway.

In addition to the interrogative word **sao**, some other interrogative words may be used as well, such as **ai, gì, đâu, nào**. Please note the word order:

Dù anh nói gì thì chúng tôi cũng vẫn không tin.

Whatever you may say, we won't believe you.

Dù đang ở đâu thì chúng tôi cũng cố gắng về họp lớp để gặp lại các bạn cũ.

Wherever we are, we try to come back for our class reunion to get together with the former classmates.

The phrase **đi chăng nữa** may be added after the question words **sao, ai, gì, đâu, nào** to emphasize the meaning "anyway":

Dù sao đi chăng nữa thì anh cũng vẫn nên hỏi ý kiến chị ấy về vấn đề này.

Dù anh nói gì đi chăng nữa thì chúng tôi cũng vẫn không tin.

11. **Ngay [cả] … còn … nữa là …**

This construction, that contains **ngay [cả]** with the meaning "even," emphasizes that the thing in the **ngay cả** part does not happen or is not true, so the other thing in the **nữa là** part cannot possibly happen or be true either:

Ngay [cả] anh ấy chuyên về lĩnh vực này còn chưa hiểu bài ấy nói gì nữa là tôi.

Even he who is an expert in this area is unable to understand what they are talking about in this article, let alone me.

Ngay [cả] mấy người Việt có một vài từ còn chưa hiểu hết nữa là tôi.

Even the Vietnamese people (who were traveling with our group) didn't understand some words, let alone me.

When being used in an affirmative statement, this construction emphasizes that even the action in the **ngay cả** part happens, therefore the action in the **nữa là** part definitely happens:

Ngay cả tôi không phải là người Việt còn hiểu nữa là người Việt.

Even I as a non-Vietnamese person understand, so Vietnamese definitely understand.

12. **Để ý đến** and **để ý thấy**

These convey different meanings and are not interchangeable in most cases. **Để ý đến** means "to pay attention to" (see Lesson 1, Part 1), and **để ý thấy** means "to notice":

Chị để ý đến cháu bé giúp tôi nhé.

Please keep an eye on the child for me.

Chị có để ý thấy cháu chóng lớn không?

Did you notice that the child is growing fast?

13. **Chỉ [có] … mới … thôi**

This construction is used to emphasize the meaning "only" (see Lesson 11 of *Elementary Vietnamese*). **Chỉ có** precedes the subject, that is emphasized; **mới** precedes the predicate, and **thôi** is placed at the end of the sentence:

chỉ có + subject + **mới** + predicate + **thôi**

Chỉ có chị ấy mới làm được việc này thôi.

She is the only person to be able to do this job.

Chỉ có Huế mới có mầu tím ấy.

Only Huế has this purple color.

When **có** is the main verb, the first **có** after **chỉ** may be omitted:

Chỉ Huế mới có mầu tím ấy.

14. Object + **thì** + subject + **chịu**

This verb has many meanings, one of which was introduced in Lesson 6, Part 1. It can be used in the construction object + **thì** + subject + **chịu** to refer to someone's inability to do something:

Việc này thì tôi chịu.

(As for this job,) I can't do it.

CONTINUING VIETNAMESE

Một số cách nói thường dùng 🎧 8-6

Không phải đâu anh ạ.	*No, it isn't (true).*
Thế nào, anh đi Huế có vui không?	*How was your trip to Huế?*
Chết, có chuyện gì thế?	*Oh, what happened?*
Câu đầu tôi hiểu, còn câu thứ hai thì chịu.	*I understand the first sentence, but can't understand the second one.*

Lăng Tự Đức ở Huế
Tomb of Emperor Tự Đức in Huế

📋 Drills

A. Use **qua** to answer the following questions.

> EXAMPLE: **Các bạn đã bàn về kế hoạch tuần tới rồi chứ?**
>
> —————
>
> ⟶   **Các bạn đã bàn về kế hoạch tuần tới rồi chứ?**
>   **Chúng mình đã bàn qua rồi.**

1. **Chị đã xem tất cả các gian trong Bảo tàng Lịch sử rồi, phải không?**

   —————

2. **Các bạn đã được giới thiệu nhiều về nghệ thuật tuồng miền Trung rồi chứ?**

   —————

3. **Anh đã đọc cuốn sách của ông ấy nói về thời kỳ tiền sử trong lịch sử Việt Nam chưa?**

   —————

4. Chị đã đi Hội An rồi chứ?

   _____

5. Chị đã kể cho ông ấy nghe chuyện gì xẩy ra hôm qua chưa?

   _____

6. Anh đã nói với họ về chuyến đi sắp tới rồi chứ?

   _____

7. Các bạn đã bàn về thời khoá biểu học kỳ hai chưa?

   _____

8. Chị ghé thăm bà ấy có lâu không?

   _____

B. Complete the following statements using the construction **một khi đã ... thì ...**

1. Một khi bạn đã đến Đà Nẵng thì _____

2. Một khi _____ đã _____ thì chúng ta phải làm cho xong việc ấy.

3. Một khi đã nói đến nhạc Việt Nam hiện đại thì _____

4. Một khi _____ đã _____ thì phải chuẩn bị ngay từ bây giờ.

5. Một khi đã nhận lời mời đến ăn sinh nhật thì _____

6. Một khi _____ đã _____ thì phải đi thuyền trên sông Hương nghe hò Huế.

7. Một khi bạn đã đọc một cuốn tiểu thuyết của nhà văn này thì _____

8. Một khi _____ đã _____ thì không được lái xe.

C. Use **đây** at the end of the answers to the following questions.

   EXAMPLE: **Hôm qua chị gặp anh ấy ở chỗ nào?**

   _____ (này)

   →   Hôm qua chị gặp anh ấy ở chỗ nào?
        Tôi gặp anh ấy ở chỗ này đây.

1. Chị chọn được chiếc áo nào chưa?

   _____ (xanh này)

2. **Anh đi đâu đấy?**

   _____ (đi bơi)

3. **Gian nào có những chiếc cọc đóng xuống sông Bạch Đằng?**

   _____ (gian này)

4. **Cậu có mang vợt và bóng đến không?**

   _____ (vợt và bóng)

5. **Rạp chiếu phim Cinémathèque ở phố nào?**

   _____ (phố này)

6. **Tai nạn hôm qua xẩy ra ở chỗ nào?**

   _____ (chỗ này)

7. **Bao giờ chị định đặt chỗ tour du lịch xuyên Việt?**

   _____ (ngay bây giờ)

8. **Cậu đi thư viện à?**

   _____ (đi thư viện)

9. **Mình sắp đến khu phố cổ chưa?**

   _____ (đến rồi)

10. **Tôi chưa thấy bài thơ trên nón đâu cả.**

    _____ (bài thơ)

D. Complete the following sentences using the relative adverb **khi**.

1. **Anh ấy vào đại học năm 1975,** (when the war had just ended).
2. **Huế trở thành kinh đô của Việt Nam năm 1802,** (when the Nguyễn dynasty was established).
3. **Việc này nên để đến tuần sau,** (when we have more time).
4. **Bảo tàng Chăm ở Đà Nẵng được thành lập năm 1915,** (when the French School of the Far East wanted to do more research on Champa).
5. **Họ đi lúc hai giờ đêm,** (when we were still asleep).
6. **Chữ quốc ngữ được tạo ra đầu thế kỷ 17,** (when Catholicism was brought to "**được đưa vào**" Vietnam).
7. **Ông ấy hay nhắc đến những năm tháng sinh viên,** (when he was on the university's swim team).
8. **Chúng tôi không bao giờ quên được mùa hè năm ấy,** (when our class went to help people in the flooded area).

E. Use **hẳn** to answer the following questions.

      EXAMPLE: **Các bạn sẽ đi du lịch xuyên Việt trong bao lâu?**

            _____ (để hai tuần)

    →   **Các bạn sẽ đi du lịch xuyên Việt trong bao lâu?**

          Chúng mình sẽ để hẳn hai tuần đi du lịch xuyên Việt.

1. **Chị chuẩn bị báo cáo trong mấy ngày?**
    _____ (bỏ bốn ngày)

2. **Chúng ta sẽ đi thăm phố cổ trong bao lâu?**
    _____ (để một ngày)

3. **Họ giao cho bao nhiêu người làm việc này?**
    _____ (giao cho ba người)

4. **Anh định để bao nhiêu tiền mở tài khoản tiết kiệm?**
    _____ (để mười triệu đồng)

5. **Tôi nghe nói sau khi thi xong, anh ấy ngủ nhiều lắm, phải không?**
    _____ (bỏ một ngày)

F. Use **như** or **trông như**, **giống như**, **trông giống như** to complete the following sentences.

1. **Nghe bài hát tiền chiến ấy,** (I have the feeling as if I saw Hanoi in the 1940s).
2. **Đà Lạt trong sương mù** (looks like a town in Switzerland).
3. **Sau khi cho ông ấy biết chuyện này,** (I had the feeling that I had just done a very hard job).
4. **Những chiếc đèn lồng thả trên sông Hương ban đêm** (look like stars "**ngôi sao**" in the skies).
5. **Trời bỗng tối đi,** (it looks like it is going to rain heavily).
6. **Nhìn** *trẻ con* "children" **chơi trong vườn,** (she had the feeling she saw her own grandchildren).
7. **Trong những ngày bị lụt, vùng này** (looked like a large lake).
8. **Xem bộ phim ấy,** (I had the feeling that I saw clearly the town where I was born and grew up).

G. Change the following sentences as indicated.

    using **dù sao [đi chăng nữa] thì … cũng/vẫn/cũng vẫn …**

      EXAMPLE: **Anh nên hỏi ý kiến chị ấy về vấn đề này.**

      →   **Dù sao [đi chăng nữa] thì anh cũng/vẫn/cũng vẫn nên hỏi ý kiến chị ấy về vấn đề này.**

1. **Chúng ta phải đến họp, mặc dù cuộc họp không quan trọng lắm.**
2. **Chị nên trả lời thư của anh ấy.**
3. **Anh ấy nói rất thật, đừng giận anh ấy.**
4. **Bạn phải học tiếng của họ, nếu bạn muốn tìm hiểu về văn hoá của họ.**

5. Chị nên mở tài khoản ở đây, nếu không sẽ rất khó thanh toán các chi phí.

using **dù … gì [đi chăng nữa] thì … cũng/vẫn/cũng vẫn …**

    EXAMPLE: (anh nói gì) (chúng tôi không tin).

      → **Dù anh nói gì [đi chăng nữa] thì chúng tôi cũng/vẫn/cũng vẫn không tin.**

6. (làm gì) (bạn suy nghĩ cẩn thận trước khi làm)
7. (nghĩ gì) (anh phải cho chúng tôi biết ý kiến của anh)
8. (mua gì) (chúng ta chỉ được mua trong số tiền ấy thôi)

using **dù … đâu [đi chăng nữa] thì … cũng/vẫn/cũng vẫn …**

    EXAMPLE: (đang ở đâu) (chúng tôi chúng tôi cố gắng về họp lớp để gặp lại các bạn cũ).

      → **Dù đang ở đâu [đi chăng nữa] thì chúng tôi cũng/vẫn/cũng vẫn cố gắng về họp lớp để gặp lại các bạn cũ.**

9. (đi đâu) (nhiều người Việt Nam về ăn Tết với gia đình)
10. (làm việc ở đâu) (chị ấy là người có trách nhiệm)
11. (sống ở đâu) (tôi nhớ đến thành phố nơi tôi sinh ra và lớn lên)

using **dù … nào [đi chăng nữa] thì … cũng/vẫn/cũng vẫn …**

    EXAMPLE: (mở tài khoản ở ngân hàng nào) (phải có giấy chứng minh nhân dân hay hộ chiếu).

      → **Dù mở tài khoản ở ngân hàng nào [đi chăng nữa] thì cũng/vẫn/cũng vẫn phải có giấy chứng minh nhân dân hay hộ chiếu.**

12. (học ngoại ngữ nào) (phải học để dùng được)
13. (chọn chuyên ngành nào ở trường này) (phải viết luận văn tốt nghiệp)
14. (rút tiền ở máy của ngân hàng nào) (bạn phải lấy *biên lai* "receipt")

H. Use **ngay [cả] … nữa là …** to answer the following questions.

    EXAMPLE: **Chị không hiểu bài ấy nói gì à?**

    _____ (anh ấy chuyên về lĩnh vực này)

    → **Chị không hiểu bài ấy nói gì à?**
      Ngay cả anh ấy chuyên về lĩnh vực này còn không hiểu nữa là tôi.

1. **Chị không dịch được câu này à?**
    _____ (anh ấy biết tiếng Việt giỏi hơn tôi)

2. **Anh thấy mùa hè ở Hà Nội khó chịu à?**
    _____ (người Hà Nội)

3. **Các bạn không đặt được phòng ở khách sạn à?**
    _____ (chị ấy liên hệ với khách sạn trước chúng mình rất lâu)

4. Anh bị lạc ở phố cổ à?

_____ (bạn tôi quen với phố cổ)

5. Các anh không kịp chuyến tầu ấy à?

_____ (họ ra ga sớm hơn chúng tôi nhiều)

6. Cậu đánh bóng bàn thua anh ấy à?

_____ (bạn mình đánh giỏi hơn mình)

7. Anh không chữa được chiếc máy vi tính à?

_____ (anh ấy là kỹ sư chuyên về máy tính)

8. Năm vừa rồi anh bị mất tiền vì giá chứng khoán giảm à?

_____ (bạn tôi giỏi về chứng khoán)

I. Change the following sentences using **chỉ [có] … mới … thôi.**

   Example: **Chị ấy làm được việc này.**

   ⟶   **Chỉ có chị ấy mới làm được việc này thôi.**

1. Huế giữ lại được nhiều di tích lịch sử.
2. Ngân hàng này có máy rút tiền ở tất cả các thành phố lớn ở Việt Nam.
3. Những nước có tình hình chính trị ổn định thu hút được đầu tư nước ngoài.
4. Nha Trang có bãi biển cát trắng.
5. Bảo tàng Chăm ở Đà Nẵng trưng bầy nhiều hiện vật văn hoá Chăm.
6. Dịp nghỉ hè có đủ thời gian đi du lịch xuyên Việt.
7. Ở toàn Đông Dương thời Pháp, Hà Nội có trường đại học.
8. Hoa hậu Bắc Ninh hát dân ca quan họ thôi.
9. Ở Hà Nội, rạp Cinémathèque thường xuyên chiếu phim Việt Nam.
10. Các nghệ sĩ người Nam hát cải lương hay.

🎧 8-7

J. First read the words and phrases below. Then listen to the speaker on the audio track and repeat the words and phrases. Pay close attention to 1) two- (or more) syllable words, whose syllables should be spoken together; 2) the pronunciation of the words that have similar sounds but differ in meaning and usage.

1. **trưng bầy, trưng bầy nhiều hiện vật, trình bầy, trình bầy báo cáo, trình diễn, trình diễn vở chèo**
2. **hiện vật, hiện vật tại bảo tàng, thực hiện, thực hiện mục tiêu đề ra**
3. **tiền sử, thời kỳ tiền sử, tiền chiến, nhạc tiền chiến, sông Tiền**
4. **công nguyên, trước công nguyên, nguyên nhân, nguyên nhân thành công, quân Nguyên**
5. **truyện, truyện ngắn, truyện nỏ thần, truyền thuyết, truyền thuyết Mỵ Châu – Trọng Thuỷ**

6. truyền thuyết, truyền thuyết nỏ thần, tiểu thuyết, tiểu thuyết lãng mạn

7. ngoại thành, huyện ngoại thành, ngoại thành Sài Gòn, ngoài trời, hoạt động ngoài trời

K. Based on the content of the dialogues, answer the following questions.

1. Viện Viễn Đông Bác cổ được thành lập khi nào? Do ai thành lập? Nghiên cứu về gì?

2. Khi mới được thành lập, Bảo tàng Lịch sử trưng bầy những gì?

3. Thời kỳ dựng nước nghĩa là gì?

4. Bạn biết gì về truyền thuyết Mỵ Châu – Trọng Thuỷ?

5. Tại sao nhiều công trình kiến trúc ở Huế bị tàn phá?

6. Tại sao có thể nói Huế giống như một bảo tàng ngoài trời?

7. Người ta thường nghe hò Huế ở đâu? Vào khi nào?

8. Tại sao người ta gọi nón làm ở Huế là nón bài thơ?

9. Những bài thơ trên nón nói về gì?

✎ Exercises

1. Use the vocabulary and expressions in the dialogues to prepare with a partner a conversation about an ancient city you have visited.

2. Use the dictionary to read the following excerpt taken from book **Cố đô Huế đẹp và thơ** published by Nhà xuất bản Thuận Hoá, Huế, 1999.

KINH THÀNH

TRONG công cuộc xây dựng Kinh đô Huế, Kinh Thành đòi hỏi nhiều nhất về công sức, tiền của và thời gian (gần 30 năm: 1803 - 1832). Vào mùa hè năm 1803, chính vua Gia Long đã cùng với các nhà kiến trúc trong triều đi khảo sát thực địa cả một vùng đất rộng lớn ở bờ bắc sông Hương, từ làng Thanh Hà đến làng Kim Long. Sau khi chọn được vị trí thích hợp với các nguyên tắc kiến trúc truyền thống, họ thiết kế Kinh Thành lên trên đồ án. Sau 2 năm chuẩn bị, dự án mới đem ra thi công (1805).

CẤU TRÚC HỆ THỐNG VÒNG THÀNH

Kinh Thành được xây theo kiểu Vauban. Kiểu thành này mang tính phòng thủ rất chặt chẽ và kiên cố. Đặc điểm nổi bật của nó là đã vượt qua khỏi thời đại chiến đấu bằng cung tên, gươm giáo, thay thế bằng súng tay, đại bác. Cho nên quanh thành phải bố trí những bộ phận mang tính phòng thủ và chống trả, như pháo đài (bastions), giác bảo (lunettes d'angle), hào (fossé), thành giai (glacis)... Vua Gia Long là người đầu tiên ở Đông - Nam Á đưa kiểu thành này vào xây tại Việt Nam.

Bạn cần biết

The number of Vietnamese who regularly go to museums is small. Many museums have more foreign visitors than Vietnamese. The most famous museums are Museum of History (**Bảo tàng Lịch sử**), Museum of Revolution (**Bảo tàng Cách mạng**), Museum of Fine Arts (**Bảo tàng Mỹ thuật**) and Museum of Ethnology (**Bảo tàng Dân tộc học**) in Hà Nội; Museum of Huế (**Bảo tàng Huế**); Museum of Champa Culture (**Bảo tàng Văn hóa Chăm**) in Đà Nẵng; and the Museum of History in Hồ Chí Minh City. The royal palace in Huế frequently shows exhibitions of artifacts belonging to the Nguyễn dynasty. All the museums receive funding from the government, and the admission fees are very reasonable.

Some art galleries, including private galleries, in Hà Nội and Hồ Chí Minh City attract many Vietnamese and foreign visitors, especially when they show collections of works by well-known artists. Many galleries sell art works as well.

Lăng Minh Mạng ở Huế
Tomb of Emperor Minh Mạng in Huế

Phần 2

Bài đọc 🎧 8-8

Tóm tắt lịch sử Việt Nam

Nước Văn Lang, nhà nước đầu tiên trên lãnh thổ Việt Nam ngày nay, xuất hiện cách đây khoảng bốn nghìn năm. Theo truyền thuyết, thời ấy có 15 bộ lạc Lạc Việt sống ở miền trung du và đồng bằng, và khoảng một chục bộ lạc Âu Việt sống ở miền Việt Bắc. Thủ lĩnh bộ lạc Văn Lang là bộ lạc mạnh nhất trong số các bộ lạc Lạc Việt thống nhất tất cả các bộ lạc Lạc Việt với nhau, thành lập nước Văn Lang ở vùng ngày nay là tỉnh Phú Thọ. Ông lên làm vua tên là Hùng vương.

Vào thế kỷ thứ ba trước công nguyên, một thủ lĩnh người Âu Việt đưa quân đánh kinh đô của nước Văn Lang, lật đổ triều Hùng, thành lập nước Âu Lạc. Ông lên làm vua tên là An Dương Vương, dời đô xuống Cổ Loa (gần Hà Nội ngày nay). Việc dời đô từ trung du xuống đồng bằng biểu hiện sự lớn mạnh của dân tộc.

Năm 207 trước công nguyên, một quan nhà Tần bên Trung Quốc là Triệu Đà thành lập nước Nam Việt ở phía nam Trung Quốc và sau đó chiếm được nước Âu Lạc, sáp nhập Âu Lạc vào Nam Việt. Năm 111 trước công nguyên, nhà Hán bên Trung Quốc tiêu diệt nước Nam Việt, đất Âu Lạc bị nhà Hán cai trị. Nhân dân Việt Nam nhiều lần nổi dậy chống quân xâm lược. Lớn nhất là cuộc khởi nghĩa do Hai Bà Trưng (hai chị em Trưng Trắc và Trưng Nhị) lãnh đạo năm 40 sau công nguyên. Vào thời kỳ này, nền văn hoá Trung Quốc cùng với Nho giáo, Phật giáo và Đạo giáo được đưa vào Việt Nam. Chữ Hán được phổ biến rộng rãi, tiếng Việt bắt đầu tiếp thu nhiều yếu tố của chữ Hán, tạo nên lớp từ gốc Hán trong tiếng Việt.

Những thế kỷ sau đó đã liên tiếp nổ ra nhiều cuộc khởi nghĩa chống ách thống trị của phong kiến Trung Quốc, nhưng đều bị đàn áp. Năm 618, nhà Đường được thành lập ở Trung Quốc. Đất nước Trung Quốc phát triển mạnh mẽ cả về kinh tế lẫn văn hoá. Văn học, nghệ thuật, tôn giáo thời Đường có ảnh hưởng nhiều đến cả vùng Viễn Đông, trong đó có Việt Nam. Năm 679 nhà Đường gọi vùng đất Việt Nam là An Nam đô hộ phủ. Tên An Nam có từ đấy.

Dưới thời nhà Đường, nhiều cuộc khởi nghĩa vẫn liên tiếp nổ ra. Năm 905, Khúc Thừa Dụ được nhân dân ủng hộ, đánh đuổi quân xâm lược, tuyên bố nước Việt Nam độc lập. Cuối năm 938, vua Nam Hán đưa thuỷ quân sang chiếm Việt Nam. Một tướng của Việt Nam là Ngô Quyền lãnh đạo nhân dân kháng chiến thắng lợi, kết thúc thời kỳ mất nước hơn một nghìn năm. Một thời kỳ độc lập lâu dài của dân tộc bắt đầu.

Năm 1009 Lý Công Uẩn thành lập triều Lý (1009-1225), một trong những triều đại phong kiến Việt Nam hùng mạnh nhất. Năm 1010, ông cho dời đô về thành Đại La và đổi tên thành Thăng Long. Từ đó, Thăng Long trở thành trung tâm chính trị, kinh tế và văn hoá của nước Việt Nam. Cuối năm 1076, nhà Tống bên Trung Quốc cho quân xâm lược Việt Nam. Một tướng của nhà Lý là Lý Thường Kiệt lãnh đạo cuộc kháng chiến thắng lợi. Độc lập và chủ quyền của Việt Nam được giữ vững. Từ cuối thế kỷ 12, nhà Lý bắt đầu suy yếu và đến năm 1226 thì một triều đại mới lên thay: đấy là nhà Trần (1226-1400), cũng là một trong những triều đại mạnh nhất ở Việt Nam.

Vào thời gian đó, quân Mông Cổ đang xâm lược nhiều nước châu Âu và châu Á. Quân Mông Cổ ba lần sang xâm lược Việt Nam vào những năm 1258, 1285 và 1288, nhưng cả ba lần đều bị thất bại. Sau chiến tranh, nhà Trần bắt tay vào phục hồi đất nước. Nền kinh tế dần dần phát triển. Nền văn học thời Trần thể hiện tinh thần độc lập mạnh mẽ. Chữ nôm là thứ chữ người Việt dùng chữ Hán để ghi tiếng Việt, bắt đầu được dùng để sáng tác văn học. Nho giáo ngày càng có ảnh hưởng mạnh mẽ đến xã hội Việt Nam.

Năm 1400, Hồ Quý Ly lập ra triều Hồ thay thế cho triều Trần lúc đó đã suy yếu. Ông thực hiện một số cải cách quan trọng về mặt chính trị, kinh tế, văn hoá, giáo dục. Trong khi đó, ở bên Trung Quốc, nhà Minh trở thành một quốc gia phong kiến giàu mạnh trên thế giới. Tháng 11 năm 1406, nhà Minh bắt đầu cuộc chiến tranh xâm lược Việt Nam. Cuộc kháng chiến do Hồ Quý Ly lãnh đạo bị thất bại nhanh chóng. Sau khi đánh bại triều Hồ, nhà Minh áp dụng một chính sách đàn áp tàn bạo, ra sức đồng hoá dân tộc Việt Nam bằng cách tàn phá các di sản văn hoá dân tộc. Cuộc khởi nghĩa chống quân Minh do Lê Lợi và Nguyễn Trãi lãnh đạo kết thúc thắng lợi vào năm 1428. Lê Lợi lên ngôi vua, sáng lập ra triều Lê, một trong những triều đại phong kiến mạnh nhất ở Việt Nam. Dưới thời vua Lê Thánh Tông (1460-1497), đất nước Việt Nam phát triển rực rỡ về mọi mặt. Văn học chữ nôm ngày càng trở nên phổ biến. Nguyễn Trãi, một nhà tư tưởng, chính trị, quân sự, ngoại giao tài năng, đã dùng chữ nôm sáng tác thơ.

Đầu thế kỷ 16, nhà Lê bắt đầu suy yếu. Mạc Đăng Dung lật đổ triều Lê, lập ra triều Mạc. Một tướng của triều Lê là Nguyễn Kim tập hợp lực lượng chống lại triều Mạc. Năm 1545, Nguyễn Kim chết, chính quyền nằm trong tay con rể là Trịnh Kiểm. Năm 1592, triều Mạc bị tiêu diệt, triều Lê được phục hồi, nhưng chính quyền nằm trong tay họ Trịnh. Họ Nguyễn lúc đầu giúp họ Trịnh chống lại họ Mạc, nhưng bên trong thì ra sức xây dựng chính quyền riêng, dẫn đến cuộc xung đột giữa họ Trịnh và họ Nguyễn kéo dài từ năm 1627 đến năm 1672. Phía bắc đất nước do họ Trịnh kiểm soát, gọi là Đàng ngoài; phía nam do họ Nguyễn kiểm soát, gọi là Đàng trong. Các chúa Nguyễn dần dần mở rộng đất Đàng trong đến đồng bằng sông Cửu Long.

Trong hai thế kỷ 16 và 17, mặc dù có nội chiến, nền kinh tế Việt Nam cũng đạt được một số thành tựu. Các thành phố như Thăng Long, Phố Hiến (Hưng Yên) ở Đàng ngoài, Hội An (Quảng Nam) ở Đàng trong trở nên phồn thịnh, thiết lập quan hệ buôn bán với nhiều nước, trong đó có Trung Quốc, Nhật Bản, Bồ Đào Nha, Hà Lan, Anh và Pháp. Từ cuối thế kỷ 16, Thiên Chúa giáo bắt đầu được đưa vào Việt Nam. Các giáo sĩ Bồ Đào Nha đến truyền đạo đầu tiên, sau đó là giáo sĩ các nước khác. Các giáo sĩ phương Tây sang Việt Nam truyền đạo đã học tiếng Việt để giảng đạo. Họ dùng chữ La-tinh để ghi âm tiếng Việt. Chữ quốc ngữ xuất hiện từ đó.

Sang thế kỷ 18, chế độ phong kiến ở Việt Nam bước vào giai đoạn khủng hoảng, dẫn đến cuộc khởi nghĩa của ba anh em Nguyễn Huệ vào những năm 70 thế kỷ 18. Nguyễn Huệ tiêu diệt lực lượng quân sự của chúa Nguyễn ở Đàng trong, của chúa Trịnh ở Đàng ngoài, xoá bỏ triều Lê, lập lại trật tự. Vua Lê cầu cứu nhà Thanh bên Trung Quốc. Sau hơn ba trăm năm không dám xâm lược Việt Nam, cuối năm 1788, triều đình phong kiến Trung Quốc lại mở một cuộc chiến tranh nhằm chiếm Việt Nam. Hai mươi vạn quân Thanh tiến vào Việt Nam, chiếm được Thăng Long. Nguyễn Huệ lên ngôi hoàng đế ở Phú Xuân (Huế ngày nay), lấy niên hiệu là Quang Trung, đưa quân ra Bắc đánh quân Thanh. Sau 5 ngày đêm chiến đấu, quân Quang Trung tiêu diệt toàn bộ lực lượng quân Thanh ở Thăng Long, giải phóng đất nước.

Trong những năm cầm quyền, Quang Trung đã có những nỗ lực nhằm phục hồi và phát triển kinh tế, muốn đưa chữ nôm trở thành chữ viết chính thức của Việt Nam. Trong khi ấy, ở miền Nam, một chúa Nguyễn là Nguyễn Ánh đã chiếm lại được thành Gia Định. Năm 1792, Quang Trung dự định tiến công Nguyễn Ánh, có đến hàng chục vạn quân tham gia. Ông qua đời khi chưa kịp thực hiện cuộc tiến công này. Nguyễn Ánh phản công, chiếm được Thăng Long năm 1802, lên ngôi vua, lập ra triều Nguyễn, lấy niên hiệu là Gia Long. Nhà Nguyễn cho dời kinh đô từ Thăng Long vào Huế.

Vào nửa đầu thế kỷ 19, do nhà Nguyễn cấm đạo Thiên Chúa, Pháp đã nhiều lần cho tàu chiến vào khiêu khích ở vùng biển Việt Nam. Năm 1858, Pháp chiếm bán đảo Sơn Trà gần Đà Nẵng, rồi sau đó chiếm Gia Định. Năm 1867, Pháp chiếm được toàn bộ các tỉnh miền Nam, đặt miền này dưới chế độ thuộc địa. Pháp đánh thành Hà Nội hai lần vào năm 1873 và năm 1882, chiếm được Hà Nội. Năm 1883, Pháp đánh Huế. Triều đình nhà Nguyễn ký với Pháp Hiệp ước hoà bình, thừa nhận quyền thống trị của Pháp trên toàn nước Việt Nam. Pháp chia Việt Nam thành ba kỳ là Nam kỳ (Cochinchine), thuộc địa của Pháp; Trung kỳ (Annam) theo chế độ nửa bảo hộ; Bắc kỳ (Tonkin) theo chế độ bảo hộ.

Trong những năm Chiến tranh thế giới thứ hai, người Nhật nắm quyền điều khiển đất nước, mặc dù vẫn duy trì chính phủ bảo hộ của Pháp. Cuộc cách mạng tháng 8 năm 1945 do Hồ Chí Minh lãnh đạo thắng lợi, thành lập nước Việt Nam Dân chủ Cộng hoà ngày mùng 2 tháng 9 năm 1945. Ngay sau đó, Pháp quay trở lại chiếm Việt Nam. Thất bại ở Điện Biên Phủ tháng 5 năm 1954 buộc Pháp phải ký Hiệp định Genève, công nhận độc lập và chủ quyền của Việt Nam.

Cửu đỉnh trong Hoàng Cung ở Huế
Nine incense burners symbolizing the Nguyễn Emperors in the Royal Palace, Huế

Từ mới 🎧 8-9

tóm tắt *to summarize, sum up; summary*	**thay thế** *to replace*
bộ lạc *tribe*	**cải cách** *reform*
trung du *midland*	**trong khi đó** *at the same time*
thủ lĩnh *leader, chieftain*	**thất bại** *to lose, be defeated*
lên làm vua/lên ngôi vua *to ascend the throne, be proclaimed king*	**đánh bại** *to defeat*
đánh *to attack, assault*	**chính sách** *policy*
nhà Tần *Qin dynasty in China* 秦朝 *(221–206 B.C.)*	**tàn bạo** *cruel, brutal*
	ra sức *with all one's strength*
nhà Hán *Han dynasty in China* 汉朝 *(202 B.C.–220 A.D.)*	**đồng hoá** *to assimilate*
	di sản *legacy, inheritance*
tiêu diệt *to annihilate, wipe out*	**ngoại giao** *diplomacy*
cai trị *to rule*	**tập hợp** *to assemble, gather, group*
nổi dậy *to rise up*	**con rể** *son-in-law*
Nho giáo *Confucianism*	**bên trong** *(on the) inside*
Đạo giáo *Taoism*	**họ** *clan*
chữ Hán *classical Chinese*	**xung đột** *conflict*
tạo nên *to create*	**kiểm soát** *to control*
liên tiếp *consecutive, successive*	**Đàng ngoài** *Northern Vietnam in the 17th and 18th centuries (literally: the Outside Part of the country)*
đàn áp *to suppress*	
nhà Đường *Tang dynasty in China* 唐朝 *(618–907)*	
	nội chiến *civil war*
mạnh mẽ *vigorous, rapid; vigorously, rapidly*	**thành tựu** *success, achievement*
	phồn thịnh *prosperous, thriving*
tôn giáo *religion*	**thiết lập** *to establish*
An Nam *the Pacified South*	**buôn bán** *trade; to trade*
đô hộ *to rule, dominate*	**Hà Lan** *the Netherlands*
đô hộ phủ *a ruled prefecture*	**giáo sĩ** *Catholic missionary*
An Nam đô hộ phủ *the Pacified Southern ruled prefecture*	**truyền** *to disseminate*
	đạo *religion*
ủng hộ *to support*	**truyền đạo** *to promulgate*
đuổi *to drive away*	**âm** *sound*
thắng lợi *victory; victorious, successful; to succeed*	**chữ quốc ngữ** *national writing system*
	giai đoạn *period, stage*
lâu dài *long, for a long time*	**dẫn đến** *to lead*
hùng mạnh *strong, powerful*	**điều khiển** *to manage, control*
nhà Tống *Song dynasty in China* 宋朝 *(960–1279)*	**xoá bỏ** *to eliminate*
	trật tự *order*
chủ quyền *sovereignty*	**cầu cứu** *to call for support*
giữ vững *to maintain, uphold*	**hoàng đế** *emperor*
suy yếu *to weaken*	**niên hiệu** *imperial name*

giải phóng *to free, liberate*	**thừa nhận** *to recognize*
cầm quyền *to be in power*	**quyền** *right*
dự định *to intend, plan*	**kỳ** *part of territory (in history)*
qua đời *to pass away*	**chế độ** *regime, status*
cấm *to ban, prohibit*	**bảo hộ** *protectorate*
tàu chiến *war ship*	**ngay sau đó** *right after that*
khiêu khích *to provoke*	**quay trở lại** *to return*
vùng biển *the coastal waters*	**buộc** *to force*
hiệp ước *treaty*	**công nhận** *to recognize*

Hoàng Cung ở Huế: Ngọ Môn
Royal Palace in Huế: Ngọ Gate

🔍 Ngữ pháp & cách dùng từ 🎧 8-10

15. **Đánh**

The verb **đánh** has many meanings. Here are several of them.

1) "to hit":

Không được đánh trẻ con.

Stop hitting the children.

2) "to attack":

Họ đưa quân đánh các thành phố lớn trên sông.

The troops were sent to attack the big cities on the river.

3) "to play certain sports or musical instruments": **đánh bóng chuyền, đánh bóng rổ, đánh bóng bàn, đánh quần vợt; đánh đàn, đánh piano, đánh guitar, đánh trống.**

16. **Đưa**

The verb **đưa** has several meanings.

1) "to hand, to pass something to someone":

Anh làm ơn đưa cho tôi quyển sách.

Can you hand me that book, please.

2) "to accompany someone, to take or drive someone to a place":

Họ đang đưa khách đi tham quan thành phố.

They are accompanying the guests sightseeing in the city.

Bây giờ muộn rồi, tôi sẽ đưa chị về nhà.

It is too late now, I will drive you home.

3) **Đưa** is used in many set expressions:

đưa quân

to send troops

đưa tin

to make public some news

đưa vấn đề ra thảo luận

to raise an issue for discussion

đưa đạo Thiên Chúa vào Việt Nam

to bring Catholicism to Vietnam

17. **Chết, mất, qua đời, từ trần, hy sinh**

Vietnamese has several verbs meaning "to die." **Chết** is the most common verb:

Ông ấy chết trong một tai nạn ô tô.

He was killed in a car accident.

Chết is used for people, as well as animals and plants. **Mất, qua đời, từ trần, hy sinh** are used for people only.

Mất is a polite word similar to "pass away" in English:

Ông cụ cô ấy mới mất năm ngoái.

Her father just passed away last year.

Qua đời sounds formal and is used chiefly in written Vietnamese:

Ông cụ qua đời, để lại một tài sản lớn.

He (the old man) has passed away and left a great fortune.

Từ trần is more formal than **qua đời**.

Hy sinh has two meanings.

1) "to sacrifice":

Bà ấy đã hy sinh rất nhiều cho con được đi học.

She sacrificed a lot to give her children an education.

2) "to die a hero in a battle or in the line of duty" (this verb usually does not apply to enemy soldiers):

Anh ấy đã anh dũng hy sinh ngoài mặt trận.

He died a hero in battle.

18. **Thất bại** and **đánh bại**

Both verbs **thất bại** and **đánh bại** contain the component **bại**, but they convey different meanings and are not interchangeable. The verb **thất bại** means "to be defeated, lose a war." The word **bị** is optional, not the passive voice marker:

Trong thế kỷ 20, nước Đức [bị] thất bại trong hai cuộc chiến tranh thế giới.

Germany lost two world wars in the twentieth century.

The transitive verb **đánh bại** means "to defeat":

Nhân dân nước này đã đánh bại nhiều đội quân xâm lược.

The people in this country have defeated many invading armies.

19. **Ảnh hưởng**

The verb **ảnh hưởng**, meaning "to influence," requires the preposition **đến**. **Có** may be placed before **ảnh hưởng**, and the meaning remains the same:

Việc xây dựng nhà máy thuỷ điện [có] ảnh hưởng đến môi trường ở vùng này.

The construction of the hydroelectric plant has influenced the environment in this region.

20. **Mất**

The verb **mất**, like the English verb "to lose," has several meanings: **mất chìa khoá** "to lose the keys," **mất việc** "to lose one's job," **mất thì giờ** "to lose/waste time," **mất bình tĩnh** "to lose one's temper."

Mất may convey some meanings which the English verb "to lose" does not have. For instance: **Cô ấy bị mất xe.** "She had her motorbike/car stolen." **Mất tiền** has two meanings: 1) to have money stolen, 2) to lose money (on a deal). **Mất nước** has two meanings, depending on the meaning of **nước**: 1) one's country has been invaded or conquered by aggressors, 2) a water shortage, like **mất điện** "a power outage."

Mất also indicates an amount of money, time etc. necessary to do something: **mua mất 300 nghìn** "to buy something for three hundred thousand dong," **làm mất hai ngày** "it takes two days to do something."

The intransitive verb **mất** means "to pass away": **Bà cụ mất tuần trước.** "The old woman passed away last week." (See p. 209)

21. **Giữ**

The verb **giữ** has several meanings.

1) "to hold, keep something in a position":

Anh hãy giữ cửa, đừng để cửa đóng lại.

Please hold the door open.

2) "to hold, save something for someone":

Tôi phải ra ngoài mấy phút, anh làm ơn giữ chỗ cho tôi.

I have to go out for a few minutes. Please hold this seat for me.

3) "to keep, maintain":

giữ trật tự

to maintain order

giữ im lặng

to keep silent/quiet

giữ sức khoẻ

to maintain one's health

giữ lời hứa

to keep one's word/promise

4) "to look after, guard":

giữ trẻ

to look after the children

chó giữ nhà

the dog guards the house

5) "to hold a position (**chức**)":

giữ chức bộ trưởng

to hold the position of a minister

22. **Dẫn đến** and **đưa đến**

The verbs **dẫn đến** and **đưa đến** have the meaning "to lead to, to make something happen as a result." In most cases they are interchangeable:

Cuộc xung đột này dẫn đến/đưa đến hậu quả là đất nước bị chia làm hai miền.

This conflict led to/resulted in the country being divided into two parts.

23. **Nhằm**

The conjunction of purpose **nhằm** is used in formal Vietnamese in the sense of "in order to":

Người ta thành lập trung tâm này nhằm nghiên cứu các vấn đề về môi trường.

They have established this center in order to research issues related to the environment.

24. **Hàng + trăm/nghìn/vạn/triệu**

The word **hàng** placed before the numbers **chục, trăm, nghìn/ngàn, vạn, triệu** conveys the meaning "several," for instance: **hàng chục** "dozens of," **hàng trăm** "hundreds of," **hàng nghìn/ngàn** "thousands of," **hàng vạn** "tens of thousands of," **hàng triệu** "millions of."

25. **Toàn, toàn bộ**

Toàn is a synonym of **cả** and **tất cả** (see Lesson 14 of *Elementary Vietnamese*) when it is used with nouns denoting a group of people or things, and conveys the same meaning as **cả** when it comes before a noun denoting something as a whole. **Toàn** is used chiefly in formal Vietnamese: **toàn lớp, toàn trường, toàn thành phố, toàn bài, toàn lãnh thổ.**

Toàn bộ has the same meaning as **cả** and **toàn** when used with nouns indicating something as a whole in formal Vietnamese. It comes before a two-syllable noun: **toàn bộ vấn đề**, **toàn bộ cuộc đời**, **toàn bộ lãnh thổ**.

26. **Đạo Phật** vs. **Phật giáo**, **đạo Thiên chúa** vs. **Thiên chúa giáo**

Vietnamese has two ways to refer to a religion (**tôn giáo**): **đạo Phật** and **Phật giáo** (Buddhism), **đạo Thiên chúa** and **Thiên chúa giáo** (Catholicism), **đạo Cơ Đốc** and **Cơ Đốc giáo** (Christianity), **đạo Hồi** and **Hồi giáo** (Islam). Both **đạo** and **giáo** were borrowed from Chinese (**đạo**: 道, **giáo**: 教). The terms **đạo Phật**, **đạo Thiên chúa**, **đạo Cơ Đốc**, and **đạo Hồi** follow the Vietnamese word order and are more common, while the terms **Phật giáo**, **Thiên chúa giáo**, **Cơ Đốc giáo**, and **Hồi giáo** are becoming obsolete in contemporary Vietnamese and are used chiefly in some set expresssions or in the names of some religious organizations in Vietnam. Protestantism has only one term: **đạo Tin Lành**.

Lăng Khải Định ở Huế
Tomb of Emperor Khải Định in Huế

📋 Drills

A. Make the following statements, using

đánh

1. They are playing basketball at the athletic center.
2. My brother has played the drums in this band "**ban nhạc**" for five years.
3. Our parents never used to hit us.
4. The enemy troops launched an attack on this town at night.

đưa

5. Who will drive you to the airport tomorrow?
6. He handed me this journal and asked me to read an article on the Royal Palace "**Hoàng cung**" in Huế.
7. Do you know what issues will be brought up at tonight's meeting?

thất bại or **đánh bại**

8. Napoleon Bonaparte defeated the Austrian "**Áo**" troops in the Italian campaign in 1796–1797.

9. The Napoleonic troops were defeated for the first time at Borodino near Moscow in September 1812 and then were totally defeated at Leipzig in October 1813.

ảnh hưởng

10. I don't want to influence your decision, so I won't tell you my opinion.

11. His parents no longer have any influence over him.

12. These big companies have too much influence on government.

mất

13. I have lost my keys, so now I cannot enter my house.

14. In the difficult times of the economic crisis, many people lost their jobs.

15. Don't waste any more time on that job. It's not worth doing now.

16. Many towns had a power outage during the snowstorm.

giữ

17. The wind is so strong that it's hard to hold the umbrella.

18. Her father held the post of Minister of Education in the first government of the Democratic Republic of Vietnam.

19. How long do you want me to hold this ticket for you?

20. Don't worry, once she has promised, she will keep her promise.

dẫn đến, đưa đến

21. Eating too much fat can lead to heart diseases.

22. The accident on Highway 5 near Hanoi this morning led to long traffic jams.

B. Complete the following sentences.

1. **Sau khi chiếm được Việt Nam, nhà Minh đã tàn phá nhiều di sản văn hoá dân tộc nhằm**

   _____

2. _____ **nhằm đào tạo các chuyên gia về luật cho các tỉnh phía Nam.**

3. **Người Pháp thành lập trường Đại học Đông Dương nhằm** _____

4. _____ **nhằm bảo vệ khu phố cổ.**

5. **Chính phủ đầu tư xây dựng đường xe điện ngầm nhằm** _____

6. **Các giáo sĩ tạo ra chữ quốc ngữ nhằm** _____

7. _____ **nhằm cung cấp điện cho Sài Gòn và các tỉnh phía Nam.**

CONTINUING VIETNAMESE

8. **Ngay sau khi nước Việt Nam Dân chủ Cộng hoà được thành lập, người Pháp quay trở lại Việt Nam nhằm _____**

C. Fill in the blanks with **hàng chục, hàng trăm, hàng nghìn/ngàn, hàng vạn, hàng triệu.**

1. **Bạn tôi đã đi thăm Huế _____ lần rồi mà vẫn muốn đi nữa.**

2. **Trên thế giới hiện giờ vẫn có _____ người bị đói vì thiếu thực phẩm.**

3. **_____ người đã tham gia khởi nghĩa vào ngày 19 tháng 8 năm 1945 tại Hà Nội.**

4. **Riêng Sài Gòn có đến _____ trường đại học tư.**

5. **_____ cổ động viên không có vé vào sân vận động, phải đứng ở ngoài sân.**

6. **Ngay trong những năm chiến tranh, _____ sinh viên và nghiên cứu sinh Việt Nam vẫn được gửi ra nước ngoài học tập.**

7. **_____ người xem vòng chung kết thi hoa hậu trên ti vi.**

8. **Trong ba năm vừa qua, các công ty nước ngoài đã đầu tư _____ đô-la vào ngành công nghiệp máy tính ở Việt Nam.**

9. **Anh ấy mượn _____ cuốn sách của thư viện nhưng chưa đọc xong cuốn nào cả.**

10. **Mỗi năm có _____ khách du lịch nước ngoài đến thăm Việt Nam.**

🎧 8-11

D. First read the words and phrases below. Then listen to the speaker on the audio track and repeat the words and phrases. Pay close attention to 1) two- (or more) syllable words, whose syllables should be spoken together; 2) the pronunciation of the words that have similar sounds but differ in meaning and usage.

1. **Hán, chữ Hán, từ gốc Hán, nhà Hán bên Trung Quốc, Hàn Quốc, tiếng Hàn, công ty Hàn Quốc, Hàn Quốc đầu tư vào Việt Nam**
2. **thành Đại La, thành phố Hà Nội, đổi tên thành Thăng Long**
3. **cách, cách làm, cách nấu cơm Việt Nam, cải cách, cải cách giáo dục, thực hiện cải cách**
4. **đánh bại, đánh bại quân xâm lược, thất bại, bị thất bại, quân xâm lược bị thất bại**
5. **thơ, bài thơ, ngâm thơ, sáng tác thơ, thư, viết thư, nhận thư, trả lời thư**
6. **thành lập, thành lập công ty, thành lập trường đại học, thiết lập, thiết lập quan hệ ngoại giao**
7. **chính quyền, cầm quyền, nắm chính quyền, chủ quyền, công nhận chủ quyền**

E. Based on the content of the narrative, give answers to the following questions.

1. Nhà nước đầu tiên trên lãnh thổ Việt Nam tên là gì? Xuất hiện khi nào?
2. Bạn hãy kể lại truyền thuyết thành lập nước Văn Lang.
3. Việc An Dương Vương dời đô từ trung du xuống đồng bằng biểu hiện điều gì?
4. Cuộc khởi nghĩa đầu tiên xẩy ra dưới thời nhà Hán cai trị do ai lãnh đạo?
5. Lớp từ gốc Hán trong tiếng Việt xuất hiện như thế nào?
6. Bạn biết gì về thời nhà Đường bên Trung Quốc?
7. Tên An Nam có từ bao giờ?
8. Thời kỳ mất nước hơn một nghìn năm kết thúc vào khi nào?
9. Nhà Lý cầm quyền trong bao nhiêu năm? Đã làm những gì?
10. Nhà Trần cầm quyền trong bao nhiêu năm? Đã làm những gì?
11. Ai đã lãnh đạo cuộc khởi nghĩa chống quân Minh nhằm giành lại độc lập?
12. Việt Nam dưới thời Lê Thánh Tông phát triển như thế nào?
13. Tại sao có cuộc xung đột giữa họ Trịnh và họ Nguyễn?
14. Ai đưa đạo Thiên Chúa vào Việt Nam? Đưa vào khi nào?
15. Bạn biết gì về chữ quốc ngữ?
16. Hãy kể lại cuộc kháng chiến chống quân Thanh do Nguyễn Huệ lãnh đạo.
17. Nhà Nguyễn được thành lập khi nào? Ai là vua đầu tiên của triều Nguyễn? Triều Nguyễn có tất cả bao nhiêu vua?
18. Pháp chiếm Việt Nam như thế nào?
19. Tại sao người Pháp phải ký Hiệp định Genève? Bạn biết gì về Hội nghị Genève và Hiệp định Genève?

Lăng Khải Định ở Huế
Tomb of Emperor Khải Định in Huế

✎ Exercises

1. Write an essay about the history of your country.
2. Use the dictionary to read the following article taken from the Saigon newspaper **Sài Gòn giải phóng** about the Vietnamese-Korean relationship in the past.

VỀ QUAN HỆ VIỆT-HÀN
TRONG LỊCH SỬ

Ngày 31–10–1996, Giáo sư Pyon Hong Kee (Phiến Hồng Cơ), nhà nghiên cứu tộc phả Hàn Quốc đã đến thăm Trường Đại học Khoa học Xã hội và Nhân văn – Đại học Quốc gia TP Hồ Chí Minh, tham dự buổi hội thảo khoa học về quan hệ Việt – Hàn trong lịch sử. Tại hội thảo, GS Pyon Hong Kee đã thông báo trước đông đảo giáo sư và sinh viên Trường ĐH KHXH–NN về những nghiên cứu và phát hiện của ông về hai dòng họ Lý gốc Việt ở Hàn Quốc. Theo giáo sư, cộng đồng Hàn được hình thành bởi 502 nhóm tộc họ, gồm 366 nhóm bản địa và 136 nhóm từ các nước ngoài đến sinh sống   trong đó có 2 dòng tộc họ Lý từ Việt Nam đến.

1– Lý Tinh Thiện: Tổ là Lý Dương Côn, con Sùng Hiền Hầu, cháu đời thứ 5 của Lý Công Uẩn (Thái Tổ), em của Lý Thần Tông (Lý Dương Hoán) (1116 – 1138). Lý Dương Côn đến Cao Ly từ đầu thế kỷ 12. Cháu đời thứ 5 của ông là Lý Nghĩa Mẫn, người có sức khỏe phi thường, cao 8 trượng, làm quan dưới triều vua Minh Tông của Koryo (Cao Ly) được thăng chức "Trung thư môn hạ Bình chương sự Phán binh bộ sự", tức là tể tướng thứ hai, sau chức "Môn hạ thị trung", nhưng thực tế ông là quan đầu triều trong suốt 14 năm(1183 – 1196). Trong nhiều bộ chính sử Hàn Quốc đều ghi chép về sự kiện và nhân vật này. Dòng họ Lý này sinh sống lâu đời ở Tinh Thiện. Hiện nay một bộ phận hậu duệ dòng họ Lý này sống ở Cộng hòa Dân chủ nhân dân Triều Tiên; chỉ một phần sinh sống ở Hàn Quốc (phía Nam) đã thống kê được trên 3.000 người.

2– Lý Hoa Sơn: Tổ là Hoàng Thúc Lý Long Tường, con vua Lý Anh Tông (1138 – 1175), em vua Lý Cao Tông (1175 – 1210) tức Long Cán. Sau khi nhà Lý mất ngôi vào tay nhà Trần (1225) Lý Long Tường cùng gia quyến đã thoát khỏi sự bức hại của nhà Trần, đến Cao Ly, lúc này vua Cao Tông (1215 – 1264) đang trị vì, năm 1226, trú tại Trấn Sơn.

Năm 1253 quân Mông Cổ rầm rộ kéo sang xâm lược Đại Việt ở phương Nam, ở Đông Bắc Á chúng cũng đánh sang Cao Ly. Kinh đô khai thành thất thủ, triều đình phải lánh ra đảo Giang Hoa. Lý Long Tường đã tổ chức quân dân địa phương kháng chiến chống giặc suốt năm tháng, buộc chúng phải xin hàng. Nay còn di tích lịch sử "Thụ hàng môn", trên có khắc "Thụ hàng môn ký tích bi" tức bài văn bia Thụ hàng Môn ghi công tích của người anh hùng họ Lý gốc hoàng tộc Việt. Vua Cao Tông đã phong cho ông tước Hoa Sơn Quân, Trấn Sơn đổi thành Hoa Sơn và cấp 30 dặm đất, 2.000 dân cho ông lập ấp, ăn lộc để phụng thờ tổ tiên. Hậu duệ dòng họ Lý Hoa Sơn có nhiều người thành đạt, đỗ tiến sĩ, được bổ dụng làm quan to trong triều, có người được tin cần làm quốc sử quan, học quan, không ít người văn chương nổi tiếng.

Tộc họ Lý Hoa Sơn ở Hàn Quốc hiện nay có hơn 1.100 người, do ông Lý Xương Căn, hậu duệ đời thứ 26 của Lý Long Tường làm tộc trưởng. Ông Căn và nhiều người thuộc chi họ này đã nhiều lần về thăm đất tổ quê hương.

Cách đây đúng một năm, giáo sư Pyon Hong Kee đã đến thăm Đại học Quốc gia Hà Nội. Ông vẫn tiếp tục miệt mài tìm kiếm những tài liệu lịch sử về quan hệ Hàn – Việt. Ông mong muốn hợp tác với các nhà sử học Việt Nam nghiên cứu đề tài này, trong phạm vi hẹp hơn là so sánh, đối chiếu, tìm kiếm thêm tài liệu để soi sáng những tồn nghi về hai tộc họ Lý Tinh Thiện và Hoa Sơn nói trên.

N.V.L

Bạn cần biết

Vietnam has a large number of historic sites, which attract many tourists, both Vietnamese and foreign. Among them are:

- the Temple of Literature (**Văn miếu**) dating from the 11th century, and numerous Buddhist temples in Hà Nội;
- Royal Palace (**Hoàng Cung** or **Đại Nội**) built step by step during the Nguyễn dynasty in the 19th century, a World Heritage Site (**di sản văn hoá thế giới**), and the mausoleums of many Nguyễn emperors in Huế;
- the Old Town of Hội An (**phố cổ Hội An**), another World Heritage Site on the ocean in Quảng Nam Province;
- the complex of Champa temples at Mỹ Sơn (**Thánh địa Mỹ Sơn**) near Đà Nẵng dating from the 7th century, also a World Heritage Site;
- Po Nagar Tower (**Tháp Po Nagar**) dating from the 8th century in Nha Trang.

These are only a few of the many historic sites scattered throughout the country.

Tục ngữ 🎧 8-12

Ôn cố tri tân.

He that would know what shall be, must consider what has been. (Literally: One should know the former times to understand the future times.)

Ngai vàng của các vua Nguyễn
The throne of the Nguyễn Emperors

Some Customs & Literature: A Short Story

🔍 Grammar & Usage Focus

1. Verb of motion + location + **về**.
2. Use of **khỏi**.
3. Construction **... đến đâu ... đến đấy**.
4. Verbs **nhận, nhận ra, chấp nhận, công nhận, thừa nhận**.
5. Verb **nhớ**.
6. Use of **quê**.
7. Nouns **ngày sinh** and **sinh nhật**.
8. Adjective **tròn**.
9. Use of **tức là**.
10. **Công tác** as a verb and as a noun.
11. Construction **không** + question word.
12. Use of **nàng** and **chàng**.
13. Verb **dặn**.
14. Use of **anh chàng**.
15. Classifier **kẻ**.
16. **Nào ai** meaning "no one."
17. Verb **đuổi**.
18. Question word **sao lại**.
19. Pronoun **mình**.
20. Phrase **không hiểu sao**.
21. Idiom **dễ như bỡn**.
22. **Cả** used in some idiomatic expressions.
23. **Đáng lẽ ra** with the conditional meaning.
24. Emphatic construction object[,] + subject + verb.

Chùa của người Khmer, tỉnh Sóc Trăng
A Khmer Buddhist temple in Sóc Trăng Province

Phần 1

💬 **Đối thoại 1** 🎧 9-1

Dự lễ hỏi của bạn

A: Mấy hôm nay tôi gọi điện cho chị liên tục, gọi đến máy cố định cả ở cơ quan, cả ở nhà lẫn gọi đến di động mà chẳng gặp được chị.

B: Tôi vừa đi công tác về anh ạ. Tôi chủ trì một cuộc họp nên phải tắt di động. Có chuyện gì gấp thế anh?

A: Tôi được mời đến dự lễ hỏi của người bạn vào thứ bảy này. Tôi muốn hỏi thêm chị về phong tục của người Việt Nam trong chuyện cưới xin để khỏi bỡ ngỡ.

B: Biết đến đâu, tôi sẽ giải thích cho anh đến đấy.

A: Một chàng trai và một cô gái sau một thời gian tìm hiểu thì họ đặt vấn đề chính thức với nhau thế nào hở chị?

B: Ngày xưa thì phức tạp lắm. Bây giờ mọi việc đơn giản hơn nhiều, nhưng người ta cũng phải bắt đầu bằng lễ dạm ngõ. Gia đình nhà trai và gia đình nhà gái gặp nhau lần đầu tiên, thường là nhà trai đến nhà gái xin phép cho hai người chính thức tìm hiểu nhau.

A: Sau lễ dạm ngõ đến gì?

B: Đến lễ hỏi mà anh sắp đi dự đấy. Lễ hỏi còn được gọi là lễ đính hôn. Gia đình nhà trai đến gia đình nhà gái mang theo lễ vật gồm có trầu, cau, chè, bánh. Nhà gái nhận lễ vật có nghĩa là chấp nhận gả con gái mình cho người con trai. Hai bên trao nhẫn cưới cho nhau, như thế là đã chính thức đính hôn.

A: Trao nhẫn cưới ngay tại lễ hỏi à?

B: Vâng, nhưng cũng có khi cô dâu chú rể đến lễ cưới mới trao nhẫn cưới cho nhau.

A: Lễ hỏi cũng làm ở nhà hay ở đâu?

B: Làm ở nhà cô dâu. Sau lễ hỏi là đến lễ cưới đấy.

A: Lễ hỏi và lễ cưới cách nhau bao lâu?

B: Trước đây thường từ một năm trở lên, nhưng bây giờ người ta có thể rút ngắn lại. Còn lễ đón dâu nữa. Bây giờ nhiều gia đình đón dâu ngay trong ngày cưới.

A: Tôi có phải mang quà gì đến lễ hỏi của người bạn không?

B: Không, nhưng nếu anh được mời đến dự lễ cưới thì nhớ có quà mừng.

LESSON

9

Lễ đón dâu
Ceremony of getting the bride at her parents' home

 **Đối thoại 2** 🎧 9-2

Về quê ăn giỗ

A: **Tôi mời anh chủ nhật này về quê ăn giỗ bà ngoại tôi.**

B: **Vâng, cám ơn chị. Tôi sẽ đi với chị. Nhưng giỗ là gì? Tôi chưa nghe thấy bao giờ.**

A: **Giỗ là lễ tưởng niệm ngày mất của tổ tiên. Người phương Tây tưởng niệm ngày sinh, còn một số nước châu Á, trong đó có người Việt Nam chúng tôi, thì tưởng niệm ngày mất.**

B: **Thế có phải là năm nào cũng tổ chức giỗ không?**

A: **Vâng. Giỗ vào dịp một người mất vừa tròn một năm gọi là giỗ đầu, giỗ lần thứ ba gọi là giỗ hết, nghĩa là hết thời kỳ để tang một người nào đó.**

B: **Người Việt Nam làm những gì trong ngày giỗ?**

A: **Thường thì có hai phần là phần cúng và phần giỗ. Gia đình, bà con họp mặt cúng người đã mất để tưởng nhớ đến người ấy. Sau đó, mọi người ăn cơm với nhau, gọi là ăn giỗ.**

B: **Thế thì mỗi gia đình Việt Nam có nhiều ngày giỗ lắm chị nhỉ?**

A: **Vâng. Ngày giỗ rất quan trọng đối với gia đình người Việt Nam chúng tôi, vì nó nhắc những người đang còn sống nhớ đến công ơn của các thế hệ đã qua và gìn giữ truyền thống tốt đẹp của gia đình, của dòng họ. Uống nước nhớ nguồn mà.**

B: **Như thế là người Việt Nam vừa ăn mừng ngày sinh vừa tưởng niệm ngày mất, chị nhỉ?**

A: **Vâng. Chúng tôi cũng ăn sinh nhật như người phương Tây, cũng kỷ niệm ngày sinh của những người đã mất là những người nổi tiếng và có nhiều đóng góp.**

B: **Tức là một người trong gia đình khi còn sống thì gia đình tổ chức ăn sinh nhật người ấy, sau khi mất thì cúng giỗ hở chị?**

A: **Đúng thế. Chẳng hạn như trong một gia đình, khi cha mẹ còn sống thì gia đình ăn sinh nhật cha mẹ, khi cha mẹ mất thì cúng giỗ. Có giỗ cha mẹ, có giỗ ông bà, cả dòng họ có giỗ tổ. Cả nước có giỗ tổ vua Hùng vào ngày mùng 10 tháng 3 âm lịch tại đền Hùng ở tỉnh Phú Thọ.**

Bàn thờ tổ tiên
Altar for the ancestors

📖 Từ mới

Đối thoại 1 🎧 9-3

hỏi *to ask for a woman's hand in marriage, propose*	**đặt vấn đề** *to propose*
lễ hỏi *betrothal, engagement ceremony*	**dạm ngõ** *pre-engagement ceremony*
liên tục *continuous; continuously*	**nhà trai** *the bridegroom's family*
cố định *fixed, stationary*	**nhà gái** *the bride's family*
điện thoại cố định *stationary phone, land line*	**đính hôn** *to be engaged*
di động *mobile*	**lễ vật** *offering, gift*
điện thoại di động *mobile phone, cell phone*	**trầu** *betel*
tắt *to turn off*	**cau** *betel nut*
gấp *urgent*	**chấp nhận** *to agree, accept, approve*
cưới xin *marriage, wedding (collective noun)*	**gả** *to marry off one's daughter*
bỡ ngỡ *to be surprised or confused due to being unaware of something*	**trao** *to present, exchange*
	nhẫn cưới *wedding ring*
... đến đâu ... đến đấy *as much as*	**làm** *to hold, conduct*
chàng trai *guy*	**đón dâu** *to go and get the bride at her parents' home*
cô gái *girl*	
tìm hiểu *to court*	**nhớ** *to remember, not forget*

Đối thoại 2 🎧 9-4	
quê *hometown, home village*	**ăn giỗ** *to attend a death-anniversary meal*
giỗ *the anniversary of someone's death*	**nhắc** *to remind*
tưởng niệm *to commemorate*	**công ơn** *contribution*
tổ tiên *ancestors (collective noun)*	**thế hệ** *generation*
ngày sinh *birthday*	**đã qua** *past; in the past*
tròn *round*	**giữ gìn/gìn giữ** *to preserve*
giỗ đầu *the first anniversary of someone's death*	**tốt đẹp** *fine*
	dòng họ *clan*
giỗ hết *the third anniversary of someone's death*	**nguồn** *source, spring*
	Uống nước nhớ nguồn *When you drink from the stream, remember the spring*
tang *funeral, mourning*	
để tang *to be in mourning*	**tổ = tổ tiên** *ancestors*
cúng *to make offerings to, worship*	

🔍 Ngữ pháp & cách dùng từ 🎧 9-5

1. Verb of motion + location + **về**

    This is the way Vietnamese conveys the sense that someone returns from a particular place:

    Tôi vừa mới đi công tác về.

    I have just returned from a business trip.

    Chị ấy đi Việt Nam về cách đây một tuần.

    She returned from Vietnam a week ago.

    When a geographical name is used, **ở** may be used instead of a verb of motion:

    Chị ấy ở Việt Nam về cách đây một tuần.

2. **Khỏi**

    In addition to the meanings "out of" (Lesson 11 of *Elementary Vietnamese*) and "to recover" (Lesson 13 of *Elementary Vietnamese*), **khỏi** is used before a verb to convey the sense "to avoid," "need not":

    Tôi sẽ giải quyết việc này. Anh khỏi lo.

    I will take care of it. Please don't worry.

    Tôi muốn biết điều đó để khỏi bỡ ngỡ.

    I want to know about that in order not to be confused.

    When **khỏi** is used after the negation **không**, it means that something will happen even if the speaker does not want it to happen:

    Nghe chị nói thế, tôi không khỏi bỡ ngỡ.

    Having heard your story, I am confused anyway.

Sometimes **không** may be repeated after the verb, and the meaning remains the same:

Nghe chị nói thế, tôi không khỏi không bỡ ngỡ.

3. **... đến đâu ... đến đấy**

This construction conveys the sense that the second action (in the **đến đấy** part) is performed to the same extend as the first action (in the **đến đâu** part) permits:

Học đến đấu, biết đến đấy.

You will know as much as you will have learned.

Biết đến đâu, tôi sẽ giải thích cho anh đến đấy.

I will explain it to you as much as I know.

4. **Nhận, nhận ra, chấp nhận, công nhận, thừa nhận**

4.1. The verb **nhận** has several meanings.

1) "to receive" (Lesson 14 of *Elementary Vietnamese*). With this meaning, **nhận** usually precedes **được**:

Tôi ít khi nhận được thư của anh ấy.

I rarely receive letters from him.

2) "to accept":

Chúng tôi không muốn nhận sự giúp đỡ của họ.

We did not want to accept their help.

Gia đình nhà gái nhận lễ vật của gia đình nhà trai.

The bride's family has accepted the gift from the bridegroom's family.

Chị ấy nhận trách nhiệm tổ chức hoạt động này.

She has accepted the responsibility to organize this event.

Nhận may be used as a part of a number of verbs with different meanings.

4.2. **Nhận ra** means "to recognize someone or something one has met before" (Lesson 2, Part 1):

Ông ấy thay đổi nhiều quá, tôi không nhận ra.

He has changed so much that I did not recognize him.

4.3. **Chấp nhận** means "to agree with and accept something":

Họ không chấp nhận những yêu cầu của cô ấy.

They did not (agree with and so did not) accept her demands.

Gia đình nhà gái nhận lễ vật có nghĩa là chấp nhận gả con gái mình cho người con trai.

The bride's family accepts the gift from the bridegroom's family, that means they agree to marry off their daughter to the young man.

4.4. **Công nhận** (Lesson 8, Part 2) means "to admit someone or something being real or having the right to be the stated thing":

Nhiều nước không công nhận chính phủ này.

A large number of nations did not recognize this government.

Người Pháp ký hiệp định Genève, công nhận độc lập và chủ quyền của Việt Nam.

The French signed the Geneva Accords recognizing the independence and sovereignty of Vietnam.

4.5. **Thừa nhận** (Lesson 8, Part 2) means "to acknowledge, recognize, usually with some reluctance":

Anh ấy thừa nhận đã mắc phải nhiều sai lầm.

He acknowledged having made many mistakes.

Nhà Nguyễn ký với Pháp Hiệp ước hoà bình, thừa nhận quyền thống trị của Pháp trên toàn nước Việt Nam.

The Nguyễn dynasty signed the Treaty of Peace with France recognizing the French rule of the entire territory of Vietnam.

5. **Nhớ**

This verb has several meanings. Here are three of them.

1) "to memorize":

Bài thơ dài quá, tôi không nhớ nổi.

The poem is very long, I am unable to memorize it.

2) "to remember":

Tôi sẽ nhớ mãi ngày vui ấy.

I will always remember that happy day.

Tôi nhớ hôm qua đã gọi điện cho chị ấy hai lần.

I remember calling her twice yesterday.

Nhớ đến đâu nói đến đấy.

I will tell you as much as I remember.

When the English *remember* is used before a gerund that refers to an action which takes place first and *remember* is a second action, Vietnamese uses **đã** between the two verbs. **Là** may be placed between **nhớ** and **đã**:

Tôi nhớ [là] đã đọc báo về vấn đề này.

I remember reading about this matter in the papers.

Like the English *remember*, **nhớ** can be used before another verb with the meaning "not to forget":

Nếu các bạn đi chơi phố cổ Hà Nội thì nhớ mang theo bản đồ Hà Nội kẻo lạc.

If you walk around the Old Quarter of Hanoi, please remember to have with you a map of Hanoi, otherwise you may get lost.

3) "to miss" (feel sad without someone or something):

> **Đây là lần đầu tiên cô ấy xa nhà nên rất nhớ nhà.**
>
> *This is the first time she is away from her family, so she misses it very much.*
>
> **Trở về miền New England vào mùa đông, tôi thấy nhớ ánh nắng mặt trời nhiệt đới sau năm năm sống ở Việt Nam.**
>
> *I missed the tropical sunshine when I returned to New England in winter after five years in Vietnam.*

6. Quê

This noun with the meaning "hometown, home village" has a broader sense than the English "hometown." It refers to a place where one's ancestors originated from and where one's extended family or clan has lived for many generations. This place may be different from the place where one was born. For instance:

> A: **Chị quê ở đâu?** Or: **Quê chị ở đâu?**
>
> *Where are you from?*
>
> B: **Tôi quê ở Cần Thơ, nhưng tôi sinh ở Sài Gòn.**
>
> *I am (originally) from Cần Thơ, but I was born in Saigon.*

7. Ngày sinh and sinh nhật

Both **ngày sinh** and **sinh nhật** mean "birthday." However, **ngày sinh** is formal and refers to the birthday of famous people, whereas **sinh nhật** is used in everyday Vietnamese:

> **Năm 2006 toàn thế giới kỷ niệm ngày sinh lần thứ 250 của W. A. Mozart.**
>
> *In 2006 the 250th anniversary of W. A. Mozart was commemorated all over the world.*
>
> **Bây giờ một số gia đình Việt Nam tổ chức ăn sinh nhật ở nhà hàng.**
>
> *Nowadays some Vietnamese families celebrate the birthday of a family member at a restaurant.*

Ngày sinh nhật should be avoided, since both the Vietnamese **ngày** and the Chinese **nhật** (日) mean "day."

8. Tròn

The adjective **tròn**, like the English adjective "round," can be used before a number to denote a whole number. However, the English "round" usually precedes a number ending in 0. In Vietnamese, in addition to the numbers ending in 0, **tròn** can precede any number before the noun **năm** to refer a whole number of years:

> **Tháng 12 này là ông cụ mất vừa tròn tám năm.**
>
> *This coming December it will have been seven years since he passed away.*

9. Tức là

It conveys the same meaning as **có nghĩa là** "that means, that is," but is less formal than **có nghĩa là**:

> **Anh ấy im lặng tức là anh ấy đồng ý với chúng ta.**
>
> *He kept silent, that is, he agreed with us.*

Một số cách nói thường dùng 🎧 9-6

Mấy hôm nay tôi gọi điện cho chị liên tục.	*I have called you many times over the last few days.*
Tôi phải hỏi cho biết để khỏi bỡ ngỡ.	*I have to clarify in order to not be confused.*
Tôi chưa nghe thấy bao giờ.	*I have never heard about that.*

Cô dâu chú rể trao nhẫn cưới cho nhau
The bride and the groom exchange the wedding rings

📋 Drills

A. Use **về** to change the following statements.

> EXAMPLE: **Tôi vừa mới đi công tác.**

> → **Tôi vừa mới đi công tác về.**

1. **Chị ấy đi Mỹ tháng trước.**
2. **Bà giáo sư ấy mới đi Việt Nam giảng bài.**
3. **Bao giờ thì chị đi Nha Trang?**
4. **Tuần trước họ vào Cần Thơ công tác.**
5. **Anh ấy đi Pháp khi nào?**
6. **Giáo sư Thành vào Hội An tham dự hội thảo khoa học.**
7. **Tháng sau anh đi Hà Nội à?**
8. **Nó vừa mới đi chơi rồi.**

B. Use **đến đâu ... đến đấy** to make the following statements.

1. I will let you know as much as I know.
2. He understands as much as he is reading this text.

3. I try to remember as much as I study the lesson.
4. She reviews as much as she learns.
5. Tell us as much as you know the story.

C. Fill in the blanks with **nhận, nhận được, nhận ra, chấp nhận, công nhận, thừa nhận.**

1. **Lúc đầu tôi không muốn _____ món quà ấy, nhưng cuối cùng tôi đành phải _____, nếu không anh ấy giận tôi.**

2. **Chị có hay _____ thư của ông bà cụ không?**

3. **Cháu đã được _____ vào trường nào chưa?**

4. **Tôi _____ giọng chị ấy qua điện thoại.**

5. **Chúng tôi không thể nào _____ cách anh ấy nói tại cuộc họp hôm nay.**

6. **Đầu năm 1950 nước Việt Nam Dân chủ Cộng hoà lần đầu tiên được một số nước chính thức _____.**

7. **Anh ấy đã _____ với chúng tôi là anh ấy sai.**

8. **Các vùng bị bão lụt _____ sự giúp đỡ của chính phủ và một số tổ chức tư nhân.**

9. **Các bạn thấy chúng ta có thể _____ những đề nghị của anh ấy không?**

10. **Mặc dù ông ấy thay đổi nhiều nhưng tôi vẫn _____ ngay.**

D. Translate the following sentences.

1. My friend's daughter has been admitted to two universities. Now she has to choose one of them.
2. We have to acknowledge that she is right.
3. Has anyone accepted the responsibility to book the tour for our class?
4. I don't think that this diploma is recognized in the U.S.A.
5. He accepted the gift and thanked everybody.
6. For many years I hadn't visited the town where I was born and grew up, so I didn't recognize our neighborhood (**khu phố**).
7. No one can make him admit that he is wrong.
8. Do you know when this country was officially recognized by other countries?
9. I haven't received his emails for a week.
10. You may not like her, but you have to admit that she is good at her job.

E. Use **nhớ** to complete the following sentences.

1. (How can you memorize) **tất cả từ mới nhanh thế?**
2. **Tôi sẽ cố gắng** (memorize several passages "**đoạn**") **trong Truyện Kiều của Nguyễn Du.**
3. **Anh có** (remember her cell phone number) **không? –Không,** (I remember only her home phone number).
4. (I remember my friend telling me) **về bộ phim ấy.**
5. (Please remember to bring) **bóng và lưới** (to play table tennis this afternoon).
6. (Did you remember to sign) **vào tờ khai nhập cảnh – xuất cảnh không?**
7. **Ti vi dự báo thời tiết hôm nay sẽ có mưa,** (remember to close all the windows before you go to work).
8. (I remember meeting her at my friend's birthday party), **nhưng bây giờ tôi không** (remember her name).
9. **Khi tôi ở Hà Nội,** (I rode my bike all the time and didn't miss the car at all).
10. **Mẹ cháu bé đi công tác xa mấy ngày,** (she misses her mother very much).

F. Complete the following sentences.

1. **Thi đại học khối A tức là** _____

2. **Sắp tới gia đình tổ chức giỗ hết của ông cụ, tức là** _____

3. **Cấm xây nhà cao trong khu phố cổ có nghĩa là** _____

4. **Chị ấy nói chị ấy quê ở Bắc Ninh tức là** _____

5. **Lý Thái Tổ đặt tên cho kinh đô là Thăng Long có nghĩa là** _____

6. **Người con trai và người con gái trao nhẫn cưới cho nhau tức là** _____

🎧 9-7

G. First read the words and phrases below. Then listen to the speaker on the audio track and repeat the words and phrases. Pay close attention to 1) two- (or more) syllable words, whose syllables should be spoken together; 2) the pronunciation of the words that have similar sounds but differ in meaning and usage.

1. **điện, gọi điện, gọi điện thoại, điện thoại cố định, điện thoại di động, điện, tiền điện hằng tháng, tiền điện thoại hằng tháng**
2. **gấp, có việc gấp, gặp, gặp bạn, gặp giáo sư ở văn phòng**
3. **dám, không dám lái xe ở đấy, dạm ngõ, lễ dạm ngõ**
4. **tang, để tang, tăng, tăng nhanh, tăng vốn đầu tư, mức tăng trưởng kinh tế**
5. **lễ, lễ hỏi, đi dự lễ hỏi, lễ hội, lễ hội vùng đồng bằng sông Hồng**

H. Based on the content of the dialogues, answer the following questions.

1. **Lễ dạm ngõ là gì?**
2. **Sau lễ dạm ngõ đến gì?**
3. **Lễ hỏi được tổ chức như thế nào? Ở đâu?**
4. **Nhẫn cưới được trao ở đâu?**
5. **Lễ hỏi và lễ cưới cách nhau bao lâu?**
6. **Lễ đón dâu là gì? Được tổ chức khi nào?**
7. **Giỗ là gì? Giỗ đầu là gì? Giỗ hết là gì?**
8. **Người ta làm những gì trong ngày giỗ?**
9. **Vì sao ngày giỗ quan trọng đối với các gia đình Việt Nam?**
10. **Người Việt Nam cúng giỗ những ai?**

✏ Exercises

1. Use the vocabulary and expressions in the dialogues to prepare with a partner a conversation about a custom in your country.
2. Use the dictionary to read the following article about a Vietnamese custom taken from a Hanoi newspaper.

Nguồn gốc tục "lì xì" ngày Tết

NGUỒN gốc tục mừng tuổi đầu năm xuất phát từ Trung Hoa. Người xưa xâu những đồng tiền lại với nhau, cột bằng sợi chỉ đỏ theo hình con rồng hoặc thanh kiếm để ở chân giường hoặc cạnh gối với mục đích bảo vệ giấc ngủ yên lành cho con trẻ. Sau này, những đồng tiền được gói trong giấy đỏ và trở thành tục mừng tuổi đầu năm không thể thiếu với ý nghĩa mang lại sức khỏe, niềm vui, may mắn cho mọi người. Chữ "lì xì" chính là cách phát âm theo tiếng Quảng Đông của từ "lợi thị" nghĩa là tiền bạc, lợi lộc. Phong tục này phổ biến ở một số nước châu Á như: Trung Quốc, Nhật Bản, Hàn Quốc, Việt Nam...

Không có tài liệu cụ thể nào nói chính xác tục mừng tuổi du nhập vào Việt Nam từ bao giờ. Một số ý kiến cho rằng lì xì đã theo chân những người Minh Hương tới Việt Nam với mục đích lánh nạn trong những năm cuối thế kỷ XVII, đầu thế kỷ XVIII. Cũng có người nói rằng, phong tục mừng tuổi có ở nước Đại Việt từ sau thời Bắc thuộc. Thông thường, những người ngang hàng không lì xì cho nhau, mà chỉ có người bề trên mới lì xì cho người dưới. Tết đến, được lì xì nhiều nhất là trẻ em.

Sáng mùng một Tết, con cháu trong gia đình tụ tập lại mừng tuổi ông bà, cha mẹ... Đồng thời, ông bà, cha mẹ cũng chuẩn bị ít tiền mừng tuổi cho cháu con chăm ngoan, học giỏi. Tiền lì xì được cho vào phong bao màu đỏ trơn hoặc có hoa văn vàng tượng trưng cho sự may mắn. Sau khi nhận những lời chúc thọ, các vị cao niên trong gia đình lì xì tất cả con cháu bất kể tuổi tác với những món tiền nho nhỏ, vừa bạc lẻ vừa tiền chẵn, ngụ ý chúc con cháu làm ăn phát đạt, tiền bạc sinh sôi nảy nở trong năm. ∎

Bạn cần biết

Vietnam officially observes the following holidays: New Year (**Tết dương lịch**) on the 1st of January; lunar New Year (**Tết nguyên đán**) from the 29th or the 30th of December (depending on the Year) through the 3rd of January of the lunar calendar (**âm lịch**); Anniversary of the Hùng Kings (**Giỗ tổ vua Hùng**) on the 10th of March (lunar calendar); Anniversary of the End of the War on the 30th of April; Labor Day (**Lễ Lao động**) on the 1st of May; Vietnam's National Day or Day of Independence (**Quốc khánh**) on the 2nd of September.

In addition to the officially observed holidays, Buddhist followers celebrate Buddha's birthday (**Phật đản**) on the 8th of April or the 15th of April (lunar calendar) depending on the Buddhist schools; Christians celebrate Christmas on the 25th of December; Champa Muslims in Southern Vietnam celebrate Ramadan in October or November, Champa Hidus in Central Vietnam celebrate Kate in September (lunar calendar).

Vietnamese people also celebrate a number of holidays (**Tết**) in the Lunar calendar based on the Vietnamese traditional beliefs, including **Tết Nguyên tiêu** (or **Lễ Thượng nguyên**) on the 15th of January; **Tết Thanh minh** (similar to Memorial Day in the U.S.A.) in March; **Tết Đoan ngọ** (Day of Health) on the 5th of May; **Tết Trung nguyên** (Wandering Souls' Day) on the 15th of July; and **Tết Trung thu** (Mid-Autumn) on the 15th of August.

Chùa Thiên Mụ ở Huế
Thiên Mụ Pagoda in Huế

Phần 2

Bài đọc 🎧 9-8

Nhà văn Nguyễn Huy Thiệp

Nguyễn Huy Thiệp

Nguyễn Huy Thiệp sinh ngày 29 tháng 4 năm 1950 tại Thái Nguyên, quê ở huyện Thanh Trì, thành phố Hà Nội. Ông tốt nghiệp khoa lịch sử Đại học Sư phạm Hà Nội năm 1970. Từ năm 1970 đến năm 1980, ông dạy học ở miền Tây Bắc. Từ năm 1980 cho đến khi về hưu, ông công tác tại Bộ Giáo dục và Đào tạo và tại Cục Bản đồ. Ông hiện sống ở huyện Thanh Trì, thành phố Hà Nội.

Ông là một trong những đại diện điển hình của dòng văn học Việt Nam hiện đại trong thời kỳ *đổi mới* bắt đầu từ năm 1986. Tác phẩm *Tướng về hưu* của ông ngay sau khi được xuất bản năm 1987 đã gây ra nhiều cuộc tranh luận sôi nổi ở Việt Nam. Ông viết khoảng gần 70 truyện ngắn, được coi là một trong những nhà văn viết truyện ngắn xuất sắc nhất ở Việt Nam trong những thập niên vừa qua. Có nhà phê bình đã gọi ông là "vua truyện ngắn". Ngoài truyện ngắn ra, ông còn viết nhiều vở kịch đặc sắc và một số vở chèo, tuồng. Tập phê bình và tiểu luận *Giăng lưới bắt chim* của ông xuất bản năm 2009 nói lên những suy nghĩ độc đáo và sắc sảo của ông về những vấn đề văn học nghệ thuật và xã hội ở Việt Nam.

Truyện ngắn *Nàng Bua* được sáng tác năm 1971, trong thời gian ông dạy học ở miền Tây Bắc, và được đưa vào tập truyện ngắn *Những ngọn gió Hua Tát* xuất bản tại Hà Nội năm 1989. Hua Tát là tên một bản nhỏ có thật của người Thái đen ở Tây Bắc. Truyện ngắn *Nàng Bua* dưới đây được trích nguyên bản từ tập truyện nói trên.

Nàng Bua
Nguyễn Huy Thiệp

Ở Hua Tát có một người đàn bà đặc biệt là Lò Thị Bua. Đi ra đường không ai chào hỏi nàng. "Quỷ dữ đấy! Đừng gần nó!" Các bà mẹ dặn con như thế. Các bà vợ dặn chồng như thế.

Bua là một thiếu phụ duyên dáng. Người nàng cao lớn, đôi hông to khoẻ, thân hình lẳn chắc, bộ ngực nở nang mềm mại. Nàng lúc nào cũng tươi cười, tràn trề thứ ánh sáng cuốn hút lòng người.

Bua ở một mình với chín đứa con của nàng. Không ai biết bố chúng là ai. Ngay với Bua nàng cũng không biết đích xác bố từng đứa một. Rất nhiều người đàn ông đến với nàng rồi sau đó bỏ rơi nàng. Những anh chàng thiếu niên miệng còn hơi sữa chưa đủ kinh nghiệm làm bố, những ông già từng trải, những người thợ săn dũng cảm, những kẻ hà tiện… Mỗi người đến với Bua một cách và họ ra đi cũng chẳng có ai giống nhau. Chuyện tình ái, giống đực thường khôn ngoan và vô trách nhiệm, giống cái thì nhẹ dạ và tận tuỵ quá. Bua nồng nàn với tất cả những người đàn ông đến với nàng và cũng lãnh đạm với tất cả những người đàn ông bỏ rơi nàng. Những đứa con không bố sinh ra tự nàng lo liệu lấy chúng. Bua không quyến luyến, gắn bó với bất cứ người đàn ông nào trong bản. Nàng sống trơ trơ trước mắt mọi người. Nàng có chú ý đến dư luận không, nào ai biết được?

Cái hộ gia đình đông đúc của nàng Bua sống vui vẻ, hoà thuận và nghèo túng. Đàn bà trong bản nổi khùng, họ rít những lời khinh rẻ qua kẽ răng. Thực ra lòng họ sợ hãi. Đàn ông trong bản cười cợt, thèm thuồng. Họ ngồi cạnh nhau quanh các bếp lửa, nước dãi nhỏ ra bên khoé mép, đôi mắt long lanh trơn tuột.

Ở Hua Tát, mọi người đều có gia đình nền nếp của mình. Ai cũng đều phải sống theo phong tục cổ truyền, vợ có chồng, con có bố. Thật chưa bao giờ có một gia đình quái gở thế này! Vợ không chồng! Con không bố! Chín đứa con! Chín đứa mà chẳng đứa nào giống một đứa nào! Những lời đàm tiếu như nạn dịch lan nhanh trong bản. Ở đàn bà, đấy như nạn dịch bọ gà. Ở đàn ông, đấy là nạn dịch sốt… Kẻ bị hành hạ nhiều nhất là đám phụ nữ. Họ buộc cánh đàn ông phải có cách gì giải quyết ổn thoả việc này. Hoặc là phải đuổi Bua đi, hoặc là phải tìm ra bố những đứa trẻ. Sao lại để một gia đình như thế ở trong cộng đồng Hua Tát? Những đứa trẻ lớn lên rồi chúng sẽ trở thành trai bản, gái bản. Chúng sẽ phá vỡ tất cả nền nếp cổ truyền.

Cuộc họp của cánh đàn ông trong bản Hua Tát nhiều lần dự định không thành. Nhiều người đàn ông thấy mình có lỗi ở trong chuyện ấy. Lương tâm họ cắn rứt. Đứng nhận con thì không ai dám. Họ sợ miệng lưỡi của các bà vợ nông nổi, thuỷ chung. Họ sợ dư luận. Đáng sợ hơn cả còn là cuộc sống nghèo túng.

Năm ấy, không hiểu sao rừng Hua Tát củ mài nhiều vô kể. Người ta đào được những củ mài to tướng dễ như bỡn. Những củ mài xốp, thơm hanh hanh và ngậy, ninh lên bở tơi, ăn hơi tê rát vòm miệng rất thú. Nàng Bua và lũ con cũng kéo nhau đi đào. Rừng hào phóng và bao dung với tất cả mọi người.

Một bữa, lần theo rễ củ, Bua và lũ con đào được một cái hũ sành sứt mẻ, nước da lươn đã xỉn vì năm tháng. Bua gạt lớp đất ở miệng hũ sành và nàng ngạc nhiên thấy hũ chứa đầy những thoi vàng, thoi bạc lấp lánh. Bua rụng rời, run rẩy cả người, đầu gối nàng quỵ xuống, những giọt nước mắt sung sướng ràn rụa. Lũ con xúm xít xung quanh, sợ hãi nhìn mẹ.

Thoắt một cái, người đàn bà nghèo khó và bị khinh rẻ trở thành giàu có nhất bản, nhất mường.

Bây giờ, cuộc họp của cánh đàn ông trong bản Hua Tát bàn về Bua không còn cần nữa. Người ta lần lượt tìm đến nhà Bua để nhận con mình. Các bà vợ nông nổi và thuỷ chung giục giã chồng mình đi nhận con về. Hoá ra không phải là chín ông bố, cũng không phải là hai chục nữa. Bọn họ có đến cả năm chục người. Tuy nhiên, Bua không thừa nhận những người đàn ông ấy là bố của những đứa trẻ. Họ đến và ai cũng được một món quà tặng làm vui lòng các bà vợ nền nếp của mình.

Cuối năm ấy, Bua lấy một người thợ săn hiền lành, goá vợ và không con cái. Có lẽ đây mới là tình yêu của nàng vì nàng đã rơi những giọt nước mắt sung sướng và hạnh phúc trong đêm hợp cẩn. Với những người đàn ông trước, ở nàng không có những giọt lệ ấy.

Đáng lẽ Bua sẽ sinh với người chồng được thừa nhận của mình một đứa con nữa, đứa con thứ mười. Nhưng người đàn bà ấy không quen sinh nở trong sự đầy đủ và nền nếp cổ truyền. Nàng đã chết khi trở dạ đẻ giữa đống mền chăn ấm áp.

Đám ma nàng, cả cộng đồng Hua Tát đi đưa. Cả đàn ông, cả đàn bà, cả trẻ con nữa. Người ta tha thứ cho nàng, có lẽ nàng cũng tha thứ cho họ.

Trích trong tập truyện ngắn *Những ngọn gió Hua Tát*
Nhà xuất bản Văn hoá, Hà Nội, 1989

Cánh đồng lúa miền núi Tây Bắc
A rice field in the mountains of Northwest Vietnam

📖 Từ mới

Nguyễn Huy Thiệp 🎧 9-10

miền Tây Bắc *the Northwest of Vietnam including Lai Châu, Lào Cai, Yên Bái and Sơn La provinces*

cục *agency, bureau, administration*
  cục bản đồ *agency of cartography*

điển hình *typical*

dòng *movement (in literature, arts)*

xuất bản *to publish*
  nhà xuất bản *publishing house*

tranh luận *to debate, discuss*

sôi nổi *lively*

phê bình *to criticize; critique*
  nhà phê bình *critic*

tiểu luận *essay (a literary genre)*

giăng *to stretch, spread*
  giăng lưới bắt chim *spread the net to catch birds*

sắc sảo *smart, keen, sharp*

Thái đen *an ethnic group in Vietnam*

trích *to take from*

nguyên bản *original*

nói trên *above mentioned*

Nàng Bua 🎧 9-11

nàng *she, her*

Hua Tát *the name of a small mountain village of the Thái ethnic group*

đàn bà *woman*

chào hỏi *to greet*

quỷ *devil, monster*

dữ *vicious, ferocious, cruel*

dặn *to warn, advise*

thiếu phụ *young woman*

duyên dáng *graceful, charming*

cao lớn *tall*

đôi *pair, couple*

hông *hip, side*
  đôi hông *one's sides*

thân hình *figure, physical appearance*

lẳn *with solid flesh on*

chắc *firm*

ngực *chest, breast*
  bộ ngực *one's breast*

nở nang *well-developed*

mềm mại *lithe, supple*

tươi cười *smiling*

tràn trề *to overflow*

ánh sáng *light*

cuốn hút *to attract*

lòng *heart, feeling*
  lòng người *everyone's heart, feelings*

đích xác *exact, precise; for sure*
  biết đích xác *to know for sure*

đàn ông *man*

bỏ rơi *to abandon*

thiếu niên *teenager (boy)*

miệng còn hơi sữa *someone is very green, someone is still wet behind the ears*

từng trải *to be experienced, have seen a lot of life, have seen a good deal of the world*

săn *to hunt*
  thợ săn *hunter*

hà tiện *stingy*

tình ái *love*

giống đực *(colloquial) male gender*

khôn ngoan *wise, sagacious*

vô trách nhiệm *irresponsible*

giống cái *(colloquial) female gender*

nhẹ dạ *light-minded*

tận tuỵ *to be dedicated to*

nồng nàn *passionate, ardent, fervid*

lãnh đạm *frigid, cold*

lo liệu *to take care of*

quyến luyến *to be deeply attached to*

gắn bó *to be closely bound to, be deeply attached to*

bản *mountain village*

trơ trơ *brazen, shameless*

dư luận *public opinion*

hộ *household*

đông đúc *crowded, large*

hoà thuận *harmonious, united*

túng *short of money*

  nghèo túng *poor*

nổi khùng *to get angry*

rít *to wail, whistle, whizz*

khinh *to disdain, despise, scorn*

  khinh rẻ *to scorn*

kẽ răng *small space between the teeth*

sợ hãi *to fear*

cười cợt *to laugh or smile teasingly*

thèm thuồng *to crave for*

bếp *kitchen*

lửa *fire*

  bếp lửa *kitchen in the countryside*

nước dãi *saliva*

nhỏ *to drop*

khoé *corner*

mép *mouth*

long lanh *to glisten, sparkle*

trơn *slippery, smooth*

  trơn tuột *smooth*

nền nếp *rules and regulations*

quái gở *strange*

đàm tiếu *to criticize behind someone's back*

nạn dịch *epidemic*

lan *to spread out*

bọ *flea*

hành hạ *to torment*

đám *group of people*

cánh *(colloquial) side*

  cánh đàn ông *the men's side*

ổn thoả *to be settled or arranged peacefully*

đuổi đi *to drive away, expel*

phá vỡ *to break*

không thành *unsuccessful; unsuccessfully*

mình *a personal pronoun replacing the previously mentioned subject*

lương tâm *conscience*

cắn rứt *to gnaw*

  lương tâm cắn rứt *to have twinges of conscience*

nhận *to recognize*

lưỡi *tongue*

  miệng lưỡi *talkativeness*

nông nổi *to act lightly, without much thinking*

thuỷ chung/chung thuỷ *loyal, faithful*

củ *bulb (root of a plant or flower)*

  củ mài *oppositifolius yam*

nhiều vô kể *abundant, plentiful*

to tướng *huge*

dễ như bỡn *as easy as [apple] pie, as easy as duck soup, a piece of cake*

xốp *spongy, porous*

thơm *fragrant, aromatic*

  thơm hanh hanh *pleasantly fragrant*

ngậy *tasting deliciously buttery*

ninh *to braise, boil for a long time*

bở tơi *friable, crumbly*

tê *numb*

rát *to burn (of pain)*

vòm miệng *palate (the top part of the inside of the mouth)*

thú *pleasant*

lũ *(colloquial) group of people*

kéo nhau đi *(of a crowd) to move away together*

hào phóng *generous*

bao dung *tolerant*

lần theo *to follow*

rễ *root*

hũ *jar*

sành *earthenware*

sứt mẻ *chipped*

nước da lươn *the brown surface of the jar*

xỉn *to tarnish*

năm tháng *a long time*

gạt *to scrape off*

thoi *ingot*

LESSON 9

lấp lánh *to shine, sparkle*
rụng rời *to be panic-stricken*
run rẩy *to tremble, shiver*
đầu gối *knee*
quỳ xuống *to kneel, collapse*
giọt *drop*
nước mắt *tear*
ràn rụa/giàn giụa *bathed in tears*
xúm xít *to be grouped together*
thoắt một cái *in the twinkling of an eye*
giàu có *wealthy*
mường *district in a mountainous region*
giục giã *to hurry up*
hoá ra *it turns out*
bọn *(derogatory) group of people*
làm vui lòng *to please*
hiền lành *meek, good-natured, kind, meek and mild*

goá *to be widowed*
  goá vợ *to be a widower*
con cái *(collective noun) children*
hợp cẩn *wedding feast (the bride and the bridegroom share a cup of wine)*
lệ *tear*
đáng lẽ ra *instead of*
sinh nở *to give birth*
đầy đủ *well-provided, wealthy*
trở dạ/chuyển dạ *to start to have labor pains*
đẻ *to give birth*
mền chăn *(collective noun) bed clothes and blankets*
đám ma *funeral*
đi đưa [đám] *to follow the funeral procession*
tha thứ *to forgive*

Phụ nữ dân tộc Hmong
A woman of the Hmong ethnic group

🔍 Ngữ pháp & cách dùng từ 🎧 9-12

10. **Công tác**

The word **công tác** functions as a noun and as a verb. The noun **công tác** has the same meaning as **công việc** "work, job," and is used chiefly in formal Vietnamese:

Anh ấy luôn luôn hoàn thành công tác được giao.

He always does excellent work.

The verb **công tác** is a synonym of **làm việc** and is also used in formal Vietnamese:

Ông ấy công tác ở Bộ Giáo dục và Đào tạo từ hai mươi năm nay.

He has worked in the Ministry of Education and Training for twenty years.

Note that the verb **công tác** is used with the preposition **ở** or **tại** to refer to one's workplace. When the English to work is used with a noun to refer to one's occupation, the verb **làm** is used:

Bà ấy làm bác sĩ ở bệnh viện này từ hai mươi năm nay.

She has been working as a doctor at this hospital for twenty years.

11. **Không** + question word

The construction negation + verb + question word + [**cả**] was introduced in Lesson 10 of *Elementary Vietnamese*. The question word in this construction usually functions as an object or an adverb. **Không** can be placed before some question words to form negative pronouns and adverbs such as **không [có] ai** "nobody, no one," **không [có] gì** "nothing," **không ở đâu** "nowhere," **không người nào** "no one," "nobody" and **không** + (classifier) noun + **nào**. These question words together with **không** function as the subject of a sentence:

Hôm qua tôi gọi điện cho anh nhưng không [có] ai trả lời.

I tried to call you yesterday, but no one answered.

Viết về văn hoá Việt Nam, tôi thấy không [có] quyển sách nào hay như quyển này.

I have found this book the best one on Vietnamese culture. (Literally: I saw no book which would be so good as this one.)

The number **một** may be placed before **ai** and before the classifier or noun which is followed by **nào** to emphasize the negation:

Hôm qua tôi gọi điện cho anh nhưng không [có] một ai trả lời.

Viết về văn hoá Việt Nam, tôi thấy không [có] một quyển sách nào hay như quyển này.

12. **Nàng** and **chàng**

Nàng is used chiefly in literature and poetry to denote a young woman who is respected. It functions as the third personal pronoun, but sometimes is used as a form of address. **Nàng** may be used before some nouns to form set expressions: **nàng tiên** "fairy," **nàng công chúa** "princess." Its counterpart referring to a male is **chàng**: **chàng thanh niên** "a young man," **chàng hoàng tử** "prince."

13. **Dặn**

The verb **dặn** is used when someone is going to leave and wants to tell (an)other person(s) to do something or to warn (an)other person(s) of something or not to do something:

Trước khi đi họp, ông trưởng phòng dặn chúng tôi phải làm xong việc mới được về.

Before leaving for the meeting, our boss warned that we cannot go home until we finish our job.

Mẹ tôi dặn tôi không được đi vào trung tâm thành phố một mình.
My mother warned me not to go to downtown alone.

14. **Anh chàng**

Anh chàng is used jokingly or derogatorily for a young man:
Anh chàng vui tính ấy đâu rồi? Lâu ngày không gặp.
Where is the cheerful guy? I haven't seen him for a while.

15. **Kẻ**

Kẻ is used before a verb or a noun to form a noun which indicates a person who is doing something expressed by the verb or whose characteristics are denoted by the adjective. Nouns with **kẻ** always have a derogative connotation. For example: **kẻ cắp** "thief," **kẻ gian** "evil-doer," **kẻ cướp** "robber," **kẻ xu nịnh** "flatterer," **kẻ trộm** "burglar."

16. **Nào ai**

The particle **nào** is placed at the beginning of a question with the interrogative **ai** to convey the negation. For instance: the question **Ai thấy?** means "Who can see that?" The rhetoric question <u>**Nào**</u> **ai thấy?** means "No one can see that."

17. **Đuổi**

The verb **đuổi** has three meanings.
1) "to drive away;" with this meaning **đuổi** is usually used with the word **đi**, which follows the object:
   Đừng đuổi con chó đi.
   Don't drive away the dog.
2) "to expel":
   Nó bị đuổi học.
   He has been expelled from school.
   With this meaning, **ra khỏi** is used for the English "from":
   Nó bị đuổi ra khỏi câu lạc bộ.
   He has been expelled from the club.
3) "to chase, run after;" with this meaning **đuổi** may be used with the word **theo** which immediately follows the verb **đuổi**:
   Cảnh sát đang đuổi theo kẻ cướp.
   Police are chasing a robber.

Thành phố Sapa, tỉnh Lào Cai
Town of Sapa in Lào Cai Province

18. **Sao lại**

Sao lại, meaning "why," is used to form a question which expresses the speaker's surprise. The word **lại** follows the subject of the question. It is similar to the English idioms "why in the world," "why on earth":

Sao anh lại làm thế?

Why in the world did you do that?

19. **Mình**

The pronoun **mình** replaces the personal pronoun which functions as the subject of the sentence:

Nhiều người đàn ông thấy mình có lỗi trong chuyện ấy.

Many men felt that they were guilty in that story.

The pronoun **mình** may be used as an object of a verb and corresponds to the English reflexive pronouns "myself, yourself, himself, herself, ourselves, yourselves, themselves":

Anh ấy không thích nói về mình.

He does not want to talk about himself.

20. **Không hiểu sao**

The phrase **không hiểu sao** is used at the beginning of a sentence in which the reason for what the speaker is talking about is unclear to him or her:

Không hiểu sao tôi cảm thấy chóng mặt.

I don't know why I am feeling dizzy.

Không hiểu sao mấy hôm nay trời nóng quá.

I don't know why it is so hot these days.

21. **Dễ như bỡn**

The idiom **dễ như bỡn** is used in informal Vietnamese as an adjective with the meaning "as easy as [apple] pie," "as easy as duck soup," "a piece of cake":

Leo lên quả núi ấy dễ như bỡn.

Climbing that mountain is as easy as apple pie/a piece of cake.

22. The phrase **năm tháng** has the meaning "time, (many) years and months":

Năm tháng trôi qua rất nhanh.

Time is passing very fast.

23. **Cả**

The word **cả** is used in some idiomatically set phrases where it follows a verb denoting a physical condition and precedes a noun with the meaning of a body part. The phrases emphasize the physical conditions: **nhức cả đầu** "to have headache," **chóng cả mặt** "to be dizzy," **mỏi cả chân** "someone's legs are tired," **đau cả bụng** "to have a stomach ache" or "one's sides ache" in the idiom **cười đau cả bụng** "to laugh till one's sides ache," **mờ cả mắt** "someone's eyes are blurred" in the idiom **đói mờ cả mắt** "to be starving, feel pangs of hunger."

24. **Đáng lẽ [ra]**

This phrase introduces a conditional sentence in which an action should have taken place but it did not:

Đáng lẽ [ra] anh ấy phải đến đây từ hôm qua.

He should have arrived here yesterday (but he did not).

Đáng lẽ [ra] cô ấy tốt nghiệp đại học năm nay, nhưng cô ấy bị ốm phải nghỉ một năm nên sang năm mới tốt nghiệp.

She should have graduated from college this year, but she took a sick leave for one year, so she will not graduate until next year.

Đúng ra conveys the same meaning as **đáng lẽ [ra]**. Note that **ra** in **đúng ra** is mandatory, unlike **ra** in **đáng lẽ [ra]**, which is optional. **Đúng ra** and **đáng lẽ [ra]** are interchangeable:

Đúng ra anh ấy phải đến đây từ hôm qua.

Đúng ra cô ấy tốt nghiệp đại học năm nay …

25. **Object[,] + subject + verb**

In the sentence **Đám ma nàng, cả cộng đồng Hua Tát đi đưa** the object **đám ma nàng** is placed at the beginning to be emphasized. The inversion is common in both formal and informal Vietnamese, and used in affirmative as well as negative statements:

Quyển sách này [,] tôi đọc rồi.

I did/have read this book.

Quyển sách này [,] tôi chưa đọc.

I didn't/haven't read this book.

📋 Drills

A. Use **công tác** and **làm** to translate the following sentences.

1. She graduated from college two years ago and has been working for an investment bank since then.
2. In addition to teaching, research work is very important for a faculty member at a university.
3. When did you start work at this company?
4. She works as an engineer for this US-Vietnamese automobile joint venture.
5. He has been working at the Ministry of Planning and Investments since it was established.
6. He was a professor at Hanoi National University from 1994 to 2009.
7. Prime Minister stressed the importance of the work on administrative reforms in Vietnam.
8. She works as a secretary at the company's office in Hanoi.

B. Use the construction **không** + question word to give negative answers to the following questions. Add the emphatic **một** where it is possible.

ᴇxᴀᴍᴘʟᴇ: **Hôm qua chị gọi điện cho ông ấy, có ai trả lời không?**

_____

→   **Hôm qua chị gọi điện cho ông ấy, có ai trả lời không?**
Không [có] một ai trả lời cả.

1. **Tuần này có rạp nào chiếu phim Việt Nam không?**

_____

2. **Ngày mai có ai đưa các bạn đi thăm Bảo tàng Lịch sử không?**

_____

3. **Trong khu phố này, ở đâu có nhà hàng Việt Nam?**

_____

4. **Theo bạn, phong tục nào của người Mỹ giống phong tục này?**

_____

5. **Chị có biết gia đình nào ở đây cho thuê phòng không?**

_____

6. **Ngoài những người thân trong gia đình chị ra, còn có ai đến ăn giỗ không?**

_____

7. **Có người nào trong số chúng ta nhớ số di động của anh ấy không?**

_____

8. **Anh thấy ở đây đã năm nào mưa nhiều như năm nay chưa?**

_____

9. **Có ai giải thích được phong tục này bắt nguồn từ đâu không?**

_____

10. **Đã có nhà nghiên cứu nào viết về vấn đề ấy chưa?**

_____

Phụ nữ dân tộc Thái làm nghề thủ công
A woman of the Thái ethnic group making a handicraft product

C. Make the following statements using

dặn
1. He told me not to forget to reply (**trả lời**) to her email.
2. The mother told her son to finish his homework before going to play soccer.
3. My doctor told me to take this medicine three times a day.

đuổi
4. The farmers tried to drive the birds away from the rice fields.
5. He has been expelled from the soccer team because he has skipped too many practices (**buổi tập**) over the last two months.
6. My dog likes chasing my cats.

D. Use **sao lại** to make up questions so that the following sentences could be the responses to them.

>   EXAMPLE: _____?
>   **Tôi làm thế vì tôi không còn cách nào khác.**

>   → **Sao anh lại làm thế?**
>   **Tôi làm thế vì tôi không còn cách nào khác.**

1. _____?
    Tôi đến muộn vì đường bị tắc lâu quá.

2. _____?
    Chúng tôi bị lạc vì không ai trong số chúng tôi quen đường ở khu phố này cả.

3. _____?
    Tôi định đi du lịch lên núi Yên Tử vào tháng này vì trên ấy tháng này không đông người.

4. _____?
    Lễ hỏi và lễ cưới của họ cách nhau lâu thế vì gia đình họ theo truyền thống lễ hỏi và lễ cưới phải cách nhau ít nhất một năm.

5. _____?
    Tôi sẽ bỏ hẳn mấy ngày để thăm Bảo tàng Lịch sử vì tôi chuyên về lịch sử Việt Nam mà.

6. _____?
    Người ta gọi mầu tím ấy là mầu tím Huế vì chỉ Huế mới có mầu tím ấy thôi.

7. _____?
    Công ty ấy phải khai phá sản vì không cạnh tranh được với các công ty khác.

8. _____?
   Tôi không phải trả lệ phí tài khoản cá nhân vì tôi duy trì được số dư tối thiểu trong tài khoản của mình.

9. _____?
   Tôi không có hộ chiếu vì tôi bị mất hộ chiếu, đang xin cấp lại.

10. _____?
    Tôi mở quà trước mặt người tặng quà vì tôi theo phong tục châu Âu chứ không theo phong tục Việt Nam.

E. Use **mình** to complete the following sentences.

1. **Nói xong, tôi mới biết là** (I was wrong).
2. **Chị ấy chỉ có thể lái** (her car)**, không thể lái xe của người khác.**
3. **Anh ấy hay tự** (praises himself).
4. **Chiều nay đánh bóng bàn, tôi sẽ chuẩn bị lưới và bóng, các bạn** (remember to bring your rackets).
5. **Mỗi dân tộc ở miền Tây Bắc có** (their own customs).
6. **Anh làm việc ấy là làm** (for yourself, not for the others).
7. **Bà ấy bao giờ cũng nghĩ đến người khác trước rồi sau đó mới nghĩ** (about herself).
8. (She believes that she) **làm như thế là đúng.**
9. **Tôi khuyên các bạn mỗi người nên có** (your own account in the bank).
10. **Thỉnh thoảng ông ấy ngồi một mình nói gì đó** (as if he is talking to himself).

F. Fill in the blanks with **nhức cả đầu, chóng cả mặt, mỏi cả chân, đau cả bụng, mờ cả mắt.**

1. **Anh ấy kể chuyện rất vui, mỗi lần nghe anh ấy kể chúng tôi cười** _____

2. **Từ tầng hai mươi, tôi nhìn qua cửa sổ xuống đường thấy** _____

3. **Họ mở nhạc to quá, tôi nghe một lúc thấy** _____**, phải đi ra khỏi phòng.**

4. **Tôi đói** _____ **nên phải tìm một nhà hàng để ăn ngay lúc ấy.**

5. **Chúng tôi đi tham quan Hoàng Cung suốt cả ngày hôm nay, bây giờ** _____

G. Complete the following sentences.

1. **Đáng lẽ ra** _____ **nhưng bây giờ vẫn chưa thấy cô ấy đâu cả.**

2. **Đúng ra hôm nay chúng tôi được nghỉ nhưng** _____

3. Đáng lẽ ra _____ nhưng năm ngoái chị ấy đi công tác xa khá lâu nên bây giờ mới bảo vệ luận án.

4. Đúng ra tháng này thời tiết phải ấm lên rồi nhưng _____

5. Đúng ra _____ nhưng ngôi chùa bị chiến tranh tàn phá hoàn toàn nên người ta xây dựng khách sạn cao tầng này.

6. Đáng lẽ ra tôi không đi với các bạn đâu vì thời gian này tôi bận lắm nhưng _____

7. Đúng ra tối nay _____ nhưng trời mưa nên chuyến đi thuyền nghe hò Huế trên sông Hương được thay bằng chuyến đi nghe nhạc trong Hoàng Cung.

8. Đúng ra gian này có nhiều hiện vật lắm nhưng hiện giờ _____

9. Đáng lẽ ra _____ nhưng một số máy ATM của ngân hàng tôi có tài khoản bị hỏng nên tôi phải rút tiền từ máy ATM của ngân hàng khác, chịu trả một ít lệ phí.

10. Đúng ra tôi phải ghi địa chỉ của mình ở Việt Nam trong tờ khai nhập cảnh nhưng _____

H. Use the inversion to give either positive or negative answers to the following questions.

EXAMPLE: **Anh chưa đọc quyển sách này à?**

_____

→ **Anh chưa đọc quyển sách này à?**
Quyển sách này tôi đọc rồi.

1. **Chị đã đi thăm lăng vua Tự Đức chưa?**

_____

2. **Anh không có điện thoại di động à?**

_____

3. **Các bạn đã bao giờ nghe nói đến nón bài thơ chưa?**

_____

4. **Phòng chị thuê có điều hoà thì ai trả tiền điện?**

_____

5. **Cậu có bản đồ phố cổ không?**

_____

Nhà của người Thái, tỉnh Lào Cai
A house of the Thái ethnic group in Lào Cai Province

6. **Chị có biết gì về các khối thi đại học không?**

   _____

7. **Các bạn đã chuẩn bị quà đi ăn sinh nhật Hiền chưa?**

   _____

8. **Anh có quen với các từ chỉ họ hàng của người Nam không?**

   _____

9. **Anh có hay xem trên ti vi chương trình Những bài hát được nhiều người yêu thích không?**

   _____

10. **Cậu đã tập vovinam bao giờ chưa?**

   _____

🎧 9-13

I. First read the words and phrases below. Then listen to the speaker on the audio track and repeat the words and phrases. Pay close attention to 1) two- (or more) syllable words, whose syllables should be spoken together; 2) the pronunciation of the words that have similar sounds but differ in meaning and usage.

1. xuất sắc, nhà văn xuất sắc, truyện ngắn xuất sắc, xuất khẩu, xuất khẩu sản phẩm nông nghiệp, sản xuất, sản xuất máy vi tính
2. nguyên bản, trích nguyên bản, đọc nguyên bản, nguyên nhân, nguyên nhân thất bại
3. tiểu luận, tập tiểu luận, dư luận, dư luận xã hội, chú ý đến dư luận, thảo luận, tham gia thảo luận, luận án, viết luận án, luận văn, luận văn tốt nghiệp
4. hào phóng, người hào phóng, giải phóng, giải phóng đất nước

J. Based on the content of the short story **Nàng Bua**, give answers to the following questions.

1. **Chuyện Nàng Bua xẩy ra ở đâu?**
2. **Tác giả miêu tả nàng Bua như thế nào?**
3. **Nàng Bua sống với ai?**
4. **Những người đàn ông đã đến với nàng Bua là những ai?**
5. **Ai lo liệu cho những đứa con của nàng Bua?**
6. **Tại sao nàng Bua không quyến luyến, gắn bó với bất cứ người đàn ông nào trong bản?**
7. **Tại sao đàn bà trong bản sợ hãi khi nghĩ đến nàng Bua?**
8. **Người dân trong bản Hua Tát nghĩ về gia đình nàng Bua như thế nào?**
9. **Phụ nữ trong bản buộc đàn ông phải làm gì?**
10. **Tại sao họ không muốn để gia đình nàng Bua sống ở bản Hua Tát?**
11. **Tại sao cuộc họp của những người đàn ông trong bản bàn về gia đình nàng Bua nhiều lần dự định không thành?**
12. **Tác giả muốn nói gì khi viết "rừng hào phóng và bao dung với tất cả mọi người"?**

13. **Nàng Bua và các con đào được cái gì?**
14. **Tại sao bây giờ cuộc họp bàn về nàng Bua không còn cần nữa?**
15. **Nàng Bua có thừa nhận ai là bố của những đứa con của mình không?**
16. **Tại sao có thể nói nàng Bua đã tìm thấy tình yêu và hạnh phúc với người thợ săn hiền lành?**
17. **Theo bạn, tại sao tác giả để nàng Bua chết?**
18. **Tại sao cả cộng đồng Hua Tát đi đưa tang nàng Bua?**

✏ Exercises

1. Retell a short story you like best.
2. Use the dictionary to read the following excerpt taken from book **Tiếng Bru – Vân Kiều** by Hoàng Văn Ma and Tạ Văn Thông, published by Nhà xuất bản Khoa học xã hội, Hà Nội, 1998.

1.1. Dân tộc Bru - Vân Kiều

Theo các tài liệu hiện có, Bru, hay Brôu, Vân Kiều, Bru - Vân Kiều... là những tên gọi khác nhau của một dân tộc được coi là có số dân đông nhất (chừng mười vạn người) trong số các dân tộc thuộc nhóm ngôn ngữ Mon - Khmer ở miền trung Đông Dương. Họ sinh sống trên một địa bàn rộng lớn, từ lưu vực sông Mê Công đến sườn núi phía đông của dãy Trường Sơn. Ở Lào, họ có khoảng 4 vạn người sống ở các tỉnh Khăm Muộn, Savannakhet, Salavan..; ở Thái Lan, họ tập trung ở miền đông bắc, vùng Mường U, Mường Sa Man... Ở Việt Nam, họ được coi là một trong những dân tộc có số lượng đông ở vùng Trường Sơn (khoảng 32000 người), tập trung ở các tỉnh Quảng Trị, Quảng Bình, Thừa Thiên - Huế. Ngoài ra, hiện có một số người Bru - Vân Kiều đang sống ở huyện Krông Pách của tỉnh Đắc Lắc.

Theo các nhà dân tộc học, tên gọi của dân tộc này và phạm vi của tên gọi ấy còn đặt ra nhiều vấn đề cho giới nghiên cứu cũng như thực tiễn công tác dân tộc trong vùng.

Bạn cần biết

Vietnam's population is comprised of fifty-four ethnic groups. Their languages belong to the Austroasiatic family of languages (including the Việt-Mường group and the Môn-Khmer group), the Tai-Kadai family of languages, the Austronesian family of languages and the Sino-Tibetan family of languages.

Việt group, also called **người Kinh**, makes up the great majority (about 87% of the population) and is concentrated in the deltas of the major rivers such as the Red River (**sông Hồng**), the Mã River, the Mekong River (**sông Cửu Long**), and along the coastline. Several other groups number around a million people, including **Tày**, **Thái**, **Mường**, **Khmer** and Chinese (**người Hoa**), whereas some groups have only few hundred people, such as **Pu Peo** in Hà Giang Province (400 people), **Brau** and **Romam** in the Central plateau (250 people each), and **Odu** in Nghệ An Province (100).

The schools of a number of ethnic minorities teach their native languages along with Vietnamese. The writing systems have been created for several ethnic groups as well.

Tục ngữ 🎧 9-14

Nhập gia tuỳ tục, đáo giang tuỳ khúc.
When in Rome, do as the Romans do. (Literally: When entering a house, you should follow the traditions of the house, when entering a river, you should enter in a safe place.)

Trẻ em dân tộc Hmong
Children of the Hmong ethnic group

Vietnamese Poetry

🔍 **Grammar & Usage Focus**

1. Adverb **trước**.
2. Phrase **bao nhiêu là** with the meaning "how much!", "how many!"
3. Phrase **quả thật là** with the meaning "really, truly, indeed."
4. Noun **thời buổi**.
5. **Chứ** before a negation.
6. **Sâu** and **sâu sắc**, **khó** and **khó khăn**, **nặng** and **nặng nề**.
7. **Đại diện** as a verb and as a noun.
8. **Ngày nay** vs. **ngày này**, **năm nay** vs. **năm này**.
9. Construction **bao nhiêu … bấy nhiêu …**
10. **Khi còn bé/khi còn nhỏ** vs. **khi còn trẻ**.
11. Verbs **tập kết, di cư, tản cư, sơ tán, di tản, vượt biên**.
12. Adjective **giàu**.

Phần 1

💬 **Đối thoại 1** 🎧 10-1

Tham dự Ngày thơ tại Văn Miếu

A: **Chương trình** *Ngày thơ* **năm nay phong phú quá, chị nhỉ? Mình đi đâu trước bây giờ?**

B: **Theo tôi, mình nên đến sân thơ của các nhà thơ đã nổi tiếng trước rồi sang sân thơ của các nhà thơ trẻ, sau đó ghé sân thơ trào phúng.**

A: **Chị xem kìa, bao nhiêu là bóng bay! Hình như các dải lụa có ghi thơ ở trên ấy phải không chị?**

B: Vâng, mỗi dải lụa có ghi một câu thơ của một nhà thơ nổi tiếng đấy.

A: Còn đoàn mấy chục em học sinh đi đâu thế chị?

B: Các em đi cùng với thầy cô giáo đến để học cách thưởng thức thơ và để được gặp các nhà thơ nổi tiếng hôm nay có mặt ở đây.

A: Hay quá! Người Việt Nam quả thật là yêu thơ.

B: Ngày xưa thì đúng như thế, nhưng thời buổi làm ăn kinh tế bây giờ, số người yêu thơ, đọc thơ, biết thưởng thức thơ ngày càng ít đi.

A: Sân khấu trang trí đẹp quá! Cành hoa đào hợp với khung cảnh của *Ngày thơ*.

B: Anh nhận xét rất đúng. Đấy là một trong những lý do tại sao người ta tổ chức *Ngày thơ* vào rằm tháng giêng. Đào bây giờ mới nở là đào nở muộn anh ạ.

A: Tiết mục trình diễn thơ này hay hơn tiết mục trước, chị a.

B: Có lẽ vì anh thích nhạc hiện đại nên anh thích tiết mục này hơn, chứ tôi thì tôi thấy khó chấp nhận việc dùng nhạc hiện đại để minh hoạ cho thơ lắm.

A: Có lẽ vì tôi chưa hiểu hết tiết mục trước.

B: Người Việt Nam chúng tôi gọi tiết mục trước là ngâm thơ. Phải là nghệ sĩ chuyên nghiệp mới ngâm được, nhạc đệm cũng phải là nhạc cụ dân tộc.

A: Theo tôi hiểu thì hát tân nhạc phải dùng giọng Hà Nội, hát chèo phải dùng giọng miền Bắc, hát cải lương phải dùng giọng Nam bộ. Thế ngâm thơ thì dùng giọng gì hở chị?

B: Giọng vùng nào cũng được, nhưng ngâm thơ hay nhất vẫn là giọng Huế.

A: Mình sang xem ông cụ ngồi kia viết thư pháp đi chị. Trông ông cụ có nét gì đó của *Ông đồ* trong thơ *Vũ Đình Liên*.[1]

B: Vâng, tôi biết anh mê *Thơ mới* lắm. Mình sẽ dành hẳn một buổi để nói chuyện về *Thơ mới*.

Sân thơ trong Văn Miếu
Yard of Poetry in the Temple of Literature

---

1. **Vũ Đình Liên (1913–1996)**, nhà thơ Việt Nam, tác giả bài thơ *Ông đồ* (1936).

 **Đối thoại 2** 🎧 10-2

Nói chuyện về Thơ mới

A: **A: Hôm nay mình nói chuyện về** *Thơ mới* **là đúng với chuyên ngành của chị nhé.**

B: **Thực ra, chuyên ngành hẹp của tôi là giai đoạn văn thơ trước** *Thơ mới* **một thời gian ngắn. Nhưng tôi sẽ cố gắng trả lời các câu hỏi của anh.**

A: **Tại sao** *Thơ mới* **ra đời vào đầu những năm 1930 mà không phải sớm hơn hay muộn hơn?**

B: **Vì vào thời điểm ấy, lớp trí thức đầu tiên của Việt Nam do người Pháp đào tạo bắt đầu trưởng thành. Nhiều người sử dụng thông thạo tiếng Pháp như tiếng mẹ đẻ, tiếp thu những truyền thống tốt đẹp nhất của văn hoá châu Âu nói chung, văn học, thi ca châu Âu nói riêng, trước hết là văn hoá, văn học và thi ca Pháp.**

A: **Có nghĩa là họ chịu ảnh hưởng của thơ Pháp để đi đến những cải cách đối với thơ Việt Nam à?**

B: **Vâng. Thơ Pháp, văn học Pháp có ảnh hưởng sâu sắc và toàn diện đối với thơ Việt Nam, văn học Việt Nam thời ấy. Từ đó xuất hiện nền văn học và thi ca Việt Nam hiện đại mà chúng ta có ngày nay.**

A: **Ai là người khởi xướng** *Thơ mới?*

B: *Phan Khôi* **với bài thơ** *Tình già* **năm 1932. Anh để ý nhé, cũng vào năm này** *Tự lực văn đoàn* **đại diện cho dòng văn học lãng mạn được thành lập. Những tác phẩm đầu tiên của các nhà văn hiện thực xuất sắc như** *Nguyễn Công Hoan, Ngô Tất Tố, Nam Cao* **cũng xuất hiện vào thời kỳ này.**

A: **Đúng là ảnh hưởng toàn diện. Tôi nhớ những ca khúc đầu tiên của nền tân nhạc Việt Nam cũng ra đời vào những năm này.**

B: **Vào thời kỳ này, người Việt Nam còn bắt đầu làm quen với nền âm nhạc cổ điển phương Tây và nền hội hoạ phương Tây nữa. Trường Mỹ thuật Đông Dương được thành lập từ năm 1925.**

A: **Nhưng tại sao lại gọi là** *Thơ mới?*

B: **Vì nó mới cả về nội dung lẫn hình thức và ngôn ngữ.**

A: **Các nhà thơ trong phong trào** *Thơ mới* **viết về gì?**

B: **Chủ đề của** *Thơ mới* **phong phú lắm, từ tình yêu đến cảnh đẹp thiên nhiên, từ những câu chuyện cổ tích xa xưa đến những câu chuyện đời thường ở nông thôn Việt Nam. Có thể nói, có bao nhiêu nhà thơ thì có bấy nhiêu chủ đề sáng tác.**

📖 Từ mới

Đối thoại 1 🎧 10-3	
trào phúng *satire*	**rằm** *full-moon*
bóng bay *(hot air) balloon*	**ngày rằm** *the fifteenth day of the lunar month*
dải *band*	
quả thật là *really, truly*	**tiết mục** *number, item*
thời buổi *times*	**minh hoạ** *to illustrate*
trang trí *to decorate*	**ngâm thơ** *to recite a poem in chanting voice*
cành *branch, twig*	**nhạc cụ** *musical instrument*
đào *peach, cherry*	**thư pháp** *calligraphy*
hợp với *to fit, be appropriate*	**ông đồ** *teacher of classical Chinese in the past*
khung cảnh *atmosphere*	
nhận xét *to comment, judge*	**mê** *to like very much, have a passion for*
lý do *reason*	

Đối thoại 2 🎧 10-4	
lớp *class, circle*	**đại diện** *representative*
trí thức *intellectuals, intelligentsia*	**đại diện cho** *to represent*
trưởng thành *fully developed, mature*	**tác phẩm** *work (in literature, poetry, arts)*
thông thạo *ably, skillfully*	**ra đời** *to be born, be created*
sử dụng thông thạo *to have a good command of*	**âm nhạc** *music (as a field of art)*
	hội hoạ *painting (as a field of art)*
thi ca *(collective noun) poetry*	**phong trào** *movement*
chịu ảnh hưởng của *to be influenced by*	**chủ đề** *topic*
sâu sắc *profound*	**cổ tích** *fairy tale*
toàn diện *thorough, all-around*	**đời thường** *everyday life*
tình *love*	**bao nhiêu … bấy nhiêu …** *as many/much as*
Tự lực văn đoàn *the romantic movement in Vietnamese literature in the 1930s and 1940s (literally: self-reliant writers' group)*	

Sân thơ trong Văn Miếu
Yard of poetry in the Temple of Literature

🔍 Ngữ pháp & cách dùng từ 🎧 10-5

1. **Trước**

The preposition **trước** with the meanings "before" and "in front of" was introduced in Lesson 9 and Lesson 10 of *Elementary Vietnamese*. This word can be used as an adverb meaning "first, before anything else, in advance." Its opposite is **sau** meaning "later, afterwards, and then." With this function **trước** and **sau** are placed after the verb phrase:

Người Việt Nam thường ăn cơm với các món không có nước trước, ăn canh sau.

Vietnamese usually eat rice with dishes with no liquid first, and then have soup.

Xin cám ơn chị trước.

Thank you in advance.

Mình đi đâu trước bây giờ?

Where should we go first now?

2. **Bao nhiêu là**

In spoken Vietnamese this expression functions as an adverb and is used as an exclamation denoting a large number of something. It is placed before a noun:

Tuần này có bao nhiêu là bài tập về nhà!

How many homework assignments we have this week!

Chị xem kìa, bao nhiêu là bóng bay!

Look, how many balloons!

3. **Quả thật là**

This adverb of degree meaning "really, truly, indeed" is inserted between the subject and the predicate to emphasize an actual fact:

Ngày hôm nay quả thật là lạnh.

Today is really cold.

Tôi quả thật là không biết chuyện ấy.

I really don't know that.

4. **Thời buổi**

This noun is used with **này, ấy, ngày nay, bây giờ** to refer to something that is characteristic of a particular period of time:

Thời buổi này tìm đâu ra người thưởng thức nhạc cổ điển.

You could hardly find people who really enjoy listening to classical music nowadays.

Thời buổi làm ăn kinh tế bây giờ, số người yêu thơ ngày càng ít đi.

These days people focus on doing business, so there are fewer and fewer people who are interested in poetry.

5. **Chứ**

This word was introduced in Lesson 14 of *Elementary Vietnamese* with the meaning of negating a second part of the two similar parts of a sentence:

> **Sau khi tốt nghiệp đại học, anh ấy đi làm cho một công ty lớn chứ không học tiếp cao học.**
>
> *After graduating from college, he did not go to graduate school. He went to work for a big company instead.*

The two parts of this sentence have the same subject (**anh ấy**). **Chứ** may be used in a sentence with two different subjects to convey the sense that what is done by the second subject (which is placed after **chứ**) is different from what is done by the first subject:

> **Chị đồng ý với anh ấy chứ tôi không đồng ý.**
>
> *You agree with him, but I don't.*
>
> **Anh thích tiết mục ấy chứ tôi không thích.**
>
> *You liked that number, but I didn't.*

Thì + second subject may follow the second subject to emphasize the difference:

> **Anh thích tiết mục ấy chứ tôi thì tôi không thích.**

6. **Sâu** and **sâu sắc**, **khó** and **khó khăn**, **nặng** and **nặng nề**

A reduplicative adjective usually conveys a more abstract meaning than the adjective from which it is derived:

> **con sông sâu**
>
> *a deep river*
>
> **bài thơ có ý nghĩa sâu sắc**
>
> *a poem conveying a profound meaning*
>
> **bài toán khó**
>
> *a hard math problem*
>
> **thời buổi khó khăn**
>
> *hard times*
>
> **cái bàn nặng**
>
> *a heavy desk*
>
> **cuộc sống nặng nề**
>
> *a hard life*
>
> (See Reduplication in Lesson 13 of *Elementary Vietnamese*.)

7. **Đại diện**

The word **đại diện** functions either as a verb or as a noun. The verb **đại diện**, meaning "to represent," is used with the preposition **cho**:

> **Ông ấy đại diện cho trường Đại học Quốc gia Hà Nội tham dự hội nghị.**
>
> *He represents Hanoi National University at the conference.*

The noun **đại diện** has the meaning "representative" and takes the preposition **của** before the noun referring to the organization the person represents:

Ông ấy là đại diện của trường đại học Hà Nội tại hội nghị.

He is the representative of Hanoi National University at the conference.

8. **Ngày nay** vs. **ngày này, năm nay** vs. **năm này**

Some nouns denoting a time period precede **nay** (with the mid-level tone) to denote "this": **ngày nay** "now, nowadays," **năm nay** "this year." When they are used before the demonstrative **này** (with the low-falling tone), they refer to an action that took place in the past, or to an action that will take place at a point in the future. The action has already been mentioned or is understood:

Thứ ba tuần sau chúng tôi đi Huế. Cũng vào ngày này cô ấy ở Mỹ sang đây.

We are traveling to Huế next Tuesday. On the same day she will come here from the U.S.A.

Tự lực văn đoàn cũng được thành lập vào năm này.

The Self-Reliant Writers' Group was founded in the same year.

9. **Bao nhiêu ... bấy nhiêu ...**

This construction conveys the sense that the second action (in the **bấy nhiêu** part) is performed by the same number of people as the first action (in the **bao nhiêu** part), or the second action is turned towards the same number of objects as the first one (compare to the construction **... đến đâu ... đến đấy** in Lesson 9, Part 1):

Bao nhiêu người đến họp thì bấy nhiêu người tham gia thảo luận.

As many people participated in the discussion as came to attend the meeting.

Anh viết được bao nhiêu bài thì nộp bấy nhiêu bài.

You should turn in as many papers as you have written.

Một số cách nói thường dùng 🎧 10-6

Mình đi đâu trước bây giờ?	*Where should we go first now?*
Chị xem kìa, bao nhiêu là bóng bay.	*Look, how many balloons!*
Anh nhận xét rất đúng.	*You're absolutely right.*
Theo tôi hiểu thì...	*As far as I understand...*

📝 Drills

A. Use **trước** and **sau** to make up the following sentences.

1. You should call him first, otherwise he may not be in his office.
2. The others will come to the party later.
3. I will finish my work first and have a rest afterwards.
4. You never know in advance what will happen.
5. Should the rent be paid in advance or at the end of the month?

6. Let's go to see the movie first and eat afterwards.
7. Could you tell us in advance what historic sites we will see next week?
8. When reading a newspaper, I always read the latest news (**tin mới nhận được**) first.
9. I'm in a rush now, I'll talk to you on this issue later.
10. You should read the entire poem first to have some idea what the author is talking about, and then you will try to understand every word of the poem.

B. Use **bao nhiêu là** before a noun or a noun phrase to change the following statements.

   EXAMPLE: **Tuần này có nhiều bài tập về nhà lắm.**

   ⟶   **Tuần này có bao nhiêu là bài tập về nhà.**

1. **Chị ấy có rất nhiều sách hay.**
2. **Chúng tôi đã đi du lịch nhiều nơi ở Việt Nam.**
3. **Hôm nay tôi làm được nhiều việc lắm.**
4. **Bạn tôi thuộc rất nhiều thơ của các nhà thơ trong phong trào Thơ mới.**
5. **Anh có thấy nhiều người chờ mua vé vào xem vở cải lương không?**
6. **Hôm sinh nhật, người ta tặng chị ấy nhiều quà lắm.**
7. **Tôi thấy nhiều người đến ăn giỗ ông ngoại chị quá.**
8. **Các đường phố chính bị tắc, rất nhiều xe phải đứng một chỗ, không đi được.**
9. **Gia đình nhà trai nhiều người đến đón dâu quá.**
10. **Sau khi bảo vệ thành công xuất sắc luận văn tiến sĩ, chị ấy được nhiều người chúc mừng.**

C. Use **quả thật là** to make the following statements.

1. She is truly an excellent doctor.
2. The meeting was really very important.
3. The Royal Palace in Huế is indeed beautiful.
4. Her last novel was truly outstanding.
5. You should not really go there.
6. I was very happy indeed to hear about it.
7. From our hotel there was a truly beautiful view of Hội An's old quarter.
8. His letter really made me sad.

D. Complete the following sentences.

1. **Hà Nội mùa hè vừa nóng vừa ẩm chứ Sài Gòn thì** _____

2. **Nhạc tiền chiến thì tôi thích chứ nhạc hiện đại thì** _____

3. **Phần lớn các rạp hiện giờ chiếu phim nước ngoài chứ phim Việt Nam thì** _____

4. **Huế còn giữ lại được nhiều di tích lịch sử chứ Hà Nội** _____

5. Thơ mới viết bằng chữ quốc ngữ chứ thơ các thế kỷ trước đó thì _____

6. Trước đây lễ hỏi và lễ cưới phải cách nhau ít nhất một năm chứ bây giờ _____

7. Đó là cọc Trần Hưng Đạo cho quân đóng xuống sông Bạch Đằng chứ cọc thời Ngô Quyền thì _____

8. Năm vừa rồi do khủng hoảng kinh tế nên đầu tư nước ngoài vào Việt Nam giảm chứ mấy năm trước thì _____

9. Bóng bàn phổ biến ở nhiều nước châu Á chứ ở _____

10. Tôi là người Bắc nên gọi anh mẹ tôi là bác chứ người Nam thì _____

E. Fill in the blanks with **sâu, sâu sắc, khó, khó khăn, dễ, dễ dàng, nặng, nặng nề, nhẹ, nhẹ nhàng, mới, mới mẻ.**

 1. Loại máy vi tính này mỏng, rất _____ chứ không _____ như anh tưởng đâu.

 2. Chị ấy hiểu khá _____ về vấn đề này, anh nên bàn với chị ấy.

 3. Người ta nói thi đại học năm nay _____ lắm.

 4. Cuốn sách _____ của ông ấy đưa ra một cái nhìn _____ về Thơ mới.

 5. Đời sống của một số dân tộc ít người vùng Tây Bắc còn _____ lắm.

 6. Thơ mới cũng như nhạc tiền chiến và văn học lãng mạng xuất hiện cách đây gần tám mươi năm mà bây giờ đọc vẫn rất _____ hiểu.

 7. Trận bão tháng mười vừa rồi tàn phá _____ vùng bờ biển miền Trung.

 8. Hồ Tây rộng nhưng không _____ , hồ Trúc Bạch bên cạnh _____ hơn nhiều.

 9. Cô ấy nói bao giờ cũng _____ , nói chuyện với cô ấy thật dễ chịu.

10. Với sự giúp đỡ của các bạn, công việc của mình trở nên _____ hơn nhiều.

F. Use the reduplicative adjectives **sâu sắc**, **khó khăn**, **dễ dàng**, **nặng nề**, **nhẹ nhàng**, **mới mẻ** to translate the following sentences.

1. That young woman speaks in a gentle voice.
2. Since the policy **đổi mới** began to be implemented, changes to Vietnam's economy have been profound.
3. This job is completely new to me.
4. I found his new novel pretty heavy going.
5. My friend fixed my computer easily.
6. Times were difficult during the recent economic crisis. Several large banks and companies had to file for bankruptcy.

G. Make the following statements using

đại diện
1. The Minister of Culture, Tourism and Sports represented Vietnam at the conference on world culture heritage organized by UNESCO.
2. The representative of the Ministry of Planning and Investments reported at the session of the National Assembly.

ngày nay, ngày này, năm nay, năm này
3. Nowadays Vietnamese women in the rural areas rarely wear **áo tứ thân**.
4. His daughter graduated from college this past Sunday. He defended his Ph.D. dissertation on the same day twenty-six years ago.
5. Cherry flowers blossomed too early this year. There were few cherry branches with flowers on the New Year holiday.
6. The Nguyễn Dynasty was established in 1802. In the same year King Gia Long moved the imperial capital from Thăng Long to Huế.

H. Complete the following sentences.

1. **Có bao nhiêu người thì** _____

2. _____ **thì để vào tài khoản bấy nhiêu.**

3. **Có bao nhiêu ca sĩ hát bài này thì** _____

4. _____ **thì phải thảo luận bấy nhiêu vấn đề.**

5. **Bao nhiêu người bà con đến cúng thì** _____

6. _____ **thì bấy nhiêu hiện vật được trưng bầy tại bảo tàng.**

7. Tôi tưởng có bao nhiêu vua Nguyễn thì _____ nhưng có một số vua không có lăng.

8. Phóng viên hỏi bao nhiêu câu thì người được phỏng vấn _____

9. Hè này _____ thì tôi đi du lịch bấy nhiêu ngày.

10. Có bao nhiêu nhà hát tuồng thì có _____ tại liên hoan nghệ thuật tuồng.

🎧 10-7

I.   First read the words and phrases below. Then listen to the speaker on the audio track and repeat the words and phrases. Pay close attention to 1) two- (or more) syllable words, whose syllables should be spoken together; 2) the pronunciation of the words that have similar sounds but differ in meaning and usage.

1. **phong phú, chương trình phong phú, thiên nhiên Việt Nam phong phú và đa dạng, phong trào, phong trào Thơ mới, phương, phương Tây, kiến trúc phương Tây**
2. **thưởng thức, thưởng thức thơ, thưởng thức nhạc cổ điển, thường xuyên, thường xuyên đi nghe trình diễn nhạc cổ điển**
3. **đào, hoa đào, cành đào ngày Tết, đảo, hòn đảo, đảo Phú Quốc**
4. **ngâm, ngâm thơ, ngâm thơ bằng giọng Huế, ngân hàng, mở tài khoản tại ngân hàng**
5. **trưởng thành, các con trưởng thành, lớp trí thức trưởng thành, trở thành, trở thành bác sĩ, trở thành luật sư**
6. **khởi xướng, khởi xướng phong trào Thơ mới, khởi sắc, múa rối nước khởi sắc**

J.   Based on the content of the dialogues, answer the following questions.

1. **Ngày thơ được tổ chức ở đâu?**
2. **Bạn biết gì về Văn miếu?**
3. **Bạn hiểu câu "thời buổi làm ăn kinh tế bây giờ, số người yêu thơ, đọc thơ, biết thưởng thức thơ ngày càng ít đi" như thế nào?**
4. **Thư pháp là gì?**
5. **Thơ mới xuất hiện khi nào? Ai là người khởi xướng?**
6. **Vì sao Thơ mới xuất hiện vào những năm ấy?**
7. **Tại sao lại gọi là Thơ mới?**
8. **Các nhà thơ trong phong trào Thơ mới viết về gì?**

Exercises

1. Use the vocabulary and expressions in the dialogues to prepare with a partner a conversation about the poetry of your nation.

2. Use the dictionary to read the following article about the Day of Poetry taken from a Hanoi newspaper.

tuổi trẻ

vhvn@tuoitre.com.vn

Ngày thơ VN ở Văn Miếu

Nhiều người yêu thơ đến với Ngày thơ VN lần thứ 7 tại Văn Miếu, Hà Nội   Ảnh: CÙ ZÁP

Khác với những Ngày thơ của nhiều năm trước, sân thơ truyền thống (quen được gọi là sân thơ già) năm nay đã thu hút sự có mặt, tham gia, đọc và bày thơ của khá nhiều tác giả già và chưa già lắm.

Chưa đến giờ khai mạc song hàng ngàn người yêu thơ đã chen chúc trong sân Văn Miếu để chờ xem rước kiệu thơ lần đầu tiên. Thơ được rước năm nay là thơ của Thượng tướng - thái sư Trần Quang Khải - người anh hùng dân tộc có công rất lớn trong cuộc chiến chống Nguyên Mông - bài *Tụng giá hoàn kinh sư* hào sảng, với tư thế và giọng thơ của một dân tộc vừa chiến thắng kẻ xâm lược mạnh nhất của thời đại. Bài thơ được vang lên hai lần, một lần bằng âm Hán - Việt nguyên bản: *Đoạt sáo Chương Dương độ - Cầm Hồ Hàm Tử quan - Thái bình tu nỗ lực - Vạn cổ thử giang san* và một lần bằng tiếng Việt: *Chương Dương cướp giáo giặc - Hàm Tử bắt quân thù - Thái bình nên gắng sức - Non nước ấy nghìn thu.* Sau phần rước kiệu, thơ của các nhà thơ nổi tiếng được tự đọc, ngâm, trình bày... với nhiều cung bậc.

Một điểm hơi bất ngờ là sân thơ của các nhà thơ già mấy năm trước hơi đơn điệu về hình thức, chỉ có đọc hoặc ngâm, thì năm nay tưng bừng hẳn lên với một loạt poster, tuy thiết kế chưa chín chu và chừng mực nhưng cũng khá bắt mắt. Nhà thơ - họa sĩ - dịch giả Đỗ Trung Lai có tới 18 poster: 6 bài dịch thơ Lý Bạch, 6 bài dịch thơ Bạch Cư Dị và 6 bài thơ... của mình. Là một họa sĩ nên ông chú trọng đến vấn đề thị giác là điều tất yếu.

Cũng trên sân thơ truyền thống, một khoảng không gian và thời gian đáng kể đã được dành cho các nhà thơ từ Trường Sơn và viết về Trường Sơn: Hữu Thỉnh, Phạm Tiến Duật, Thanh Thảo, Thúy Bắc... Poster có chân dung và những bài thơ tâm đắc nhất của các nhà thơ này đã được nhiều khách thơ - cả già lẫn trẻ - thường lãm và chép lại.

Cũng như mọi năm, Ngày thơ là một cơ hội rất tốt để các tác giả...bán thơ và làm quen với độc giả của mình. Khá nhiều nhà thơ đã bán được hàng chục tập thơ ngay tại sân nhà Thái Học. Các NXB như Văn Học, Hội Nhà Văn, Văn Hóa Thông Tin; các nhà sách: Nhã Nam, Hà Thế, Bách Việt... cũng góp phần làm không khí "mua sách - trao đổi sách - đọc sách" trong ngày thơ thêm sôi động

THU HÀ

Bạn cần biết

Classical Chinese (**chữ Hán**) was the official writing system in Vietnam for a long period of time, both under the Chinese rule and after the independence that Vietnam regained in the 10th century. It was used by the royal court for administrative purposes as well as by Vietnamese poets and writers for their literary works up to the early 20th century.

Alongside classical Chinese, the Vietnamese writing system called **chữ nôm** existed for a long time. It made use of Chinese characters to convey Vietnamese words. For most words, two Chinese characters are put together: one of them represents the sound of the Vietnamese word, the other one indicates its meaning. Many scholars believe that **chữ nôm** was created as early as the 9th or 10th century and was improved during the following centuries. A number of great poets created their works in **chữ nôm**, including Nguyễn Trãi, whose **Quốc âm thi tập** ("Collection of Poems in National Language") appeared in the 15th century, and Nguyễn Du, who wrote his verse-novel **Truyện Kiều** ("Story of Kiều") at the beginning of the 19th century.

In order to learn Vietnamese to disseminate Christianity in Vietnam, the European Catholic missionaries (most of them were Portuguese) developed the Romanized writing system (**chữ quốc ngữ**) to express the sound system of the Vietnamese language in the late 16th and in the early 17th centuries. Alexandre de Rhodes's *Dictionarium annamiticum, lusitanum et latinum* ("Vietnamese-Portuguese-Latin Dictionary") was published in Rome in 1651. Not until the early 20th century did Vietnamese writers and poets begin creating their works in **chữ quốc ngữ**. The movements in romantic poetry (**Thơ mới**) and in the romantic and realist prose (**Tự lực văn đoàn** and **Văn học hiện thực**) in the 1930s and 1940s set the standards for the contemporary Vietnamese language.

Trẻ em ở nông thôn đồng bằng sông Cửu Long
Children in a rural area of the Mekong Delta

Phần 2

Bài đọc 🎧 10-8

Nguyễn Bính
(1918–1966)

Nguyễn Bính là một trong những đại diện xuất sắc nhất của phong trào *Thơ mới* ở Việt Nam vào những năm 30 đầu những năm 40 thế kỷ 20. Ông sinh năm 1918 trong một gia đình nhà nho nghèo ở tỉnh Nam Định. Khi còn bé, ông học chữ Hán với cha ở nhà, sau đó được cậu là một người đã tham gia phong trào Đông kinh nghĩa thục nuôi dậy. Ông mồ côi mẹ từ nhỏ, nhà lại nghèo nên mới hơn mười tuổi, ông đã phải theo người anh cả ra Hà Nội kiếm sống.

Nguyễn Bính bắt đầu làm thơ khi còn rất trẻ. Năm 1937 ông gửi tập thơ *Tâm hồn tôi* dự thi và được giải thưởng của Tự lực văn đoàn. Sau đó, ông liên tiếp có thơ đăng trên báo. Hai tập thơ nổi tiếng nhất của ông là *Tâm hồn tôi* và *Lỡ bước sang ngang*.

Từ năm 1946 đến năm 1954, Nguyễn Bính tham gia kháng chiến chống thực dân Pháp ở Nam bộ. Trong thời gian này, ông sáng tác nhiều bài thơ ca ngợi tinh thần yêu nước của những người kháng chiến. Năm 1954 ông tập kết ra Bắc, công tác ở Hội nhà văn Việt Nam. Năm 1956 ông sáng lập báo *Trăm hoa*, cho đăng trong tờ báo này một số bài không theo đúng đường lối văn nghệ của Đảng Cộng sản Việt Nam (lúc đó là Đảng Lao động Việt Nam). Năm 1958 ông về công tác tại Ty Văn hoá thông tin Nam Định. Trước đó, Nguyễn Bính đã sáng tác một số vở kịch thơ. Vào thời gian này, ông viết một số vở chèo nổi tiếng. Ông mất đột ngột vào ngày 20 tháng 1 năm 1966, khi chưa kịp bước sang tuổi 49.

Thơ của Nguyễn Bính đã có những đóng góp to lớn trong việc tìm tòi phương pháp sáng tác của phong trào Thơ mới. Đồng thời, thơ ông giầu chất dân ca, ca dao, tạo cho ông một vị trí đặc biệt trong thơ Việt Nam hiện đại.

📖 Từ mới 🎧 10-9

nhà nho *Confucian scholar*	**yêu nước** *patriotism; patriotic*
Đông Kinh Nghĩa Thục *a patriotic movement in Hanoi in 1907*	**theo [đúng]** *to adhere to, keep to*
nuôi dậy *to bring up*	**đường lối** *policy*
mồ côi *to lose one's parent(s)*	**văn nghệ** *literature and arts*
kiếm sống *to make a living*	**lao động** *labor*
tâm hồn *soul*	**ty** *department in a province (in the past)*
đăng *to publish*	**kịch** *play*
Lỡ bước sang ngang *resigned to marrying a man who is not the woman's choice*	**mất** *to pass away*
ca ngợi *to sing of, exalt*	**đột ngột** *sudden; suddenly*
tập kết *to move from Southern Vietnam to Northern Vietnam in 1954*	**bước sang tuổi** *to turn (an age)*
	tìm tòi *to seek, research*
	phương pháp *method*
	chất *quality, feature*

🔍 Ngữ pháp & cách dùng từ 🎧 10-10

10. **Khi còn bé/khi còn nhỏ** vs. **khi còn trẻ**

The expressions **khi còn bé/nhỏ** and **khi còn trẻ** have mutually distinct meanings. **Khi còn bé/nhỏ** means "when being little" and implies an age younger than thirteen, whereas **khi còn trẻ** means "when being young" and is used for ages between thirteen and forty years old. A person at the age of sixty may say both **Khi còn bé tôi rất sợ chó.** "When I was little, I was scared of dogs." and **Khi còn trẻ tôi rất thích đá bóng.** "When I was young, I liked playing soccer very much." In contrast, a person at the age of twenty-five cannot say: **Khi còn trẻ...**

11. **Tập kết, di cư, tản cư, sơ tán, di tản, vượt biên**

These verbs have the core meaning "to move" and refer to different periods of time. They may convey some political connotations. In most cases they are not interchangeable.

Tập kết, which originally means "to regroup," conveys the sense "to move from Southern Vietnam to Northern Vietnam" after the Peace Accords were signed in Geneva in July 1954, and refers to those who participated in the war of resistance against the French invasion in Southern Vietnam.

Di cư means "to move from Northern Vietnam to Southern Vietnam" at the same period of time and refers to those who did not want to recognize Ho Chi Minh's government in the North.

Tản cư means "to evacuate from areas occupied by French troops between 1946 and 1954."

Sơ tán means "to evacuate from the cities to the countryside in Northern Vietnam after the U.S.A. began bombing the Democratic Republic of Vietnam in 1964."

Di tản means "to flee Southern Vietnam" and refers to those who fled Vietnam in late April 1975, before Saigon fell on the 30th of April.

Vượt biên has the same meaning as **di tản**, but refers to those who fled Vietnam after the 30th of April 1975.

With the meaning "to send people to a safe place from a dangerous place" in general, the English verb *to evacuate* is equivalent to **sơ tán**:

Người dân được sơ tán ra khỏi những vùng bị lụt.

People were evacuated from the flooded areas.

12. **Giàu/giầu**

The adjective **giàu/giầu** does not take any preposition when used before a noun in the sense "to be rich in something":

Cam giầu vitamin C.

Oranges are rich in vitamin C.

Nước này rất giầu tài nguyên thiên nhiên.

This country is very rich in natural resources.

Vở kịch giầu chất hài hước.

The play is rich in humor.

🎧 10-11

Chân quê

Nguyễn Bính

Hôm qua em đi tỉnh về
Đợi em ở mãi con đê đầu làng
Khăn nhung, quần lĩnh rộn ràng
Áo cài khuy bấm em làm khổ tôi!
Nào đâu cái yếm lụa sồi?
Cái dây lưng đũi nhuộm hồi sang xuân?
Nào đâu cái áo tứ thân?
Cái khăn mỏ quạ, cái quần nái đen?

Nói ra sợ mất lòng em
Van em, em hãy giữ nguyên quê mùa
Như hôm em đi lễ chùa
Cứ ăn mặc thế cho vừa lòng anh

Hoa chanh nở giữa vườn chanh
Thầy u mình với chúng mình chân quê
Hôm qua em đi tỉnh về
Hương đồng gió nội bay đi ít nhiều.

1936

LESSON 10

📖 Từ mới 🎧 10-12

chân *true, real*
  chân quê *truly Vietnamese*
tỉnh *town, provincial center*
mãi *for a long time*
đê *dike*
làng *village, hamlet*
khăn *scarf, kerchief*
nhung *velvet*
lĩnh *a type of fine thin silk*
rộn ràng *excited*
bấm *to press*
  khuy bấm *snap*
khổ *miserable*
  làm khổ *to make someone miserable*
nào đâu *where*
yếm *Vietnamese bra in former times*
lụa sồi *a type of rough silk*
dây lưng *belt*
đũi *a type of rough silk*
nhuộm *to dye*
hồi *instant, moment*
sang xuân *when the spring arrives*

mỏ *beak, bill*
quạ *crow*
  khăn mỏ quạ *crow-bill kerchief (a square kerchief folded in two, then knotted under the chin; the top part on the head resembles a crow-bill)*
quần nái *thick pants*
nói ra *to speak out, tell the truth*
mất lòng *to be hurt, offended*
van *to beg*
giữ nguyên *to preserve the original state of something*
quê mùa *rustic*
đi lễ *to go to church or temple*
ăn mặc *to be dressed*
vừa lòng *to be pleased*
thầy u *parents*
nội *meadow*
  hương đồng gió nội *the odor of rice fields and meadows*
bay đi *to flow away, be lost*
ít nhiều *to some extent*

Phụ nữ ở nông thôn đồng bằng sông Hồng
A woman in the countryside of the Red River Delta

Truly Vietnamese

Yesterday you came back from the city
I waited a long time by the village dike
Your velvet scarf, your satin pants
Your snap-fastened shirt made me sad
Where is your rough-silk breast-cloth?
The long thick sash you dyed last spring?
Where is your four-paneled tunic?
Your crow-bill scarf, your old black pants?

Speaking like this, I fear I'll offend
But please keep the old village ways
Like that day you went to the temple:
If you dress like that, I'll be pleased

Lime flowers bloom in the lime grove
Like our parents, we're truly Vietnamese
Yesterday when you came from the city
The scent of rice fields and meadows began to fade

Translated by Martha Collins

📋 Drills

A. Fill in the blanks with **bé/nhỏ** or **trẻ**.

1. **Khi chúng tôi còn _____, tuần nào bố tôi cũng đưa chúng tôi đi xem phim.**

2. **Bà cụ tôi đôi khi nhớ lại thời còn _____, là nữ sinh trường trung học Trưng Vương ở Hà Nội.**

3. **Khi tôi còn _____, bố mẹ tôi bắt tôi đi ngủ đúng giờ, không cho thức khuya.**

4. **Ông ấy nói: "Các bạn còn _____, việc này đối với các bạn quá dễ dàng". Chúng tôi trả lời: "Bác cũng vẫn còn _____ lắm chứ chưa già đâu".**

5. **Khi còn _____, bác tôi là vận động viên bơi lội trong đội tuyển của Hà Nội. Cho đến bây giờ bác tôi vẫn tập luyện thường xuyên nên trông _____ hơn tuổi nhiều.**

6. Anh ấy năm nay ngoài bốn mươi rồi nhưng con còn _____ lắm.

7. Ở các nhà trẻ và các lớp mẫu giáo, các cháu _____ ngủ trưa từ mười hai giờ đến một rưỡi.

8. Trông bà ấy trong ảnh khi còn _____ không khác bây giờ nhiều lắm. Bà ấy quả thật là _____ lâu.

9. Chị tôi hơn tôi khá nhiều tuổi, tôi nhớ chị tôi lấy chồng khi tôi còn rất _____.

10. Nhạc sĩ *Ba Lan* "Poland" F. Chopin qua đời ở Paris năm 1849 khi còn rất _____.

B. Use **tập kết, di cư, tản cư, sơ tán, di tản, vượt biên** to translate the following sentences.

1. The French troops seized Hanoi in February 1947, and many people evacuated from Hanoi to the free areas, that were still under the control (**nằm dưới quyền kiểm soát**) of the DRV's army.

2. His uncle participated in the war of resistance against the French invasion in the Mekong delta and moved to the North in late 1954.

3. After the Geneva Accords were signed in July 1954, about two million Northerners moved to the South. Among them there were a large number of Catholics.

4. Hanoi began to be bombarded "**ném bom**" in 1966. However, long before that most people had already evacuated from Hanoi to the rural areas.

5. Her family was among the last people who fled Saigon on the 30th of April 1975.

6. They escaped from Vietnam in January 1981 by boat, and their boat was rescued "**cứu**" by a Dutch ship in the South China Sea.

7. The police evacuated hundreds of people from the danger area.

C. Use **giàu/giầu** to say the following.

1. His successful business had made him a rich man.
2. Our home was always rich in love and understanding (**sự hiểu nhau**).
3. Children should eat protein-rich foods.
4. Fish oil is rich in omega-3 fatty acids that are considered good fats.
5. The novel *War and Peace* by Lev N. Tolstoi is rich in historical events concerning all of Europe in the early 19th century.

🎧 10-13

D. First read the words and phrases below. Then listen to the speaker on the audio track and repeat the words and phrases. Pay close attention to 1) two- (or more) syllable words, whose syllables should be spoken together; 2) the pronunciation of the words that have similar sounds but differ in meaning and usage.

1. nhà nho, nhà nho nghèo, ngôi nhà nhỏ, sống trong ngôi nhà nhỏ
2. đăng, đăng báo, đăng tin trên báo, đang đọc báo, đang đọc tin trên báo
3. ca ngợi, ca ngợi tinh thần yêu nước, ca kịch, ca kịch Ý, ca khúc, ca khúc tiền chiến
4. văn nghệ, báo Văn nghệ, đường lối văn nghệ, văn học, văn học hiện thực, văn hoá, văn hoá Việt Nam, văn minh, nền văn minh cổ ở đồng bằng sông Hồng

✏️ Exercises

1. Write an essay about a famous poet or writer of your country.
2. Use the dictionary to read the following excerpt about poet **Lưu Trọng Lư**, one of the founders of **Thơ mới**. The excerpt is taken from **Từ điển bách khoa Việt Nam** (Vietnamese Encyclopedia) published by Nhà xuất bản Từ điển bách khoa, Hà Nội, 2005.

LƯU TRỌNG LƯ (1912 – 80), nhà thơ Việt Nam. Người làng Cao Lao Hạ, nay là xã Hạ Trạch, huyện Bố Trạch, tỉnh Quảng Bình. Học đến năm thứ ba Trường Quốc học Huế, vì yêu văn chương và sẵn có tâm hồn lãng mạn, ra Hà Nội làm văn, làm sách để sống. Lưu Trọng Lư là nhà thơ có công đầu với "Thơ mới", diễn thuyết bênh vực "Thơ mới" hăng hái nhất, đả kích táo bạo nhất những nhà thơ cũ, bất kì là ai. Ông làm những bài thơ mới đầu tiên (sau này tập hợp trong "Tiếng thu", 1939). Cách mạng tháng Tám đã giải phóng cho tài năng của Lưu Trọng Lư, giúp ông tìm ra lối đi, tạo điều kiện cho ông phát huy khả năng sáng tạo của mình. Đối tượng ca ngợi của Lưu Trọng Lư là các nữ du kích, tiếp tế, các anh hùng liệt sĩ. Tác phẩm chính về thơ có: "Tiếng thu" (1939),, "Toả sáng đôi bờ" (1959), "Cô gái sông Gianh" (1969), "Từ đất này" (1972), "Tuổi hai mươi" (kịch thơ, 1972), "Lê Thị Hồng Gấm". Về văn xuôi trước cách mạng, đáng kể là "Khói lam chiều".

Bạn cần biết

Along with idioms, sayings and proverbs, Vietnamese in their everyday language love to quote lines from a folk song (**ca dao**) or from a well-known poem. A large number of phrases from the poems of **Thơ mới** have become favorite expressions of the older generation of Vietnamese.

Some people enjoy quoting *Truyện Kiều* by Nguyễn Du in a particular context to make their idea or comment very strongly- and expressively-stated. The quoting of a line from *Truyện Kiều* is called **lẫy Kiều**.

Tục ngữ 🎧 10-14

Xuất khẩu thành thi.
(Literally: A talented poet would improvise verses whenever opening his mouth.)

Hồ Xuân Hương, trung tâm Đà Lạt
Lake Xuân Hương in downtown Đà Lạt

Appendix 1

**Diện tích, dân số, mật độ dân cư các tỉnh, thành phố của Việt Nam
Số liệu năm 2009**
*Area, population and population density of the provinces and cities of Vietnam
Statistics of 2009*

	Tên tỉnh, thành phố *Names of Provinces and Cities*	Diện tích (km²) *Area (square km)*	Dân số (nghìn người) *Population (in thousands)*	Mật độ (người/km²) *Population Density (persons per square km)*	Khoảng cách từ Hà Nội đi tỉnh lỵ (km) *Distance from Hanoi to Provincial Centers (km)*
	Cả nước	331 211,6	86 211,8	254	
	Vùng Tây Bắc				
1	Lai Châu	9 112,3	319,9	35	447
2	Điện Biên	9 562,9	459,1	48	504
3	Sơn La	14 174,4	1 007,5	71	339
4	Hoà Bình	4 684,2	820,4	175	76
	Vùng Đông Bắc				
5	Lào Cai	6 383,9	585,8	92	354
6	Yên Bái	6 899,5	740,7	107	182
7	Phú Thọ	3 528,4	1 336,6	379	84
8	Hà Giang	7 945,8	683,5	86	319
9	Tuyên Quang	5 870,4	732,3	125	166
10	Cao Bằng	6 724,6	518,9	77	281
11	Bắc Kạn	4 868,4	301,5	62	162
12	Thái Nguyên	3 546,6	1 127,2	318	76
13	Lạng Sơn	8 331,2	746,4	90	154
14	Bắc Giang	3 827,4	1 594,3	417	51
15	Quảng Ninh	6 099,0	1 091,3	179	153
	Vùng đồng bằng sông Hồng				
16	thành phố Hà Nội	3 324,9	6 232,9	1 875	0
17	th ph Hải Phòng	1 520,7	1 803,4	1 186	101
18	Vĩnh Phúc	1 231,6	1 059,1	860	64

	Tên tỉnh, thành phố *Names of Provinces and Cities*	Diện tích (km²) *Area (square km)*	Dân số (nghìn người) *Population (in thousands)*	Mật độ (người/km²) *Population Density (persons per square km)*	Khoảng cách từ Hà Nội đi tỉnh lỵ (km) *Distance from Hanoi to Provincial Centers (km)*
19	Bắc Ninh	823,1	1 009,8	1 227	31
20	Hưng Yên	923,5	1 142,7	1 237	62
21	Hải Dương	1 652,8	1 722,5	1 042	56
22	Hà Nam	859,7	826,6	962	59
23	Thái Bình	1 546,5	1 865,4	1 206	109
24	Nam Định	1 650,8	1 974,3	1 196	90
25	Ninh Bình	1 392,4	922,6	663	93
	Vùng Bắc Trung Bộ				
26	Thanh Hoá	11 136,3	3 680,4	330	153
27	Nghệ An	16 498,5	3 064,3	186	291
28	Hà Tĩnh	6 026,5	1 306,4	217	340
29	Quảng Bình	8 065,3	847,9	105	488
30	Quảng Trị	4 760,1	625,8	131	580
31	Thừa Thiên-Huế	5 065,3	1 143,5	226	654
	Vùng duyên hải Nam Trung bộ				
32	thành phố Đà Nẵng	1 257,3	788,5	627	759
33	Quảng Nam	10 438,3	1 472,7	141	821
34	Quảng Ngãi	5 152,7	1 295,6	251	884
35	Bình Định	6 039,6	1 566,3	259	1 052
36	Phú Yên	5 060,6	873,3	173	1 159
37	Khánh Hoà	5 217,6	1 135,0	218	1 280
38	Ninh Thuận	3 363,1	567,9	169	1 385
39	Bình Thuận	7 836,9	1 163,0	148	1 531
	Vùng Tây Nguyên				
40	Kon Tum	9 690,5	383,1	40	1 053
41	Gia Lai	15 536,9	1 161,7	75	1 101
42	Đắk Lắk	13 139,2	1 737,6	132	1 396
43	Đắc Nông	6 516,9	407,3	62	1 495

	Tên tỉnh, thành phố *Names of Provinces and Cities*	Diện tích (km²) *Area (square km)*	Dân số (nghìn người) *Population (in thousands)*	Mật độ (người/km²) *Population Density (persons per square km)*	Khoảng cách từ Hà Nội đi tỉnh ly (km) *Distance from Hanoi to Provincial Centers (km)*
44	**Lâm Đồng**	9 776,1	1 179,2	121	1 493
	Vùng Đông Nam bộ				
45	**th ph Hồ Chí Minh**	2 098,7	6 105,8	2 909	1 719
46	**Bình Phước**	6 883,4	809,5	118	1 841
47	**Tây Ninh**	4 035,9	1 047,1	259	1 818
48	**Bình Dương**	2 696,2	964,0	358	1 749
49	**Đồng Nai**	5 903,9	2 214,8	375	1 697
50	**Bà Rịa–Vũng Tàu**	1 989,6	926,3	466	1 784
	Vùng đồng bằng sông Cửu Long				
51	**thành phố Cần Thơ**	1 401,6	1 139,9	813	1 888
52	**Long An**	4 493,8	1 423,1	317	1 766
53	**Đồng Tháp**	3 376,4	1 667,8	494	1 878
54	**Tiền Giang**	2 484,2	1 717,4	691	1 789
55	**Vĩnh Long**	1 479,1	1 057,0	715	1 854
56	**Bến tre**	2 360,2	1 353,3	573	1 802
57	**Trà Vinh**	2 295,1	1 036,8	452	1 921
58	**An Giang**	3 536,8	2 210,4	625	1 950
59	**Kiên Giang**	6 348,3	1 684,6	265	1 967
60	**Hậu Giang**	1 601,1	796,9	498	1 945
61	**Sóc Trăng**	3 312,3	1 276,2	385	1 949
62	**Bạc Liêu**	2 584,1	820,1	317	2 006
63	**Cà Mau**	5 331,7	1 232,0	231	2 066

Appendix 2

Most common Vietnamese family names and given names

This appendix includes the most common Vietnamese family names and given names. Family and given names of the other ethnic groups in Vietnam are not included.

Since most Vietnamese names are related to the Chinese names, the Vietnamese names correspond to the Chinese characters, and their pronunciation is to some degree close to the Chinese pronunciation. The Vietnamese given names also have meanings as in Chinese.

Some names are common (C) both in Vietnam and in China, whereas some other common Vietnamese names are not very common (NVC) in China. Some common Vietnamese names are no longer common (NC) in China. When a Vietnamese name has two versions corresponding to one Chinese character, the more common one comes first, the less common one comes after a slash, for instance: **Chu/Châu**. The second one in alphabetical order is referred to the first one: **Châu → Chu**. When one Vietnamese given name corresponds to several Chinese characters, all the Chinese characters are listed. They may be accompanied by such explanations as "female/male," meaning both women and men can have this name, or "chiefly male," meaning this name is chiefly male.

A Vietnamese name usually consists of three parts: the family name (**họ**) comes first, followed by a middle name (**tên đệm** or **tên lót**), and then comes the given name (**tên**). Unlike the English middle name which in most cases is indicated by an initial or is absent altogether, the Vietnamese middle name should be spelled out. Each of the three parts is written separately, and the first letter of each name is capitalized. They are not hyphenated. The most common female middle name is **Thị** (氏), and the most common male middle name is **Văn** (文). For instance: **Nguyễn Thị Lan, Lê Văn Hùng**. Many given names can be middle names as well.

Very often a woman can have a double given name, for example: **Phạm Thị Thanh Hương**, where **Phạm** is her family name, **Thị** is her middle name and **Thanh Hương** is her double given name. Occasionally, a person may have a double family name, for instance: **Nguyễn Trần Anh Dũng**, where **Nguyễn Trần** is his double family name, **Anh** is his middle name and **Dũng** is his given name.

Họ (Family Names)		
Tiếng Việt *Vietnamese*	**Tiếng Trung Quốc** *Chinese*	**Phiên âm** *Transcription*
B		
Bùi	裴 NVC	**Péi**
C		
Cao	高 C	**Gāo**
Ch		
Châu → Chu		
Chu/Châu	周 C	**Zhōu**
Chương → Trương	张 C	**Zhāng**

Họ (Family Names)		
Tiếng Việt *Vietnamese*	**Tiếng Trung Quốc** *Chinese*	**Phiên âm** *Transcription*
D		
Diệp	叶 C	Yè
Doãn	尹 C	Yǐn
Dương	杨 C	Yáng
Đ		
Đào	桃 NC	Táo
Đặng	邓 C	Dèng
Đinh	丁 C	Dīng
Đoàn	团 NC	Tuán
Đỗ	杜 C	Dù
H		
Hà	何 C	Hé
Hoàng/Huỳnh	黄 C	Huáng
Hồ	胡 C	Hú
Hứa	许 C	Xǔ
Huỳnh → Hoàng		
Kh		
Khổng	孔 C	Kǒng
Khương	姜 C	Jiāng
L		
La	罗 C	Luó
Lã/Lữ	吕 C	Lǚ
Lại	赖 C	Lài
Lâm	林 C	Lín
Lê	黎 NVC	Lí
Lí → Lý		
Lữ → Lã		
Lương	梁 C	Liáng
Lưu	刘 C	Liú
Lý/Lí	李 C	Lǐ

Họ (Family Names)		
Tiếng Việt *Vietnamese*	**Tiếng Trung Quốc** *Chinese*	**Phiên âm** *Transcription*
M		
Mai	梅 NVC	**Méi**
Ng		
Nghiêm	严 C	**Yán**
Ngô	吴 C	**Wú**
Nguyễn	阮 NVC	**Ruǎn**
Ph		
Phạm	范 C	**Fàn**
Phan	潘 C	**Pān**
Phùng	冯 C	**Féng**
Q		
Quách	郭 C	**Guō**
Quản	管 NVC	**Guǎn**
T		
Tạ	谢 C	**Xiè**
Tô	苏 C	**Sū**
Tôn	孙 C	**Sūn**
Tống	宋 C	**Sòng**
Từ	徐 C	**Xú**
Th		
Thái	泰 NC	**Tài**
Tr		
Trần	陈 C	**Chén**
Triệu	赵 C	**Zhào**
Trịnh	郑 C	**Zhèng**
Trương/Chương	张 C	**Zhāng**
V		
Vi	韦 NVC	**Wéi**
Võ → Vũ		
Vũ/Võ	武 NVC	**Wǔ**

Tên (Given Names)			
Tiếng Việt *Vietnamese*	**Tiếng Trung Quốc** *Chinese*	**Phiên âm** *Transcription*	**Nghĩa** *Meaning*
A			
Ái	爱 NVC	**ài**	*love*
An/Yên	安 C	**ān**	*peaceful, tranquil*
Anh	英 C	**yīng**	*brave*
Ảnh	映 NVC	**yìng**	*reflect light*
Â			
Ân/Ơn	恩 NVC	**ēn**	*grace, kindness*
Ấn	印 NVC	**yìn**	*print, seal*
Ất	乙 NC	**yǐ**	*second; 2nd of ten Heaven's Stems*
B			
Bách	柏 NVC	**bó/bǎi**	*cypress*
Bạch	白 C	**bái**	*white*
Bản	版 NC	**bǎn**	*board*
Bảng	榜 NVC	**bǎng**	*example*
Bảo/Bửu/Biểu	宝 C	**bǎo**	*treasure*
Bắc	北 C	**běi**	*north*
Bằng	鹏 C	**péng**	*large fabulous bird*
Bích	碧 C	**bì**	*jasper*
Biên	边 NVC	**biān**	*border*
Biểu ⟶ Bảo			
Bình	平 C	**píng**	*safety*
Bỉnh	秉 NVC	**bǐng**	*impartial*
Bính	丙 NC	**bīng**	*3rd of ten Heaven's Stems*
Bửu ⟶ Bảo			
C			
Các	阁 NVC	**gé**	*chamber, pavilion*
Cảnh/Kiểng	景 NVC	**jǐng**	*view, scenery*
Cát	吉 C	**jí**	*propitious, lucky*
Cầm	琴 C	**qín**	*musical instrument*

Tên (Given Names)			
Tiếng Việt *Vietnamese*	**Tiếng Trung Quốc** *Chinese*	**Phiên âm** *Transcription*	**Nghĩa** *Meaning*
Cẩm	锦 C	**jǐn**	*splendid*
Cần	勤 C	**qín**	*diligent*
Cẩn	谨 C	**jǐn**	*cautious*
Cận	近 NVC	**jìn**	*near*
Cầu	求 C	**qiú**	*beg*
Công	功 C	**gōng**	*achievement, merit*
Cơ	基 C	**jī**	*foundation, base*
Cúc	菊 C	**jú**	*chrysanthemum*
Cung	宫 NVC	**gōng**	*palace*
Cư	居 NVC	**jū**	*inhabit, reside*
Cừ	渠 NVC	**qú**	*dike, trench; big*
Cự	距 NVC	**jù**	*distance*
Cương	刚 C	**gāng**	*hard, tough*
Cường	强 C	**qiáng**	*strong, powerful*
Ch			
Chánh → Chính			
Châm	针 NVC	**zhēn**	*needle*
Chân	真 C	**zhēn**	*real*
Chấn	振 C	**zhèn**	*raise*
Châu/Chu	珠 C	**zhū**	*pearl*
Chi	支 NVC	**zhī**	*branch*
Chỉ	旨 NVC	**zhǐ**	*purpose, aim*
Chí	志 C	**zhì**	*will*
Chiến	战 NVC	**zhàn**	*fight*
Chính/Chánh	正 C	**zhèng**	*straight, right*
Chu → Châu			
Chung	忠 C	**zhōng**	*faithful*
Chuyên	专 NVC	**zhuān**	*monopolize*
Chức	职 NVC	**zhí**	*duty*
Chương	章 NVC	**zhāng**	*composition*

Tên (Given Names)			
Tiếng Việt *Vietnamese*	**Tiếng Trung Quốc** *Chinese*	**Phiên âm** *Transcription*	**Nghĩa** *Meaning*
D			
Danh	名 NVC	**míng**	*name*
Dân	民 C	**mín**	*people*
Dần	寅 NVC	**yín**	*3rd of twelve Earth's Branches, 3 AM–5 AM*
Dậu	酉 NVC	**yǒu**	*10th of twelve Earth's Branches; 5 PM–7 PM*
Diễm	艳 C	**yàn**	*colorful*
Diệu	妙 C	**miào**	*mysterious, subtle, good*
Do	由 NVC	**yóu**	*reason*
Duệ	裔 NC	**yì**	*descendant*
Dung	蓉 C	**róng**	*lotus*
Dũng	勇 C	**yǒng**	*brave*
Duy	维 C	**wéi**	*maintain*
Duyên	缘 NC	**yuán**	*predestined relationship*
Dư	余 NVC	**yú**	*surplus*
Dự	誉 NVC	**yù**	*reputation*
Dương	阳 C	**yáng**	*sun; positive*
Đ			
Đại	大 C	**dà**	*great*
Đạo	道 NVC	**dào**	*path, road*
Đạt	达 C	**dá**	*arrive at*
Đắc	得 NC	**dé**	*obtain*
Đăng	灯 NVC	**dēng**	*lamp, light*
Đệ	弟 NVC	**dì**	*younger brother*
Điềm	恬 C	**tián**	*quiet, calm*
Điền	田 NVC	**tián**	*field*
Điển	典 NC	**diǎn**	*law, canon*
Điệp	蝶 NVC	**dié**	*butterfly*
Đính	订 NC	**dìng**	*draw up an agreement*
Định	定 NVC	**dìng**	*stabilize*

Tên (Given Names)			
Tiếng Việt *Vietnamese*	**Tiếng Trung Quốc** *Chinese*	**Phiên âm** *Transcription*	**Nghĩa** *Meaning*
Đông	东 C	**dōng**	*east*
Đồng	同 NC	**tóng**	*same*
Đức	德 C	**dé**	*ethics, morality*
Đường	堂 NVC	**táng**	*the main room of a house*
Gi			
Gia	家 C	**jiā**	*house, family*
Giá	价 NC	**jià**	*value*
Giai	佳 C	**jiā**	*beautiful, good*
Giang	江 C	**jiāng**	*river*
Giảng	讲 NC	**jiǎng**	*explain*
Giao	瑶 C	**yáo**	*precious jade, mother-of-pearl*
Giáp	甲 NVC	**jiǎ**	*1st of ten Heaven's Stems*
H			
Hà	河 NVC	**hé**	*river*
Hải	海 C	**hǎi**	*sea*
Hàm	涵 C	**hán**	*contain*
Hanh	亨 NVC	**hēng**	*prosper*
Hạnh	幸 NC	**xìng**	*lucky*
Hào	豪 C	**háo**	*brave, heroic*
Hảo	好 NVC	**hǎo**	*kind, good*
Hạo	浩 C	**hào**	*vast*
Hằng[1]	恒 C	**héng**	*constant*
Hằng[2]	姮 NC	**héng**	*moon*
Hân	欣 C	**xīn**	*happy, joyous*
Hậu	厚 NVC	**hòu**	*thick*
Hiên	轩 C	**xuān**	*carriage; high*
Hiền	贤 C	**xián**	*virtuous*
Hiến	宪 C	**xiàn**	*constitution*
Hiển	显 NVC	**xiǎn**	*apparent; manifest*

Tên (Given Names)			
Tiếng Việt *Vietnamese*	**Tiếng Trung Quốc** *Chinese*	**Phiên âm** *Transcription*	**Nghĩa** *Meaning*
Hiệp	侠 C	**xiá**	*knight*
Hiếu	孝 NVC	**xiào**	*filial*
Hiểu	晓 C	**xiǎo**	*dawn; understand*
Hiệu	效 NVC	**xiào**	*result, effect*
Hoa	华 C	**huá**	*flowery*
Hoà	和 NVC	**hé**	*harmony, peace*
Hoá	化 NVC	**huà**	*convert, change*
Hoài	怀 NVC	**huái**	*breast; think of*
Học	学 C	**xué**	*study*
Hoan	欢 C	**huān**	*happy, pleased*
Hoàn	完 NC	**wán**	*complete, finish*
Hoán	换 NVC	**huàn**	*change*
Hoàng	煌 NVC	**huáng**	*brilliant, bright, shining*
Hoè	槐 C	**huái**	*sophora japonica (plant, flower)*
Hồ	弧 NC	**hú**	*arc*
Hồi	回 NC	**huí**	*return*
Hội	会 NC	**huì**	*meet*
Hồng/Hường[1] (female, male)	红 C	**hóng**	*red*
Hồng/Hường[2] (chiefly male)	洪 C	**hóng**	*vast; flood*
Hồng/Hường[3] (female, male)	鸿 C	**hóng**	*(wild) swan*
Hồng/Hường[4] (chiefly male)	宏 C	**hóng**	*great, grand*
Hợi	亥 NC	**hài**	*12th of twelve Earth's Branches, 9 PM–11 PM*
Huân	勋 NVC	**xūn**	*merit; meritorious*
Huấn	训 NVC	**xùn**	*teach*
Huệ	惠 C	**huì**	*favor*
Hùng	雄 C	**xióng**	*heroic*
Huy	辉 C	**huī**	*bright*
Huyên	喧 NC	**xuān**	*noisy*
Huyền	玄 C	**xuán**	*black, mysterious*

Tên (Given Names)			
Tiếng Việt *Vietnamese*	**Tiếng Trung Quốc** *Chinese*	**Phiên âm** *Transcription*	**Nghĩa** *Meaning*
Huyến	绚 NVC	**xuàn**	*gorgeous, adorned*
Hưng	兴 C	**xīng/xìng**	*thrive*
Hương	香 C	**xiāng**	*fragrant*
Hường ⟶ **Hồng**			
Hướng	向 C	**xiàng**	*direction; toward*
Hữu	友 C	**yǒu**	*friend*
K			
Kết	结 NVC	**jié**	*tie*
Kì ⟶ **Kỳ**			
Kỉ ⟶ **Kỷ**			
Kiêm	兼 NC	**jiān**	*combine, unite*
Kiểm	检 NVC	**jiǎn**	*check, examine*
Kiệm	俭 NVC	**jiǎn**	*economical*
Kiên	坚 C	**jiān**	*firm*
Kiến	建 C	**jiàn**	*build*
Kiện	健 C	**jiàn**	*healthy*
Kiểng ⟶ **Cảnh**			
Kiệt	杰 C	**jié**	*hero*
Kim	金 C	**jīn**	*gold*
Kính	敬 NVC	**jìng**	*respect*
Kỳ/Kì	奇 C	**qí**	*unusual, strange*
Kỷ/Kỉ	纪 C	**jì**	*records, annals*
Kh			
Khải	凯 C	**kǎi**	*triumph, victory*
Khang	康 C	**kāng**	*healthy, quiet*
Kháng	抗 NC	**kàng**	*resist*
Khanh	卿 NVC	**qīng**	*noble; high-ranking official*
Khánh	庆 C	**qìng**	*celebrate*
Khắc	克 C	**kè**	*conquer, capture*
Khâm	钦 NVC	**qīn**	*admiration*

Tên (Given Names)			
Tiếng Việt *Vietnamese*	**Tiếng Trung Quốc** *Chinese*	**Phiên âm** *Transcription*	**Nghĩa** *Meaning*
Khiêm	谦 C	**qiān**	*humble*
Khoa	科 NVC	**kē**	*imperial examinations, branch, section*
Khôi	魁 C	**kuí**	*chief*
Khởi	起 NVC	**qǐ**	*rise, stand up*
Khuyến	劝 NC	**quàn**	*persuade*
Khương	姜 NVC	**jiāng**	*ginger*
L			
Lan	兰 C	**lán**	*orchid*
Lăng	陵 NVC	**líng**	*mausoleum*
Lâm	林 C	**lín**	*forest*
Lân	麟 C	**lín**	*lion*
Lập	立 C	**lì**	*stand, establish*
Lê	黎 C	**lí**	*numerous*
Lễ	礼 C	**lǐ**	*ceremony, social customs*
Lệ	丽 C	**lì**	*beautiful*
Li/Ly	离 NC	**lí**	*leave*
Lí/Lý	理 NVC	**lǐ**	*manage*
Lịch	历 NVC	**lì**	*calendar, history*
Liêm	廉 NC	**lián**	*upright, honorable*
Liên[1] (female)	莲 C	**lián**	*lotus flower*
Liên[2] (male)	联 NVC	**lián**	*join, unite*
Linh[1] (female)	玲 C	**líng**	*tinkling of jade*
Linh[2] (male)	灵 C	**líng**	*clever*
Loan	鸾 NC	**luán**	*mythical bird*
Long	龙 C	**lóng**	*dragon*
Lộc	禄 NVC	**lù**	*salary*
Lợi	利 C	**lì**	*benefit*
Luân	伦 C	**lún**	*normal human relations*
Luận	论 NVC	**lùn**	*discuss, debate*

Tên (Given Names)			
Tiếng Việt *Vietnamese*	**Tiếng Trung Quốc** *Chinese*	**Phiên âm** *Transcription*	**Nghĩa** *Meaning*
Luật	律 NVC	**lǜ**	*law*
Lực	力 C	**lì**	*strength, power*
Lượng	量 NVC	**liàng**	*measure, capacity*
Ly → Li			
Lý → Lí			
M			
Mai	梅 C	**méi**	*plum*
Mạnh	孟 NVC (more common as a family name)	**mèng**	*first month; eldest brother; first in series*
Mão	卯 NC	**mǎo**	*4th of twelve Earth's Branches; 5 AM–7 AM*
Mân¹	岷 NVC	**mín**	*name of a river in Sichuan*
Mân²	泯 NVC	**mǐn**	*destroy*
Mẫn	敏 C	**mǐn**	*agile*
Mậu	贸 NVC	**mào**	*trade*
Minh	明 C	**míng**	*bright*
Mùi	未 NVC	**wèi**	*not yet; 8th of twelve Earth's Branches, 1 PM–3 PM*
My	眉 NVC	**méi**	*eyebrow*
Mỹ	美 C	**měi**	*beautiful*
N			
Nam	南 NVC	**nán**	*south*
Năng	能 NVC	**néng**	*ability*
Niêm	粘 NC	**nián, zhān**	*sticky; stick to*
Niệm	念 NVC	**niàn**	*think, recall*
Ninh	宁 C	**níng**	*peaceful, tranquil*
Ng			
Nga	娥 C	**é**	*beautiful*
Ngà¹	芽 NVC	**yá**	*bud*
Ngà²	牙 NC	**yá**	*tooth*
Ngân	银 NVC	**yín**	*silver*

Tên (Given Names)			
Tiếng Việt *Vietnamese*	**Tiếng Trung Quốc** *Chinese*	**Phiên âm** *Transcription*	**Nghĩa** *Meaning*
Nghi	仪 C	**yí**	*etiquette, ceremony*
Nghị	毅 C	**yì**	*resolute, decisive*
Nghĩa	义 C	**yì**	*righteous*
Nghiêm	严 NVC	**yán**	*strict*
Nghiệp	业 NVC	**yè**	*profession, business*
Ngọ	午 NVC	**wǔ**	*7th of twelve Earth's Branches, 11 AM–1 PM*
Ngọc	玉 C	**yù**	*jade*
Nguyên	源 C	**yuán**	*spring, source*
Nguyện	愿 NVC	**yuàn**	*sincere, honest*
Nguyệt	月 C	**yuè**	*moon*
Nh			
Nhã	雅 C	**yǎ**	*elegant*
Nhàn	娴 C	**xián**	*elegant, refined*
Nhâm	壬 NC	**rén**	*9th of ten Heaven's Stems*
Nhân/Nhơn	仁 C	**rén**	*humane*
Nhất	一 C	**yī**	*number one*
Nhật	日 NVC	**rì**	*sun*
Nhơn → Nhân			
Nhung	绒 C	**róng**	*velvet*
Như	如 C	**rú**	*as if*
Nhường → Nhượng			
Nhượng	让 NC	**ràng**	*allow, permit, yield*
O			
Oanh	莺 C (now a bit old-fashioned)	**yīng**	*oriole*
Oánh	映 NVC	**yìng**	*reflect light, project*
Ơ			
Ơn → Ân			
Ph			
Phái	派 NVC	**pài**	*dispatch; style, school*

Tên (Given Names)			
Tiếng Việt *Vietnamese*	**Tiếng Trung Quốc** *Chinese*	**Phiên âm** *Transcription*	**Nghĩa** *Meaning*
Phan	潘 NC (only as a family name in Chinese)	**pān**	
Phàn	烦 NC	**fán**	*bother, vex*
Phán	判 NC	**pàn**	*judge*
Pháp	法 C	**fǎ**	*law*
Phát	发 C	**fā**	*issue, dispatch*
Phi	飞 C	**fēi**	*fly*
Phong[1]	锋 C	**fēng**	*sharp edge of a sword*
Phong[2]	峰 C	**fēng**	*apex*
Phú	富 C	**fù**	*abundant*
Phúc/Phước	福 C	**fú**	*blessing, happiness*
Phùng	逢 NVC	**féng**	*meet*
Phụng/Phượng	凤 C	**fèng**	*phoenix*
Phước ⟶ Phúc			
Phương[1] (female)	芳 C	**fāng**	*fragrant*
Phương[2] (male)	方 C	**fāng**	*square, rectangle; direction*
Phượng/Phụng	凤 C	**fèng**	*phoenix*
Q			
Quán	贯 NVC	**guàn**	*go through; birthplace*
Quang	光 C	**guāng**	*light*
Quảng	广 C	**guǎng**	*extensive*
Quân[1]	军 C	**jūn**	*army*
Quân[2]	君 C	**jūn**	*gentleman*
Quế	桂 C	**guì**	*laurel*
Quốc	国 C	**guó**	*nation*
Quy	归 NVC	**guī**	*return*
Quỳ[1]	逵 NVC	**kuí**	*thoroughfare, crossroads*
Quỳ[2]	桧 NC	**guì, huì**	*juniper (Juniperus chinensis)*
Quý	贵 C	**guì**	*precious*
Quỹ	轨 NC	**guǐ**	*trail*

Tên (Given Names)			
Tiếng Việt *Vietnamese*	**Tiếng Trung Quốc** *Chinese*	**Phiên âm** *Transcription*	**Nghĩa** *Meaning*
Quyên	娟 C	**juān**	*graceful*
Quyền	权 NVC	**quán**	*authority*
Quyến	眷 NC	**juàn**	*family dependent*
Quỳnh	琼 C	**qióng**	*jade; precious*
S			
San ⟶ **Sơn**			
Sanh ⟶ **Sinh**			
Sâm	参 NVC	**cān**	*Orion (constellation); take part in*
Sinh/Sanh	生 C	**shēng**	*give birth to*
Sơn/San	山 C	**shān**	*mountain*
Sử	史 NVC	**shǐ**	*history*
Sứ	使 NC	**shǐ**	*envoy*
Sự	事 NC	**shì**	*matter, business, affair*
T			
Tá	助 NVC	**zhù**	*help, assist*
Tài	才 C	**cái**	*talent*
Tánh ⟶ **Tính**			
Tạo	造 NVC	**zào**	*create*
Tâm	心 C	**xīn**	*heart*
Tân	新 C	**xīn**	*new*
Tần	频 NVC	**pín**	*frequently*
Tấn ⟶ **Tiến**			
Ti/Ty	司 NVC	**sī**	*take charge of*
Tích[1]	迹 NVC	**jì**	*mark, trace, remains, vestige*
Tích[2]	绩 NVC	**jī**	*achievements*
Tiền	前 C	**qián**	*before; front*
Tiến/Tấn	进 NVC	**jìn**	*move forward*
Tiêu[1]	标 NVC	**biāo**	*mark, sign*
Tiêu[2]	镖 NVC	**biāo**	*dart*

Tên (Given Names)			
Tiếng Việt *Vietnamese*	**Tiếng Trung Quốc** *Chinese*	**Phiên âm** *Transcription*	**Nghĩa** *Meaning*
Tín	信 C	**xìn**	*believe*
Tính	性 NC	**xìng**	*nature, character, sex*
Toàn	全 C	**quán**	*complete*
Toán	算 NC	**suàn**	*count*
Tòng → Tùng			
Tôn	尊 NVC	**zūn**	*honor, respect*
Tồn	存 NVC	**cún**	*exist*
Tốn	逊 NVC	**xùn**	*humble, modest*
Tú	秀 C	**xiù**	*flowering, luxuriant*
Tuân	遵 NVC	**zūn**	*abide by, follow, obey*
Tuấn	俊 C	**jùn**	*handsome*
Tuất	戌 NC	**xū**	*11th of twelve Earth's Branches; 7 PM–9 PM*
Tùng/Tòng	松 C	**sōng**	*pine*
Tuyên	宣 NVC	**xuān**	*proclaim*
Tuyền	泉 C	**quán**	*spring*
Tuyến	线 NVC	**xiàn**	*line, thread*
Tuyết	雪 C	**xuě**	*snow*
Tường	祥 C	**xiáng**	*auspicious*
Tưởng	想 NC	**xiǎng**	*think*
Ty → Ti			
Th			
Thạch	石 C	**shí**	*stone*
Thái	泰 C	**tài**	*great, exalted*
Thản	坦 NVC	**tǎn**	*plain, even*
Thanh	青 C	**qīng**	*green*
Thành	成 C	**chéng**	*completed, finished*
Thạnh → Thịnh			
Thao	涛 C	**tāo**	*billow*
Thảo	草 NC	**cǎo**	*grass*

Tên (Given Names)			
Tiếng Việt *Vietnamese*	**Tiếng Trung Quốc** *Chinese*	**Phiên âm** *Transcription*	**Nghĩa** *Meaning*
Thăng	升 C	**shēng**	*rise*
Thắng	胜 C	**shèng**	*victory*
Thân[1]	申 NVC	**shēn**	*9th of twelve Earth's Branches, 3 PM–5 PM*
Thân[2]	身 NC	**shēn**	*body*
Thân[3]	亲 NC	**qīn**	*relatives, parents*
Thận	慎 NVC	**shèn**	*cautious*
Thế[1]	世 NVC	**shì**	*generation, world*
Thế[2]	势 NVC	**shì**	*power, influence*
Thể[1]	彩 C	**cǎi**	*colorful*
Thể[2]	体 NC	**tǐ**	*body*
Thêm	添 NVC	**tian**	*add, increase*
Thiêm	苫 NC	**shàn/shān**	*thatch, straw mat*
Thiên	天 C	**tiān**	*sky*
Thiện	善 C	**shàn**	*good, kind*
Thiều	韶 NVC	**sháo**	*(music) excellent, harmonious*
Thiệu	绍 C	**shào**	*introduce*
Thìn	辰 NVC	**chén**	*5th of twelve Earth's Branches, 7 AM–9 AM*
Thịnh/Thạnh	盛 C	**shèng**	*prosperous*
Thọ	寿 C	**shòu**	*old age, longevity*
Thoa	钗 NVC	**chāi**	*hairpin*
Thoại	话 NC	**huà**	*speech*
Thông[1]	聪 C	**cōng**	*smart*
Thông[2]	通 C	**tōng**	*pass through; common*
Thu	秋 C	**qiū**	*autumn*
Thuần	纯 C	**chún**	*pure, simple*
Thuận	顺 C	**shùn**	*obey, submit to*
Thuật	术 NVC	**shù**	*art, skill*
Thuỳ	陲 NC	**chuí**	*frontier*

Tên (Given Names)			
Tiếng Việt *Vietnamese*	**Tiếng Trung Quốc** *Chinese*	**Phiên âm** *Transcription*	**Nghĩa** *Meaning*
Thuỷ	水 C	**shuǐ**	*water*
Thuý	翠 C	**cuì**	*emerald green*
Thuỵ	瑞 C	**ruì**	*lucky*
Thuyết	说 NVC	**shuō**	*speak*
Thư	书 C	**shū**	*book*
Thử	试 NC	**shì**	*test, try*
Thứ	次 NC	**cì**	*order; next*
Thương	商 NVC	**shāng**	*business*
Thường	常 NVC	**cháng**	*ordinary*
Thưởng	赏 NVC	**shǎng**	*award*
Tr			
Trác	卓 C	**zhuó**	*eminent, outstanding*
Trạch	泽 C	**zé**	*marsh, swamp*
Trang	庄 NVC	**zhuāng**	*village*
Tráng	壮 C	**zhuàng**	*strong*
Trâm	簪 NC	**zān**	*hairpin*
Trân	珍 C	**zhēn**	*precious*
Trí	智 C	**zhì**	*wise*
Trị	治 C	**zhì**	*govern, regulate*
Triều	朝 C	**cháo**	*towards*
Triều	朝 C	**zhāo**	*morning, sun*
Triệu	召 NVC	**zhāo**	*call in*
Trinh	贞 C	**zhēn**	*virgin*
Trọng	重 NVC	**zhòng/chóng**	*heavy; double*
Trụ	柱 C	**zhù**	*pillar*
Trung	忠 C	**zhōng**	*faithful*
Truyền	传 C	**chuán**	*pass*
		zhuàn	*biography*
Trương	张 NC (only as a family name in Chinese)	**zhāng**	*open, spread*

Tên (Given Names)			
Tiếng Việt *Vietnamese*	**Tiếng Trung Quốc** *Chinese*	**Phiên âm** *Transcription*	**Nghĩa** *Meaning*
Trường	长 C	**cháng (C)**	*long*
U			
Uyên¹ (female)	鸳 NVC	**yuān**	*mandarin duck*
Uyên² (male)	渊 C	**yuān**	*surge up, bubble up*
Uyển	婉 C	**wǎn**	*gentle, amiable*
V			
Văn	文 C	**wén**	*literature*
Vân	云 C	**yún**	*cloud*
Vi¹	微 NVC	**wēi**	*tiny, miniature*
Vi²	苇 NVC	**wěi**	*reed (Phragmites)*
Vi³	为 NVC	1) **wéi**	*be, do, act as, become*
		2) **wèi**	*for; serve as*
Viên	员 NVC	**yuán**	*member*
Viễn	远 C	**yuǎn**	*far*
Viết	写 NC	**xiě**	*write*
Việt	越 NVC	**yuè**	*exceed*
Vinh	荣 C	**róng**	*glory, honor*
Vĩnh	永 C	**yǒng**	*forever*
Vịnh	湾 NVC	**wān**	*bay*
Vương	王 NC (only as a family name in Chinese)	**wáng**	*king*
Vượng	旺 C	**wàng**	*flourish*
X			
Xuân	春 C	**chūn**	*spring*
Xuyên	川 C	**chuān**	*river*
Xuyến	钏 NVC	**chuàn**	*bracelet*
Y			
Ý	意 C	**yì**	*meaning, intention*
Yên/An	安 C	**ān**	*peaceful, tranquil*
Yến	燕 C	**yàn**	*swallow (bird)*

Bibliography

Đỗ Hữu Châu, *Vietnamese Lexicology and Semantics*, Nhà xuất bản giáo dục, Hà Nội, 1981 (in Vietnamese: Từ vựng - ngữ nghĩa tiếng Việt).

Greenbaum, Sidney, *The Oxford English Grammar*, Oxford University Press, 1996.

Lê Phạm Thuý-Kim, Ngô Như Bình, Kim-Loan Hill, *Proficiency Guidelines for Vietnamese*, Group of Universities for the Advancement of Vietnamese Abroad (GUAVA), 2004.

Ngô Như Bình, *Elementary Vietnamese*, Charles E. Tuttle, Inc., 1999. Revised edition 2003.

Ngô Như Bình, Trần Hoài Bắc, *Teaching and Learning Framework for Vietnamese*, Council of Teachers of Southeast Asian Languages (COTSEAL), 2005.

Nguyễn Đình-Hoà, *Vietnamese-English Dictionary*, NTC Publishing Group, Illinois, 1995.

Nguyễn Kim Thản, *A Vietnamese Grammar*, Nhà xuất bản giáo dục, Hà Nội, 1997 (in Vietnamese: Nghiên cứu ngữ pháp tiếng Việt).

Panfilov, V.S., *A Vietnamese Grammar*, Saint Petersburg University Press, Saint Petersburg, 1993 (in Russian: Грамматический строй вьетнамского языка).

Phạm Thị Thành, Filimonova T.N., Shiltova A.P., *A Conversational Vietnamese Textbook*, Moscow University Press, Moscow, 1995 (in Russian: Пособие по развитию навыков разговорной речи на вьетнамском языке).

Shiltova, A.P. & Ngô Như Bình & Norova, N.V., *A Vietnamese Language Textbook: Beginning Course*, Moscow University Press, Moscow, 1989 (in Russian: Учебное пособие по вьетнамскому языку: начальный курс).

Thomson, A.J. & Martinet, A.V., *A Practical English Grammar*, Oxford University Press, 1993.

Thompson, Laurence C., *A Vietnamese Reference Grammar*, edited by Stephen O'Harrow, University of Hawai'i Press, 1984–1985.

Trần Ngọc Thêm, *Vietnamese Culture Identity*, Nhà xuất bản thành phố Hồ Chí Minh, 1996 (in Vietnamese: Tìm về bản sắc văn hoá Việt Nam).

Vietnamese Culture, chủ biên: Trần Quốc Vượng, Nhà xuất bản giáo dục, Hà Nội, 1997 (in Vietnamese: Cơ sở văn hoá Việt Nam).

Vietnamese Dictionary, chủ biên: Hoàng Phê, Viện ngôn ngữ học, Trung tâm từ điển học, Hà Nội, 2001 (in Vietnamese: Từ điển tiếng Việt).

Vietnamese Encyclopedia, Trung tâm biên soạn từ điển bách khoa Việt Nam, Hà Nội, tập 1: 1995, tập 2: 2002, tập 3: 2003, tập 4: 2005 (in Vietnamese: Từ điển bách khoa Việt Nam).

Vietnamese-English Glossary

This glossary contains all of the vocabulary introduced in the lessons (the vocabulary used in the excerpts taken from Vietnamese books and newspapers does not count). The words are listed in the traditional Vietnamese alphabetical order (**a, ă, â, b, c, ch, d, đ, e, ê, g, gi, h, i, k, kh, l, m, n, ng, nh, o, ô, ơ, ph, qu, r, s, t, th, tr, u, ư, v, x, y**). The words are further separated by their tone mark using the following sequence (**a, à, á, ả, ã, ạ**). Included with the word meaning are the lesson number and section where the word is first introduced. The code for each section is:

D	——————	Dialogue (**đối thoại**)
Dr	——————	Drill
GU	——————	Grammar and Usage Notes (**ngữ pháp & cách dùng từ**)
N	——————	Narrative (**bài đọc**)
I	——————	FYI (**bạn cần biết**)

For example, "**thậm chí** *even* (3-1, D1)" indicates that the word **thậm chí** has the meaning "even" and is introduced in Dialogue 1 of Lesson 3, Part 1. Another example: "**chứa** *to hold* (7-2, Dr2)" indicates that the word **chứa** has the meaning "to hold" and is introduced in Drill 2 of Lesson 7, Part 2.

A

á hậu *a runner-up of a beauty contest* (4-1, D2)
ách tắc *traffic congestion, traffic jam* (2-2, N)
An Nam *the Pacified South* (8-2, N)
an ninh *security* (3-2, N)
an tâm *to not worry* (7-1, D1)
anh chàng *guy* (4-1, D1)
Anh có bị làm sao không? *Are you OK?* (8-1, D2)
anh họ *cousin* (4-1, D1)
Anh nói đúng đấy *You're right* (2-1, D2)
Anh về nhé *Goodbye* (2-1, D1)
ánh nắng *sunshine* (8-1, D2)
ánh sáng *light* (9-2, N)
ao *pond* (5-2, N)
Áo *Austria; Austrian* (8-2, Dr1)
áo tắm *bathing suit, bikini* (4-1, D2)

Ă

ăn giỗ *to attend a death-anniversary meal* (9-1, D2)
ăn mặc *to be dressed* (10-2, poem)

Â

âm *sound* (8-2, N)
âm lịch *lunar calendar* (1-2, N)

âm nhạc *music (as a field of art)* (10-1, D2)
ấn tượng *impression; impressive* (7-1, D1)

B

Ba Lan *Poland* (10-2, Dr1)
ba mươi nghìn đồng một tháng = 30 nghìn đồng/tháng (3-2, N)
bác cổ *(obsolete; now: khảo cổ) archaeology* (8-1, D1)
    Trường/Viện Viễn Đông Bác Cổ *French School of the Far East (French: École Française d'Extrême-Orient)*
bác học *academic, scholastic* (5-2, N)
bác trai *your husband* (2-1, D1)
bạc *silver* (6-2, N)
bãi *field, lot* (6-2, N)
bãi tập *playground*
ban *section* (3-2, N)
bàn *score* (6-1, D3)
    ghi bàn *to score*
bàn làm việc *desk* (2-1, D1)
bán đảo *peninsula* (1-2, N)
bản *mountain village* (9-2, N)
bản đồ *map* (1-1, Dr10)

bản nhạc không lời *a musical work without words (5-2, N)*

bạn bè *(collective noun) friends (6-1, D3)*

bao dung *tolerant (9-2, N)*

bao gồm/gồm *to consist of, be composed of (1-2, N)*

bao nhiêu … bấy nhiêu … *as many/much as (10-1, D2, GU9)*

báo cáo *to report (7-2, N, GU1)*

báo chí *(collective noun) press (4-2, N)*

báo trước *to inform in advance (7-1, D1)*

bảo hiểm *to insure; insurance (7-1, D1)*

bảo hộ *protectorate (8-2, N)*

bay đi *to flow away, be lost (10-2, poem)*

Bắc bộ *Northern Vietnam (1-2, N)*

Bắc Kinh *Beijing (1-2, GU6)*

băm *(informal)* = **ba mươi** *(2-1, D2)*

bắn *to shoot (6-2, N)*

bằng *diploma (3-1, D2)*

bắt *to catch, capture (5-2, N)*

bắt nguồn *to originate (1-2, N)*

bậc *level (2-2, N)*

bấm *to press (10-2, poem)*

   khuy bấm *snap*

bất cập *problem, predicament (7-1, D1)*

bể bơi *swimming pool (6-1, D2)*

bể nước *pool (5-2, N)*

bên ngoại *mother's side, maternal side (4-1, D1)*

bên nội *father's side, paternal side (4-1, GU6)*

bên trong *(on the) inside (8-2, N)*

bền vững *steady (7-2, N)*

bếp *kitchen (9-2, N)*

bí thư *secretary (2-2, I)*

   bí thư thành uỷ *secretary of the committee of the Communist Party of a city*

   bí thư tỉnh uỷ *secretary of the committee of the Communist Party of a province*

bị mất đi *to be lost (5-2, N)*

bị tắc đường *to get stuck in a traffic jam (3-1, D1)*

biên giới *border (1-2, N)*

biên lai *receipt (8-1, Dr7)*

biến *to turn something into something (2-2, N)*

biến động *tumult (7-1, D1), to fluctuate; fluctuation (7-2, N)*

biến thể *variation (5-2, N)*

biển Đông *South China Sea (1-2, N)*

biển số *license plate (1-1, D1)*

biệt thự *villa (2-1, D2)*

biểu diễn *to show, perform (6-1, D2)*

biểu lộ *to express, reveal (5-2, N)*

biểu tượng *symbol (2-2, N)*

bình dân *folk, popular (5-2, N)*

bò *to crawl (6-2, Dr3)*

bó sát *to fit closely; close-fitting (4-2, N)*

bỏ *to skip (6-1, D3)*

bỏ *to spend an amount of time doing something (8-1, D1)*

bỏ lỡ *to miss (6-1, D3)*

bỏ rơi *to abandon (9-2, N)*

bọ *flea (9-2, N)*

bọn *(derogatory) group of people (9-2, N)*

bóng *ball (6-1, D1)*

bóng bay *(hot air) balloon (10-1, D1)*

bóng chuyền *volleyball (4-1, D1), (6-1, I)*

bổ sung *to add, supplement (5-2, N)*

bộ *ministry (1-2, I)*

Bộ Giáo dục và Đào tạo *Ministry of Education and Training (3-2, N)*

bộ lạc *tribe (8-2, N)*

bộ máy *apparatus (7-2, N)*

   bộ máy hành chính *administrative apparatus*

bộ trưởng *minister (1-2, I)*

buộc *to force (8-2, N)*

buôn bán *trade (8-2, N)*

buồn *to be sad; sadness (8-1, D2)*

bờ biển *coast, coastline (1-2, N)*

bở tơi *friable, crumbly (9-2, N)*

bỡ ngỡ *to be surprised or confused due to being unaware of something (9-1, D1)*

bức *classifier for some nouns (5-2, N)*

   bức thư *a letter*

   bức tranh *a painting*

   bức ảnh *a photo*

   bức tường *a wall*

bước *step (2-1, D1)*

   đi mấy bước là đến… *a stone's throw away from …*

bước sang tuổi *to turn (an age) (10-2, N)*

bước vào *to enter, to start (1-1, D2)*

bướm *butterfly (6-1, D2)*

C

ca dao *folk song, folk poem (5-2, N)*

ca khúc *(formal) song (5-1, D1)*

ca kịch *opera (5-2, N)*

ca ngợi *to sing of, exalt (10-2, N)*

ca nhạc *music and song (5-1, D1)*

ca sĩ *singer (5-1, D1)*

cá nhân *personal, individual (3-2, N)*

cả hai *both (1-1, D1)*

cả … lẫn … *both … and … (6-2, N, GU2)*

cả nhà *the entire family (2-1, D1)*

cách điệu *to stylize; stylized (4-2, N)*

cai trị *to rule (8-2, N)*

cài *to fasten (4-2, N)*

cải cách *reform (8-2, N)*

cải tiến *to improve (4-2, N)*

cảm động *moving, touching (5-2, N)*

cán bộ *official (7-1, D1)*

càng … càng … *the … the … (2-1, D1, GU5)*

   càng sớm càng tốt *the sooner the better*

cảng *port (1-2, N)*

cảng biển *sea port (1-2, N)*

cành *branch, twig (10-1, D1)*

cánh *(colloquial) side (9-2, N)*

   cánh đàn ông *the men's side*

cảnh *decoration, stage setting; scene (5-2, N)*

cảnh *scene (of a play, film) (5-2, N)*

cảnh *view, scene (2-1, D2)*

cảnh quan *view (2-1, D2)*

cao học *graduate studies for Master's degrees (3-2, N)*

cao lớn *big (4-1, D1), tall (9-2, N)*

cao nguyên *plateau (1-2, N)*

cát *sand (1-2, N)*

cau *betel nut (9-1, D1)*

cắm *to pitch, set up (8-1, D1)*

căn *classifier for houses, rooms (2-1, D1)*

cắn rứt *to gnaw (9-2, N)*

   lương tâm cắn rứt *to have twinges of conscience*

cặp *pair (4-1, D2)*

   cặp mắt *eyes*

cắt *to slice (6-1, D1)*

cắt tóc *haircut (2-1, Dr1)*

cầm quyền *to be in power (8-2, N)*

cấm *to ban, prohibit (8-2, N)*

cấp *level, rank (2-1, D2)*

cấp *to confer (a title, degree), issue (3-1, D2)*

cấp cao *summit (4-2, N)*

cầu cứu *to call for support (8-2, N)*

cầu thủ *player (4-1, D1)*

… có … có *emphatic particle (5-1, D2)*

có chấm hoa *dotted with flowers (4-1, D2)*

Có chuyện gì thế? *What happened? (8-1, D2)*

có công *to make contribution to (4-2, N)*

có dịp *to have a chance, have an opportunity (2-1, D2)*

có duyên *charming, gracious (4-1, D2)*

có gì khó đâu *nothing difficult, that's easy (1-1, D1)*

[có] liên quan đến *to concern, (be) relate(d) to (1-1, D2), (5-1, D1, GU1)*

có một thời *at some point (4-2, N)*

có nghĩa là *to mean, convey a meaning (4-2, N)*

có quyền *to have right, be eligible (3-2, N)*

có thật *true (8-1, D1)*

có tiếng *to have a good reputation (2-1, D1)*

cọc *stake, pole (8-1, D1)*

com-plê *suit (French: complet) (4-2, N)*

con cái *(collective noun) children (9-2, N)*

con rể *son-in-law (8-2, N)*

con rối *puppet, marionette (5-2, N)*

con số *data, number, figures (7-1, D1)*

còn lâu *not very soon (4-1, D2)*

cô bé *girl (4-2, Dr1)*

cô gái *girl (9-1, D1)*

cố định *stationary (5-2, N)*

cổ điển *classic, classical (5-2, N)*

   mang tính cổ điển *to have classical features*

cổ động viên *fan (6-1, D3)*

cổ tích *fairy tale (10-1, D2)*

cổ truyền *traditional (5-2, N)*

công an *police (1-1, D1)*

công chức *employee (7-2, N)*

công dân *citizen (3-2, N)*

   giáo dục công dân *civics (3-2, N)*

công lập *state(-run) (3-2, N)*

công nghệ *technology (3-1, D2)*

công nghiệp *industry (1-2, N)*

công nghiệp dầu khí *oil and natural gas industry (7-2, GU9)*

công nghiệp dệt *textile industry (7-2, GU9)*

công nghiệp máy tính *computer industry (7-2, GU9)*

công nghiệp ô tô *automobile industry (7-2, GU9)*

công nghiệp thép *steel industry (7-2, GU9)*

công nguyên *Christian era (6-2, N)*

   trước công nguyên *B.C.*

   sau công nguyên *A.D.*

công nhận *to recognize (8-2, N)*

công ơn *contribution (9-1, D2)*

công tác *to work (1-1, D1), (9-2, GU1)*

công ty du lịch *travel agency (1-1, D2)*

cổng *gate (2-1, D2)*

cộng đồng *community (6-2, N)*

cộng hoà *republic; republican (2-2, N)*

    Việt Nam Cộng hoà *the Republic of Vietnam (2-2, N)*

cột dọc *goalpost (6-1, D3)*

cơ bản *main, most important (2-1, D2)*

cơ hội *chance, opportunity (6-1, D3)*

cơ sở *basic; base, foundation (3-2, N)*

cơm bụi *fast food (2-1, D1)*

củ *bulb (root of a plant or flower) (9-2, N)*

    củ mài *oppositifolius yam*

cục *agency, bureau, administration (9-2, N)*

    cục bản đồ *agency of cartography*

cục *department (7-1, D1)*

    Cục đầu tư nước ngoài *Department of Foreign Investments*

cung *bow (6-2, N)*

    bắn cung *to shoot arrows*

cùng thời *at the same time as (5-1, D1)*

cúng *to make offerings to, worship (9-1, D2)*

cuốn hút *to attract (9-2, N)*

cứ hai năm một lần *once every other year (5-2, N)*

Cứ thử xem *I (we)'ll try (5-1, D1)*

cử *to send (an official), appoint (2-2, N)*

cử nhân *bachelor's degree (3-2, N)*

cự ly *distance, event (6-1, D2)*

cửa khẩu *checkpoint at the border (1-1, D1)*

cửa sông *river mouth (1-2, N)*

cười cợt *to laugh or smile teasingly (9-2, N)*

cưới *to marry, wed (4-2, N)*

    đi ăn cưới *to attend a wedding*

cưới xin *marriage, wedding (collective noun) (9-1, D1)*

cưỡi ngựa *to ride (on) a horse (8-1, D1)*

    cưỡi ngựa xem hoa *to do something superficially (literally: riding on a horse to look at the flowers)*

cứu *to rescue (10-2, Dr2)*

Ch

chàng trai *guy (9-1, D1)*

chào hỏi *to greet (9-2, N)*

chảo *frying pan (2-1, D1)*

    nồi niêu xoong chảo *(collective noun) kitchen utensils*

cháu ngoại *daughter's child (4-1, GU6)*

cháu nội *son's child (4-1, GU6)*

chảy *to flow, run (1-2, N)*

chảy xiết *to run fast (1-2, N)*

chắc *firm (9-2, N)*

chắc chắn là *certainly (2-1, D1)*

Chắc thế *I think so (4-1, Dr5)*

Chăm *Champa (1-1, D2)*

chăm lo *to take care of (7-2, N)*

chăn *blanket, comforter (2-1, Dr1)*

chẳng hạn như *for example (2-1, D2)*

chặt chẽ *strict (5-2, N), tight, close (7-2, N)*

chầm chậm *a bit slow(ly) (3-1, D1)*

chân *true, real (10-2, poem)*

    chân quê *truly Vietnamese*

chấp nhận *to agree, accept, approve (9-1, D1)*

chất *quality, feature (10-2, N)*

chất liệu *material (5-2, N)*

chất lượng *quality (7-2, N)*

châu Á *Asia (3-2, GU4)*

châu Âu *Europe (3-2, GU4)*

châu Mỹ *America (3-2, GU4)*

châu Mỹ La-tinh *Latin America (3-2, GU4)*

châu Nam cực *Antarctica (3-2, GU4)*

châu Phi *Africa (3-2, GU4)*

châu Úc *Australia (3-2, GU4)*

che *to cover (5-2, N)*

    màn che *curtain*

chèo *to row (6-2, N)*

chế độ *regime, status (8-2, N)*

chết *(interjection) oops, whoops (8-1, D2)*

chi lưu *affluent, tributary (1-2, N)*

chi phí *expenses (7-1, D2)*

chi tiêu *to spend; expense (7-1, D2)*

chỉ đạo *to guide, steer (7-2, N)*

chỉ tiêu *target (7-2, N)*

chia làm/chia thành *to divide into (1-2, N)*

chia tay *to part, say goodbye to each other (2-1, D2)*

chiếm *to make up (1-2, N)*

chiến = chiến tranh *war (5-1, D1)*

chiến công *feat, achievement (6-2, N)*

chiến đấu *to fight (6-2, N)*

Chiến tranh thế giới thứ hai *World War 2 (3-1, D2)*

chiều cao *height (4-1, D2)*

chiều dài *length (1-2, N)*

chiếu *sedge mat (5-2, N)*

chiếu *to show (4-1, D2), to show a movie (5-1, D2)*

chính là *exactly, precisely (2-2, N)*

chính quyền *power (2-1, D2)*

chính sách *policy (8-2, N)*

chính sách đổi mới *policy of renovation (7-2, I)*

chính xác *exact, precise (6-1, D3)*

    thiếu chính xác *not precise enough, not to hit the target*

chíp *chip (computer) (7-1, D1)*

chịu *to accept (6-1, D3)*

chịu *to be unable to (8-1, D2)*

chịu ảnh hưởng của *to be influenced by (10-1, D2)*

cho rằng *to think, believe (4-2, N)*

chống *against (5-1, D1)*

    kháng chiến chống Pháp *the war of resistance against the French invasion (1946–1954)*

chống *to fight against; against (6-2, N)*

chơi cho đội *to play for a team (6-1, D3)*

chơi cho vui thôi mà *to play just for fun (6-1, D1)*

chu đáo *considerate, thoughtful (4-1, D1)*

chú trọng *to focus on (7-2, N)*

chú ý đến *to pay attention to (5-2, N)*

chủ đề *topic (10-1, D2)*

chủ nhà *host (4-1, D1)*

chủ nhiệm *director, head (7-2, N)*

chủ quyền *sovereignty (8-2, N)*

chủ tịch *chair (person) (1-2, I)*

    chủ tịch nước *chair (person) of the State*

    chủ tịch quốc hội *chair (person) of the National Assembly*

chủ trì *to preside over (7-2, N)*

chủ yếu *major, chief; mostly, chiefly (1-1, D2), in most cases (5-2, N)*

chùa chiền *(collective noun) temples, pagodas (2-2, N)*

chúa *lord (2-2, N)*

chung *common (5-2, N)*

chung kết *final (4-1, D2)*

chung thuỷ/thuỷ chung *loyal, faithful (9-2, N)*

chuông *bell (2-2, N)*

    tháp chuông *belfry*

chuyên ban *major (3-2, N)*

chuyên gia *specialist, expert (2-2, N)*

chuyên ngành *field of concentration; professional (3-2, N), area of expertise (8-1, D1)*

chuyên nghiệp *professional (5-2, N)*

chuyến bay *flight (1-1, D1)*

chuyển *to transfer (7-1, D2)*

chuyển (thành) *to (be) transform(ed) (into) (5-2, N)*

chữ Hán *classical Chinese (8-2, N)*

chữ quốc ngữ *national writing system (8-2, N)*

Chưa chắc *I doubt it; I doubt that … (5-1, D1)*

chưa hết đâu *that is not all (5-1, D1)*

chứa *to hold (contain) (7-1, Dr2)*

chức năng *function (7-2, N)*

chứng khoán *stock (7-1, D1)*

chứng tỏ *to prove, demonstrate (8-1, D1)*

D

da *skin (4-1, D1)*

da trắng trẻo *having a light complexion (4-1, D2)*

dài ngày *long (trip) (1-1, D2)*

dải *band (10-1, D1)*

dám *dare (to) do something (1-1, D2)*

dạm ngõ *pre-engagement ceremony (9-1, D1)*

dành *to set aside, put aside, reserve (2-1, D1)*

    dành riêng cho *to reserve for*

dãy *range (1-2, N)*

    dãy núi *a range of mountains*

dặn *to warn, advise (9-2, N)*

dân ca *folk song (5-2, N)*

dân chủ *democracy; democratic (3-1, D2)*

    Việt Nam Dân chủ Cộng hoà *the Democratic Republic of Vietnam*

dân gian *folk (5-2, N)*

dân lập *private (literally: people-established) (3-2, N)*

dân số *population (1-2, N)*

dân tộc ít người *ethnic minority (1-1, D2)*

dẫn đến *to lead (8-2, N)*

dẫn điểm *to be in the lead (in sports) (7-1, Dr2)*

dầu *oil (2-2, Dr3)*

dầu lửa *oil (1-2, N)*

dây *string (5-2, N)*

dây lưng *belt (10-2, poem)*

dễ dàng *easy (7-1, D1)*

dễ như bỡn *as easy as [apple] pie, as easy as duck soup, a piece of cake (9-2, N)*

di cư *to move from Northern Vietnam to Southern Vietnam in 1954 (10-2, GU2)*

di động *mobile (9-1, D1)*

    điện thoại di động *mobile phone, cell phone*

di sản *legacy, inheritance (8-2, N)*

di sản văn hoá thế giới *world heritage site (8-2, I)*

di tản *to flee Southern Vietnam before the 30th of April 1975 (10-2, GU2)*

dĩ nhiên là *of course, I am sure that … (1-1, D2)*

dịch *epidemic (7-2, N)*

    dịch cúm gia cầm *bird flu*

diễn/trình diễn *to perform, show (5-2, N)*

diễn viên *actor, actress (5-1, D2)*

diện tích *area (1-2, N)*

dịp *occasion, opportunity (1-1, D2)*

do *due to, because of (4-2, N)*

dọc theo *along (1-2, N)*

    chạy dọc theo *to run along*

dọn đến *to move in (2-1, D1)*

dong dỏng *tall and slender (4-1, D1)*

dòng *movement (in literature, arts) (9-2, N)*

dòng họ *clan (9-1, D2)*

dồi dào *plentiful, abundant (7-1, D1)*

dù sao thì *in any way (8-1, D2)*

dũng cảm *courageous, brave (6-2, N)*

duy trì *to maintain (6-2, N)*

duyên dáng *graceful, charming (9-2, N)*

dư luận *public opinion (9-2, N)*

dữ *vicious, ferocious, cruel (9-2, N)*

dự/tham dự *to attend (a conference, meeting) (1-1, D1)*

dự án *project (2-2, N)*

dự báo *to forecast, predict (7-2, N)*

dự định *to intend, plan (8-2, N)*

dựa trên/theo/vào *to (be) base(d) on (3-2, N)*

dựng *to make a movie (5-1, D2)*

dựng nước *to establish a state (8-1, D1)*

dược *pharmacy (3-1, D1)*

dưới thời thuộc Pháp *during the French rule (3-2, N)*

dượng *aunt's husband (4-1, GU12)*

Đ

đá bóng *soccer; to play soccer (6-1, D3)*

đã qua *past; in the past (9-1, D2)*

Đài truyền hình Trung ương *Vietnamese Central television (5-1, I)*

đại diện *representative (10-1, D2, GU7)*

 đại diện cho *to represent*

đại khái như *approximately, roughly (3-1, D1)*

đám *group of people (9-2, N)*

đám ma *funeral (9-2, N)*

đàm tiếu *to criticize behind someone's back (9-2, N)*

đàn áp *to suppress (8-2, N)*

đàn bà *woman (9-2, N)*

đàn ông *man (9-2, N)*

Đàng ngoài *Northern Vietnam in the 17th and 18th centuries (literally: the Outside Part of the country) (8-2, N)*

Đàng trong *Southern Vietnam in the 17th and 18th centuries (literally: the Inside Part of the country) (5-2, N)*

đáng *to be worth doing something, be worthy of (7-1, D1)*

đáng kể *considerable (2-2, N)*

đáng lẽ ra *instead of (9-2, N)*

đảng cộng sản *communist party (1-2, I)*

đành *to consent to (6-1, D3)*

đánh *to attack, assault (8-2, N)*

đánh bại *to defeat (8-2, N)*

đào *peach, cherry (10-1, D1)*

đào *to dig (1-2, N)*

 sông đào *canal, channel (1-2, N)*

đảo *island (1-2, N)*

đạo *religion (8-2, N, GU12)*

 truyền đạo *to promulgate*

đạo diễn *filmmaker, director (5-1, D2)*

Đạo giáo *Taoism (8-2, N)*

đáp ứng *to meet (demands, requirements) (2-2, N), (expectations) (7-1, D1)*

đạt *successful (5-1, D1)*

đạt *to achieve (2-2, N)*

đạt được *to achieve (8-2, N)*

đăng *to publish (10-2, N)*

đằng sau *behind, in the back (5-2, N)*

đặc điểm *specific feature (4-2, N)*

đặc sắc *unique, of unusual excellence (4-2, N)*

đặt *to create (words for a song) (5-2, N)*

đặt *to establish (1-2, N), to order (4-2, N), to put, lay (6-2, N)*

đặt vấn đề *to propose (9-1, D1)*

đầm lầy *bog, swamp, marsh (2-2, N)*

đất liền *mainland (1-2, N)*

đầu gối *knee (9-2, N)*

đầu tư *to invest; investment (2-2, N)*

đấu *to compete (6-2, N)*

đầy đủ *well-provided, wealthy (9-2, N)*

đẩy *to push, save with the fists (6-1, D3)*

đẩy mạnh *to push, force (7-2, N)*

đẻ *to give birth (9-2, N)*

đèn/đèn lồng *lantern (8-1, D2)*

đèn lồng/đèn *lantern (4-1, D2)*

đèo *mountain pass, col (1-2, N)*

đê *dike (10-2, poem)*

đề ra *to set (a target) (7-2, N)*

đề tài *topic (5-2, N)*

để lại *to leave something in a place (2-2, GU4)*

để tóc dài *to have long hair (4-1, D1)*

để ý *to notice (4-1, D2), to pay attention (8-1, D2)*

 để ý thấy *to notice*

để ý đến *to pay attention to, to notice (1-1, D2)*

đệm *to accompany (to perform musical accompaniment for) (5-2, N)*

 nhạc đệm *accompaniment*

... đến đâu ... đến đấy *as much as (9-1, D1, GU3)*

đến nỗi *so ... that ... (7-1, D1, GU6)*

đi dạo *to walk around (2-1, D2)*

đi đưa [đám] *to follow the funeral procession (9-2, N)*

đi lễ *to go to worship or to pray (3-1, Dr5), to go to church or temple (10-2, poem)*

đi tu *to become a monk (1-1, D2)*

địa chỉ *address (1-1, D1)*

đích xác *exact, precise; for sure (9-2, N)*

   biết đích xác *to know for sure*

điểm *place (1-2, N)*

   điểm du lịch *tourist attraction (1-1, D2)*

điền *to fill out, fill in (1-1, D1)*

điền kinh *track and field (6-1, I)*

điển hình *typical (9-2, N)*

điện *palace (6-2, N)*

điện *electricity (1-2, N)*

   nhà máy thuỷ điện *hydroelectric station*

điện tử *electronic (7-2, N)*

điện thoại cố định *stationary phone, land line (9-1, D1)*

điều hành *to run (1-2, GU3), (7-2, GU4)*

   điều hành doanh nghiệp *to run a business*

   điều hành chương trình *to run a program*

   trường đại học do nhà nước điều hành *a state-run university*

điều hoà *air conditioner (2-1, D1)*

điều khiển *to operate, direct (5-2, N), to manage, control (8-2, N)*

điều kiện *requirement (3-2, N)*

điều luật *article, clause (of a law) (7-2, N)*

điệu múa *dance (5-2, N)*

đình *community hall in a village (5-2, N)*

đính hôn *to be engaged (9-1, D1)*

đỉnh *summit, peak (1-2, N)*

đoàn *group (8-1, D2), troupe (5-2, N)*

đoán *to guess (8-1, D2)*

đoạn *section (1-2, N), paragraph (1-2, Dr2), passage (9-1, Dr5)*

đoạt *to win (a medal) (6-2, N)*

đòi hỏi *to require (4-2, N)*

đón *to greet (4-1, D1)*

đón dâu *to go and get the bride at her parents' home (9-1, D1)*

đóng góp/đóng góp với *to contribute to; contribution (1-1, D2), (2-2, N)*

   có nhiều đóng góp với *to make a great contribution to*

đóng tiền *to pay (5-1, D2)*

đóng vai chính *to play the main role (5-1, Dr3)*

đóng vai trò *to play a role (1-2, N)*

đô hộ *to rule, dominate (8-2, N)*

   đô hộ phủ *a ruled prefecture*

   An Nam đô hộ phủ *the Pacified Southern ruled prefecture*

độc đáo *unique (4-1, D1), specific (5-2, N)*

   nét độc đáo *a specific feature*

đôi *pair, couple (9-2, N)*

đôi khi *occasionally (6-2, N)*

đổi tên thành *to rename as (2-2, N)*

đội *team (6-1, D1)*

đội ngũ cán bộ *cadre (7-2, N)*

đội trưởng *captain (6-1, D3)*

Đông Dương *Indochina (1-2, N)*

đông đúc *crowded, large (9-2, N)*

Đông Kinh Nghĩa Thục *a patriotic movement in Hanoi in 1907 (10-2, N)*

Đông Nam Á *Southeast Asia (2-2, N)*

đồng hoá *to assimilate (8-2, N)*

đồng hồ treo tường *wall clock (1-2, Dr1)*

đồng phục *uniform (4-2, N)*

đồng thời *at the same time (5-2, N)*

đồng thời với *at the same time as (6-2, N)*

động *cave (1-1, D2)*

động tác *movement, action (5-2, N)*

đột ngột *sudden; suddenly (10-2, N)*

đỡ *to defend (6-1, D1)*

   không tài nào đỡ nổi *to have no way to defend*

đời thường *everyday life (10-1, D2)*

đơn *application (7-1, D2)*

đơn ca *solo; to solo (5-2, N)*

đơn giản *simple, easy, not fancy (4-2, N)*

đơn vị *unit, entity (2-1, D2)*

đùa nghịch *to frolic (6-1, D2)*

đũi *a type of rough silk (10-2, poem)*

đúng thế *exactly (1-1, D2)*

đụng *to touch (6-1, D2)*

   đụng phải *to touch unintentionally*

đuổi *to drive away (8-2, N)*

đuổi đi *to drive away, expel (9-2, N)*

đứng tuổi *middle-aged (4-2, N)*

đương đầu *to encounter, to cope with (2-2, N)*

đương nhiên [rồi] *of course (2-1, D2)*

đường lối *policy (10-2, N)*

đường sá *(collective noun) roads (2-2, N)*

đường sắt *railroad (1-2, N)*

Ê

ếch *breaststroke (literally: frog) (6-1, D2)*

G/gh

gả *to marry off one's daughter (9-1, D1)*

gạt *to scrape off (9-2, N)*

gắn bó *to be closely bound to, be deeply attached to (9-2, N)*

gắn liền với *to (be) closely connect(ed) to (4-2, N)*

gấm *brocade, embroidered silk (4-2, N)*

gấp *-fold (7-1, D1)*

  tăng gấp rưỡi *to increase by 50%*

gấp *urgent (9-1, D1)*

gây *to cause (7-1, D1)*

ghé *to come by (8-1, D1)*

  ghé qua *to come by for a short time*

ghép *to assemble, put together (4-1, D1)*

  tranh ghép *mosaic*

ghê *terrible; terribly (adverb of degree) (2-1, D2)*

ghềnh *whirlpool (1-2, N)*

ghi nhớ *to remember, retain in the mind (2-1, D2)*

goá *to be widowed (9-2, N)*

  goá vợ *to be a widower*

góc *corner (6-1, D3)*

gói *pack, package (1-1, D2)*

  du lịch trọn gói *package tour*

gọn *lean (4-1, D1)*

gỗ *wood (5-2, N)*

gốc *origin, root (5-2, N)*

  từ gốc Hán *vocabulary of (classical) Chinese origin*

gội đầu *to wash one's hair (2-1, GU1)*

gồm/bao gồm *to consist of, be composed of (1-2, N)*

gỡ hoà *to tie (6-1, D3)*

gợi lại *to revive (5-1, D1)*

gửi lại *to leave something for someone (2-2, GU4)*

gửi tiền *to pay (2-1, D1)*

Gi

gia tăng *to increase (7-2, N)*

giá cả *(collective noun) prices (1-1, D2)*

giá như *if (5-1, D1)*

giá trị *value (2-2, N)*

giai đoạn *period, stage (8-2, N)*

giải pháp *solution (7-2, N)*

giải phóng *to free, liberate (8-2, N)*

giải quyết *to solve, resolve, find a solution to (2-2, N)*

giải thích *to explain (1-1, D1)*

giải vô địch *championship (6-1, Dr7)*

giám đốc điều hành *CEO (7-2, GU4)*

giảm *to decrease (7-1, D1)*

gian *room (in a museum, exhibit) (8-1, D1)*

giàn giụa/ràn rụa *bathed in tears (9-2, N)*

giảng dậy *to teach (3-1, D2)*

giành *to seize (2-1, D2)*

giao bóng *to serve (6-1, D1)*

giao lưu *to communicate (2-2, N)*

giáo dục *education (2-2, N)*

giáo sĩ *Catholic missionary (8-2, N)*

giáo trình *teaching materials (3-1, D2)*

giáp *to border (1-2, N)*

giàu/giầu *rich, wealthy (2-2, N)*

giàu có/giầu có *wealthy (9-2, N)*

giăng *to stretch, spread (9-2, N)*

  giăng lưới bắt chim *spread the net to catch birds*

giặt *to wash clothes (2-1, D1)*

  máy giặt *washing machine*

giặt khô *dry clean (2-1, D1)*

giật *topspin (6-1, D1)*

giấy chứng minh nhân dân *ID issued by the Vietnamese government (7-1, D2)*

giọng *accent; voice (8-1, D2)*

giọt *drop (9-2, N)*

giỗ *the anniversary of someone's death (9-1, D2)*

giỗ đầu *the first anniversary of someone's death (9-1, D2)*

giỗ hết *the third anniversary of someone's death (9-1, D2)*

Giỗ tổ vua Hùng *Anniversary of the Hùng Kings (9-1, I)*

giống cái *(colloquial) female gender (9-2, N)*

giống đực *(colloquial) male gender(9-2, N)*

giục giã *to hurry up (9-2, N)*

giữ gìn/gìn giữ *to preserve (9-1, D2)*

giữ lại *to keep, preserve (2-2, GU4)*

giữ lại được *to preserve (2-2, N)*

giữ nguyên *to preserve the original state of something (10-2, poem)*

giữ vai trò *to play a role (2-2, N)*

giữ vững *to maintain, uphold (8-2, N)*

giường *bed (2-1, D1)*

H

Hà Lan *the Netherlands (8-2, N)*

hà tiện *stingy (9-2, N)*

hải quan *customs (the governmental agency) (7-2, N)*

hạn chế *to limit, restrict (7-2, N)*

hạn hán *drought (7-2, N)*

hàng *line (6-1, D3)*

hàng/hằng *every, each (5-1, D2)*

hàng đầu *leading (7-1, D1)*

hàng không *air communication, aviation (1-2, N)*

hàng loạt *mass (4-2, N)*

    sản xuất hàng loạt *to mass-produce*

hàng ngàn *thousands (2-2, N)*

hành chính *administration, administrative (2-1, D2)*

hành hạ *to torment (9-2, N)*

hành lang *hallway (2-1, D1)*

hạnh kiểm *behavior, conduct (3-2, N)*

hào phóng *generous (9-2, N)*

hẳn *completely, quite (6-1, D3), entire, entirely (8-1, D1)*

    bỏ hẳn mấy ngày *to spend entire several days*

hằng/hàng *every, each (5-1, D2)*

hậu vệ *defenseman, defender (6-1, D3)*

héc-ta *hectare (2-2, N)*

hẹn *to arrange for someone to do something; appointment (2-1, D1)*

Hẹn ngày mai gặp lại *See you tomorrow (2-1, D1)*

hẹp *narrow (2-1, D2)*

hề *clown (5-2, N)*

hệ *system, level (3-2, N)*

hệ thống *system (1-2, N)*

hết sức *extremely (1-2, N)*

hiền lành *meek, good-natured, kind, meek and mild (9-2, N)*

hiện lên *to appear (8-1, D2)*

hiện thực *realism; realistic (5-1, D1)*

hiện vật *artifact (8-1, D1)*

hiệp *period (6-1, D3)*

hiệp ước *treaty (8-2, N)*

hiểu biết *to be knowledgeable (2-1, D2)*

hiệu quả *effect; effective (7-2, N)*

hình *shape (1-2, N)*

hình ảnh *image (4-2, N)*

hình thành *to take shape, be formed (5-2, N)*

hình thức *form (5-2, N)*

hình vẽ *picture (4-2, N)*

hò *to sing (a folk song) (5-2, N)*

họ *clan (8-2, N)*

họ hàng *relatives (4-1, D1)*

hoa hậu *beauty, Miss (4-1, D2)*

    thi hoa hậu *beauty contest*

Hoa Kỳ *(formal) the United States of America (4-2, N)*

hoà bình *peace (3-2, N)*

hoà hợp *harmony (6-2, N)*

hoà thuận *harmonious, united (9-2, N)*

hoá/hoá học *chemistry (3-1, D1)*

hoá chất *chemicals (5-1, Dr1)*

hoá học/hoá *chemistry (3-1, D1)*

hoá ra *it turns out (9-2, N)*

hoạ sĩ *painter, artist (4-2, N)*

hoàn toàn *completely, totally (2-2, Dr3)*

hoang *virgin, uncultivated (2-2, N)*

    đất hoang *uncultivated lands*

Hoàng cung *Royal Palace (8-2, Dr1)*

hoàng đế *emperor (8-2, N)*

hoạt động *to work, act (3-1, D2), to do business (7-1, D1)*

học hỏi *to learn (2-1, D1)*

học không tập trung *part-time study (3-2, N)*

học lực *scholastic aptitude (3-2, N)*

học tập *to study (3-1, D2)*

học tập trung *full-time study (3-2, N)*

học viện *academy, school (6-2, N)*

hói *bald (4-1, D1)*

hỏi *to ask for a woman's hand in marriage, to propose (9-1, D1)*

    lễ hỏi *betrothal, engagement ceremony*

hỏi ý kiến *to ask someone's advice, consult (1-1, D2)*

hòn ngọc *pearl, gem (2-2, N)*

hộ *household (9-2, N)*

hộ chiếu *passport (7-1, D2)*

hồi *instant, moment (10-2, poem)*

Hồi giáo *Islam (2-2, N)*

hội *festival (1-2, N)*

hội đồng *council (2-2, I)*

Hội đồng Nhân dân *People's Council*

hội hoạ *painting (as a field of art) (10-1, D2)*

hội nghị *conference (4-2, N)*

hội thảo *conference (1-1, D1)*

hội viên *member (5-1, D2)*

hôm nào *someday (6-1, D2)*

hông *hip, side (9-2, N)*

    đôi hông *one's sides*

hợp cẩn *wedding feast (the bride and the bridegroom share a cup of wine) (9-2, N)*

hợp nhất *to merge (2-1, D2)*

hợp tác *to cooperate; cooperation (4-2, N)*

hợp với *to fit, be appropriate (10-1, D1)*

hũ *jar (9-2, N)*

huấn luyện *to train, coach (6-2, N)*

hùng mạnh *strong, powerful (8-2, N)*

huy chương *medal (6-2, N)*

huyện *district (in the rural areas) (1-2, I), (2-2, N)*

huyện uỷ *committee of the Communist Party of a district in a rural area (2-2, I)*
hướng nghiệp *professional orientation (3-2, N)*
hưởng ứng *to respond warmly (5-1, D1)*
hy vọng *to hope (6-1, D1)*

I

im lặng *silent (7-1, Dr5)*
ít nhiều *to some extent (10-2, poem)*

K

kẻ cắp *thief (9-2, GU6)*
kẻ cướp *robber (9-2, GU6)*
kẻ gian *evil-doer (9-2, GU6)*
kẻ trộm *burglar (9-2, GU6)*
kẻ xu nịnh *flatterer (9-2, GU6)*
kẽ răng *small space between the teeth (9-2, N)*
kéo nhau đi *(of a crowd) to move away together (9-2, N)*
kê *to set up, put (furniture) (2-1, D1)*
kế hoạch *plan; to plan (7-1, D1)*
   Bộ Kế hoạch và Đầu tư *Ministry of Planning and Investments*
kế thừa *to inherit (4-2, N)*
kể cả *including (5-1, D2)*
kể đến *to mention (7-1, D1)*
kể ra *to list (7-1, D1)*
kể ra thì *well, actually; to be frank (2-1, D1)*
kể từ *from (3-1, D2)*
kênh *channel (7-2, N)*
kết hợp *to combine (5-2, N)*
kết luận *to conclude; conclusion (7-2, N)*
kích thước *size (6-1, D2)*
kịch *play (10-2, N)*
kịch bản *screenplay, scenario (5-1, D2)*
kịch nói *modern drama (5-2, I)*
kiếm sống *to make a living (10-2, N)*
kiểm điểm *to review (7-2, N)*
kiểm soát *to control (8-2, N)*
kiên quyết *to be determined (7-2, N)*
kiến trúc sư *architect (2-1, D2)*
kiểu *style, stroke (6-1, D2)*
kỳ *part of territory (in history) (8-2, N)*
kỳ quan *wonder (1-1, D2)*
kỳ thi *examination period (3-1, D1)*
kỷ cương *rules and regulations (7-2, N)*
kỷ luật *discipline (7-2, N)*
kỷ niệm *memory (5-1, D1)*

Kh

khá giả *wealthy (5-2, N)*
khách quan *objective; external (7-2, N)*
khai *to file (7-1, D1)*
khai giảng *to start an academic year (3-1, D2)*
khai khẩn *to clear the lands (2-2, N)*
khai thác *to exploit (1-2, N)*
khái niệm *concept (2-1, D2)*
   có khái niệm *to have an idea*
khán giả *spectactor, viewer (5-1, D2)*
kháng chiến *to resist; resistance, war of resistance (5-1, D1)*
khắc nghiệt *severe (8-1, D2)*
khăn *scarf, turban (4-2, N), kerchief (10-2, poem)*
khắp *everywhere (1-2, N)*
khí đốt *natural gas (1-2, N)*
khiêu khích *to provoke (8-2, N)*
khiếu nại *to complain (7-2, N)*
khinh *to disdain, despise, scorn (9-2, N)*
   khinh rẻ *to scorn*
khó khăn *difficult; difficulty (7-1, D1)*
   gặp khó khăn *to face difficulties*
khoa học nhân văn *humanities (3-1, D1)*
khoa học tự nhiên *natural sciences (3-1, D1)*
khoa học xã hội *social sciences (3-1, D1)*
khoản *amount (2-1, D1)*
khoảng cách *distance; gap (2-2, N)*
khoảng thời gian *a period of time (3-2, N)*
khoé *corner (9-2, N)*
khỏi phải *needless (1-1, D2)*
   khỏi phải giới thiệu với anh *needless to introduce to you*
khỏi phải nói *really good (5-1, D2)*
khổ *miserable (10-2, poem)*
   làm khổ *to make someone miserable*
khối *block, group (3-1, D1)*
khôn *smart (5-2, Dr2)*
khôn ngoan *wise, sagacious (9-2, N)*
Không biết bao nhiêu lần như thế *That happens numerous times (6-1, D2)*
không chỉ … mà còn … *not only … but also … (2-2, N, GU7)*
không khí *air, atmosphere (6-1, D3)*
không ngừng *continuous(ly) (5-2, N)*
không thành *unsuccessful; unsuccessfully (9-2, N)*
khởi động *to warm up (6-2, Dr3)*
khởi nghĩa *to rise up in arms, revolt (6-2, N)*
   cuộc khởi nghĩa *uprising, rebellion*

khởi sắc *to thrive, flourish (5-2, N)*
khởi xướng *to initiate, instigate, start (3-2, N)*
khu phố cổ *the old quarter in Hanoi (2-1, D1)*
khu vực *area (1-2, N)*
khúc *portion, section (1-2, N)*
khung cảnh *atmosphere (10-1, D1)*
khung thành *goal (6-1, D3)*
khuôn viên *campus (7-1, D1)*
khuy *button (4-2, N)*
khuya *late at night (2-1, Dr2)*

L

lá *leave (8-1, D2)*
lạc *to be lost (2-1, D2)*
lãi *interest (7-1, D2)*
   lấy lãi *to earn interest*
làm *to hold, conduct (9-1, D1)*
làm ăn *to work, do business (2-2, N)*
làm chủ *to be owner, control (2-2, N)*
làm hỏng *to break, damage, destroy (2-1, D2)*
làm ra *to create, produce (8-1, D1)*
làm tăng *to increase (4-2, N)*
làm vui lòng *to please (9-2, N)*
lan *to spread out (9-2, N)*
làng *village, hamlet (10-2, poem)*
lãng mạn *romanticism; romantic (5-1, D1)*
lánh nạn *to take refuge (2-2, N)*
lãnh đạm *frigid, cold (9-2, N)*
lãnh đạo *to lead; leader (4-2, N)*
lãnh thổ *territory (1-1, Dr1)*
lao động *labor (10-2, N)*
lăn *with solid flesh on (9-2, N)*
lăng *tomb, mausoleum (8-1, D2)*
lâm sản *forest products (7-2, N)*
lần theo *to follow (9-2, N)*
lẫn lộn *to mix; mixed (8-1, D2)*
   vui buồn lẫn lộn *happiness and sadness are mixed*
lấp lánh *to shine, sparkle (9-2, N)*
lập lại *to restore, re-establish (3-2, N)*
lật đổ *to oust, topple (6-2, N)*
lâu dài *long, for a long time (8-2, N)*
lâu đời *long-established (6-2, N)*
lấy rẻ hơn *to charge less (2-1, D1)*
lễ *ceremony (4-2, N), religious ceremony or festival (5-2, N)*
lễ *to worship (4-1, Dr6)*
lễ hội *festival, feast (4-2, N)*
lễ vật *offering, gift (9-1, D1)*

lệ *tear (9-2, N)*
lệ phí *fee (7-1, D2)*
lên làm vua/lên ngôi vua *to ascend the throne, be proclaimed king (8-2, N)*
liên hệ *to contact (1-1, D2)*
liên hoan *festival (5-2, N)*
liên tiếp *consecutive, successive (8-2, N)*
liên tục *continuous; continuously (9-1, D1)*
liền nhau *next to one another, adjacent to one another (2-1, D2)*
liệu *do you think (2-1, D2)*
lính *soldier (6-2, N)*
lĩnh *a type of fine thin silk (10-2, poem)*
lĩnh vực *area, field (7-1, D1)*
lo liệu *to take care of (9-2, N)*
lo ngại *to be concerned (5-2, N)*
loại hình *genre (5-2, N)*
long lanh *to glisten, sparkle (9-2, N)*
lòng *heart, feeling (9-2, N)*
   lòng người *everyone's heart, feelings*
lơ mơ *vague; vaguely (3-1, D1)*
   hiểu lơ mơ *to have a vague idea*
Lỡ bước sang ngang *resigned to marrying a man who is not the woman's choice (10-2, N)*
lời *words (5-1, D1)*
lớn lên *to grow up (4-1, D1)*
lớp *class, circle (10-1, D2)*
lớp *layer (8-1, D2)*
lớp trẻ *young people (4-2, N)*
lũ *(colloquial) group of people (9-2, N)*
lụa sồi *a type of rough silk (10-2, poem)*
luận văn *thesis (2-1, Dr4), dissertation (3-2, N)*
lúc đầu *at first (4-2, N)*
lục bát *with six-eight meter (in poetry) (5-2, N)*
lửa *fire (9-2, N)*
   bếp lửa *kitchen in the countryside*
lưng *back (4-2, N)*
lưới *net (6-1, D1)*
lưỡi *tongue (9-2, N)*
   miệng lưỡi *talkativeness*
lương tâm *conscience (9-2, N)*
lưu truyền *to hand down (5-2, N)*
lưu ý *to draw someone's attention to (7-2, N)*
luyện tập *to practice (6-2, N)*
ly hôn *to get divorced (2-2, Dr5)*
lý/vật lý *physics (3-1, D1)*
lý do *reason (10-1, D1)*
lý thú *interesting (1-1, D2)*

M

mà thôi *only (4-2, N)*

má *cheek (4-1, D2)*

  má lúm đồng tiền *having dimpled cheeks*

mãi *for a long time (10-2, poem)*

màn *curtain (5-2, N)*

màn *mosquito net (2-1, Dr1)*

màn *scene (of a play, show) (4-2, N)*

mảnh *a piece (4-2, N)*

mảnh dẻ *thin, slim (4-1, D2)*

mạnh *strong, powerful, rapid (5-2, N)*

  phát triển mạnh *to develop rapidly*

mạnh mẽ *strong (4-2, N), vigorous(ly), rapid(ly)*
  (8-2, N)

mát mẻ *cool (1-2, N)*

màu sắc/mầu sắc *(collective noun) colors (4-2, N),*
  feature (5-2, N)

may *to sew (4-2, N)*

máy tính/máy vi tính *computer (7-1, D1)*

máy vi tính xách tay *laptop (2-1, Dr2)*

mặt *side (5-2, N)*

mặt nước *surface of the water (5-2, N)*

mầm non *the lowest level of the the educational*
  system (literally: tender bud) (3-2, N)

mất *to pass away (10-2, N)*

mất lòng *to be hurt, offended (10-2, poem)*

mầu sắc/màu sắc *(collective noun) colors (4-2, N),*
  feature (5-2, N)

mẫu giáo *the higher level of kindergarten (3-2, N)*

mép *edge (5-2, N)*

mép *mouth (9-2, N)*

mê *to like very much, have a passion for (10-1,*
  D1)

mềm mại *lithe, supple (9-2, N)*

mền chăn *(collective noun) bed clothes and blankets*
  (9-2, N)

mến *to like (6-1, D3)*

miền Tây Bắc *the Northwest of Vietnam including*
  Lai Châu, Lào Cai, Yên Bái and Sơn La provinces
  (9-2, N)

miệng *mouth (4-1, D2)*

miệng còn hơi sữa *someone is very green, someone*
  is still wet behind the ears (9-2, N)

miêu tả *to describe, depict (5-2, N)*

minh hoạ *to illustrate (10-1, D1)*

Minh Hương *Chinese communities overseas (began*
  to be founded during the Ming dynasty 1368–1644)
  (2-2, N)

mình *a personal pronoun replacing the previously*
  mentioned subject (9-2, N)

mít tinh *rally (2-1, D2)*

mỏ *beak, bill (10-2, poem)*

món *classifier for gifts (4-1, D1)*

mong đợi *to expect (7-1, D1)*

  sự mong đợi *expectations*

mỏng *thin (4-2, N)*

mô hình *model (2-2, N)*

mồ côi *to lose one's parent(s) (10-2, N)*

môi trường *environment (2-2, N)*

mối *classifier for some abstract nouns (5-2, N)*

  mối quan hệ *relationship*

  mối tình *love*

  mối bất bình *indignation*

Mông/Mông Cổ *Mongolia (6-2, N)*

Mông Cổ *Mongolia (6-2, N)*

một ít/một tí *a little bit (2-1, D1)*

một khi *once (8-1, D1)*

một mình *alone, on one's own (1-1, D2)*

một tí/một ít *a little bit (2-1, D1)*

một vài *a few, several (4-2, N)*

mở *to organize (6-2, N)*

mở rộng *to expand (2-1, D2)*

mợ *uncle's (mother's brother's) wife (4-1, D1)*

múa rối *puppet theater (5-2, N)*

mục đích *purpose (1-1, D1)*

mục tiêu *target, goal (7-2, N)*

mũi dọc dừa *straight-nosed (4-1, D2)*

mũi tên *arrow (8-1, D1)*

mức *level (2-1, D1)*

  mức giá *rate*

mừng *happy (7-1, D1)*

  điều đáng mừng *good news*

mường *district in a mountainous region (9-2, N)*

mỹ nhân *(Chinese: 美人) a beautiful woman (8-1, D2)*

mỹ thuật *fine arts (3-2, N)*

N

Nam bộ *Southern Vietnam (1-2, N)*

nam giới *(collective noun) men (4-2, N)*

nạn dịch *epidemic (9-2, N)*

nàng *she, her (9-2, N)*

nào đâu *where (10-2, poem)*

năm tháng *a long time (9-2, N)*

nắm chắc *to understand, grasp (7-2, N)*

năng khiếu *aptitude, gift (3-1, D1)*

nặng nhọc *hard (4-2, N)*

nâng cao *to improve (7-1, D1)*
nấu ăn *to cook (2-1, D1)*
ném bom *to bombard (10-2, Dr2)*
nét *feature (2-1, D2)*
nét mặt *facial features (4-1, D2)*
nền *background (4-1, D2)*
nền móng *foundation (6-2, N)*
  đặt nền móng cho *to lay the foundations of*
nền nếp *rules and regulations (9-2, N)*
nêu rõ *to point out (7-2, N)*
nêu tên *to list by names (7-1, D1)*
niên hiệu *imperial name (8-2, N)*
niêu *terracotta pot (2-1, D1)*
ninh *to braise, boil for a long time (9-2, N)*
nỏ *crossbow, arbalest (8-1, D1)*
nói đùa *to joke (2-2, Dr3)*
nói ra *to speak out, tell the truth (10-2, poem)*
nói riêng *in particular (3-2, N)*
nói thật *to tell the truth (5-1, D1)*
nói trên *above mentioned (9-2, N)*
nỗ lực *effort (7-2, N)*
nồi *pot (2-1, D1)*
nối *to link (1-2, N)*
nổi dậy *to rise up (8-2, N)*
nổi khùng *to get angry (9-2, N)*
nội *meadow (10-2, poem)*
  hương đồng gió nội *the odor of rice fields and meadows*
nội chiến *civil war (8-2, N)*
nội dung *content (5-2, N)*
nội thành *urban area of a city (2-1, D2)*
nông nổi *to act lightly, without much thinking (9-2, N)*
nông sản *agricultural (farming) product (1-2, N)*
nồng nàn *passionate, ardent, fervid (9-2, N)*
nở nang *well-developed (9-2, N)*
nơi *where (1-1, D1)*
nuôi dậy *to bring up (10-2, N)*
nữ sinh *female students (4-2, N)*
nữa là *let alone (8-1, D2)*
nước da lươn *the brown surface of the jar (9-2, N)*
nước dãi *saliva (9-2, N)*
nước mắt *tear (9-2, N)*

Ng/ngh

ngang *at the level of (4-1, D2)*
  để tóc xoã ngang vai *to have flowing shoulder-length hair*
ngang *equal (6-1, Dr10)*

ngành *branch, field (1-2, Dr7), area, specialty (2-2, N)*
ngành dịch vụ vui chơi giải trí *entertainment industry (7-2, GU9)*
ngành du lịch *tourist industry (7-2, GU9)*
ngành đánh bắt thuỷ sản *fishing industry (7-2, GU9)*
ngành ngân hàng *banking industry (7-2, GU9)*
ngay *even (8-1, D2)*
ngay lập tức *immediately (2-2, N)*
ngay sau đó *right after that (8-2, N)*
ngày sinh *birthday (9-1, D2)*
ngày xưa *of old; in the old days (2-1, D1)*
  nói chuyện ngày xưa *to talk about history*
ngâm thơ *to recite a poem in chanting voice (10-1, D1)*
ngân sách *budget (2-2, N)*
ngẫu hứng *to improvise*
ngậy *tasting deliciously buttery (9-2, N)*
nghèo *poor (2-2, N)*
nghèo túng *poor (9-2, N)*
nghề *profession, occupation (2-2, N)*
nghệ thuật *arts (5-2, N)*
nghỉ xuân *(to) have the spring break (4-1, Dr1)*
nghiêm trọng *grave, serious (2-2, N)*
nghiêm túc *serious (4-2, N)*
  trông thiếu nghiêm túc *to not look serious*
nghiên cứu sinh *Ph.D. student (1-1, D1)*
  học nghiên cứu sinh *to be a Ph.D. student, do one's Ph.D.*
ngoài công lập *private (3-2, N)*
ngoài giờ lên lớp *extracurricular (3-2, N)*
ngoài sáu mươi *to be over sixty years old, be in one's early sixties (4-1, D1)*
ngoài trời *outdoor (8-1, D2)*
ngoại giao *diplomacy (8-2, N)*
ngoại thành *suburb, outskirts (2-1, D2)*
ngoại xâm *foreign invasion, foreign invader (6-2, N)*
ngôn ngữ *language (5-2, N)*
ngờ *to expect (6-1, D1)*
ngủ ngon *to sleep well (3-2, Dr2)*
nguồn *source (7-1, D1), spring (9-1, D2)*
  Uống nước nhớ nguồn *When you drink from the stream, remember the spring*
nguyên bản *original (9-2, N)*
nguyên nhân *reason (7-1, D1)*
nguyên tắc *principle (6-2, N)*
nguyện vọng *desire (3-2, N)*
  có nguyện vọng *to desire*
ngữ văn *philology (3-2, N)*

ngửa *backstroke (6-1, D2)*

ngực *chest, breast (9-2, N)*
  bộ ngực *one's breast*

ngược lại *in contrast (4-2, N)*

người đậm *stocky (4-1, D1)*

người dân *people (3-2, Dr2)*

người Hoa *Chinese people (as an ethnic group) (2-2, N)*

người mẫu *fashion model (4-1, D2)*

người nhà *relatives (4-1, D1)*

Nh

nha *dentistry (3-1, D1)*

nhà chọc trời *highrise, skyscraper (2-1, D2)*

nhà cửa *(collective noun) houses (2-1, D2)*

nhà Đường *Tang dynasty in China 唐朝 (618–907) (8-2, N)*

nhà gái *the bride's family (9-1, D1)*

nhà Hán *Han dynasty in China 汉朝 (202 B.C.–220 A.D.) (8-2, N)*

nhà Minh *Ming dynasty in China 明朝 (1368–1644) (2-2, N)*

nhà Nguyên *Yuan dynasty in China 元朝 (1271–1368) (6-2, N)*

nhà nho *Confucian scholar (10-2, N)*

nhà ta *your family (2-1, D1)*

nhà Tần *Qin dynasty in China 秦朝 (221–206 B.C.) (8-2, N)*

nhà Thanh *Qing dynasty in China 清朝 (1644–1912) (6-2, N)*

Nhà thờ Đức bà *Cathedral of Notre Dame (2-2, N)*

nhà Tống *Song dynasty in China 宋朝 (960–1279) (8-2, N)*

nhà trai *the bridegroom's family (9-1, D1)*

nhà trẻ *kindergarten (3-2, N)*

nhà tù *prison (2-1, D2)*

nhã nhạc cung đình Huế *Royal Palace Music of Huế (5-2, I)*

nhạc công *musician (5-2, N)*

nhạc cụ *musical instrument (10-1, D1)*

nhắc *to remind (9-1, D2)*

nhằm *to aim; in order to (7-1, D2)*
  nhằm mục đích *in order to*

nhân công *labor (7-1, D1)*

nhân loại *humankind (5-2, N)*

nhân lực *workforce (7-1, D1)*

nhân vật *character (a person portrayed in a literary work or in an artistic piece) (5-2, N)*

nhấn mạnh *to stress, emphasize (4-2, N)*

nhẫn cưới *wedding ring (9-1, D1)*

nhận *to recognize (9-2, N)*

nhận ra *to notice, recognize (2-1, D2)*

nhận xét *to comment, judge (10-1, D1)*

nhập *to enter (6-1, D3)*

nhập cảnh *to enter (a country) (1-1, D1)*

nhất định *certain (3-2, N)*

nhất trí (với) *to agree, consent, be unanimous (7-2, N)*

Nhật Bản *(formal) Japan (4-2, N)*

nhẹ dạ *light-minded (9-2, N)*

nhiệm vụ *function (1-2, N)*

nhiều vô kể *abundant, plentiful (9-2, N)*

Nho giáo *Confucianism (8-2, N, GU12)*

nhỏ *to drop (9-2, N)*

nhóm *group (1-2, Dr2)*

nhờ *due to, thanks to (2-2, N)*

nhờ *to ask (5-1, D1)*

nhớ *to remember, not forget (9-1, D1)*

nhu cầu *demand (2-2, N)*

nhung *velvet (10-2, poem)*

nhuộm *to dye (10-2, poem)*

như sau *as follows (3-2, N)*

Ô

ô nhiễm *to pollute, be polluted (2-2, N)*

ổn định *stable (7-1, D1)*

ổn thoả *to be settled or arranged peacefully (9-2, N)*

ông đồ *teacher of classical Chinese in the past (10-1, D1)*

ông ngoại *grandfather on the mother's side (4-1, GU6)*

ông nhà tôi *my husband (2-1, D1)*

ông nội *grandfather on the father's side (4-1, GU6)*

Ph

phá *to pull down, tear down (2-1, D2)*

phá sản *bankrupt; bankruptcy (7-1, D1)*

phá vỡ *to break (9-2, N)*

phái *school, sect (1-1, D2)*

phải chăng *reasonable (1-1, D2)*

phản công *to counterattack, launch a counterattack (6-1, D1)*

phản đối *to oppose, protest (4-2, N)*

pháp luật *law (7-2, N)*

phát biểu *to speak (at a meeting), to express one's opinions (7-2, N)*

phát huy *to continue and develop (6-2, N)*

phạt *to fine (6-1, D3)*

  phạt góc *corner kick*

phân *to divide (3-2, N)*

phân vân *to be undecided (1-1, D2)*

phần *part (2-2, N)*

phần lớn *most part of (2-1, D2)*

phần trăm = % *(1-2, N)*

  80% = tám mươi phần trăm

Phật đản *Buddha's birthday (9-1, I)*

Phật giáo *Buddhism (2-2, N), (8-2, GU12)*

Phật tử *Buddhist follower (6-2, N)*

phê bình *to criticize; critique (9-2, N)*

  nhà phê bình *critic*

phê phán *to criticize (7-2, N)*

phì nhiêu *fertile (1-2, N)*

phí *fee (5-1, D2)*

  hội phí *membership fee*

phiên *session (7-2, N)*

  phiên họp *session*

phim tài liệu *documentary film (5-1, D2)*

phim truyện *feature film (5-1, D2)*

phó *deputy, vice (7-2, N)*

phong cách *style (2-2, N)*

phong trào *movement (10-1, D2)*

phòng ngự *to defend (6-1, D3)*

  hàng phòng ngự *the defense*

phóng viên *reporter (7-1, D1)*

phỏng vấn *to interview (7-1, D1)*

phổ thông *general (3-1, D1)*

  trung học phổ thông *high school, secondary school*

phối hợp *to coordinate, combine; combination (6-1, D3)*

phồn thịnh *prosperous, thriving (8-2, N)*

phù sa *silt, alluvium (1-2, N)*

phủ *prefecture (2-2, N)*

phụ thuộc vào *to depend on (7-1, D1)*

phục hồi *to restore (5-2, N)*

phức tạp *complex, complicated (5-1, D2)*

phương *direction, area (3-2, N)*

phương Tây *West, the Occident; Western (3-2, N)*

phương Đông *East, the Orient; Eastern (6-2, N)*

phương pháp *method (10-2, N)*

phường *ward (a division of a district in the urban areas) (1-2, I)*

Q

qua đời *to pass away (8-2, N)*

quá khứ *past (5-1, D1)*

quả *(in sports) shot, stroke (6-1, D1)*

quả thật là *really, truly (10-1, D1)*

quạ *crow (10-2, poem)*

  khăn mỏ quạ *crow-bill kerchief*

quái gở *strange (9-2, N)*

quan *official, mandarin (2-2, N)*

quan hệ *relations, relationship (6-2, N)*

quan họ *folksongs of Bắc Ninh Province (4-1, D2)*

quan tâm đến *to be interested in, care about, pay attention to (3-1, D1)*

quãng *distance, a portion of the road (2-1, D1)*

  đi một quãng nữa là đến ... *to go a little bit further and you will arrive ...*

quanh *around (2-1, D2)*

quanh đấy *in those places (8-1, D2)*

quạt *fan (5-2, N)*

quay trở lại *to return (8-2, N)*

quân *soldier, troops, army (2-2, N)*

quân đội *army (6-2, N)*

quân sự *military (6-2, N)*

quần bò *jeans (4-1, D1)*

quần nái *thick pants (10-2, poem)*

quận *district (in the urban areas) (1-2, I)*

quận uỷ *committee of the Communist Party of a district in a city (2-2, I)*

quê *hometown, home village (9-1, D2)*

quê hương đất nước *one's motherland (8-1, D2)*

quê mùa *rustic (10-2, poem)*

quốc gia *national (1-1, D1)*

  Đại học Quốc gia Hà Nội *Hanoi National University*

Quốc khánh *Vietnam's National Day, Vietnam's Day of Independence (9-1, I)*

quốc lộ *national highway (1-2, N)*

quốc phòng *defense (3-2, N)*

quốc tế *international (1-1, D1)*

quốc tịch *citizenship (6-1, D3)*

  nhập quốc tịch *to be naturalized*

quy định *rule, regulation (5-2, N)*

quy hoạch *to plan (a town, city) (2-2, N)*

  quy hoạch lại *to re-plan*

quý *quarter (7-2, N)*

quý tộc *noble, aristocratic (3-2, N)*

quỷ *devil, monster (9-2, N)*

quỵ xuống *to kneel, collapse (9-2, N)*

quyền *right (8-2, N)*

quyền Anh *boxing (6-2, N)*

quyến luyến *to be deeply attached to (9-2, N)*

quyết định *to decide, make a decision (2-2, N)*

R

ra đời *to be born, be created (10-1, D2)*
ra lệnh *to order (6-2, N)*
ra sức *with all one's strength (8-2, N)*
rám nắng *sun-tanned (4-1, D1)*
ràn rụa/giàn giụa *bathed in tears (9-2, N)*
ranh giới *boundary (1-2, N)*
rạp *theater (5-1, D2)*
rạp chiếu phim *movie house*
rát *to burn (of pain) (9-2, N)*
rắc rối *complicated (4-1, D1)*
rằm *full-moon (10-1, D1)*
    ngày rằm *the fifteenth day of the lunar month*
rậm *thick, dense (2-2, N)*
rễ *root (9-2, N)*
rít *to wail, whistle, whizz (9-2, N)*
rìu *ax (8-1, D1)*
rộn ràng *excited (10-2, poem)*
ru *to lull, rock (a baby) (5-2, N)*
run rẩy *to tremble, shiver (9-2, N)*
rụng rời *to be panic-stricken (9-2, N)*
rút *to pull out, withdraw (7-1, D2)*
rực rỡ *brilliant, radiant (5-2, N)*
    phát triển rực rỡ *to develop rapidly, flourish*
rừng *forest, woods (1-2, N)*

S

sạch *clean (6-1, D2)*
sang trọng *luxurious (2-2, N)*
sang xuân *when the spring arrives (10-2, poem)*
sáng lập *to found (1-1, D2)*
sáng tác *to create (5-1, D1)*
sành *earthenware (9-2, N)*
sao *star (2-2, N)*
sáp nhập *to merge, annex (2-2, N)*
sau này *in the (near) future (2-1, D2), would be (2-2, N)*
say sưa *to have a passion for (6-2, N)*
sắc sảo *smart, keen, sharp (9-2, N)*
săn *to hunt (9-2, N)*
    thợ săn *hunter*
sẵn *to have ready (2-1, D1)*
sẫm *dark (speaking of colors) (4-2, N)*
sân *yard, courtyard (5-2, N), field (6-1, D3)*
sân khấu *1) stage, 2) the theater (5-2, N)*
sân vận động *stadium (6-1, D3)*
sâu *deep (1-2, N)*

sâu sắc *profound (10-1, D2, GU6)*
sinh nở *to give birth (9-2, N)*
sinh ra *to be born (4-1, D1)*
sinh sống *to live, dwell (2-2, N)*
song ca *duet; to perform a duet (5-2, N)*
song thất lục bát *seven-seven-six-eight meter (in poetry) (5-2, N)*
số dư *balance (7-1, D2)*
số hiệu *number (of a flight) (1-1, D1)*
số học *arithmetic (3-2, N)*
sôi nổi *lively (9-2, N)*
sơ tán *to evacuate from the cities to the countryside in Northern Vietnam during the Vietnam War (10-2, GU2)*
sở dĩ ... là vì ... *if ... it is because ... (7-1, D1, GU4)*
sợ hãi *to fear (9-2, N)*
sút *(in soccer) to kick, shoot (6-1, D3)*
suy yếu *to weaken (8-2, N)*
sư *Buddhist monk (6-2, N)*
sư phạm *pedagogy, pedagogics (the science of teaching); pedagogical (3-1, D2)*
sử dụng *to use (1-2, N)*
sự kiện *event (2-1, D2)*
sửa đổi *to amend (7-2, N)*
sứt mẻ *chipped (9-2, N)*

T

tác động đến *to affect; affect (7-1, D1)*
tác giả *author (5-2, N)*
tác phẩm *work (in literature, poetry, arts) (10-1, D2)*
tách A ra khỏi B *to separate A from B (2-2, N)*
tài chính *finance; financial (7-1, D1)*
tài khoản *account (7-1, D2)*
    mở tài khoản *to open an account*
    tài khoản cá nhân *checking account*
tài liệu *materials (3-1, Dr7)*
tài năng *talent; talented (4-1, D2)*
tại làm sao *why in the world (5-1, D2, GU9)*
tạm thời *temporary (2-1, D1)*
tàn bạo *cruel, brutal (8-2, N)*
tản cư *to evacuate from areas occupied by French troops between 1946 and 1954 (10-2, GU2)*
tang *funeral, mourning (9-1, D2)*
    để tang *to be in mourning*
tạo *to create (6-1, D3)*
tạo điều kiện thuận lợi *to create favorable conditions (5-2, N)*
tạo nên *to form (1-2, N), to create (8-2, N)*

tàu *ship (1-2, N)*

tàu chiến *war ship (8-2, N)*

tay nghề *skill (7-1, D1)*

tắc *congested (3-1, D1)*

　đường [bị] tắc *roads are congested*

tăng *to increase, rise (2-2, N) (7-1, GU2)*

tăng cường *to strengthen (6-1, D3)*

tăng trưởng *to grow; growth (7-1, D1)*

　mức tăng trưởng *growth rate*

tắt *to turn off (9-1, D1)*

tâm hồn *soul (10-2, N)*

tầm quan trọng *importance (1-2, N)*

tấm *classifier for cloths, boards, photographs (5-2, N)*

　tấm vải *a piece of fabric*

　tấm gỗ *a wooden board*

　tấm ảnh *a photograph*

tân *(Chinese) new (5-1, D1)*

　tân nhạc *new music*

tấn công *to attack (6-1, D3)*

tận tuỵ *to be dedicated to (9-2, N)*

tầng lớp *class (3-2, N)*

tập hợp *to assemble, gather, group (8-2, N)*

tập kết *to move from Southern Vietnam to Northern Vietnam in 1954 (10-2, N)*

tập luyện *to practice (6-2, N)*

tập thể *collective, collectivism (3-2, N)*

tập trung *to concentrate (1-2, N), focus (7-1, D1)*

tất nhiên *of course, that's true (1-1, D1)*

Tây *France; French (2-1, D2)*

tê *numb (9-2, N)*

tệ nạn xã hội *social evil (7-2, N)*

Tết dương lịch *solar New Year (9-1, I)*

Tết nguyên đán *lunar New Year (9-1, I)*

Tết Trung thu *Mid-Autumn Feast (9-1, I)*

tí nữa *a little bit later (4-1, D1)*

tiếc là *unfortunately (5-2, N), (6-1, GU8)*

tiềm năng *potential (6-2, N)*

tiền *before, prior, pre- (5-1, D1)*

tiền chiến *pre-war (5-1, D1)*

　nhạc tiền chiến *pre-war songs*

tiền đạo *forward (6-1, D3)*

　hàng tiền đạo *attacking line*

tiền lẻ *small change (2-2, Dr3)*

tiền lương *salary (2-1, GU4)*

tiền nhà *rent (2-1, D1)*

tiền sử *pre-history (8-1, D1)*

tiếng mẹ đẻ *native language (1-1, Dr3), mother tongue (3-2, Dr3)*

tiếp *to continue (2-1, D2)*

　rồi tiếp đến *and after that*

tiếp *to receive (4-1, D1)*

tiếp tân *reception (4-2, N)*

tiếp thu *to absorb (5-2, N)*

tiếp tục *to continue (3-1, D2)*

tiết kiệm *to save (7-1, D2)*

　tài khoản tiết kiệm *savings account*

tiết mục *number, item (10-1, D1)*

tiêu cực *negative (7-1, D1)*

tiêu diệt *to annihilate, wipe out (8-2, N)*

tiểu học *elementary education (3-2, N)*

tiểu luận *essay (a literary genre) (9-2, N)*

tìm hiểu *to learn about (2-1, D2), to court (9-1, D1)*

tìm tòi *to seek, research (10-2, N)*

tím *(dark) purple (8-1, D2)*

Tin lành *Protestantism (2-2, N)*

tín dụng *credit (7-1, D1)*

tinh thần *spirit, mind; spiritual (6-2, N)*

tinh thần thượng võ *martial spirit (6-2, N)*

tình *love (10-1, D2)*

tình ái *love (9-2, N)*

tình cảm *feelings (5-2, N)*

tình yêu *love (8-1, D2)*

tính *feature, characteristic (5-2, N)*

tính chung *to estimate roughly; a rough estimate (7-2, N)*

tỉnh *province (1-2, N), town, provincial center (10-2, poem)*

tỉnh uỷ *committee of the Communist Party of a province (2-2, I)*

to tướng *huge (9-2, N)*

toàn *entire, whole (2-2, Dr2)*

toàn *only (4-1, D1)*

toàn cầu *global (7-1, D1)*

toàn diện *thorough, all-around (10-1, D2)*

tóc búi phía sau *pinned-up hair (4-1, D2)*

tóm tắt *to summarize, sum up; summary (8-2, N)*

tố cáo *to denounce, accuse (7-2, N)*

tổ /tổ tiên *ancestors (9-1, D2)*

Tổ chức Thương mại Thế giới *World Trade Organization (WTO) (7-1, D1)*

tổ tiên/tổ *ancestors (collective noun) (9-1, D2)*

tốc độ *speed, pace (7-2, N)*

tốc độ tăng trưởng = mức tăng trưởng *growth rate*

tối thiểu *minimum (7-1, D2)*

　số dư tối thiểu *minimum balance (of a bank account)*

tôn giáo *religion (8-2, N)*

tồn tại *to exist (3-2, N)*

tổng bí thư *general secretary (1-2, I)*

tổng hợp *to synthesize (5-2, N)*

tổng sản phẩm quốc dân *gross domestic product (GDP) (2-2, N)*

tổng số *total; a total, sum (1-2, N)*

tổng thể *overall (7-2, N)*

    kế hoạch tổng thể phát triển *overall development plan, master development plan*

tốt đẹp *fine (9-1, D2)*

tờ khai *form, declaration (1-1, D1)*

tù binh *prisoner of war (5-2, N)*

    bị bắt làm tù binh *to be captured as a prisoner*

tủ *chest of drawers, dresser (2-1, D1)*

tủ lạnh *refrigerator (2-1, D1)*

túng *short of money (9-2, N)*

    nghèo túng *poor*

tuy vậy *nonetheless, nevertheless (7-1, D1)*

tuỳ theo *depending (3-2, N)*

tuyên bố *to declare, announce (4-2, N)*

tuyên bố chung *communiqué*

tuyến *route, line (1-2, N)*

tuyển *select team, national team (6-1, D3)*

tuyển *to select (6-1, D1)*

    đội tuyển *select team, national team*

tuyển chọn *to select (3-2, N)*

tuyển sinh *to select students (3-1, D1)*

    thi tuyển sinh đại học *university and college entrance exams*

tuyệt *excellent (2-1, D2)*

    còn gì tuyệt bằng *that's excellent*

tuyệt đẹp *super (6-1, D3)*

từ nay *from now on (5-2, N)*

từ thời xa xưa/từ thời xưa *from ancient times (4-2, N)*

từ xa xưa *from ancient times (2-2, N)*

tứ *(Chinese) four (4-2, N)*

tự do *free style (6-1, D2)*

Tự lực văn đoàn *the romantic movement in Vietnamese literature in the 1930s and 1940s (literally: self-reliant writers' group) (5-1, D1)*

tức là *that is, that means (3-1, D1)*

từng *to happen to do something (4-1, D2)*

từng ấy nơi *so many places (1-1, D2)*

từng trải *to be experienced, have seen a lot of life, have seen a good deal of the world (9-2, N)*

tươi *smiling (4-1, D2)*

tươi cười *smiling (9-2, N)*

tưới nước *to water (1-2, N)*

tương đối *comparatively, relatively (1-2, N)*

tương đương với *equivalent to (3-1, D2)*

tưởng *to think, imagine (4-1, D1)*

tưởng niệm *to commemorate (9-1, D2)*

ty *department in a province (in the past) (10-2, N)*

Th

tha hồ [mà] *to act as one pleases (2-1, D1)*

tha thứ *to forgive (9-2, N)*

thả *to drop (8-1, D2)*

thạc sĩ *master's degree (3-2, N)*

Thái đen *an ethnic group in Vietnam (9-2, N)*

tham dự/dự *to attend (a conference, a meeting) (1-1, D1)*

tham nhũng *to be corrupt; corruption (7-2, N)*

thanh niên *young people (5-1, D2)*

thanh toán *to pay a bill (7-1, D2)*

thành *citadel, fortress (2-2, N)*

thành công *successfully (3-2, Dr6)*

thành ngữ *expression (6-2, Dr1)*

thành phố trực thuộc Trung ương *city directly reporting to the Vietnamese government (1-2, I)*

thành tích *result, achievement (3-2, N)*

thành tựu *success, achievement (8-2, N)*

thành uỷ *committee of the Communist Party of a city (2-2, I)*

thành viên *member (3-1, D2)*

Thánh địa Mỹ Sơn *Champa temples at Mỹ Sơn (8-2, I)*

thay *to substitute (6-1, D3)*

thay nhau *to replace each other (2-2, N)*

thay thế *to replace (8-2, N)*

thắc mắc *question (5-1, D1)*

thăm dò *to explore (1-2, N)*

thắng lợi *victory; victorious, successful; to succeed (8-2, N)*

thắt *to tie (4-2, N)*

    thắt hai vạt áo phía trước vào với nhau *to tie the two front skirts of the dress together*

thấm *to soak, absorb, be penetrating (5-2, N)*

    không thấm nước *waterproof*

thậm chí *even (3-1, D1)*

thân *close, friendly (2-2, Dr2)*

    bạn thân *a close friend*

thân *part of a dress (4-2, N)*

    áo tứ thân *four-part traditional dress*

thân hình *figure, physical appearance (9-2, N)*

thần *magical (8-1, D1)*

thập niên *decade (2-2, N)*

thất bại *to lose, be defeated (8-2, N)*

thất vọng *to be disappointed, frustrated (6-1, D2)*

thật *really (adverb of degree) (2-1, D2)*

thầy u *parents (10-2, poem)*

thẻ *card (5-1, D2)*

thèm thuồng *to crave for (9-2, N)*

theo dõi *to follow (5-1, D1)*

theo [đúng] *to adhere to, keep to (10-2, N)*

thế hệ *generation (9-1, D2)*

Thế vận hội *the Olympic games; Olympic (6-1, D2)*

thể chất *physical strength (6-2, N)*

thể dục dụng cụ *gymnastics (6-1, I)*

thể hiện *to express, convey (5-2, N)*

thi ca *(collective noun) poetry (10-1, D2)*

thi đấu *to compete (6-2, N)*

thi đỗ *to pass an exam (3-1, D1)*

thi trượt *to fail an exam (3-1, D1)*

thí dụ/ví dụ *example; for example (1-1, D2)*

thí sinh *contestant, a student who takes an exam (3-1, D1)*

thị thực *visa (1-1, D1)*

thích hợp *to be appropriate, to suit, fit (5-2, N)*

thích hợp với *to suit, be suitable to (4-2, N)*

Thiên Chúa giáo *Catholicism (2-2, N), (8-2, GU12)*

thiên nhiên *nature; natural (1-2, N)*

thiền *zen (1-1, D2)*

thiết bị *equipment (5-2, N)*

thiết kế *to design (2-1, D2)*

thiết lập *to establish (8-2, N)*

thiếu niên *teenager (boy) (9-2, N)*

thiếu phụ *young woman (9-2, N)*

thím *uncle's wife (4-1, GU12)*

thoả mãn *to meet (3-2, N)*

thoắt một cái *in the twinkling of an eye (9-2, N)*

thoi *ingot (9-2, N)*

thôn *village (1-2, I)*

thông *pine (1-2, N)*

thông thạo *ably, skillfully (10-1, D2)*

  sử dụng thông thạo *to have a good command of*

thông tin *information (3-2, N)*

  công nghệ thông tin *information technology*

Thơ mới *the romantic movement in Vietnamese poetry in the 1930s and early 1940s (literally: New Poetry) (5-1, D1)*

thợ *workman, worker (2-1, D1)*

thời buổi *times (10-1, D1)*

thời điểm *moment (5-1, D1)*

thời kỳ *period (2-2, N)*

thời kỳ thuộc Pháp *the period under French rule (2-2, N)*

thơm *fragrant, aromatic (9-2, N)*

  thơm hanh hanh *pleasantly fragrant*

thu gọn *to reduce (4-2, N)*

thu hút *to attract (1-1, D2)*

thu nhập *income, revenue (7-2, Dr3)*

thú *pleasant (9-2, N)*

thủ lĩnh *leader, chieftain (8-2, N)*

thủ môn *goalkeeper (6-1, D3)*

thủ phủ *center of a region (2-2, N)*

thủ trưởng *supervisor, head (7-2, N)*

thủ tục *procedure (7-1, D2)*

thủ tướng *prime minister (1-2, I), (7-2, N)*

thuận lợi *favorable (1-2, N)*

thuận tiện *convenient (1-2, N)*

thuê *to rent, hire (2-1, D1)*

thuộc địa *colony (2-2, N)*

thuỷ chung/chung thuỷ *loyal, faithful (9-2, N)*

thư pháp *calligraphy (10-1, D1)*

thứ *classifier for languages (3-1, D1)*

thừa nhận *to recognize (8-2, N)*

thức dậy *to wake up (3-1, Dr6)*

thực dân *colonialist (2-1, D2)*

thương mại *commerce (2-2, N)*

  trung tâm thương mại *shopping center, shopping mall*

thường *usually, generally, in most cases (5-2, N)*

thường kỳ *regular (7-2, N)*

thường ngày *everyday (4-2, N)*

  cuộc sống thường ngày *everyday life*

thường xuyên *often, frequently, regularly (2-1, D1)*

Thượng Hải *Shanghai (1-2, GU6)*

Tr

trả lại *to return something (2-2, GU4)*

trả thù *to revenge (6-2, N)*

trách nhiệm *responsibility (5-2, N)*

  có trách nhiệm đối với *to be responsible for*

trải *to (be) spread (5-2, N)*

tràn trề *to overflow (9-2, N)*

trang đầu *front page (4-2, N)*

trang phục *(collective noun) clothes, attire (4-2, N)*

trang trí *to decorate (10-1, D1)*

tranh luận *to debate, discuss (9-2, N)*

tránh *to avoid (3-1, D1)*

trao *to present, exchange (9-1, D1)*

trào phúng *satire (10-1, D1)*

trăng *moon (8-1, D2)*

   sáng trăng *moonlight*

trắng tinh *extremely white (2-1, D2)*

trầm lặng *quiet (5-1, D2)*

   Người Mỹ trầm lặng *The Quiet American*

trận *game, match (6-1, D3)*

trật tự *order (8-2, N)*

trầu *betel (9-1, D1)*

trẻ con *children (8-1, Dr6)*

trẻ em *(collective noun) children (3-2, N)*

trên bộ *on land (6-2, N)*

trên sân *on the stadium (6-1, D3)*

trí thức *intellectuals, intelligentsia (10-1, D2)*

trích *to take from (9-2, N)*

triết học *philosophy (6-2, N)*

triều *dynasty (2-1, Dr2)*

triều đình *royal court, imperial court (3-2, N)*

trình bày *to perform (5-1, D1), to present (a report) (7-2, N)*

trình diễn *to perform, show (4-1, D2)*

trình độ *level, grade (3-2, N)*

trò chơi *game (5-2, N)*

tròn *round (9-1, D2)*

trong khi đó *at the same time (8-2, N)*

trong nước *domestic (1-2, N)*

trốn *to escape, flee (6-2, N)*

trồng *to grow (1-2, N)*

trơ trơ *brazen, shameless (9-2, N)*

trở dạ/chuyển dạ *to start to have labor pains (9-2, N)*

trơn *slippery, smooth (9-2, N)*

   trơn tuột *smooth*

trụ sở *headquarters (8-1, D1)*

Trung = Trung Quốc *(3-1, D1)*

Trung bộ *Central Vietnam (1-2, N)*

trung du *midland (8-2, N)*

trung gian *intermediary, in-between (7-2, N)*

Trung Hoa *China; Chinese (2-2, N)*

trung học *secondary education (3-2, N)*

trúng *to hit a target (6-1, D3)*

truyền *to disseminate (8-2, N)*

truyền hình *to air; television (6-1, D3)*

truyền lại *to pass down (6-2, N)*

truyền thống *tradition; traditional (2-2, N)*

truyền thuyết *legend (8-1, D1)*

truyện cổ tích *fairy tale, folktale (2-2, Dr2)*

Truyện Kiều *"Story of Kiều" (by Nguyễn Du) (5-2, Dr2)*

trữ tình *lyricism; lyric (5-1, D1)*

trực thuộc *to be directly managed by (3-1, D2)*

trực tiếp *live, direct; directly (6-1, D3)*

trưng bày *to display (8-1, D1)*

trước kia *before (5-2, N)*

trước mặt *in front of (4-1, D1)*

trường cao đẳng *professional school at a lower level than college or university in Vietnam (3-2, N)*

trường chuyên *special school for gifted children (3-2, N)*

trường phái *school (in literature, arts) (5-2, N)*

trường trung cấp *professional school at a lower level than* **trường cao đẳng** *(3-2, N)*

trưởng thành *fully developed, mature (10-1, D2)*

U

ủng hộ *to support (8-2, N)*

Ư

ứng xử *to behave, handle a situation (4-1, D2)*

ước lệ *to conventionalize (5-2, N)*

   tính ước lệ *conventionality*

ước mơ *dream (5-2, N)*

V

vai *role (5-2, N)*

van *to beg (10-2, poem)*

vạn *ten thousand (2-2, N)*

   hàng vạn *tens of thousands*

vạt *skirt (the part of a dress) (4-2, N)*

váy *dress (4-1, D1)*

văn *civil service (as opposed to military =* **võ***) (6-2, N)*

văn chương *literature (5-2, N)*

văn minh *civilization (1-2, N)*

văn nghệ *literature and arts (10-2, N)*

vận động viên *athlete (6-1, D2)*

vận tải *transport, transportation (1-2, N)*

vật lý/lý *physics (3-1, D1)*

vây quanh *to surround; around (5-2, N)*

vé *ticket (5-1, D2)*

   vé vào cửa *entry ticket*

vẻ đẹp *beauty (4-2, N)*

về mặt *with regard to, in regard to (1-2, N)*

ví dụ/thí dụ *example; for example (1-1, D2)*

vĩ mô *macro (7-2, N)*
   quản lý vĩ mô *macro-management*
vị *classifier for highly respected people (1-1, D2)*
Viễn Đông *the Far East (2-2, N)*
Việt Nam học *Vietnamese studies (1-1, D1)*
   Hội thảo quốc tế về Việt Nam học *International*
    Conference on Vietnamese Studies
vịnh *bay, gulf (1-2, N)*
vỏ *bark, peel, skin (4-1, D1)*
   vỏ cây *bark*
võ *martial arts (6-2, N)*
võ sư *instructor of martial arts (6-2, N)*
voi *elephant (6-2, N)*
vòm miệng *palate (the top part of the inside of the*
   mouth) (9-2, N)
vòng *round (4-1, D2)*
vòng cấm *penalty area (6-1, D3)*
vovinam = **võ Việt Nam** *(6-2, N)*
vô trách nhiệm *irresponsible (9-2, N)*
vốn *capital (7-1, D1)*
vở *a play (5-2, N)*
vợt *paddle, racket (in tennis, table tennis) (6-1, D1)*
vũ khí *weapon (6-2, N)*
vùng biển *the coastal waters (8-2, N)*
vuông *square (1-2, N)*
vừa *just (1-1, D2)*
   vừa đủ *just enough*
vừa lòng *to be pleased (10-2, poem)*
vừa qua *recent; recently (2-2, N)*
   trong hai thập niên vừa qua *in the last two*
    decades
vượt *to cross, overcome (2-2, N)*
   vượt biển *to cross the ocean*
vượt *to exceed (7-2, N)*
vượt biên *to flee Vietnam after the 30th of April*
   1975 (10-2, GU2)

X

xà phòng *soap (2-1, Dr1)*
xã *commune (1-2, I), (2-2, N)*
xã hội *society (2-2, N)*
xã hội chủ nghĩa *socialist (2-2, N)*
   Cộng hoà Xã hội chủ nghĩa Việt Nam *Socialist*
    Republic of Vietnam (2-2, N)
xanh tươi *verdant, luxuriant (2-2, N)*
xảy ra/xẩy ra *to happen (2-1, GU)*
xâm lược *to invade, commit aggression (6-2, N)*
   quân xâm lược *invader*

xây dựng cơ bản *basic infrastructure construction*
   (7-2, N)
xẩy ra = **xảy ra** *to happen (2-1, GU)*
xét về *in regard to (5-2, N)*
xếp *to fold (4-2, N)*
   khăn xếp *ready-to-wear turban*
xin phép *to leave (polite) (literally: to ask*
   permission) (2-1, D1)
   Bây giờ cháu xin phép bác *I have to (say*
    goodbye to you and) leave now
xin thôi việc *to quit one's job (3-1, Dr7)*
xỉn *to tarnish (9-2, N)*
xinh *pretty, cute (4-1, D1)*
xoá bỏ *to eliminate (8-2, N)*
xoá đi *to erase (6-2, Dr1)*
xoá đói giảm nghèo *to eradicate hunger and reduce*
   poverty (7-2, N)
xoã *flowing (4-1, D2)*
xoáy *spin (6-1, D1)*
xong *ready (2-1, Dr3)*
xoong *sauce pan (2-1, D1)*
xốp *spongy, porous (9-2, N)*
xu thế *trend (7-2, N)*
xuất bản *to publish (9-2, N)*
   nhà xuất bản *publishing house*
xuất sắc *outstanding, excellent (5-1, D2)*
xúc động *to be moved, touched (5-1, D1)*
xúm xít *to be grouped together (9-2, N)*
xung đột *conflict (8-2, N)*
xuống nước *to go into the water, be in the pool*
   (6-1, D2)
xuyên *trans- (1-1, D2)*
   xuyên Việt *trans-Vietnam*

Y

y tế *health care (2-2, N)*
ý kiến *opinion, view, viewpoint (7-2, N)*
yếm *Vietnamese bra in former times (10-2, poem)*
yêu nước *patriotism; patriotic (10-2, N)*
yêu thích *to like (5-1, D1)*
yếu tố *element, component (5-2, N)*

English-Vietnamese Glossary

This glossary contains the English words, phrases and set expressions, the Vietnamese equivalents of which are introduced in this textbook. The explanations are used to distinguish the different meanings of a word, for example: *number (of a flight)* **số hiệu** *(1-1, D1)* and *number (of a show)* **tiết mục** *(10-1, D1)*. The part of speech of an English word is indicated in the cases when the same form of a word functions as different parts of speech that have different equivalents in Vietnamese, for instance: *round (adjective)* **tròn** *(9-1, D2)*; *round (noun)* **vòng** *(4-1, D2)*.

The coding is the same as that used in the Vietnamese-English Glossary (see p. 291).

A

A.D. **sau công nguyên** *(6-2, N)*

a bit slow(ly) **chầm chậm** *(3-1, D1)*

a few **một vài** *(4-2, N)*

a little bit **một tí, một ít** *(2-1, D1)*

a little bit later **tí nữa** *(4-1, D1)*

a long time **năm tháng** *(9-2, N)*

a piece of cake **dễ như bỡn** *(9-2, N)*

(to) abandon **bỏ rơi** *(9-2, N)*

ably **thông thạo** *(10-1, D2)*

above mentioned **nói trên** *(9-2, N)*

(to) absorb **tiếp thu** *(5-2, N)*

abundant **dồi dào** *(7-1, D1),* **nhiều vô kể** *(9-2, N)*

academic **bác học** *(5-2, N)*

academy **học viện** *(6-2, N)*

accent **giọng** *(8-1, D2)*

(to) accept **chịu** *(6-1, D3),* **chấp nhận** *(9-1, D1)*

(to) accompany (to perform musical accompaniment for) **đệm** *(5-2, N)*

accompaniment **nhạc đệm**

account **tài khoản** *(7-1, D2)*

  (to) open an account **mở tài khoản**

  checking account **tài khoản cá nhân**

(to) accuse **tố cáo** *(7-2, N)*

(to) achieve **đạt** *(2-2, N)*

achievement **thành tích** *(3-2, N) (military)* **chiến công** *(6-2, N),* **thành tựu** *(8-2, N)*

(to) act **hoạt động** *(3-1, D2)*

(to) act as one pleases **tha hồ [mà]** *(2-1, D1)*

(to) act lightly, without much thinking **nông nổi** *(9-2, N)*

action **động tác** *(5-2, N)*

actor **diễn viên** *(5-1, D2)*

actress **diễn viên** *(5-1, D2)*

actually **kể ra thì** *(2-1, D1)*

(to) add **bổ sung** *(5-2, N)*

address **địa chỉ** *(1-1, D1)*

(to) adhere to **theo [đúng]** *(10-2, N)*

adjacent to one another **liền nhau** *(2-1, D2)*

administration; administrative **hành chính** *(2-1, D2)*

(to) affect; affect **tác động đến** *(7-1, D1)*

affluent **chi lưu** *(1-2, N)*

Africa **châu Phi** *(3-2, GU4)*

against **chống** *(5-1, D1)*

agency **cục** *(9-2, N)*

agency of cartography **cục bản đồ**

(to) agree with **nhất trí (với)** *(7-2, N),* **chấp nhận** *(9-1, D1)*

agricultural (farming) product **nông sản** *(1-2, N)*

(to) aim **nhằm** *(7-2, D2)*

air **không khí** *(6-1, D3)*

(to) air (on TV) **truyền hình** *(6-1, D3)*

air communication **hàng không** *(1-2, N)*

air conditioner **điều hoà** *(2-1, D1)*

all-around **toàn diện** *(10-1, D2)*

alluvium **phù sa** *(1-2, N)*

alone **một mình** *(1-1, D2)*

along **dọc theo** *(1-2, N)*

  (to) run along **chạy dọc theo**

(to) amend **sửa đổi** *(7-2, N)*

America **châu Mỹ** *(3-2, GU4)*

amount **khoản** *(2-1, D1)*

ancestors **tổ tiên, tổ** *(collective noun) (9-1, D2)*

and after that **rồi tiếp đến** *(2-1, D2)*

(to) annex **sáp nhập** *(2-2, N)*

(to) annihilate **tiêu diệt** *(8-2, N)*

anniversary of someone's death **giỗ** *(9-1, D2)*

Anniversary of the Hùng Kings **Giỗ tổ vua Hùng** *(9-1, I)* *(to) announce* **tuyên bố** *(4-2, N)*

Antarctica **châu Nam cực** *(3-2, GU4)*

apparatus **bộ máy** *(7-2, N)*

   administrative apparatus **bộ máy hành chính**

(to) appear **hiện lên** *(8-1, D2)*

application **đơn** *(7-1, D2)*

(to) appoint **cử** *(2-2, N)*

appointment **hẹn** *(2-1, D1)*

(to) approve **chấp nhận** *(9-1, D1)*

approximately **đại khái như** *(3-1, D1)*

arbalest **nỏ** *(8-1, D1)*

archaeology **khảo cổ** *(obsolete:* **bác cổ***) (8-1, D1)*

   French School of the Far East **Trường/Viện Viễn**
      Đông Bác Cổ

Are you OK? **Anh có bị làm sao không?** *(8-1, D2)*

area **diện tích** *(1-2, N),* **khu vực** *(1-2, N),* **ngành**
   (2-2, N), **lĩnh vực** *(7-1, D1),* **phương** *(3-2, N)*

area of expertise **chuyên ngành** *(8-1, D1)*

aristocratic **quý tộc** *(3-2, N)*

arithmetic **số học** *(3-2, N)*

army **quân** *(2-2, N),* **quân đội** *(6-2, N)*

aromatic **thơm** *(9-2, N)*

around **quanh** *(2-1, D2),* **vây quanh** *(5-2, N)*

(to) arrange for someone to do something **hẹn** *(2-1,*
   D1)

arrow **mũi tên** *(8-1, D1)*

article **điều luật** *(of law) (7-2, N)*

artifact **hiện vật** *(8-1, D1)*

artist (painter) **hoạ sĩ** *(4-2, N)*

arts **nghệ thuật** *(5-2, N)*

as easy as [apple] pie **dễ như bỡn** *(9-2, N)*

as easy as duck soup **dễ như bỡn** *(9-2, N)*

as follows **như sau** *(3-2, N)*

as many/much as **bao nhiêu … bấy nhiêu …** *(10-1,*
   D2, GU9)

*as much as … * **đến đâu … đến đấy** *(9-1, D1, GU3)*

(to) ascend the throne **lên làm vua/lên ngôi vua**
   (8-2, N)

Asia **châu Á** *(3-2, GU4)*

(to) ask **nhờ** *(5-1, D1)*

(to) ask for a woman's hand in marriage, to propose
   hỏi *(9-1, D1)*

   betrothal, engagement ceremony **lễ hỏi**

(to) ask someone's advice **hỏi ý kiến** *(1-1, D2)*

(to) assault **đánh** *(8-2, N)*

(to) assemble **ghép** *(4-1, D1),* **tập hợp** *(8-2, N)*

(to) assimilate **đồng hoá** *(8-2, N)*

at first **lúc đầu** *(4-2, N)*

at some point **có một thời** *(4-2, N)*

at the level of **ngang** *(4-1, D2)*

   (to) have flowing shoulder-length hair **để tóc xoã**
      ngang vai

at the same time **đồng thời** *(5-2, N),* **trong khi đó**
   (8-2, N)

at the same time as **cùng thời** *(5-1, D1),* **đồng thời**
   với *(6-2, N)*

(to) attack **tấn công** *(6-1, D3),* **đánh** *(8-2, N)*

(to) attend (a conference, a meeting) **tham dự, dự**
   (1-1, D1)

(to) attend a death-anniversary meal **ăn giỗ** *(9-1,*
   D2)

(to) attend a wedding **đi ăn cưới** *(4-2, N)*

athlete **vận động viên** *(6-1, D2)*

atmosphere **không khí** *(6-1, D3),* **khung cảnh**
   (10-1, D1)

attire **trang phục** *(collective noun) (4-2, N)*

(to) attract **thu hút** *(1-1, D2),* **cuốn hút** *(9-2, N)*

Australia **châu Úc** *(3-2, GU4)*

Austria; Austrian **Áo** *(8-2, Dr1)*

author **tác giả** *(5-2, N)*

automobile industry **công nghiệp ô tô** *(7-2, GU9)*

aviation **hàng không** *(1-2, N)*

(to) avoid **tránh** *(3-1, D1)*

ax **rìu** *(8-1, D1)*

B

B.C. **trước công nguyên** *(6-2, N)*

bachelor's degree **cử nhân** *(3-2, N)*

back **lưng** *(4-2, N)*

backstroke **ngửa** *(6-1, D2)*

background **nền** *(4-1, D2)*

balance **số dư** *(7-1, D2)*

bald **hói** *(4-1, D1)*

ball **bóng** *(6-1, D1)*

balloon (hot air) **bóng bay** *(10-1, D1)*

(to) ban **cấm** *(8-2, N)*

band **dải** *(10-1, D1)*

banking industry **ngành ngân hàng** *(7-2, GU9)*

bankrupt; bankruptcy **phá sản** *(7-1, D1)*

bark **vỏ; vỏ cây** *(4-1, D1)*

basic; base **cơ sở** *(3-2, N)*

basic infrastructure construction **xây dựng cơ bản**
   (7-2, N)

(to) (be) base(d) on **dựa trên/theo/vào** *(3-2, N)*

bathed in tears **ràn rụa/giàn giụa** *(9-2, N)*

bathing suit **áo tắm** (4-1, D2)

bay **vịnh** (1-2, N)

(to) be appropriate **thích hợp** (5-2, N), **hợp với** (10-1, D1)

(to) be born **sinh ra** (4-1, D1), **ra đời** (10-1, D2)

(to) be closely bound to **gắn bó** (9-2, N)

(to) be composed of **bao gồm, gồm** (1-2, N)

(to) be concerned **lo ngại** (5-2, N)

(to) be corrupt; corruption **tham nhũng** (7-2, N)

(to) be dedicated to **tận tụy** (9-2, N)

(to) be deeply attached to **quyến luyến, gắn bó** (9-2, N)

(to) be defeated **thất bại** (8-2, N)

(to) be determined **kiên quyết** (7-2, N)

(to) be directly managed by **trực thuộc** (3-1, D2)

(to) be disappointed **thất vọng** (6-1, D2)

(to) be dressed **ăn mặc** (10-2, poem)

(to) be eligible **có quyền** (3-2, N)

(to) be engaged **đính hôn** (9-1, D1)

(to) be experienced, have seen a lot of life **từng trải** (9-2, N)

(to) be formed **hình thành** (5-2, N)

(to) be frank **kể ra thì** (2-1, D1)

(to) be frustrated **thất vọng** (6-1, D2)

(to) be grouped together **xúm xít** (9-2, N)

(to) be hurt **mất lòng** (10-2, poem)

(to) be in one's early sixties **ngoài sáu mươi** (4-1, D1)

(to) be in power **cầm quyền** (8-2, N)

(to) be in the lead (in sports) **dẫn điểm** (7-1, Dr2)

(to) be in the pool **xuống nước** (6-1, D2)

(to) be influenced by **chịu ảnh hưởng của** (10-1, D2)

(to) be interested in, care about, pay attention to **quan tâm đến** (3-1, D1)

(to) be knowledgeable **hiểu biết** (2-1, D2)

(to) be lost **bị mất đi** (5-2, N)

(to) be lost **lạc** (2-1, D2)

(to) be moved **xúc động** (5-1, D1)

(to) be offended **mất lòng** (10-2, poem)

(to) be over sixty years old **ngoài sáu mươi** (4-1, D1)

(to) be owner **làm chủ** (2-2, N)

(to) be panic-stricken **rụng rời** (9-2, N)

(to) be penetrating **thấm** (5-2, N)

(to) be pleased **vừa lòng** (10-2, poem)

(to) be proclaimed king **làm vua/lên ngôi vua** (8-2, N)

(to) be related to **[có] liên quan đến** (1-1, D2)

(to) be sad; sadness **buồn** (8-1, D2)

(to) be settled or arranged peacefully **ổn thoả** (9-2, N)

(to) be suitable to **thích hợp với** (4-2, N)

(to) be surprised or confused due to being unaware of something **bỡ ngỡ** (9-1, D1)

(to) be touched **xúc động** (5-1, D1)

(to) be unable to **chịu** (8-1, D2)

(to) be unanimous **nhất trí (với)** (7-2, N)

(to) be undecided **phân vân** (1-1, D2)

(to) be widowed **goá** (9-2, N)

(to) be a widower **goá vợ**

(to) be worth doing something **đáng** (7-1, D1)

(to) be worthy of **đáng** (7-1, D1)

beak **mỏ** (10-2, poem)

beautiful woman **mỹ nhân** (Chinese: 美人) (8-1, D2)

beauty **vẻ đẹp** (4-2, N)

beauty (Miss) **hoa hậu** (4-1, D2)

beauty contest **thi hoa hậu**

because of **do** (4-2, N)

(to) become a monk **đi tu** (1-1, D2)

bed clothes and blankets **mền chăn** (collective noun) (9-2, N)

bed **giường** (2-1, D1)

before (adjective) **tiền** (5-1, D1)

before (adverb) **trước kia** (5-2, N)

(to) beg **van** (10-2, poem)

(to) behave **ứng xử** (4-1, D2)

behavior **hạnh kiểm** (3-2, N)

behind **đằng sau** (5-2, N)

Beijing **Bắc Kinh** (1-2, GU6)

(to) believe **cho rằng** (4-2, N)

bell **chuông** (2-2, N)

belfry **tháp chuông**

belt **dây lưng** (10-2, poem)

betel **trầu** (9-1, D1)

betel nut **cau** (9-1, D1)

big **cao lớn** (4-1, D1)

bikini **áo tắm** (4-1, D2)

birthday **ngày sinh** (9-1, D2)

blanket **chăn** (2-1, Dr1)

block **khối** (3-1, D1)

bog **đầm lầy** (2-2, N)

(to) bombard **ném bom** (10-2, Dr2)

border **biên giới** (1-2, N)

(to) border **giáp** (1-2, N)

both **cả hai** (1-1, D1)

both ... and ... **cả ... lẫn ...** *(6-2, N, GU2)*

boundary **ranh giới** *(1-2, N)*

bow **cung** *(6-2, N)*

boxing **quyền Anh** *(6-2, N)*

(to) braise **ninh** *(9-2, N)*

branch **ngành** *(1-2, Dr7)*

branch (of a tree) **cành** *(10-1, D1)*

brave **dũng cảm** *(6-2, N)*

brazen **trơ trơ** *(9-2, N)*

(to) break **làm hỏng** *(2-1, D2)*, **phá vỡ** *(9-2, N)*

breast **ngực** *(9-2, N)*

breaststroke **ếch** *(literally: frog) (6-1, D2)*

bride's family **nhà gái** *(9-1, D1)*

bridegroom's family **nhà trai** *(9-1, D1)*

brilliant **rực rỡ** *(5-2, N)*

   (to) develop rapidly **phát triển rực rỡ**

(to) bring up **nuôi dạy** *(10-2, N)*

brocade **gấm** *(4-2, N)*

brown surface of the jar **nước da lươn** *(9-2, N)*

brutal **tàn bạo** *(8-2, N)*

Buddha's birthday **Phật đản** *(9-1, I)*

Buddhism **Phật giáo** *(2-2, N)*, *(8-2, GU12)*

Buddhist follower **Phật tử** *(6-2, N)*

Buddhist monk **sư** *(6-2, N)*

budget **ngân sách** *(2-2, N)*

bulb (root of a plant or flower) **củ** *(9-2, N)*

   oppositifolius yam **củ mài**

burglar **kẻ trộm** *(9-2, GU6)*

(to) burn (of pain) **rát** *(9-2, N)*

butterfly **bướm** *(6-1, D2)*

button **khuy** *(4-2, N)*

C

cadre **đội ngũ cán bộ** *(7-2, N)*

(to) call for support **cầu cứu** *(8-2, N)*

calligraphy **thư pháp** *(10-1, D1)*

campus **khuôn viên** *(7-1, D1)*

canal **sông đào** *(1-2, N)*

capital (money) **vốn** *(7-1, D1)*

captain **đội trưởng** *(6-1, D3)*

(to) capture **bắt** *(5-2, N)*

card **thẻ** *(5-1, D2)*

(to) catch **bắt** *(5-2, N)*

Cathedral of Notre Dame **Nhà thờ Đức bà** *(2-2, N)*

Catholic missionary **giáo sĩ** *(8-2, N)*

Catholicism **Thiên Chúa giáo** *(2-2, N)*

(to) cause **gây** *(7-1, D1)*

cave **động** *(1-1, D2)*

cell phone **điện thoại di động** *(9-1, D1)*

center of a region **thủ phủ** *(2-2, N)*

Central Vietnam **Trung bộ** *(1-2, N)*

CEO **giám đốc điều hành** *(7-2, GU4)*

ceremony **lễ** *(4-2, N)*

certain **nhất định** *(3-2, N)*

certainly **chắc chắn là** *(2-1, D1)*

chair (person) **chủ tịch** *(1-2, I)*

   chair (person) of the State **chủ tịch nước**

   chair (person) of the National Assembly **chủ tịch**
     quốc hội

Champa **Chăm** *(1-1, D2)*

Champa temples at Mỹ Sơn **Thánh địa Mỹ Sơn**
   (8-2, I)

championship **giải vô địch** *(6-1, Dr7)*

chance **cơ hội** *(6-1, D3)*

channel **sông đào** *(1-2, N)*, **kênh** *(7-2, N)*

character (a person portrayed in a literary work or
   in an artistic piece) **nhân vật** *(5-2, N)*

characteristic **tính** *(5-2, N)*

(to) charge less **lấy rẻ hơn** *(2-1, D1)*

charming **có duyên** *(4-1, D2)*, **duyên dáng** *(9-2, N)*

checkpoint at the border **cửa khẩu** *(1-1, D1)*

cheek **má** *(4-1, D2)*

   having dimpled cheeks **má lúm đồng tiền**

chemicals **hoá chất** *(5-1, Dr1)*

chemistry **hoá học; hoá** *(3-1, D1)*

chest **ngực** *(9-2, N)*

   one's breast **bộ ngực**

chest of drawers **tủ** *(2-1, D1)*

chief; chiefly **chủ yếu** *(1-1, D2)*, *(5-2, N, GU3)*

chieftain **thủ lĩnh** *(8-2, N)*

children **trẻ em** *(collective noun) (3-2, N)*, **trẻ con**
   (collective noun) (8-1, Dr6)

children (one's own children) **con cái** *(collective*
   noun) (9-2, N)

China; Chinese **Trung Quốc**, **Trung** *(3-1, D1)*,
   Trung Hoa *(2-2, N)*

Chinese communities overseas **Minh Hương** *(began*
   to be founded during the Ming dynasty 1368–
   1644) (2-2, N)

Chinese people **người Hoa** *(as an ethnic group)*
   (2-2, N)

chip (computer) **chíp** *(7-1, D1)*

chipped **sứt mẻ** *(9-2, N)*

Christian era **công nguyên** *(6-2, N)*

circle **lớp** *(10-1, D2)*

citadel **thành** *(2-2, N)*

citizen **công dân** *(3-2, N)*

civics **giáo dục công dân** *(3-2, N)*

citizenship **quốc tịch** *(6-1, D3)*

   (to) be naturalized **nhập quốc tịch**

city directly reporting to the Vietnamese government **thành phố trực thuộc Trung ương** *(1-2, I)*

civil service **văn** *(as opposed to military = **võ**) (6-2, N)*

civil war **nội chiến** *(8-2, N)*

civilization **văn minh** *(1-2, N)*

clan **họ** *(8-2, N)*, **dòng họ** *(9-1, D2)*

class **tầng lớp** *(3-2, N)*, **lớp** *(10-1, D2)*

classic, classical **cổ điển** *(5-2, N)*

   (to) have classical features **mang tính cổ điển**

classical Chinese **chữ Hán** *(8-2, N)*

classifier for cloths, boards, photographs **tấm** *(5-2, N)*

   a piece of fabric **tấm vải**

   a wooden board **tấm gỗ**

   a photograph **tấm ảnh**

classifier for gifts **món** *(4-1, D1)*

classifier for highly respected people **vị** *(1-1, D2)*

classifier for houses, rooms **căn** *(2-1, D1)*

classifier for languages **thứ** *(3-1, D1)*

classifier for some abstract nouns **mối** *(5-2, N)*

   relationship **mối quan hệ**

   love **mối tình**

   indignation **mối bất bình**

classifier for some nouns **bức** *(5-2, N)*

   a letter **bức thư**

   a painting **bức tranh**

   a photo **bức ảnh**

   a wall **bức tường**

clause (of a law) **điều luật** *(of law) (7-2, N)*

clean **sạch** *(6-1, D2)*

(to) clear the lands **khai khẩn** *(2-2, N)*

close (friendly) **thân** *(2-2, Dr2)*

   a close friend **bạn thân**

close **chặt chẽ** *(7-2, N)*

(to) (be) closely connect(ed) to **gắn liền với** *(4-2, N)*

close-fitting **bó sát** *(4-2, N)*

clothes **trang phục** *(collective noun) (4-2, N)*

clown **hề** *(5-2, N)*

(to) coach **huấn luyện** *(6-2, N)*

coast **bờ biển** *(1-2, N)*

coastal waters (the) **vùng biển** *(8-2, N)*

coastline **bờ biển** *(1-2, N)*

col (mountain pass) **đèo** *(1-2, N)*

collective; collectivism **tập thể** *(3-2, N)*

colonialist **thực dân** *(10-2, N)*

colony **thuộc địa** *(2-2, N)*

colors **mầu sắc** *(collective noun) (4-2, N)*

(to) combine; combination **kết hợp** *(5-2, N)*, **phối hợp** *(6-1, D3)*

(to) come by **ghé** *(8-1, D1)*

(to) come by for a short time **ghé qua**

comforter **chăn** *(2-1, Dr1)*

(to) commemorate **tưởng niệm** *(9-1, D2)*

(to) comment **nhận xét** *(10-1, D1)*

commerce **thương mại** *(2-2, N)*

   shopping center, shopping mall **trung tâm thương mại**

(to) commit aggression **xâm lược** *(6-2, N)*

committee of the Communist Party of a city **thành uỷ** *(2-2, I)*

committee of the Communist Party of a district in a city **quận uỷ** *(2-2, I)*

committee of the Communist Party of a district in a rural area **huyện uỷ** *(2-2, I)*

committee of the Communist Party of a province **tỉnh uỷ** *(2-2, I)*

common **chung** *(5-2, N)*

commune **xã** *(1-2, I), (2-2, N)*

(to) communicate **giao lưu** *(2-2, N)*

communist party **đảng cộng sản** *(1-2, I)*

community **cộng đồng** *(6-2, N)*

community hall in a village **đình** *(5-2, N)*

comparatively **tương đối** *(1-2, N)*

(to) compete **thi đấu, đấu** *(6-2, N)*

(to) complain **khiếu nại** *(7-2, N)*

completely **hoàn toàn** *(2-2, Dr3)*, **hẳn** *(6-1, D3)*

complex **phức tạp** *(5-1, D2)*

complicated **rắc rối** *(4-1, D1)*, **phức tạp** *(5-1, D2)*

component **yếu tố** *(5-2, N)*

computer **máy tính** *(7-1, D1)*

computer industry **công nghiệp máy tính** *(7-2, GU9)*

(to) concentrate **tập trung** *(1-2, N)*

concept **khái niệm** *(2-1, D2)*

   (to) have an idea **có khái niệm**

(to) concern **[có] liên quan đến** *(5-1, D1)*

(to) conclude; conclusion **kết luận** *(7-2, N)*

conduct **hạnh kiểm** *(3-2, N)*

(to) conduct (an event) **làm** *(9-1, D1)*

(to) confer (a title, degree) **cấp** *(3-1, D2)*

conference **hội thảo** *(1-1, D1)*, **hội nghị** *(4-2, N)*

conflict **xung đột** *(8-2, N)*

Confucian scholar **nhà nho** *(10-2, N)*

Confucianism **Nho giáo** *(8-2, N)*

congested **tắc** *(3-1, D1)*
  roads are congested **đường [bị] tắc**
conscience **lương tâm** *(9-2, N)*
  (to) have twinges of conscience **lương tâm cắn rứt**
consecutive **liên tiếp** *(8-2, N)*
(to) consent **nhất trí (với)** *(7-2, N)*
(to) consent to **đành** *(6-1, D3)*
considerable **đáng kể** *(2-2, N)*
considerate **chu đáo** *(4-1, D1)*
(to) consist of **gồm, bao gồm** *(1-2, N)*
(to) consult **hỏi ý kiến** *(1-1, D2)*
(to) contact **liên hệ** *(1-1, D2)*
content **nội dung** *(5-2, N)*
contestant **thí sinh** *(3-1, D1)*
(to) continue **tiếp** *(2-1, D2),* **tiếp tục** *(3-1, D2)*
(to) continue and develop **phát huy** *(6-2, N)*
continuous; continuously **không ngừng** *(5-2, N),*
  (9-1, D1) **liên tục**
(to) contribute **đóng góp** *(2-2, N),* **đóng góp với**
  (1-1, D2)
  (to) make a great contribution to **có nhiều đóng**
    góp với
contribution **đóng góp với** *(1-1, D2),* **công ơn** *(9-1,*
  D2)
(to) control **làm chủ** *(2-2, N),* **điều khiển** *(8-2, N),*
  kiểm soát *(8-2, N)*
convenient **thuận tiện** *(1-2, N)*
(to) conventionalize **ước lệ** *(5-2, N)*
  conventionality **tính ước lệ**
(to) convey **thể hiện** *(5-2, N)*
(to) convey a meaning **có nghĩa là** *(4-2, N)*
cool **mát mẻ** *(1-2, N)*
(to) cook **nấu ăn** *(2-1, D1)*
(to) cooperate; cooperation **hợp tác** *(4-2, N)*
(to) coordinate **phối hợp** *(6-1, D3)*
(to) cope with **đương đầu** *(7-2, N)*
corner **góc** *(6-1, D3), (of the mouth)* **khoé** *(9-2, N)*
council **hội đồng** *(2-2, I)*
  People's Council **Hội đồng Nhân dân**
(to) counterattack **phản công** *(6-1, D1)*
couple **đôi** *(9-2, N)*
courageous **dũng cảm** *(6-2, N)*
(to) court **tìm hiểu** *(9-1, D1)*
courtyard **sân** *(5-2, N)*
cousin **anh họ** *(4-1, D1)*
(to) cover **che** *(5-2, N)*
  curtain **màn che**
(to) crave for **thèm thuồng** *(9-2, N)*

(to) crawl **bò** *(6-2, Dr3)*
(to) create **sáng tác** *(5-1, D1),* **tạo** *(6-1, D3),* **tạo nên**
  (8-2, N)
(to) create (produce) **làm ra** *(8-1, D1)*
(to) create (words for a song) **đặt** *(5-2, N)*
(to) create favorable conditions **tạo điều kiện**
  thuận lợi *(5-2, N)*
credit (money) **tín dụng** *(7-1, D1)*
(to) criticize **phê phán** *(7-2, N)*
(to) criticize; critique **phê bình** *(9-2, N)*
  critic **nhà phê bình**
(to) criticize behind someone's back **đàm tiếu** *(9-2,*
  N)
(to) cross, overcome **vượt** *(2-2, N)*
  (to) cross the ocean **vượt biển**
crossbow **nỏ** *(8-1, D1)*
crow **quạ** *(10-2, poem)*
  crow-bill kerchief **khăn mỏ quạ**
crowded **đông đúc** *(9-2, N)*
cruel **tàn bạo** *(8-2, N)*
crumbly **bở tơi** *(9-2, N)*
curtain **màn** *(5-2, N)*
customs (the governmental agency) **hải quan** *(7-2, N)*
cute **xinh** *(4-1, D1)*

D

(to) damage **làm hỏng** *(2-1, D2)*
dance **điệu múa** *(5-2, N)*
dare (to) do something **dám** *(1-1, D2)*
dark (of colors) **sẫm** *(4-2, N)*
dark purple **tím** *(8-1, D2)*
data **con số** *(7-1, D1)*
daughter's child **cháu ngoại** *(4-1, GU6)*
(to) debate **tranh luận** *(9-2, N)*
decade **thập niên** *(2-2, N)*
(to) decide **quyết định** *(2-2, N)*
declaration **tờ khai** *(1-1, D1)*
(to) declare **tuyên bố** *(4-2, N)*
  communiqué **tuyên bố chung**
(to) decorate **trang trí** *(10-1, D1)*
decoration **cảnh** *(5-2, N)*
(to) decrease **giảm** *(7-1, D1)*
deep **sâu** *(1-2, N)*
(to) defeat **đánh bại** *(8-2, N)*
(to) defend (in sports) **đỡ** *(6-1, D1),* **phòng ngự** *(in*
  sports) (6-1, D3)
  the defense **hàng phòng ngự**
  (to) have no way to defend **không tài nào đỡ nổi**

defense **quốc phòng** (3-2, N)

defenseman, defender **hậu vệ** (6-1, D3)

demand **nhu cầu** (2-2, N)

democracy; democratic **dân chủ** (3-1, D2)

  the Democratic Republic of Vietnam **Việt Nam Dân chủ Cộng hoà**

(to) demonstrate **chứng tỏ** (8-1, D1)

(to) denounce **tố cáo** (7-2, N)

(to) depend on **phụ thuộc vào** (7-1, D1)

(to) depict **miêu tả** (5-2, N)

(to) describe **miêu tả** (5-2, N)

dense **rậm** (2-2, N)

(to) design **thiết kế** (2-1, D2)

dentistry **nha** (3-1, D1)

department (in a ministry) **cục** (7-1, D1)

  Department of Foreign Investments **Cục đầu tư nước ngoài**

department in a province (in the past) **ty** (10-2, N)

depending **tuỳ theo** (3-2, N)

deputy **phó** (7-2, N)

desire **nguyện vọng** (3-2, N)

  (to) desire **có nguyện vọng**

desk **bàn làm việc** (2-1, D1)

(to) despise **khinh, khinh rẻ** (9-2, N)

(to) destroy **làm hỏng** (2-1, D2)

devil **quỷ** (9-2, N)

difficult; difficulty **khó khăn** (7-1, D1)

  (to) face difficulties **gặp khó khăn**

(to) dig **đào** (1-2, N)

canal, channel **sông đào** (1-2, N)

dike **đê** (10-2, poem)

diploma **bằng** (3-1, D2)

diplomacy **ngoại giao** (8-2, N)

direct; directly **trực tiếp** (6-1, D3)

(to) direct **điều khiển** (5-2, N)

direction **phương** (3-2, N)

director **chủ nhiệm** (7-2, N)

director of a film **đạo diễn** (5-1, D2)

discipline **kỷ luật** (7-2, N)

(to) disdain **khinh, khinh rẻ** (9-2, N)

(to) display **trưng bầy** (8-1, D1)

(to) disseminate **truyền** (8-2, N)

dissertation **luận văn** (3-2, N)

distance **quãng** (2-1, D1), **khoảng cách** (2-2, N)

  (to) go a little bit further and you will arrive ... **đi một quãng nữa là đến ...**

distance (in sports) **cự ly** (6-1, D2)

district (in a mountainous region) **mường** (9-2, N)

district (in the rural areas) **huyện** (1-2, I), (2-2, N)

district (in the urban areas) **quận** (1-2, I)

(to) divide **phân** (3-2, N)

(to) divide into **chia làm/chia thành** (1-2, N)

(to) do business **làm ăn** (2-2, N), **hoạt động** (7-1, D1)

do you think **liệu** (2-1, D2)

documentary film **phim tài liệu** (5-1, D2)

domestic **trong nước** (1-2, N)

dotted with flowers **có chấm hoa** (4-1, D2)

(to) draw someone's attention to **lưu ý** (7-2, N)

dream **ước mơ** (5-2, N)

dress **váy** (4-1, D1)

dresser **tủ** (2-1, D1)

(to) drive away **đuổi** (8-2, N), **đuổi đi** (9-2, N)

drop **giọt** (9-2, N)

(to) drop **thả** (8-1, D2), **nhỏ** (9-2, N)

drought **hạn hán** (7-2, N)

dry clean **giặt khô** (2-1, D1)

due to **nhờ** (2-2, N), **do** (4-2, N)

duet; to perform a duet **song ca** (5-2, N)

during the French rule **dưới thời thuộc Pháp** (3-2, N)

(to) dwell **sinh sống** (2-2, N)

(to) dye **nhuộm** (10-2, poem)

dynasty **triều** (2-1, Dr2)

E

each **hằng, hàng** (5-1, D2)

earthenware **sành** (9-2, N)

East; Eastern **phương Đông** (6-2, N)

easy **dễ dàng** (7-1, D1)

edge **mép** (5-2, N)

education **giáo dục** (2-2, N)

effect; effective **hiệu quả** (7-2, N)

effort **nỗ lực** (7-2, N)

electricity **điện** (1-2, N)

  hydroelectric station **nhà máy thuỷ điện**

electronic **điện tử** (7-2, N)

element **yếu tố** (5-2, N)

elementary education **tiểu học** (3-2, N)

elephant **voi** (6-2, N)

(to) eliminate **xoá bỏ** (8-2, N)

embroidered silk **gấm** (4-2, N)

emperor **hoàng đế** (8-2, N)

(to) emphasize **nhấn mạnh** (4-2, N)

employee **công chức** (7-2, N)

(to) encounter **đương đầu** (2-2, N)

(to) enter **bước vào** (1-1, D2), **nhập** (6-1, D3)

(to) enter (a country) **nhập cảnh** *(1-1, D1)*

entertainment industry **ngành dịch vụ vui chơi giải trí** *(7-2, GU9)*

entire **toàn** *(2-2, Dr2)*, **hẳn** *(8-1, D1)*

 (to) spend entire several days **bỏ hẳn mấy ngày**

entire family (the) **cả nhà** *(2-1, D1)*

entity **đơn vị** *(2-1, D2)*

environment **môi trường** *(2-2, N)*

epidemic **dịch** *(7-2, N)*, **nạn dịch** *(9-2, N)*

 bird flu **dịch cúm gia cầm**

equal **ngang** *(6-1, Dr10)*

equipment **thiết bị** *(5-2, N)*

equivalent to **tương đương với** *(3-1, D2)*

(to) eradicate hunger and reduce poverty **xoá đói giảm nghèo** *(7-2, N)*

(to) erase **xoá đi** *(6-2, Dr1)*

(to) escape **trốn** *(6-2, N)*

essay (a literary genre) **tiểu luận** *(9-2, N)*

(to) establish **đặt** *(1-2, N)*, **thiết lập** *(8-2, N)*

(to) establish a state **dựng nước** *(8-1, D1)*

(to) estimate roughly; a rough estimate **tính chung** *(7-2, N)*

ethnic minority **dân tộc ít người** *(1-1, D2)*

Europe **châu Âu** *(3-2, GU4)*

(to) evacuate from areas occupied by French troops between 1946 and 1954 **tản cư** *(10-2, GU2)*

(to) evacuate from the cities to the countryside in Northern Vietnam during the Vietnam War **sơ tán** *(10-2, GU2)*

even **thậm chí** *(3-1, D1)*, **ngay** *(8-1, D2)*

event **sự kiện** *(2-1, D2)*

event (in sports) **cự ly** *(6-1, D2)*

every **hằng**, **hàng** *(5-1, D2)*

everyday **thường ngày** *(4-2, N)*

everyday life **đời thường** *(10-1, D2)*, **cuộc sống thường ngày** *(4-2, N)*

everywhere **khắp** *(1-2, N)*

evil-doer **kẻ gian** *(9-2, GU6)*

exact **chính xác** *(6-1, D3)*

exactly **đúng thế** *(1-1, D2)*, **chính là** *(2-2, N)*

(to) exalt **ca ngợi** *(10-2, N)*

examination period **kỳ thi** *(3-1, D1)*

example **ví dụ**, **thí dụ** *(1-1, D2)*

(to) exceed **vượt** *(7-2, N)*

excellent **tuyệt** *(2-1, D2)*, **xuất sắc** *(5-1, D2)*

 that's excellent **còn gì tuyệt bằng**

(to) exchange (wedding rings) **trao** *(9-1, D1)*

excited **rộn ràng** *(10-2, poem)*

(to) exist **tồn tại** *(3-2, N)*

(to) expand **mở rộng** *(2-1, D2)*

(to) expect **ngờ** *(6-1, D1)*, **mong đợi** *(7-1, D1)*

 expectations **sự mong đợi**

(to) expel **đuổi đi** *(9-2, N)*

expenses **chi phí** *(7-1, D2)*

expert **chuyên gia** *(2-2, N)*

(to) explain **giải thích** *(1-1, D1)*

(to) exploit **khai thác** *(1-2, N)*

(to) explore **thăm dò** *(1-2, N)*

(to) express **biểu lộ** *(5-2, N)*, **thể hiện** *(5-2, N)*

(to) express one's opinions **phát biểu** *(7-2, N)*

expression **thành ngữ** *(6-2, Dr1)*

extracurricular **ngoài giờ lên lớp** *(3-2, N)*

extremely **hết sức** *(1-2, N)*

 extremely white **trắng tinh** *(2-1, D2)*

F

(to) face **đương đầu** *(7-2, N)*

facial features **nét mặt** *(4-1, D2)*

(to) fail an exam **thi trượt** *(3-1, D1)*

fairy tale **truyện cổ tích** *(2-2, Dr2)*, **cổ tích** *(10-1, D2)*

faithful **thuỷ chung/chung thuỷ** *(9-2, N)*

fan (enthusiast) **cổ động viên** *(6-1, D3)*

fan (to move the air) **quạt** *(5-2, N)*

(the) Far East **Viễn Đông** *(2-2, N)*

fashion model **người mẫu** *(4-1, D2)*

fast food **cơm bụi** *(2-1, D1)*

(to) fasten **cài** *(4-2, N)*

father's side **bên nội** *(4-1, GU6)*

favorable **thuận lợi** *(1-2, N)*

(to) fear **sợ hãi** *(9-2, N)*

feast **lễ hội** *(4-2, N)*

feat **chiến công** *(6-2, N)*

feature **chất** *(10-2, N)*

feature film **phim truyện** *(5-1, D2)*

feature **nét** *(2-1, D2)*, **tính** *(5-2, N)*

fee **phí** *(5-1, D2)*, **lệ phí** *(7-1, D2)*

 membership fee **hội phí**

feeling **lòng** *(9-2, N)*

 everyone's heart, feelings **lòng người**

feelings **tình cảm** *(5-2, N)*

female gender **giống cái** *(colloquial) (9-2, N)*

female students **nữ sinh** *(4-2, N)*

ferocious **dữ** *(9-2, N)*

fertile **phì nhiêu** *(1-2, N)*

festival **hội** *(1-2, N)*, **lễ hội** *(4-2, N)*, **liên hoan** *(5-2, N)* *field (area)* **ngành** *(1-2, Dr7)*, **lĩnh vực** *(7-1, D1)*

field (in sports) **sân** *(6-1, D3)*, **bãi tập, bãi** *(6-2, N)*

field of concentration **chuyên ngành** *(3-2, N)*

(to) fight **chiến đấu** *(6-2, N)*

(to) fight against **chống** *(6-2, N)*

figure (bodily form) **thân hình** *(9-2, N)*

figure (number) **con số** *(7-1, D1)*

(to) file **khai** *(7-1, D1)*

(to) fill in **điền** *(1-1, D1)*

(to) fill out **điền** *(1-1, D1)*

filmmaker **đạo diễn** *(5-1, D2)*

final **chung kết** *(4-1, D2)*

finance; financial **tài chính** *(7-1, D1)*

(to) find a solution to **giải quyết** *(2-2, N)*

(to) fine **phạt** *(6-1, D3)*

   corner kick **phạt góc**

fine **tốt đẹp** *(9-1, D2)*

fine arts **mỹ thuật** *(3-2, N)*

fire **lửa** *(9-2, N)*

firm **chắc** *(9-2, N)*

first anniversary of someone's death **giỗ đầu** *(9-1, D2)*

fishing industry **ngành đánh bắt thuỷ sản** *(7-2, GU9)*

(to) fit **thích hợp** *(5-2, N)*, **hợp với** *(10-1, D1)*

(to) fit closely **bó sát** *(4-2, N)*

fixed **cố định** *(9-1, D1)*

flatterer **kẻ xu nịnh** *(9-2, GU6)*

flea **bọ** *(9-2, N)*

(to) flee **trốn** *(6-2, N)*

(to) flee Southern Vietnam before the 30th of April 1975 **di tản** *(10-2, GU2)*

(to) flee Vietnam after the 30th of April 1975 **vượt biên** *(10-2, GU2)*

flight **chuyến bay** *(1-1, D1)*

(to) flourish **khởi sắc** *(5-2, N)*, **phát triển rực rỡ** *(8-2, N)*

flowing **xoã** *(4-1, D2)*

(to) flow **chảy** *(1-2, N)*

(to) flow away **bay đi** *(10-2, poem)*

(to) fluctuate; fluctuation **biến động** *(7-2, N)*

(to) focus **tập trung** *(7-1, D1)*, **chú trọng** *(7-2, N)*

-fold **gấp** *(7-1, D1)*

   (to) increase by 50% **tăng gấp rưỡi**

(to) fold **xếp** *(4-2, N)*

folk **bình dân** *(5-2, N)*, **dân gian** *(5-2, N)*

folk poem **ca dao** *(5-2, N)*

folk song **dân ca** *(5-2, N)*, **ca dao** *(5-2, N)*

folksongs of Bắc Ninh Province **quan họ** *(4-1, D2)*

folktale **truyện cổ tích** *(2-2, Dr2)*

(to) follow **theo dõi** *(5-1, D1)*, **lần theo** *(9-2, N)*

(to) follow the funeral procession **đi đưa [đám]** *(9-2, N)*

for a long time **lâu dài** *(8-2, N)*, **mãi** *(10-2, poem)*

for example **ví dụ, thí dụ** *(1-1, D2)*, **chẳng hạn như** *(2-1, D2)*

for sure **đích xác** *(9-2, N)*

   (to) know for sure **biết đích xác**

(to) force **buộc** *(8-2, N)*

(to) forecast **dự báo** *(7-2, N)*

foreign invasion, foreign invader **ngoại xâm** *(6-2, N)*

forest **rừng** *(1-2, N)*

forest products **lâm sản** *(7-2, N)*

(to) forgive **tha thứ** *(9-2, N)*

form **hình thức** *(5-2, N)*

form (to be filled out) **tờ khai** *(1-1, D1)*

(to) form **tạo nên** *(1-2, N)*

fortress **thành** *(2-2, N)*

forward **tiền đạo** *(6-1, D3)*

   attacking line **hàng tiền đạo**

(to) found **sáng lập** *(1-1, D2)*

foundation **cơ sở** *(3-2, N)* **nền móng** *(6-2, N)*

   (to) lay the foundations of **đặt nền móng cho**

four **tứ** *(Chinese) (4-2, N)*

fragrant **thơm** *(9-2, N)*

   pleasantly fragrant **thơm hanh hanh**

France; French **Tây** *(2-1, D2)*

(to) free **giải phóng** *(8-2, N)*

free style (swimming) **tự do** *(6-1, D2)*

frequently **thường xuyên** *(2-1, D1)*

friable **bở tơi** *(9-2, N)*

friends **bạn bè** *(collective noun) (6-1, D3)*

frigid **lãnh đạm** *(9-2, N)*

(to) frolic **đùa nghịch** *(6-1, D2)*

from ancient times **từ xa xưa** *(2-2, N)*, **từ thời [xa] xưa** *(4-2, N)*

from **kể từ** *(3-1, D2)*

from now on **từ nay** *(5-2, N)*

front page **trang đầu** *(4-2, N)*

frying pan **chảo** *(2-1, D1)*

   kitchen utensils **nồi niêu xoong chảo** *(collective noun)*

full-moon **rằm** *(10-1, D1)*

   the fifteenth day of the lunar month **ngày rằm**

full-time study **học tập trung** *(3-2, N)*

fully developed **trưởng thành** *(10-1, D2)*

function **nhiệm vụ** *(1-2, N)*, **chức năng** *(7-2, N)*

funeral **tang** *(9-1, D2)*, **đám ma** *(9-2, N)*

G

game **trò chơi** *(5-2, N)*, **trận** *(6-1, D3)*

gap **khoảng cách** *(2-2, N)*

gate **cổng** *(2-1, D2)*

(to) gather **tập hợp** *(8-2, N)*

gem **hòn ngọc** *(2-2, N)*

general **phổ thông** *(3-1, D1)*

  high school, secondary school **trung học phổ thông**

general secretary (of a communist party) **tổng bí thư** *(1-2, I)*

generally **thường** *(5-2, N)*

generation **thế hệ** *(9-1, D2)*

generous **hào phóng** *(9-2, N)*

genre **loại hình** *(5-2, N)*

(to) get angry **nổi khùng** *(9-2, N)*

(to) get divorced **ly hôn** *(2-2, Dr5)*

(to) get stuck in a traffic jam **bị tắc đường** *(3-1, D1)*

gift (talent) **năng khiếu** *(3-1, D1)*

girl **cô bé** *(4-2, Dr1)*, **cô gái** *(9-1, D1)*

(to) give birth **đẻ** *(9-2, N)*, **sinh nở** *(9-2, N)*

(to) glisten **long lanh** *(9-2, N)*

global **toàn cầu** *(7-1, D1)*

(to) gnaw **cắn rứt** *(9-2, N)*

(to) go and get the bride at her parents' home **đón dâu** *(9-1, D1)*

(to) go into the water **xuống nước** *(6-1, D2)*

(to) go to church or temple **đi lễ** *(10-2, poem)*

(to) go to worship or to pray **đi lễ** *(3-1, Dr5)*

goal **mục đích** *(7-1, D2)*, **mục tiêu** *(7-2, N)*

  in order to **nhằm mục đích**

goal (in soccer, hockey) **khung thành** *(6-1, D3)*

goalkeeper **thủ môn** *(6-1, D3)*

goalpost **cột dọc** *(6-1, D3)*

Goodbye **Anh về nhé** *(2-1, D1)*

good-natured **hiền lành** *(9-2, N)*

graceful **duyên dáng** *(9-2, N)*

gracious **có duyên** *(4-1, D2)*

grade (level) **trình độ** *(3-2, N)*

graduate studies for Master's degrees **cao học** *(3-2, N)*

grandfather on the father's side **ông nội** *(4-1, GU6)*

grandfather on the mother's side **ông ngoại** *(4-1, GU6)*

(to) grasp (understand) **nắm chắc** *(7-2, N)*

grave **nghiêm trọng** *(2-2, N)*

gross domestic product (GDP) **tổng sản phẩm quốc dân** *(2-2, N)*

group **nhóm** *(1-2, Dr2)*, **khối** *(3-1, D1)*, **đoàn** *(8-1, D2)*

group of people **bọn** *(derogatory) (9-2, N)*, **đám** *(9-2, N)*, **lũ** *(colloquial) (9-2, N)*

(to) greet **đón**, **chào hỏi** *(9-2, N)* *(4-1, D1)*

(to) grow **trồng** *(1-2, N)*

(to) grow; growth (economy) **tăng trưởng** *(7-1, D1)*

  growth rate **mức tăng trưởng**

(to) grow up **lớn lên** *(4-1, D1)*

(to) guess **đoán** *(8-1, D2)*

(to) guide **chỉ đạo** *(7-2, N)*

gulf **vịnh** *(1-2, N)*

guy **anh chàng** *(4-1, D1)*, **chàng trai** *(9-1, D1)*

gymnastics **thể dục dụng cụ** *(6-1, I)*

H

haircut **cắt tóc** *(2-1, Dr1)*

hallway **hành lang** *(2-1, D1)*

hamlet **làng** *(10-2, poem)*

Han dynasty in China 汉朝 *(202 B.C.–220 A.D.)* **nhà Hán** *(8-2, N)*

(to) hand down **lưu truyền** *(5-2, N)*

(to) handle a situation **ứng xử** *(4-1, D2)*

(to) happen **xảy ra/xẩy ra** *(2-1, GU)*

(to) happen to do something **từng** *(4-1, D2)*

happy **mừng** *(7-1, D1)*

  good news **điều đáng mừng**

hard **nặng nhọc** *(4-2, N)*

harmonious **hoà thuận** *(9-2, N)*

harmony **hoà hợp** *(6-2, N)*

(to) have a chance **có dịp** *(2-1, D2)*

(to) have a good command of **sử dụng thông thạo** *(10-1, D2)*

(to) have a good reputation **có tiếng** *(2-1, D1)*

(to) have a passion for **say sưa** *(6-2, N)*, **mê** *(10-1, D1)*

(to) have an opportunity **có dịp** *(2-1, D2)*

(to) have long hair **để tóc dài** *(4-1, D1)*

(to) have ready **sẵn** *(2-1, D1)*

(to) have right **có quyền** *(3-2, N)*

(to) have seen a good deal of the world **từng trải** *(9-2, N)*

(to) have the spring break **nghỉ xuân** *(4-1, Dr1)*

having a light complexion **da trắng trẻo** *(4-1, D2)*

head (director) **chủ nhiệm** *(7-2, N)*

headquarters **trụ sở** *(8-1, D1)*

health care **y tế** *(2-2, N)*

heart (feeling) **lòng** *(9-2, N)*

   everyone's heart, feelings **lòng người**

hectare **héc-ta** *(2-2, N)*

height **chiều cao** *(4-1, D2)*

higher level of kindergarten **mẫu giáo** *(3-2, N)*

highrise **nhà chọc trời** *(2-1, D2)*

hip **hông** *(9-2, N)*

   one's sides **đôi hông**

(to) hit a target **trúng** *(6-1, D3)*

(to) hold (an event) **làm** *(9-1, D1)*

(to) hold (contain) **chứa** *(7-2, Dr2)*

home village **quê** *(9-1, D2)*

hometown **quê** *(9-1, D2)*

(to) hope **hy vọng** *(6-1, D1)*

host **chủ nhà** *(4-1, D1)*

household **hộ** *(9-2, N)*

houses **nhà cửa** (collective noun) *(2-1, D2)*

huge **to tướng** *(9-2, N)*

humanities **khoa học nhân văn** *(3-1, D1)*

humankind **nhân loại** *(5-2, N)*

(to) hunt **săn** *(9-2, N)*

   hunter **thợ săn**

(to) hurry up **giục giã** *(9-2, N)*

I

I (we)'ll try **Cứ thử xem** *(5-1, D1)*

I am sure that ... **dĩ nhiên là** *(1-1, D2)*

I doubt it **Chưa chắc** *(5-1, D1)*

I doubt that ... **Chưa chắc** *(5-1, D1)*

I think so **Chắc thế** *(4-1, Dr5)*

ID issued by the Vietnamese government **giấy chứng minh nhân dân** *(7-1, D2)*

if **giá như** *(5-1, D1)*

if ... it is because ... **sở dĩ ... là vì ...** *(7-1, D1, GU4)*

(to) illustrate **minh hoạ** *(10-1, D1)*

image **hình ảnh** *(4-2, N)*

(to) imagine **tưởng** *(4-1, D1)*

immediately **ngay lập tức** *(2-2, N)*

imperial court **triều đình** *(3-2, N)*

imperial name **niên hiệu** *(8-2, N)*

importance **tầm quan trọng** *(1-2, N)*

impression; impressive **ấn tượng** *(7-1, D1)*

(to) improve **cải tiến** *(4-2, N)*, **nâng cao** *(7-1, D1)*

(to) improvise **ngẫu hứng** *(5-2, N)*

in any way **dù sao thì** *(8-1, D2)*

in contrast **ngược lại** *(4-2, N)*

in front of **trước mặt** *(4-1, D1)*

in most cases **chủ yếu** *(5-2, N)*, **thường** *(5-2, N)*

in order to **nhằm** *(7-1, D2)*

in particular **nói riêng** *(3-2, N)*

in regard to **về mặt** *(1-2, N)*, **xét về** *(5-2, N)*

in the (near) future **sau này** *(2-1, D2)*

in the back **đằng sau** *(5-2, N)*

in the old days **ngày xưa** *(2-1, D1)*

   (to) talk about history **nói chuyện ngày xưa**

in the twinkling of an eye **thoắt một cái** *(9-2, N)*

in those places **quanh đấy** *(8-1, D2)*

in-between **trung gian** *(7-2, N)*

including **kể cả** *(5-1, D2)*

income **thu nhập** *(7-2, Dr3)*

(to) increase **tăng** *(2-2, N)*, **làm tăng** *(4-2, N)*, **gia tăng** *(7-2, N)*

individual **cá nhân** *(3-2, N)*

Indochina **Đông Dương** *(1-2, N)*

industry **công nghiệp** *(1-2, N)*

(to) inform in advance **báo trước** *(7-1, D1)*

information **thông tin** *(3-2, N)*

   information technology **công nghệ thông tin**

ingot **thoi** *(9-2, N)*

(to) inherit **kế thừa** *(4-2, N)*

inheritance **di sản** *(8-2, N)*

(to) initiate **khởi xướng** *(3-2, N)*

instant **hồi** *(10-2, poem)*

instead of **đáng lẽ ra** *(9-2, N)*

(to) instigate **khởi xướng** *(3-2, N)*

instructor of martial arts **võ sư** *(6-2, N)*

(to) insure; insurance **bảo hiểm** *(7-1, D1)*

intellectuals, intelligentsia **trí thức** *(10-1, D2)*

(to) intend **dự định** *(8-2, N)*

interest **lãi** *(7-1, D2)*

   (to) earn interest **lấy lãi**

interesting **lý thú** *(1-1, D2)*

intermediary **trung gian** *(7-2, N)*

international **quốc tế** *(1-1, D1)*

(to) interview **phỏng vấn** *(7-1, D1)*

(to) invade **xâm lược** *(6-2, N)*

   invader **quân xâm lược**

(to) invest; investment **đầu tư** *(2-2, N)*

irresponsible **vô trách nhiệm** *(9-2, N)*

Islam **Hồi giáo** *(2-2, N)*

island **đảo** *(1-2, N)*

(to) issue **cấp** *(3-1, D2)*

it turns out **hoá ra** *(9-2, N)*

item (of a show) **tiết mục** *(10-1, D1)*

J

Japan **Nhật Bản** *(formal) (4-2, N)*

jar **hũ** *(9-2, N)*

jeans **quần bò** *(4-1, D1)*

(to) joke **nói đùa** *(2-2, Dr3)*

just **vừa** *(1-1, D2)*

   just enough **vừa đủ**

K

(to) keep **giữ lại** *(2-2, GU4)*

kerchief **khăn** *(10-2, poem)*

(to) kick (in soccer) **sút** *(6-1, D3)*

kindergarten **nhà trẻ** *(3-2, N)*

kitchen **bếp** *(9-2, N)*

   kitchen in the countryside **bếp lửa**

knee **đầu gối** *(9-2, N)*

(to) kneel **quỳ xuống** *(9-2, N)*

L

labor **nhân công** *(7-1, D1)*, **lao động** *(10-2, N)*

land line **điện thoại cố định** *(9-1, D1)*

language **ngôn ngữ** *(5-2, N)*

lantern **đèn lồng** *(4-1, D2)*, **đèn** *(8-1, D2)*

laptop **máy vi tính xách tay** *(2-1, Dr2)*

late at night **khuya** *(2-1, Dr2)*

Latin America **châu Mỹ La-tinh** *(3-2, GU4)*

(to) laugh or smile teasingly **cười cợt** *(9-2, N)*

(to) launch a counterattack **phản công** *(6-1, D1)*

law **pháp luật** *(7-2, N)*

(to) lay **đặt** *(6-2, N)*

(to) lay the foundations of **đặt nền móng cho**

layer **lớp** *(8-1, D2)*

(to) lead **lãnh đạo** *(4-2, N)*, **dẫn đến** *(8-2, N)*

leader **lãnh đạo** *(4-2, N)*, **thủ lĩnh** *(8-2, N)*

leading **hàng đầu** *(7-1, D1)*

leaf **lá** *(8-1, D2)*

lean **gọn** *(4-1, D1)*

(to) learn **học hỏi** *(2-1, D1)*

(to) learn about **tìm hiểu** *(2-1, D2)*

(to) leave (polite) **xin phép** *(literally: to ask permission) (2-1, D1)*

   I have to (say goodbye to you and) leave now **Bây giờ cháu xin phép bác**

(to) leave something for someone **gửi lại** *(2-2, GU4)*

(to) leave something in a place **để lại** *(2-2, GU4)*

legacy **di sản** *(8-2, N)*

legend **truyền thuyết** *(8-1, D1)*

length **chiều dài** *(1-2, N)*

let alone **nữa là** *(8-1, D2)*

level **cấp** *(2-1, D2)*, **bậc** *(2-2, N)*, **mức** *(2-1, D1)*, **hệ** *(3-2, N)*, **trình độ** *(3-2, N)*

(to) liberate **giải phóng** *(8-2, N)*

license plate **biển số** *(1-1, D1)*

light **ánh sáng** *(9-2, N)*

light-minded **nhẹ dạ** *(9-2, N)*

(to) like **yêu thích** *(5-1, D1)*, **mến** *(6-1, D3)*

(to) like very much **mê** *(10-1, D1)*

(to) limit **hạn chế** *(7-2, N)*

line **tuyến** *(1-2, N)*, **hàng** *(6-1, D3)*

(to) link **nối** *(1-2, N)*

(to) list **kể ra** *(7-1, D1)*

(to) list by names **nêu tên** *(7-1, D1)*

literature **văn chương** *(5-2, N)*

literature and arts **văn nghệ** *(10-2, N)*

lithe **mềm mại** *(9-2, N)*

live **trực tiếp** *(6-1, D3)*

(to) live **sinh sống** *(2-2, N)*

lively **sôi nổi** *(9-2, N)*

long (trip) **dài ngày** *(1-1, D2)*

long-established **lâu đời** *(6-2, N)*

lord **chúa** *(2-2, N)*

(to) lose **thất bại** *(8-2, N)*

(to) lose one's parent(s) **mồ côi** *(10-2, N)*

love **tình yêu** *(8-1, D2)*, **tình ái** *(9-2, N)*, **tình** *(10-1, D2)*

lowest level of the the educational system **mầm non** *(literally: tender bud) (3-2, N)*

loyal **thuỷ chung/chung thuỷ** *(9-2, N)*

(to) lull **ru** *(5-2, N)*

lunar calendar **âm lịch** *(1-2, N)*

lunar New Year **Tết nguyên đán** *(9-1, I)*

luxuriant **xanh tươi** *(2-2, N)*

luxurious **sang trọng** *(2-2, N)*

lyricism; lyric **trữ tình** *(5-1, D1)*

M

macro **vĩ mô** *(7-2, N)*

   macro-management **quản lý vĩ mô**

magical **thần** *(8-1, D1)*

main **cơ bản** *(2-1, D2)*

mainland **đất liền** *(1-2, N)*

(to) maintain **duy trì** *(6-2, N)*

major **chủ yếu** *(1-1, D2)*

major (at a school) **chuyên ban** *(3-2, N)*

(to) make a decision **quyết định** *(2-2, N)*

(to) make a living **kiếm sống** *(10-2, N)*

(to) make a movie **dựng** *(5-1, D2)*

(to) make contribution to **có công** *(4-2, N)*

(to) make offerings to **cúng** *(9-1, D2)*

(to) make up **chiếm** *(1-2, N)*

male gender **giống đực** *(colloquial) (9-2, N)*

man **đàn ông** *(9-2, N)*

(to) manage **điều khiển** *(8-2, N)*

mandarin **quan** *(2-2, N)*

map **bản đồ** *(1-1, Dr10)*

marionette **con rối** *(5-2, N)*

(to) marry **cưới** *(4-2, N)*

(to) marry off one's daughter **gả** *(9-1, D1)*

marriage **cưới xin** *(collective noun) (9-1, D1)*

marsh **đầm lầy** *(2-2, N)*

martial arts **võ** *(6-2, N)*

martial spirit **tinh thần thượng võ** *(6-2, N)*

mass **hàng loạt** *(4-2, N)*

    (to) mass-produce **sản xuất hàng loạt**

master's degree **thạc sĩ** *(3-2, N)*

match **trận** *(6-1, D3)*

material **tài liệu** *(3-1, Dr7)*, **chất liệu** *(5-2, N)*

maternal side **bên ngoại** *(4-1, D1)*

mature **trưởng thành** *(10-1, D2)*

mausoleum **lăng** *(8-1, D2)*

meadow **nội** *(10-2, poem)*

    the odor of rice fields and meadows **hương đồng gió nội**

(to) mean **có nghĩa là** *(4-2, N)*

medal **huy chương** *(6-2, N)*

meek and mild **hiền lành** *(9-2, N)*

(to) meet (requirements) **đáp ứng** *(2-2, N)*, **thoả mãn** *(3-2, N)*, *(expectations)* **đáp ứng** *(7-1, D1)*

member **thành viên** *(3-1, D2)*, **hội viên** *(5-1, D2)*

memory **kỷ niệm** *(5-1, D1)*

men **nam giới** *(collective noun) (4-2, N)*

(to) mention **kể đến** *(7-1, D1)*

(to) merge **hợp nhất** *(2-1, D2)*, **sáp nhập** *(2-2, N)*

method **phương pháp** *(10-2, N)*

Mid-Autumn Feast **Tết Trung thu** *(9-1, I)*

middle-aged **đứng tuổi** *(4-2, N)*

midland **trung du** *(8-2, N)*

military **quân sự** *(6-2, N)*

Ming dynasty in China 明朝 *(1368–1644)* **nhà Minh** *(2-2, N)*

minimum **tối thiểu** *(7-1, D2)*

    minimum balance (of a bank account) **số dư tối thiểu**

minister **bộ trưởng** *(1-2, I)*

ministry **bộ** *(1-2, I)*

Ministry of Education and Training **Bộ Giáo dục và Đào tạo** *(3-2, N)*

Ministry of Planning and Investments **Bộ Kế hoạch và Đầu tư** *(7-1, D1)*

miserable **khổ** *(10-2, poem)*

    (to) make someone miserable **làm khổ**

(to) miss **bỏ lỡ** *(6-1, D3)*

(to) mix; mixed **lẫn lộn** *(8-1, D2)*

    happiness and sadness are mixed **vui buồn lẫn lộn**

mobile **di động** *(9-1, D1)*

mobile phone **điện thoại di động**

model **mô hình** *(3-2, N)*

modern drama **kịch nói** *(5-2, I)*

moment **thời điểm** *(5-1, D1)*, **hồi** *(10-2, poem)*

Mongolia **Mông Cổ**, **Mông** *(6-2, N)*

monster **quỷ** *(9-2, N)*

moon **trăng** *(8-1, D2)*

    moonlight **sáng trăng**

mosaic **tranh ghép** *(4-1, D1)*

mosquito net **màn** *(2-1, Dr1)*

most important **cơ bản** *(2-1, D2)*

most part of **phần lớn** *(2-1, D2)*

mostly **chủ yếu** *(1-1, D2)*

mother tongue **tiếng mẹ đẻ** *(3-2, Dr3)*

mother's side **bên ngoại** *(4-1, D1)*

mountain pass **đèo** *(1-2, N)*

mountain village **bản** *(9-2, N)*

mourning **tang** *(9-1, D2)*

    (to) be in mourning **để tang**

mouth **miệng** *(4-1, D2)*, **mép** *(9-2, N)*

(to) move away together (of a crowd) **kéo nhau đi** *(9-2, N)*

(to) move in **dọn đến** *(2-1, D1)*

(to) move from Northern Vietnam to Southern Vietnam in 1954 **di cư** *(10-2, GU2)*

(to) move from Southern Vietnam to Northern Vietnam in 1954 **tập kết** *(10-2, N)*

movement (act of moving) **động tác** *(5-2, N)*

movement (in literature, arts) **dòng** *(9-2, N)*, **phong trào** *(10-1, D2)*

moving **cảm động** *(5-2, N)*

music (as a field of art) **âm nhạc** *(10-1, D2)*

music and song **ca nhạc** *(5-1, D1)*

musical instrument **nhạc cụ** *(10-1, D1)*

musical work without words **bản nhạc không lời** *(5-2, N)*

musician **nhạc công** *(5-2, N)*
my husband **ông nhà tôi** *(2-1, D1)*

N

narrow **hẹp** *(2-1, D2)*
national **quốc gia** *(1-1, D1)*
    Hanoi National University **Đại học Quốc gia Hà Nội**
national highway **quốc lộ** *(1-2, N)*
national team **đội tuyển/tuyển** *(6-1, D3)*
national writing system **chữ quốc ngữ** *(8-2, N)*
native language **tiếng mẹ đẻ** *(1-1, Dr3)*
natural gas **khí đốt** *(1-2, N)*
natural sciences **khoa học tự nhiên** *(3-1, D1)*
nature; natural **thiên nhiên** *(1-2, N)*
needless **khỏi phải** *(1-1, D2)*
    needless to introduce to you **khỏi phải giới thiệu với anh**
negative **tiêu cực** *(7-1, D1)*
net **lưới** *(6-1, D1)*
Netherlands (the) **Hà Lan** *(8-2, N)*
nevertheless **tuy vậy** *(7-1, D1)*
new **tân** *(Chinese) (5-1, D1)*
    new music **tân nhạc**
next to one another **liền nhau** *(2-1, D2)*
noble **quý tộc** *(3-2, N)*
nonetheless **tuy vậy** *(7-1, D1)*
Northern Vietnam **Bắc bộ** *(1-2, N)*
Northern Vietnam in the 17th and 18th centuries **Đàng ngoài** *(literally: the Outside Part of the country) (8-2, N)*
Northwest of Vietnam including Lai Châu, Lào Cai, Yên Bái and Sơn La provinces **miền Tây Bắc** *(9-2, N)*
not fancy **đơn giản** *(4-2, N)*
(to) not forget **nhớ** *(9-1, D1)*
not only ... but also ... **không chỉ … mà còn …** *(2-2, N, GU7)*
not very soon **còn lâu** *(4-1, D2)*
(to) not worry **an tâm** *(7-1, D1)*
nothing difficult **có gì khó đâu** *(1-1, D1)*
(to) notice **để ý đến** *(1-1, D2)*, **để ý** *(4-1, D2)*, **nhận ra** *(2-1, D2)*
numb **tê** *(9-2, N)*
number **con số** *(7-1, D1)*
number (of a flight) **số hiệu** *(1-1, D1)*
number (of a show) **tiết mục** *(10-1, D1)*

O

objective **khách quan** *(7-2, N)*
occasion **dịp** *(1-1, D2)*
occasionally **đôi khi** *(6-2, N)*
occupation **nghề** *(2-2, N)*
of course **tất nhiên** *(1-1, D1)*, **dĩ nhiên là** *(1-1, D2)*, **đương nhiên [rồi]** *(2-1, D2)*
of old **ngày xưa** *(2-1, D1)*
of unusual excellence **đặc sắc** *(4-2, N)*
offering **lễ vật** *(9-1, D1)*
official **quan** *(2-2, N)*, **cán bộ** *(7-1, D1)*
often **thường xuyên** *(2-1, D1)*
oil **dầu lửa** *(1-2, N)*, **dầu** *(2-2, Dr3)*
oil and natural gas industry **công nghiệp dầu khí** *(7-2, GU9)*
old quarter in Hanoi (the) **khu phố cổ** *(2-1, D1)*
Olympic games; Olympic **Thế vận hội** *(6-1, D2)*
on land **trên bộ** *(6-2, N)*
on one's own **một mình** *(1-1, D2)*
(on the) inside **bên trong** *(8-2, N)*
on the stadium **trên sân** *(6-1, D3)*
once **một khi** *(8-1, D1)*
once every other year **cứ hai năm một lần** *(5-2, N)*
one's motherland **quê hương đất nước** *(8-1, D2)*
only **toàn** *(4-1, D1)*, **mà thôi** *(4-2, N, GU5)*
oops **chết** *(interjection) (8-1, D2)*
opera **ca kịch** *(5-2, N)*
(to) operate **điều khiển** *(5-2, N)*
opinion **ý kiến** *(7-2, N)*
opportunity **dịp** *(1-1, D2)*, **cơ hội** *(6-1, D3)*
(to) oppose **phản đối** *(4-2, N)*
order **trật tự** *(8-2, N)*
(to) order (book) **đặt** *(4-2, N)*
(to) order (give a command) **ra lệnh** *(6-2, N)*
(to) organize **mở** *(6-2, N)*
origin **gốc** *(5-2, N)*
    vocabulary of (classical) Chinese origin **từ gốc Hán**
original **nguyên bản** *(9-2, N)*
(to) originate **bắt nguồn** *(1-2, N)*
(to) oust **lật đổ** *(6-2, N)*
outdoor **ngoài trời** *(8-1, D2)*
outskirts **ngoại thành** *(2-1, D2)*
outstanding **xuất sắc** *(5-1, D2)*
overall **tổng thể** *(7-2, N)*
    overall development plan, master development plan **kế hoạch tổng thể phát triển**
(to) overflow **tràn trề** *(9-2, N)*

P

pace **tốc độ** *(7-2, N)*

Pacified South (the) **An Nam** *(8-2, N)*
  the Pacified Southern ruled prefecture **An Nam
    đô hộ phủ**

pack **gói** *(1-1, D2)*

package **gói** *(1-1, D2)*
  package tour **du lịch trọn gói**

paddle (in tennis, table tennis) **vợt** *(6-1, D1)*

pagodas **chùa chiền** *(collective noun) (2-2, N)*

painter **hoạ sĩ** *(4-2, N)*

painting (as a field of art) **hội hoạ** *(10-1, D2)*

pair **cặp** *(4-1, D2)*, *pair* **đôi** *(9-2, N)*
  eyes **cặp mắt**

palace **điện** *(6-2, N)*

palate (the top part of the inside of the mouth) **vòm
    miệng** *(9-2, N)*

paragraph **đoạn** *(1-2, Dr2)*

parents **thầy u** *(10-2, poem)*

part **phần** *(2-2, N)*

(to) part **chia tay** *(2-1, D2)*

part of a dress **thân** *(4-2, N)*
  four-part traditional dress **áo tứ thân**

part of territory (in history) **kỳ** *(8-2, N)*

part-time study **học không tập trung** *(3-2, N)*

(to) pass an exam **thi đỗ** *(3-1, D1)*

(to) pass away **qua đời** *(8-2, N)*, **mất** *(10-2, N)*

(to) pass down **truyền lại** *(6-2, N)*

passage **đoạn** *(9-1, Dr5)*

passionate **nồng nàn** *(9-2, N)*

passport **hộ chiếu** *(7-1, D2)*

past **quá khứ** *(5-1, D1)*, **đã qua** *(9-1, D2)*

paternal side **bên nội** *(4-1, GU6)*

patriotism; patriotic **yêu nước** *(10-2, N)*

(to) pay **gửi tiền** *(2-1, D1)*, **đóng tiền** *(5-1, D2)*

(to) pay a bill **thanh toán** *(7-1, D2)*

(to) pay attention to **để ý đến** *(1-1, D2)*, **chú ý đến**
    (5-2, N)

peace **hoà bình** *(3-2, N)*

peach **đào** *(10-1, D1)*

peak **đỉnh** *(1-2, N)*

pearl **hòn ngọc** *(2-2, N)*

pedagogical **sư phạm** *(3-1, D2)*

pedagogy, pedagogics (the science of teaching) **sư
    phạm** *(3-1, D2)*

peel **vỏ** *(4-1, D1)*

penalty area **vòng cấm** *(6-1, D3)*

peninsula **bán đảo** *(1-2, N)*

people **người dân** *(3-2, Dr2)*

percent (%) **phần trăm** *(1-2, N)*
  80% = **tám mươi phần trăm**

(to) perform **trình diễn** *(4-1, D2)*, **trình bầy** *(5-1,
    D1)*, **diễn** *(5-2, N)*, **biểu diễn** *(6-1, D2)*

period **giai đoạn** *(8-2, N)*

period (in sports) **hiệp** *(6-1, D3)*

period **thời kỳ** *(2-2, N)*, **khoảng thời gian** *(3-2, N)*
  the period under French rule **thời kỳ thuộc Pháp**

personal **cá nhân** *(3-2, N)*

Ph.D. student **nghiên cứu sinh** *(1-1, D1)*
  (to) be a Ph.D. student, do one's Ph.D. **học nghiên
    cứu sinh**

pharmacy **dược** *(3-1, D1)*

philology **ngữ văn** *(3-2, N)*

philosophy **triết học** *(6-2, N)*

physical strength **thể chất** *(6-2, N)*

physics **vật lý; lý** *(3-1, D1)*

picture **hình vẽ** *(4-2, N)*

piece of cloth **mảnh** *(4-2, N)*

pine **thông** *(1-2, N)*

pinned-up hair **tóc búi phía sau** *(4-1, D2)*

(to) pitch **cắm** *(8-1, D1)*

place **điểm** *(1-2, N)*

plan **kế hoạch** *(7-1, D1)*

(to) plan **dự định** *(8-2, N)*

(to) plan (a town, city) **quy hoạch** *(2-2, N)*
  (to) re-plan **quy hoạch lại**

plateau **cao nguyên** *(1-2, N)*

play **vở** *(5-2, N)*, **kịch** *(10-2, N)*

(to) play a role **đóng vai trò** *(1-2, N)*, **giữ vai trò**
    (2-2, N)

(to) play for a team **chơi cho đội** *(6-1, D3)*

(to) play just for fun **chơi cho vui thôi mà** *(6-1, D1)*

(to) play the main role **đóng vai chính** *(5-1, Dr3)*

player **cầu thủ** *(4-1, D1)*

playground **bãi tập** *(6-2, N)*

pleasant **thú** *(9-2, N)*

(to) please **làm vui lòng** *(9-2, N)*

plentiful **dồi dào** *(7-1, D1)*, **nhiều vô kể** *(9-2, N)*

poetry **thi ca** *(collective noun) (10-1, D2)*

(to) point out **nêu rõ** *(7-2, N)*

Poland **Ba Lan** *(10-2, Dr1)*

pole **cọc** *(8-1, D1)*

police **công an** *(1-1, D1)*

policy **chính sách** *(8-2, N)*, **đường lối** *(10-2, N)*

policy of renovation **chính sách đổi mới** *(7-2, I)*

(to) pollute, be polluted **ô nhiễm** *(2-2, N)*

pool **bể nước** *(5-2, N)*

poor **nghèo** *(2-2, N)*, **nghèo túng** *(9-2, N)*

popular **bình dân** *(5-2, N)*

population **dân số** *(1-2, N)*

porous **xốp** *(9-2, N)*

port **cảng** *(1-2, N)*

   sea port **cảng biển** *(1-2, N)*

portion **khúc** *(1-2, N)*

pot **nồi** *(2-1, D1)*

potential **tiềm năng** *(6-2, N)*

power **chính quyền** *(2-1, D2)*

powerful **hùng mạnh** *(8-2, N)*

(to) practice **luyện tập, tập luyện** *(6-2, N)*

pre- **tiền** *(5-1, D1)*

precise **chính xác** *(6-1, D3)*

   not precise enough, not to hit the target **thiếu chính xác**

precisely **chính là** *(2-2, N)*

predicament **bất cập** *(7-1, D1)*

(to) predict **dự báo** *(7-2, N)*

pre-engagement ceremony **dạm ngõ** *(9-1, D1)*

prefecture **phủ** *(2-2, N)*

pre-history **tiền sử** *(8-1, D1)*

(to) preserve **giữ lại** *(2-2, GU4)*, **giữ lại được** *(2-2, N)*, **giữ gìn/gìn giữ** *(9-1, D2)*

(to) present (a report) **trình bầy** *(7-2, N)*

(to) present (wedding rings) **trao** *(9-1, D1)*

(to) preserve the original state of something **giữ nguyên** *(10-2, poem)*

(to) preside over **chủ trì** *(7-2, N)*

press **báo chí** *(collective noun) (4-2, N)*

(to) press **bấm** *(10-2, poem)*

   snap **khuy bấm**

pretty **xinh** *(4-1, D1)*

pre-war **tiền chiến** *(5-1, D1)*

   pre-war songs **nhạc tiền chiến**

prices **giá cả** *(collective noun) (1-1, D2)*

prime minister **thủ tướng** *(1-2, I), (7-2, N)*

principle **nguyên tắc** *(6-2, N)*

prior **tiền** *(5-1, D1)*

prison **nhà tù** *(2-1, D2)*

prisoner of war **tù binh** *(5-2, N)*

   (to) be captured as a prisoner **bị bắt làm tù binh**

private **dân lập** *(literally: people-established) (3-2, N)*, **ngoài công lập** *(3-2, N)*

problem **bất cập** *(7-1, D1)*

procedure **thủ tục** *(7-1, D2)*

profession **nghề** *(2-2, N)*

professional **chuyên nghiệp** *(5-2, N)*

professional orientation **hướng nghiệp** *(3-2, N)*

professional school at a lower level than college or university **trường cao đẳng** *(3-2, N)*

professional school **trường trung cấp** *(at a lower level than* **trường cao đẳng**) *(3-2, N)*

profound **sâu sắc** *(10-1, D2)*

(to) prohibit **cấm** *(8-2, N)*

project **dự án** *(2-2, N)*

(to) promulgate **truyền đạo** *(8-2, N)*

(to) propose **đặt vấn đề** *(9-1, D1)*

prosperous **phồn thịnh** *(8-2, N)*

protectorate **bảo hộ** *(8-2, N)*

(to) protest **phản đối** *(4-2, N)*

Protestantism **Tin lành** *(2-2, N)*

province **tỉnh** *(1-2, N)*

provincial center **tỉnh** *(10-2, poem)*

(to) prove **chứng tỏ** *(8-1, D1)*

(to) provoke **khiêu khích** *(8-2, N)*

public opinion **dư luận** *(9-2, N)*

(to) publish **xuất bản** *(9-2, N)*, **đăng** *(10-2, N)*

   publishing house **nhà xuất bản**

(to) pull down **phá** *(2-1, D2)*

(to) pull out **rút** *(7-1, D2)*

puppet **con rối** *(5-2, N)*

puppet theater **múa rối** *(5-2, N)*

purpose **mục đích** *(1-1, D1)*

(to) push **đẩy** *(6-1, D3)*

(to) push (force) **đẩy mạnh** *(7-2, N)*

(to) put **đặt** *(6-2, N)*

(to) put together **ghép** *(4-1, D1)*

Q

Qin dynasty in China 秦朝 *(221–206 B.C.)* **nhà Tần** *(8-2, N)*

Qing dynasty in China 清朝 *(1644–1912)* **nhà Thanh** *(6-2, N)*

quality **chất** *(10-2, N)*, **chất lượng** *(7-2, N)*

quarter (one fourth of a year) **quý** *(7-2, N)*

question **thắc mắc** *(5-1, D1)*

quiet **trầm lặng** *(5-1, D2)*

   The Quiet American **Người Mỹ trầm lặng**

(to) quit one's job **xin thôi việc** *(3-1, Dr7)*

quite **hẳn** *(6-1, D3)*

R

racket (in tennis, table tennis) **vợt** *(6-1, D1)*

radiant **rực rỡ** *(8-2, N)*

railroad **đường sắt** *(1-2, N)*

rally **mít tinh** *(2-1, D2)*

range **dãy** *(1-2, N)*

   a range of mountains **dãy núi**

rank **cấp** *(2-1, D2)*

rapid **mạnh** *(5-2, N)*

  (to) develop rapidly **phát triển mạnh**

rapid(ly) **mạnh mẽ** *(8-2, N)*

rate (price) **mức giá** *(2-1, D1)*

ready **xong** *(2-1, Dr3)*

real **chân** *(10-2, poem)*

   chân quê *truly Vietnamese*

realism; realistic **hiện thực** *(5-1, D1)*

really **thật** *(adverb of degree) (2-1, D2)*, **quả thật là** *(10-1, D1)*

really good **khỏi phải nói** *(5-1, D2)*

reason **nguyên nhân** *(7-1, D1)*, **lý do** *(10-1, D1)*

reasonable **phải chăng** *(1-1, D2)*

receipt **biên lai** *(8-1, Dr7)*

(to) receive (guests) **tiếp** *(4-1, D1)*

recent; recently **vừa qua** *(2-2, N)*

   in the last two decades **trong hai thập niên vừa qua**

reception **tiếp tân** *(4-2, N)*

(to) recite a poem in chanting voice **ngâm thơ** *(10-1, D1)*

(to) recognize **nhận ra** *(2-1, D2)*, **công nhận** *(8-2, N)*, **thừa nhận** *(8-2, N)*, **nhận** *(9-2, N)*

(to) reduce **thu gọn** *(4-2, N)*

(to) re-establish **lập lại** *(3-2, N)*

reform **cải cách** *(8-2, N)*

refrigerator **tủ lạnh** *(2-1, D1)*

regime **chế độ** *(8-2, N)*

regular **thường kỳ** *(7-2, N)*

regularly **thường xuyên** *(2-1, D1)*

regulation **quy định** *(5-2, N)*

(to) (be) relate(d) to **[có] liên quan đến** *(5-1, D1)*

relations **quan hệ** *(6-2, N)*

relationship **quan hệ** *(6-2, N)*

relatively **tương đối** *(1-2, N)*

relatives **họ hàng** *(4-1, D1)*, **người nhà** *(4-1, D1)*

religion **đạo** *(8-2, N)*, **tôn giáo** *(8-2, N)*

  (to) promulgate **truyền đạo**

religious ceremony or festival **lễ** *(5-2, N)*

(to) remember **ghi nhớ** *(2-1, D2)*, **nhớ** *(9-1, D1)*

(to) remind **nhắc** *(9-1, D2)*

(to) rename as **đổi tên thành** *(2-2, N)*

rent **tiền nhà** *(2-1, D1)*

(to) rent, hire **thuê** *(2-1, D1)*

(to) replace **thay thế** *(8-2, N)*

(to) replace each other **thay nhau** *(2-2, N)*

(to) report **báo cáo** *(7-2, N)*

   a report **bản báo cáo**

reporter **phóng viên** *(7-1, D1)*

representative **đại diện** *(10-1, D2)*

  (to) represent **đại diện cho**

republic; republican **cộng hoà** *(2-2, N)*

the Republic of Vietnam **Việt Nam Cộng hoà** *(2-2, N)*

(to) require **đòi hỏi** *(4-2, N)*

requirement **điều kiện** *(3-2, N)*

(to) rescue **cứu** *(10-2, Dr2)*

(to) research **tìm tòi** *(10-2, N)*

resigned to marrying a man who is not the woman's choice **Lỡ bước sang ngang** *(10-2, N)*

(to) resist **kháng chiến** *(5-1, D1)*

resistance **kháng chiến** *(5-1, D1)*

(to) resolve **giải quyết** *(2-2, N)*

(to) respond warmly **hưởng ứng** *(5-1, D1)*

responsibility **trách nhiệm** *(5-2, N)*

  (to) be responsible for **có trách nhiệm đối với**

(to) restore **lập lại** *(3-2, N)*, **phục hồi** *(5-2, N)*

(to) restrict **hạn chế** *(7-2, N)*

result **thành tích** *(3-2, N)*

(to) retain in the mind **ghi nhớ** *(2-1, D2)*

(to) return **quay trở lại** *(8-2, N)*

(to) return something **trả lại** *(2-2, GU4)*

(to) reveal **biểu lộ** *(5-2, N)*

(to) revenge **trả thù** *(6-2, N)*

revenue **thu nhập** *(7-2, Dr3)*

(to) review **kiểm điểm** *(7-2, N)*

(to) revive **gợi lại** *(5-1, D1)*

(to) revolt **khởi nghĩa** *(6-2, N)*

  uprising, rebellion **cuộc khởi nghĩa**

rich **giàu** *(2-2, N)*

(to) ride (on) a horse **cưỡi ngựa** *(8-1, D1)*

  (to) do something superficially (literally: riding on a horse to look at the flowers) **cưỡi ngựa xem hoa**

right **quyền** *(8-2, N)*

right after that **ngay sau đó** *(8-2, N)*

(to) rise **tăng** *(2-2, N)*

(to) rise up **nổi dậy** *(8-2, N)*

(to) rise up in arms **khởi nghĩa** *(6-2, N)*

  uprising, rebellion **cuộc khởi nghĩa**

river mouth **cửa sông** *(1-2, N)*

roads **đường sá** *(collective noun) (2-2, N)*

robber **kẻ cướp** *(9-2, GU6)*

(to) rock (a baby) **ru** *(5-2, N)*

role **vai** *(5-2, N)*

romantic movement in Vietnamese poetry in the 1930s and early 1940s **Thơ mới** *(literally: New Poetry) (5-1, D1)*

romanticism; romantic **lãng mạn** *(5-1, D1)*

room (in a museum, exhibit) **gian** *(8-1, D1)*

root **gốc** *(5-2, N),* **rễ** *(9-2, N)*

roughly **đại khái như** *(3-1, D1)*

round (adjective) **tròn** *(9-1, D2)*

round (noun) **vòng** *(4-1, D2)*

route **tuyến** *(1-2, N)*

(to) row **chèo** *(6-2, N)*

royal court **triều đình** *(3-2, N)*

Royal Palace **Hoàng cung** *(8-2, Dr1)*

Royal Palace Music of Huế **nhã nhạc cung đình Huế** *(5-2, I)*

rule **quy định** *(5-2, N)*

rules and regulations **kỷ cương** *(7-2, N),* **nền nếp** *(9-2, N)*

(to) rule **cai trị** *(8-2, N),* **đô hộ** *(8-2, N)*

   a ruled prefecture **đô hộ phủ**

   the Pacified Southern ruled prefecture **An Nam đô hộ phủ**

(to) run **điều hành** *(1-2, GU3)*

   (to) run a business **điều hành doanh nghiệp**

   (to) run a program **điều hành chương trình**

   a state-run university **trường đại học do nhà nước điều hành**

(to) run (of rivers) **chảy** *(1-2, N)*

(to) run fast (of rivers) **chảy xiết** *(1-2, N)*

runner-up of a beauty contest **á hậu** *(4-1, D2)*

rustic **quê mùa** *(10-2, poem)*

S

sagacious **khôn ngoan** *(9-2, N)*

salary **tiền lương** *(2-1, GU4)*

saliva **nước dãi** *(9-2, N)*

sand **cát** *(1-2, N)*

satire **trào phúng** *(10-1, D1)*

sauce pan **xoong** *(2-1, D1)*

(to) save **tiết kiệm** *(7-1, D2)*

   savings account **tài khoản tiết kiệm**

(to) say goodbye to each other **chia tay** *(2-1, D2)*

scarf **khăn** *(4-2, N), (10-2, poem)*

scenario **kịch bản** *(5-1, D2)*

scene **cảnh** *(2-1, D2)*

scene (of a play, film, show) **màn** *(4-2, N),* **cảnh** *(5-2, N)*

scholastic **bác học** *(5-2, N)*

scholastic aptitude **học lực** *(3-2, N)*

school (group of persons having common beliefs) **phái** *(1-1, D2)*

school (in literature, arts) **trường phái** *(5-2, N)*

score **bàn** *(6-1, D3)*

   (to) score **ghi bàn**

(to) scorn **khinh, khinh rẻ** *(9-2, N)*

(to) scrape off **gạt** *(9-2, N)*

screenplay **kịch bản** *(5-1, D2)*

secondary education **trung học** *(3-2, N)*

secretary **bí thư** *(2-2, I)*

   secretary of the committee of the Communist Party of a city **bí thư thành uỷ**

   secretary of the committee of the Communist Party of a province **bí thư tỉnh uỷ**

sect **phái** *(1-1, D2)*

section **đoạn** *(1-2, N),* **khúc** *(1-2, N)*

section (at a school) **ban** *(3-2, N)*

security **an ninh** *(3-2, N)*

sedge mat **chiếu** *(5-2, N)*

See you tomorrow **Hẹn ngày mai gặp lại** *(2-1, D1)*

(to) seek **tìm tòi** *(10-2, N)*

(to) seize **giành** *(2-1, D2)*

select team **đội tuyển/tuyển** *(6-1, D3)*

(to) select **tuyển chọn** *(3-2, N),* **tuyển** *(6-1, D1)*

(to) select students **tuyển sinh** *(3-1, D1)*

   university and college entrance exams **thi tuyển sinh đại học**

(to) send (an official) **cử** *(2-2, N)*

(to) separate A from B **tách A ra khỏi B** *(2-2, N)*

serious **nghiêm trọng** *(2-2, N)*

serious **nghiêm túc** *(4-2, N)*

   (to) not look serious **trông thiếu nghiêm túc**

(to) serve (in sports) **giao bóng** *(6-1, D1)*

session **phiên, phiên họp** *(7-2, N)*

(to) set (a target) **đề ra** *(7-2, N)*

(to) set aside, put aside, reserve **dành** *(2-1, D1)*

   (to) reserve for **dành riêng cho**

(to) set up, put (furniture) **kê** *(2-1, D1)*

seven-seven-six-eight meter (in poetry) **song thất lục bát** *(5-2, N)*

several **một vài** *(4-2, N)*

severe (weather) **khắc nghiệt** *(8-1, D2)*

(to) sew **may** *(4-2, N)*

shameless **trơ trơ** *(9-2, N)*

Shanghai **Thượng Hải** *(1-2, GU6)*

shape **hình** *(1-2, N)*

sharp (figurative) **sắc sảo** *(9-2, N)*

(to) shine **lấp lánh** *(9-2, N)*

ship **tàu** *(1-2, N)*

(to) shiver **run rẩy** *(9-2, N)*

(to) shoot **bắn** *(6-2, N)*

  (to) shoot arrows **bắn cung**

short of money **túng** *(9-2, N)*

shot (in sports) **quả** *(6-1, D1)*

(to) show **chiếu** *(4-1, D2)*, **trình diễn** *(4-1, D2)*, **diễn** *(5-2, N)*, **biểu diễn** *(6-1, D2)*

(to) show a movie **chiếu** *(5-1, D2)*

side **cánh** *(colloquial) (9-2, N)*

  the men's side **cánh đàn ông**

side **mặt** *(5-2, N)*

silent **im lặng** *(7-1, Dr5)*

silt **phù sa** *(1-2, N)*

silver **bạc** *(6-2, N)*

simple **đơn giản** *(4-2, N)*

(to) sing (a folk song) **hò** *(5-2, N)*

(to) sing of **ca ngợi** *(10-2, N)*

singer **ca sĩ** *(5-1, D1)*

six-eight meter (in poetry) **lục bát** *(5-2, N)*

size **kích thước** *(6-1, D2)*

skill **tay nghề** *(7-1, D1)*

skillfully **thông thạo** *(10-1, D2)*

skin **da** *(4-1, D1)*

skin (of fruit) **vỏ** *(4-1, D1)*

(to) skip **bỏ** *(6-1, D3)*

skirt (the part of a dress) **vạt** *(4-2, N)*

skyscraper **nhà chọc trời** *(2-1, D2)*

(to) sleep well **ngủ ngon** *(3-2, Dr2)*

(to) slice **cắt** *(6-1, D1)*

slim **mảnh dẻ** *(4-1, D2)*

slippery **trơn** *(9-2, N)*

small change **tiền lẻ** *(2-2, Dr3)*

small space between the teeth **kẽ răng** *(9-2, N)*

smart **khôn** *(5-2, Dr2)*

smiling **tươi** *(4-1, D2)*, **tươi cười** *(9-2, N)*

smooth **trơn tuột** *(9-2, N)*

so ... that ... **đến nỗi** *(7-1, D1, GU6)*

so many places **từng ấy nơi** *(1-1, D2)*

(to) soak **thấm** *(5-2, N)*

soap **xà phòng** *(2-1, Dr1)*

soccer; to play soccer **đá bóng** *(6-1, D3)*

social evil **tệ nạn xã hội** *(7-2, N)*

social sciences **khoa học xã hội** *(3-1, D1)*

socialist **xã hội chủ nghĩa** *(2-2, N)*

  Socialist Republic of Vietnam **Cộng hoà Xã hội chủ nghĩa Việt Nam**

society; social **xã hội** *(2-2, N)*

solar New Year **Tết dương lịch** *(9-1, I)*

soldier **quân** *(2-2, N)*, **lính** *(6-2, N)*

solo; to solo **đơn ca** *(5-2, N)*

solution **giải pháp** *(7-2, N)*

(to) solve **giải quyết** *(2-2, N)*

someday **hôm nào** *(6-1, D2)*

someone is very green, someone is still wet behind the ears **miệng còn hơi sữa** *(9-2, N)*

son's child **cháu nội** *(4-1, GU6)*

song **ca khúc** *(formal) (5-1, D1)*

Song dynasty in China 宋朝 *(960–1279)* **nhà Tống** *(8-2, N)*

son-in-law **con rể** *(8-2, N)*

soul **tâm hồn** *(10-2, N)*

sound **âm** *(8-2, N)*

source **nguồn** *(7-1, D1)*

South China Sea **biển Đông** *(1-2, N)*

Southeast Asia **Đông Nam Á** *(2-2, N)*

Southern Vietnam in the 17th and 18th centuries **Đàng trong** *(literally: the Inside Part of the country) (5-2, N)*

Southern Vietnam **Nam bộ** *(1-2, N)*

sovereignty **chủ quyền** *(8-2, N)*

(to) sparkle **lấp lánh** *(9-2, N)*

(to) speak (at a meeting) **phát biểu** *(7-2, N)*

(to) speak out **nói ra** *(10-2, poem)*

special school for gifted children **trường chuyên** *(3-2, N)*

specialist **chuyên gia** *(2-2, N)*

specialty **ngành** *(2-2, N)*

specific **độc đáo** *(5-2, N)*

specific feature **đặc điểm** *(4-2, N)*, **nét độc đáo** *(5-2, N)*

spectactor **khán giả** *(5-1, D2)*

speed **tốc độ** *(7-2, N)*

  growth rate **tốc độ tăng trưởng, mức tăng trưởng**

(to) spend; expense **chi tiêu** *(7-1, D2)*

(to) spend an amount of time doing something **bỏ** *(8-1, D1)*

spin (in sports) **xoáy** *(6-1, D1)*

spirit; spiritual **tinh thần** *(6-2, N)*

spongy **xốp** *(9-2, N)*

(to) (be) spread **trải** *(5-2, N)*

(to) spread out **lan** *(9-2, N)*

spring **nguồn** *(9-1, D2)*

square **vuông** *(1-2, N)*

stable **ổn định** *(7-1, D1)*

stadium **sân vận động** *(6-1, D3)*

stage **giai đoạn** *(8-2, N)*

stage (theater) **sân khấu** *(5-2, N)*

stage setting **cảnh** *(5-2, N)*

stake (pole) **cọc** *(8-1, D1)*

star **sao** *(2-2, N)*

(to) start **bước vào** *(1-1, D2)*

(to) start an academic year **khai giảng** *(3-1, D2)*

(to) start to have labor pains **trở dạ/chuyển dạ** *(9-2, N)*

state(-run) **công lập** *(3-2, N)*

stationary **cố định** *(5-2, N)*

stationary phone **điện thoại cố định** *(9-1, D1)*

steady **bền vững** *(7-2, N)*

steel industry **công nghiệp thép** *(7-2, GU9)*

step **bước** *(2-1, D1)*

   a stone's throw away from ... **đi mấy bước là đến...**

stingy **hà tiện** *(9-2, N)*

stock (money) **chứng khoán** *(7-1, D1)*

stocky **người đậm** *(4-1, D1)*

"Story of Kiều" **Truyện Kiều** *(by Nguyễn Du) (5-2, Dr2)*

straight-nosed **mũi dọc dừa** *(4-1, D2)*

strange **quái gở** *(9-2, N)*

(to) strengthen **tăng cường** *(6-1, D3)*

(to) stress **nhấn mạnh** *(4-2, N)*

(to) stretch, spread **giăng** *(9-2, N)*

strict **chặt chẽ** *(5-2, N)*

string **dây** *(5-2, N)*

stroke (in sports) **quả** *(6-1, D1)*

stroke (swimming) **kiểu** *(6-1, D2)*

strong **mạnh** *(5-2, N)*, **mạnh mẽ** *(4-2, N)*, **hùng mạnh** *(8-2, N)*

(to) study **học tập** *(3-1, D2)*

style **phong cách** *(2-2, N)*

style (swimming) **kiểu** *(6-1, D2)*

(to) stylize; stylized **cách điệu** *(4-2, N)*

(to) substitute **thay** *(6-1, D3)*

suburb **ngoại thành** *(2-1, D2)*

(to) succeed **thắng lợi** *(8-2, N)*

success **thành tựu** *(8-2, N)*

successful; successfully **đạt** *(5-1, D1)*, **thành công** *(3-2, Dr6)*, **thắng lợi** *(8-2, N)*

successive **liên tiếp** *(8-2, N)*

sudden; suddenly **đột ngột** *(10-2, N)*

suit **com-plê** *(French: complet) (4-2, N)*

(to) suit **thích hợp với** *(4-2, N)*, **thích hợp** *(5-2, N)*

sum **tổng số** *(1-2, N)*

(to) sum up **tóm tắt** *(8-2, N)*

(to) summarize; summary **tóm tắt** *(8-2, N)*

summit (conference) **cấp cao** *(4-2, N)*

summit (of a mountain) **đỉnh** *(1-2, N)*

sunshine **ánh nắng** *(8-1, D2)*

sun-tanned **rám nắng** *(4-1, D1)*

super **tuyệt đẹp** *(6-1, D3)*

supervisor **thủ trưởng** *(7-2, N)*

supple **mềm mại** *(9-2, N)*

(to) supplement **bổ sung** *(5-2, N)*

(to) support **ủng hộ** *(8-2, N)*

(to) suppress **đàn áp** *(8-2, N)*

surface of the water **mặt nước** *(5-2, N)*

(to) surround **vây quanh** *(5-2, N)*

swamp **đầm lầy** *(2-2, N)*

swimming pool **bể bơi** *(6-1, D2)*

symbol **biểu tượng** *(2-2, N)*

(to) synthesize **tổng hợp** *(5-2, N)*

system **hệ thống** *(1-2, N)*, **hệ** *(3-2, N)*

T

(to) take care of **chăm lo** *(7-2, N)*, **lo liệu** *(9-2, N)*

(to) take from **trích** *(9-2, N)*

(to) take refuge **lánh nạn** *(2-2, N)*

(to) take shape **hình thành** *(5-2, N)*

talent; talented **tài năng** *(4-1, D2)*

talktativeness **miệng lưỡi** *(9-2, N)*

tall **cao lớn** *(9-2, N)*

tall and slender **dong dỏng** *(4-1, D1)*

Tang dynasty in China 唐朝 *(618–907)* **nhà Đường** *(8-2, N)*

Taoism **Đạo giáo** *(8-2, N)*

target **chỉ tiêu** *(7-2, N)*, **mục tiêu** *(7-2, N)*

(to) tarnish **xỉn** *(9-2, N)*

tasting deliciously buttery **ngậy** *(9-2, N)*

(to) teach **giảng dạy** *(3-1, D2)*

teacher of classical Chinese in the past **ông đồ** *(10-1, D1)*

teaching materials **giáo trình** *(3-1, D2)*

team **đội** *(6-1, D1)*

tear **nước mắt** *(9-2, N)*, **lệ** *(9-2, N)*

(to) tear down **phá** *(2-1, D2)*

technology **công nghệ** *(3-1, D2)*

teenager (boy) **thiếu niên** *(9-2, N)*

television **truyền hình** *(6-1, D3)*

(to) tell the truth **nói thật** *(5-1, D1)*

temples **chùa chiền** *(collective noun) (2-2, N)*

temporary **tạm thời** *(2-1, D1)*

ten thousand **vạn** *(2-2, N)*

   tens of thousands **hàng vạn**

terracotta pot **niêu** *(2-1, D1)*

terrible; terribly **ghê** *(2-1, D2)*

territory **lãnh thổ** *(1-1, Dr1)*

textile industry **công nghiệp dệt** *(7-2, GU9)*

thanks to **nhờ** *(2-2, N)*

That happens numerous times **Không biết bao nhiêu lần như thế** *(6-1, D2)*

that is **tức là** *(3-1, D1)*

that is not all **chưa hết đâu** *(5-1, D1)*

that means **tức là** *(3-1, D1)*

that's easy **có gì khó đâu** *(1-1, D1)*

that's true **tất nhiên** *(1-1, D1)*

the ... the ... **càng ... càng ...** *(2-1, D1, GU5)*

   the sooner the better **càng sớm càng tốt**

theater **rạp** *(5-1, D2)*

   movie house **rạp chiếu phim**

thesis **luận văn** *(2-1, Dr4)*

thick **rậm** *(2-2, N)*

thick pants **quần nái** *(10-2, poem)*

thin **mỏng** *(4-2, N)*

thin (of people) **mảnh dẻ** *(4-1, D2)*

(to) think **tưởng** *(4-1, D1)*, **cho rằng** *(4-2, N)*

third anniversary of someone's death **giỗ hết** *(9-1, D2)*

thorough **toàn diện** *(10-1, D2)*

thoughtful **chu đáo** *(4-1, D1)*

thousands **hàng ngàn** *(2-2, N)*

(to) thrive **khởi sắc** *(5-2, N)*

thriving **phồn thịnh** *(8-2, N)*

ticket **vé** *(5-1, D2)*

entry ticket **vé vào cửa**

(to) tie **thắt** *(4-2, N)*

   (to) tie the two front skirts of the dress together **thắt hai vạt áo phía trước vào với nhau**

(to) tie (in sports) **gỡ hoà** *(6-1, D3)*

tight **chặt chẽ** *(7-2, N)*

times **thời buổi** *(10-1, D1)*

to some extent **ít nhiều** *(10-2, poem)*

tolerant **bao dung** *(9-2, N)*

tomb **lăng** *(8-1, D2)*

tongue **lưỡi** *(9-2, N)*

topic **đề tài** *(5-2, N)*, **chủ đề** *(10-1, D2)*

(to) topple **lật đổ** *(6-2, N)*

topspin **giật** *(6-1, D1)*

(to) torment **hành hạ** *(9-2, N)*

total **tổng số** *(1-2, N)*

totally **hoàn toàn** *(2-2, Dr3)*

(to) touch **đụng** *(6-1, D2)*

   (to) touch unintentionally **đụng phải**

touching **cảm động** *(5-2, N)*

tourist attraction **điểm du lịch** *(1-1, D2)*

tourist industry **ngành du lịch** *(7-2, GU9)*

town **tỉnh** *(10-2, poem)*

track and field **điền kinh** *(6-1, I)*

trade **thương mại** *(2-2, N)*, **buôn bán** *(8-2, N)*

tradition; traditional **truyền thống** *(2-2, N)*

traditional **cổ truyền** *(5-2, N)*

traffic congestion **ách tắc** *(2-2, N)*

traffic jam **ách tắc** *(2-2, N)*

(to) train **huấn luyện** *(6-2, N)*

trans- **xuyên** *(1-1, D2)*

   trans-Vietnam **xuyên Việt**

(to) transfer **chuyển** *(7-1, D2)*

(to) (be) transform(ed) (into) **chuyển (thành)** *(5-2, N)*

transport **vận tải** *(1-2, N)*

transportation **vận tải** *(1-2, N)*

travel agency **công ty du lịch** *(1-1, D2)*

treaty **hiệp ước** *(8-2, N)*

(to) tremble **run rẩy** *(9-2, N)*

trend **xu thế** *(7-2, N)*

tribe **bộ lạc** *(8-2, N)*

tributary **chi lưu** *(1-2, N)*

troops **quân** *(2-2, N)*

troupe **đoàn** *(5-2, N)*

true **có thật** *(8-1, D1)*, **chân** *(10-2, poem)*

   chân quê *truly Vietnamese*

truly **quả thật là** *(10-1, D1)*

tumult **biến động** *(7-1, D1)*

turban **khăn** *(4-2, N)*

   ready-to-wear turban **khăn xếp**

(to) turn (an age) **bước sang tuổi** *(10-2, N)*

(to) turn off **tắt** *(9-1, D1)*

(to) turn something into something **biến** *(2-2, N)*

twig (of a tree) **cành** *(10-1, D1)*

type of fine thin silk **lĩnh** *(10-2, poem)*

type of rough silk **đũi** *(10-2, poem)*, **lụa sồi** *(10-2, poem)*

typical **điển hình** *(9-2, N)*

U

uncle's (mother's brother's) wife **mợ** *(4-1, D1)*

uncultivated **hoang** *(2-2, N)*

  uncultivated lands **đất hoang**

(to) understand **nắm chắc** *(7-2, N)*

unfortunately **tiếc là** *(5-2, N; 6-1, GU8)*

uniform **đồng phục** *(4-2, N)*

unique **độc đáo** *(4-1, D1)*, **đặc sắc** *(4-2, N)*

unit **đơn vị** *(2-1, D2)*

United States of America (the) **Hoa Kỳ** *(formal)*
  (4-2, N)

unsuccessful; unsuccessfully **không thành** *(9-2, N)*

(to) uphold **giữ vững** *(8-2, N)*

urban area of a city **nội thành** *(2-1, D2)*

urgent **gấp** *(9-1, D1)*

(to) use **sử dụng** *(1-2, N)*

usually **thường** *(5-2, N)*

V

vague; vaguely **lơ mơ** *(3-1, D1)*

  (to) have a vague idea **hiểu lơ mơ**

value **giá trị** *(2-2, N)*

variation **biến thể** *(5-2, N)*

velvet **nhung** *(10-2, poem)*

verdant **xanh tươi** *(2-2, N)*

vice (deputy) **phó** *(7-2, N)*

vicious **dữ** *(9-2, N)*

victory; victorious **thắng lợi** *(8-2, N)*

Vietnam's Day of Independence **Quốc khánh** *(9-1, I)*

Vietnam's National Day **Quốc khánh** *(9-1, I)*

Vietnamese bra in former times **yếm** *(10-2, poem)*

Vietnamese Central television **Đài truyền hình**
  Trung ương *(5-1, I)*

Vietnamese studies **Việt Nam học** *(1-1, D1)*

  International Conference on Vietnamese Studies
    Hội thảo quốc tế về Việt Nam học

view **cảnh** *(2-1, D2)*, **cảnh quan** *(2-1, D2)*

viewer **khán giả** *(5-1, D2)*

viewpoint **ý kiến** *(7-2, N)*

vigorous(ly) **mạnh mẽ** *(8-2, N)*

villa **biệt thự** *(2-1, D2)*

village (a division of a commune in the rural areas)
  thôn *(1-2, I)*, **làng** *(10-2, poem)*

virgin (of lands) **hoang** *(2-2, N)*

  uncultivated lands **đất hoang**

visa **thị thực** *(1-1, D1)*

voice **giọng** *(8-1, D2)*

volleyball **bóng chuyền** *(4-1, D1)*, *(6-1, I)*

(to) wail **rít** *(9-2, N)*

(to) wake up **thức dậy** *(3-1, Dr6)*

(to) walk around **đi dạo** *(2-1, D2)*

W

wall clock **đồng hồ treo tường** *(1-2, Dr1)*

war **chiến** = **chiến tranh** *(5-1, D1)*

war of resistance **kháng chiến** *(5-1, D1)*

  the war of resistance against the French invasion
    kháng chiến chống Pháp *(1946–1954)*

war ship **tàu chiến** *(8-2, N)*

ward (a division of a district in the urban areas)
  phường *(1-2, I)*

(to) warm up **khởi động** *(6-2, Dr3)*

(to) warn **dặn** *(9-2, N)*

(to) wash clothes **giặt** *(2-1, D1)*

  washing machine **máy giặt**

(to) wash one's hair **gội đầu** *(2-1, GU1)*

(to) water **tưới nước** *(1-2, N)*

waterproof **không thấm nước** *(5-2, N)*

(to) weaken **suy yếu** *(8-2, N)*

wealthy **giầu** *(2-2, N)*, **khá giả** *(5-2, N)*, **giàu có**
  (9-2, N)

weapon **vũ khí** *(6-2, N)*

(to) wed **cưới** *(4-2, N)*

wedding **cưới xin** *(collective noun)* *(9-1, D1)*

wedding feast **hợp cẩn** *(the bride and the*
  bridegroom share a cup of wine) *(9-2, N)*

wedding ring **nhẫn cưới** *(9-1, D1)*

well **kể ra thì** *(2-1, D1)*

well-developed **nở nang** *(9-2, N)*

well-provided **đầy đủ** *(9-2, N)*

West; Western **phương Tây** *(3-2, N)*, *(3-2, GU4)*

What happened? **Có chuyện gì thế?** *(8-1, D2)*

when the spring arrives **sang xuân** *(10-2, poem)*

where (relative adverb) **nơi** *(1-1, D1)*

where **nào đâu** *(10-2, poem)*

whirlpool **ghềnh** *(1-2, N)*

(to) whizz **rít** *(9-2, N)*

whole **toàn** *(2-2, Dr2)*

whoops **chết** *(interjection)* *(8-1, D2)*

why in the world **tại làm sao** *(5-1, D2, GU9)*

why **tại sao, tại làm sao** *(8-1, D2)*

(to) win (a medal) **đoạt** *(6-2, N)*

(to) wipe out **tiêu diệt** *(8-2, N)*

wise **khôn ngoan** *(9-2, N)*

with all one's strength **ra sức** *(8-2, N)*

with regard to **về mặt** *(1-2, N)*

with solid flesh on **lằn** *(9-2, N)*

(to) withdraw **rút** *(7-1, D2)*

woman **đàn bà** *(9-2, N)*

wonder **kỳ quan** *(1-1, D2)*

wood **gỗ** *(5-2, N)*

woods (forest) **rừng** *(1-2, N)*

words **lời** *(5-1, D1)*

work (in literature, poetry, arts) **tác phẩm** *(10-1, D2)*

(to) work **công tác** *(1-1, D1),* **làm ăn** *(2-2, N),* **hoạt động** *(3-1, D2)*

worker **thợ** *(2-1, D1)*

workforce **nhân lực** *(7-1, D1)*

workman **thợ** *(2-1, D1)*

world heritage site **di sản văn hoá thế giới** *(8-2, I)*

World Trade Organization (WTO) **Tổ chức Thương mại Thế giới** *(7-1, D1)*

World War 2 **Chiến tranh thế giới thứ hai** *(3-1, D2)*

(to) worship **lễ** *(4-1, Dr6),* **cúng** *(9-1, D2)*

would be **sau này** *(2-2, N)*

Y

yard **sân** *(5-2, N)*

You're right **Anh nói đúng đấy** *(2-1, D2)*

young people **lớp trẻ** *(4-2, N),* **thanh niên** *(5-1, D2)*

young woman **thiếu phụ** *(9-2, N)*

your family **nhà ta** *(2-1, D1)*

your husband **bác trai** *(2-1, D1)*

Yuan dynasty in China 元朝 *(1271–1368)* **nhà Nguyên** *(6-2, N)*

Z

zen **thiền** *(1-1, D2)*

Grammar and Usage Index

This index contains all the grammar and usage covered in the lessons. The number in the parentheses indicates the lesson, and the number on the right side refers to the page.

A

adjective + **hơn cả** (1-2) 23
adjective + ordinal number + **sau** (1-2)......... 22
adverb **trước** (10-1) 252
anh chàng (9-2)................................ 238
ảnh hưởng (8-2) 210
ấy (1-1) 6

B

bao nhiêu là (10-1) 252
báo cáo as verb and as noun (7-2)............... 179
bận (2-1) 35
bất cứ/bất kỳ + question word (7-1) 168
biến thành, biến ... thành, trở nên,
    trở thành (2-2) 47
bỏ (8-1) 193

C

cả in some idiomatic expresssions (9-2)...... 239
cả ... và ..., cả ... lẫn ... (6-2).................... 155
cái (4-1) 91
cán bộ (7-1) 165
càng ... càng ... (2-1) 35
... có ... có (5-1) 119
có gì + adjective + **đâu** (1-1) 5
có liên quan (5-1)............................. 115
có phải ... không? (4-1)....................... 91
command + **nào** (7-1) 167
construction "once every other year" in
    Vietnamese (5-2) 133
construction **... bao nhiêu ... bấy nhiêu**
    (10-1) 254
construction **... đến đâu ... đến đấy** (9-1)...223
construction **chỉ [có] ... mới ... thôi** (8-1)... 195
construction **dù sao thì ... cũng/vẫn/**
    cũng vẫn ... (8-1) 194
construction **một khi ... đã ... thì ...** (8-1) ... 192
construction **ngay cả ... còn ... nữa là ...**
    (8-1) 195

construction object + subject + verb
    (9-2) 240
construction object + **thì** + subject + **chịu**
    (8-1) 195
công tác as verb and as noun (9-2)............. 236
cơ, kia (5-1) 118
cũ, già, cổ, cổ điển (5-2) 131

Ch

chạy (1-2) 21
chẳng hạn như (5-1) 117
châu Âu vs. **Âu châu, phương Tây** vs.
    Tây phương (3-2) 78
chết as particle (8-1) 194
chết, mất, qua đời, từ trần, hy sinh (8-2)... 209
chỉ đạo (7-2) 179
chiếm (1-2) 21
chịu (6-1) 144
cho with the meaning of purpose (6-1) 142
cho rằng, cho là (4-2) 107
chủ yếu as adjective and as adverb (5-2) 131
chứ before negation (10-1) 253
chưa chắc (5-1) 116

D

dặn (9-2)...................................... 237
dẫn đến, đưa đến (8-2)......................... 210
dễ như bỡn (9-2)............................... 239
diễn ra, xảy ra (2-1) 36
do as preposition and as conjunction (6-2) ... 156
dùng (6-2) 155
dưới with the meaning "in" (6-2)............... 155

Đ

đại diện as verb and as noun (10-1) 253
đại khái như/đại khái là (3-1) 63
đáng (7-1) 166
đáng lẽ ra (9-2)................................ 240
đành (6-1) 144

đánh (8-2) 208

đạo Phật vs. **Phật giáo, đạo Thiên chúa**
    vs. **Thiên chúa giáo** (8-2) 212

đầu tiên vs. **thứ nhất** (5-2) 133

đây (8-1) 192

để (4-1) 91

để ý đến, để ý thấy (8-1) 195

đến meaning "of, about" (7-1) 166

đến nỗi (7-1) 167

điều hành (7-2) 179

đổi, thay, thay đổi (2-2) 48

đuổi (9-2) 238

đưa (8-2) 209

được + amount (4-1) 92

G

gặp (7-1) 167

gấp meaning "-fold" (7-1) 167

gửi (2-1) 35

Gi

giá như, giá mà (5-1) 116

giáo sư, tiến sĩ, bác sĩ as a 2nd personal
    pronoun (3-1) 64

giàu/giầu (10-2) 263

giữ (8-2) 210

H

hàng + **trăm/nghìn/vạn/triệu** (8-2) 211

hẳn (8-1) 193

hằng/hàng (5-1) 118

hết sức (1-2) 22

họ, ngoại, nội (4-1) 91

K

kẻ (9-2) 238

kiểm điểm (7-2) 179

kinship terms in Northern and Southern
    dialects (4-1) 93

Kh

khắp (1-2) 23

khi (1-1) 5

khi [thì], lúc [thì] (5-2) 131

khi còn bé/khi còn nhỏ vs. **khi còn trẻ**
    (10-2) 262

khoa học (3-2) 78

khỏi (9-1) 222

khỏi phải (1-1) 7

không + question word (9-2) 237

không chỉ … mà cả …, không những …/
    không chỉ … mà còn … (2-2) 50

không dám, chưa dám (1-1) 6

không hiểu sao (9-2) 239

không ngờ (6-1) 143

L

là linking two verb phrases (2-1) 35

lại (2-2) 49

lên (3-2) 77

liệu (2-1) 36

lớp (3-2) 78

lưu ý đến, chú ý đến (7-2) 181

M

mà (4-1) 90

mà thôi (4-2) 107

mất (8-2) 210

mình as pronoun (9-2) 239

mở (6-2) 155

mới … thôi (3-1) 64

much + comparative adjective + than in
    Vietnamese (1-2) 23

muốn … phải (3-2) 78

N

nàng, chàng (9-2) 237

nào ai meaning "no one" (9-2) 238

nằm (1-2) 20

nói (1-1) 5

noun phrase + **là** + verb phrase/sentence
    (4-1) 90

nỗi (6-1) 143

nơi (1-1) 5

nữa cơ (3-1) 62

Ng

ngày nay vs. **ngày này, năm nay** vs.
    năm này (10-1) 254

ngày sinh vs. **sinh nhật** (9-1) 225

nghe, trông + adjective (1-1) 7

ngoại ngữ vs. **tiếng** (3-2) 79

ngoài trời vs. **trong nhà** (8-1) 194

Nh

nhằm (8-2) 211
**nhận, nhận ra, chấp nhận, công nhận,
    thừa nhận** (9-1) 223
nhất trí (7-2) 180
nhỉ (3-1) 62
nhớ (9-1) 224
như (8-1) 194
những + question words **ai, đâu, gì** (1-1)........ 7

P/Ph

participle clause in Vietnamese (4-2).......... 106
phải nói thật với + 2nd personal pronoun
    + **là** (5-1) 118
phổ biến as verb and as adjective (5-2)....... 130
phrase **thì chị/anh bảo** (3-1) 62
phụ nữ vs. **đàn bà, nam giới** vs. **đàn ông**
    (4-2) 106
phụ thuộc vào, độc lập với (3-2) 80

Q

qua as adverb (8-1)...................... 192
quá + adjective/adverb (6-1) 144
quả thật là (10-1)......................... 252
quê (9-1)............................... 225
quốc gia, nhà nước, nước (3-1) 63
quyết định, giải quyết (2-2).......................... 50

R

reduplicatives **chầm chậm, nhè nhẹ** (3-1) 63
rồi (3-1)............................... 62

S

sao lại (9-2) 239
sẵn (6-1) 142
sâu vs. **sâu sắc, khó** vs. **khó khăn** (10-1).... 253
sentence + **là tại làm sao** (5-1) 118
sentence + subject + **mới** + verb (3-1)........... 62
sở dĩ … là vì … (7-1) 166

T

tăng, giảm (7-1)......................... 166
**tập kết, di cư, tản cư, sơ tán, di tản,
    vượt biên** (10-2)...................... 262
tất nhiên, dĩ nhiên (1-1) 7
tiếc là (6-1)............................ 144

tiền (2-1) 35
toàn, toàn bộ (8-2) 211
tổng (2-2) 50
tức là (9-1) 225
từng, đã từng, chưa từng (4-1) 93
từng ấy, từng này (1-1) 7
tưởng (4-1) 92

Th

thảo nào (6-1) 143
thất bại, đánh bại (8-2) 210
theo tôi được biết (5-1) 119
thể hiện, biểu hiện, biểu lộ (5-2) 131
thế nào? (8-1) 193
thế nào được (6-1) 144
thiếu (7-2) 180
thời buổi (10-1).......................... 252
thử, cứ thử xem (5-1) 117
thực ra (4-2) 106
thường, thường thường, thường xuyên
    (5-2) 130

Tr

trình bầy (7-2) 180
tròn (9-1)............................. 225
trong nước vs. **nước ngoài** (3-2) 79
trông (4-1).............................. 92
trở lên, trở xuống, trở đi, trở lại (7-2) 180

V

verb "to ask" in Vietnamese (5-1).............. 116
verb "to wash" in Vietnamese (2-1).............. 35
verb + **cũng biết là** (5-1).............. 118
verb of motion + location + **về** (9-1)........... 222
verbs with prepositions **làm** and **thành**
    (1-2) 21
về mặt (1-2) 22
vị (2-2) 48
Vietnamese **mít tinh** and English "meeting"
    (2-1) 36

Practice your Vietnamese with the included MP3 audio files!

This CD contains <u>**MP3 audio files**</u>.

You can play MP3 files on your computer (most computers include a default MP3 player); in your portable MP3 player; on many mobile phones and PDAs; and on some CD and DVD players.

You can also convert the MP3 files and create a regular audio CD, using software and a CD writing drive.

To play your MP3 files:

1. Open the CD on your computer.
2. Click on the MP3 file that you wish to play, to open it. The file should start playing automatically. *(If it doesn't, then perhaps your computer does not have an MP3 player; you will need to download one. There are dozens of players available online, and most of them are free or shareware. You can type "mp3 player" or "music downloads" into your search engine to find some.)*